Manyan Amfani - 1

- Buga na 2026 - 2

Wanda ya fito a fim ɗin - John G. Lake – Kathryn Kuhlman – Lester Sumrall – Frank da Ida Mae Hammond – Derek Prince – Novel Hayes – Joseph Ayo Babalola – Robert Schambach

An Haife Ka Don Wannan - Waraka, Ceto da Maidowa - Gano yadda za a yi daga Manyan

Babban Jerin Ciniki na 1

Daga Jakada Monday O. Ogbe; Zacharias Godseagle

Table of Contents

Manyan Amfani - 1

-Game da littafin

Babban Amfani - 1 (Buga na 2026)
An Haife Ka Don Wannan — Warkarwa, Ceto, da Maidowa
Yanzu an fassara shi zuwa harsuna 50.

Me zai faru idan mu'ujizai a cikin Littafi Mai Tsarki ba tarihi ba ne… amma gadonka?
A cikin *Babban Amfani – 1* , an gayyace ku zuwa wata tafiya mai ƙarfi, mai bin imani ta warkarwa, ceto, da kuma maidowa — wadda aka gina ta a cikin Littafi Mai Tsarki kuma an haskaka ta da rayuwar wasu daga cikin manyan masu wa'azin warkarwa na shekaru 100 da suka gabata.
Tare da rayuwa da shaidu na:
John G. Lake
Kathryn Kuhlman
Lester Sumrall
Frank da Ida Mae Hammond
Derek Prince
Norvel Hayes
Joseph Ayo Babalola
Robert Schambach
Wannan littafin ya fi bayar da labarai kawai. Yana ba ka kayan aiki.
Shin Ka Shirya Don 'Yanci?

- Shin ka gaji da rashin taimako, rashin bege, ko zagayowar shan kaye?

- Kana fama da zalunci na zahiri, na motsin rai, ko na ruhaniya?
- Shin addu'o'i sun yi kama da ba a amsa su ba?
- Shin kana jin yunwar yin hidima ga warkarwa da kuma gyara ga wasu?

An rubuta wannan littafin ne domin ku.

Abin da Za Ku Gani a Ciki:

✓ Sama da shaidu 80 masu ƙarfi na warkarwa da ceto

✓ Jagororin aiki don warkarwa da maidowa na hidima

✓ Tushen Littafi Mai Tsarki da aka samo asali daga Markus 16:15-20 da Yahaya 14:12

✓ Amsoshin tambayoyi da ake yawan yi game da warkarwa da ceto

✓ Yanayi guda bakwai masu mahimmanci na ruhaniya waɗanda ke kunna ci gaba

✓ Tafiye-tafiyen imani na gaske waɗanda ke nuna sadaukarwa mara misaltuwa

Masu karatu suna bayyana wannan littafin a matsayin:
"Tsarin tushe mai ƙarfi da imani ga masu karatu waɗanda ke neman zurfafa tafiyarsu ta ruhaniya."
"Wahayi fiye da addini - darasi ne na duniya baki ɗaya game da rashin son kai da jajircewa."
"Cike da shaidar bangaskiya da warkarwa... mai ƙarfi da wadata."

Wannan Ba Ka'ida Ba Ce. Kunnawa Ne.

Waraka. Ceto. Maidowa.

Ba tauhidi mai zurfi ba ne - amma bangaskiya mai aiki.

Za ku karɓa:

- Addu'o'i
- Nassosi
- Fahimtar dabarun ruhaniya
- Matakai masu amfani da za ku iya aiwatarwa nan take

Wannan littafin jagora ne na kunna hidima wanda aka gina akan tarihin farfaɗowa da shaidar rai.

An Haife Ka Don Wannan

Yesu ya bayyana a cikin Yohanna 14:12 cewa waɗanda suka yi imani za su yi irin waɗannan ayyuka - da kuma manyan ayyuka.

Tambayar ba ita ce ko akwai yiwuwar manyan abubuwan da za su faru ba.

Tambayar ita ce ko za ka ce eh.

Idan kana son samun imani mai zurfi…

Idan kana son 'yanci…

Idan kana son taimaka wa wasu su yi tafiya cikin gyarawa…

Sai a taka gaba.

Manyan Abubuwan Ci Gaba sun fara yanzu.

Sharhin Amazon

https://www.amazon.com/product-reviews/B0C7KY958F/

Daga Amurka

***Taurari 5.0 cikin 5* Tushe mai ƙarfi da imani ga masu karatu waɗanda ke neman zurfafa tafiyarsu ta ruhaniya**
An yi bita a Amurka a ranar 22 ga Oktoba, 2024
Tsarin: **Siyayyar Kindle da aka Tabbatar**
An bincika jigogin warkarwa, ceto, da kuma maidowa da zurfi da sha'awa sosai. Littafin ya ƙunshi ginshiƙan ruhaniya da ake buƙata don kuɓuta daga munanan abubuwa, samun warkarwa ta ciki, da kuma dawo da zaman lafiya da farin ciki a rayuwa. Waɗannan ba wai kawai ra'ayoyi ne marasa ma'ana ba; marubucin yana bai wa masu karatu addu'o'i, nassosi, da matakai masu dacewa don aiwatar da waɗannan darussa a rayuwarsu.
Mai taimako

Ponn Virulrak

***Taurari 4.0 cikin 5 Darasi* na Duniya game da Rashin Son Kai da Jajircewa**
An yi bita a Amurka a ranar 6 ga Oktoba, 2024
Tsarin: **Siyayyar Kindle da aka Tabbatar**
A matsayina na wanda ba Kirista ba, da farko na ɗauki littafin Greater Exploits - 1 ne kawai saboda murfinsa da takensa masu ban sha'awa. Na yi mamakin ma'anar "manyan abubuwan da za a iya amfani da su". Yayin da na fara karatu, na ga labaran da ke cikin littafin suna da ban sha'awa, ba kawai daga mahangar addini ba, har ma daga mahangar ɗan adam mai zurfi.

Manufar rashin son kai da ke da mahimmanci ga wannan littafin wani abu ne da ya wuce addini. Ko da kuwa addini ne, ra'ayin sanya wasu a gaban kai da kuma kula da lafiyar wasu abu ne mai daraja ta duniya baki ɗaya. Mutanen da aka nuna a cikin wannan littafin - mutanen da ke da zurfin imani - sun sadaukar da rayuwarsu don taimaka wa wasu. Abin da ya fi burge ni shi ne yadda suke da ƙarfin hali a cikin jajircewarsu. Tun daga farkon tafiyarsu har zuwa ƙarshen rayuwarsu, ba su taɓa yin jinkiri ba, ba su taɓa rasa hankali ba. Irin wannan juriya ce ke mayar da mutane na yau da kullun zuwa tatsuniyoyi.

Ba zan iya daina tunanin yadda wannan ya shafi fiye da fannin addini ba. Ana iya ganin irin wannan sadaukarwa ga yi wa wasu hidima a cikin masu ba da agaji, ma'aikatan jinya, malamai, da mutane marasa adadi waɗanda ke aiki a hankali don inganta duniya. Ko waɗannan mutane suna shafar miliyoyin mutane ko kuma suna taɓa rayuka ɗaya bayan ɗaya, ƙa'idar iri ɗaya ce—taimakawa wasu shine abin da ya bar gado mai ɗorewa.

Yawancin labaran da ke cikin wannan littafin sun kasance masu ban sha'awa sosai, kuma na fito da sabon hangen nesa game da Kiristanci, wanda ban taɓa sani ba a da. Ina yaba wa marubucin don rubuta wannan da kuma bai wa masu karatu irina, waɗanda ƙila ba su san addinin ba, hangen nesa cikin zurfin tausayi da jajircewar waɗannan mutane.

Zan ba wannan littafin taurari huɗu saboda abubuwan da ke cikinsa masu ban sha'awa da ban sha'awa.
Mutum ɗaya ya sami wannan taimako

Alheri ya wuce

Taurari 5.0 cikin 5 **Ina son labaran Waraka!**

An yi bita a Amurka a ranar 24 ga Oktoba, 2024
Tsarin: **Siyayyar Kindle da aka Tabbatar**
Babban Cin Zarafi—1: An Haife Ka Don Wannan—Warkarwa, Ceto, da Maidowa abin birgewa ne! Ina son yadda marubucin ya fara labarinsa na warkarwa kuma ya kai ga wasu labarai tare da shaidar imani da warkarwa. Akwai wasu shaidu na gaskiya na bangaskiya a nan. Yana da ban sha'awa sosai kuma yana da ƙarfi. Ina ba da shawarar Babban Cin Zarafi—1: An Haife Ka Don Wannan—Warkarwa, Ceto, da Maidowa don wadatar da imaninka.
Mutum ɗaya ya sami wannan taimako

Manyan Amfani - 1

- Game da Marubucin

Jakadan Almasihu, Litinin Ogwuojo Ogbe jakadan kasuwa ne na Almasihu mai zuciya ga haɗin kai a cikin jikin Kristi. Ganawarsa ta fuska da fuska da Ubangiji Yesu Almasihu a ranar Asabar, 22 ga Afrilu 2006 da ƙarfe 5 na safe ya canza yanayin rayuwarsa har abada.

Ambasada Monday O. Ogbe wani bawan Allah ne da aka naɗa tare da Open Ministries, San Diego, wata hidima da ba ta addini ba wadda ke ƙaddamar da tsarkaka ga aikin hidima ba tare da iyakoki ba. An yi rajistar Litinin a matsayin ɗalibi na tsawon rai na Cibiyar Jagorancin Kirista (CLI) https://www.christianleadersinstitute.org/ kuma memba ne na Ƙungiyar Jagorancin Kirista (CLA) Spring Lake, Michigan, Amurka.

A matsayinsa na ƙwararre a fannin fasahar sadarwa ta zamani (ICT), yana amfani da ƙwarewarsa don isa ga masu neman yanar gizo da kuma samar da ƙungiyar masu bi don aikin hidima ta hanyar shafinsa na hidima otakada.org – Minista a Otakada Cyber Church Ministries, cocin da ba shi da bango, iyakoki da kuma ƙungiyoyi inda sama da abubuwan da Kiristoci suka mayar da hankali a kai miliyan 2 waɗanda yanzu ake ɗaukar nauyinsu kuma ake rarraba su ga masu sauraro na duniya duka masu neman da Kiristoci.

Abubuwan da ke cikin Otakada.org sun kai sama da rabin miliyan - masu sauraro a yanar gizo kowane wata kuma suna ƙaruwa!

Litinin ta kasance mai masaukin baki ga "Enough Is To Privivity kuma maraba da zuwa ga 'yanci cikin Kristi a cikin jerin kayan aikin warkarwa, ceto, da gyarawa inda yake koyarwa da kuma ba da kayan aiki ga tsarkaka don hidimar warkarwa, ceto, da dawo da kai da wasu a ciki da wajen da'irarsu – Waraka shine abincin yara kuma alama ce ga marasa imani don tabbatar da amincewar Allah ga begen kiranmu. Mun ga warkarwa mai ban mamaki, ceto da gyarawa suna faruwa don ɗaukakar Allah!

Ya rubuta littattafai da dama kamar haka: Makarantar Aiki ta Ruhu Mai Tsarki a cikin ƙananan jigogi 8; Labaran Annabci na 2020 Kashi na 1 na 4; 2 na 4; 3 na 4; Jima'i a Haikalin Allah - Hanyoyi 15 Masu Sauƙi don Fahimta, Gano da Cin Nasara da Fajirci a Rayuwarku; Mara Iyaka - Hasashe da fuskantar al'ummar coci ɗaya ta masu imani ba tare da bango, iyakoki, da ƙungiyoyi ba; Gudu zuwa duniyar fahimta - maganin ƙiyayya ga Musulmai Kiristoci da mutane ko'ina; Mara Alaƙa: - Ku Je Ku Almajirta, littafi mai amfani don yin almajirai; Ku Ci Nasara a Yaƙin Rayuwa Kullum - sanarwar nassi ta yau da kullun da aka tsara don cin nasara a rayuwa kowace rana; Shiga cikin Allah Mai Ikon Allah - Allah yana sha'awar magana ko muna jin yunwar ji da amsawa; Kunna ikon wuta mai ƙarfi a cikin ku - Inda Ruhu Mai Tsarki yake samuwa don yin amfani ta hanyarmu da kuma karya addu'o'in farfaɗowa na jerin 12 daga Janairu zuwa Disamba - Addu'a don farfaɗowa a rayuwarmu a cikin al'ummar coci da ke kewaye da mu da kuma wasu lakabi da aka fassara zuwa harsuna da yawa.

Yana buga wani shafin yanar gizo na mako-mako wanda ke isa ga masu sauraro a shafukan sada zumunta, watsa shirye-shiryen tauraron dan adam da kuma shafin yanar gizonsa na wallafawa otakada.org.

Hanyar hadin yanar gizo:
https://www.otakada.org/category/blog/

Marubucin Amazon Jakadan Litinin O. Ogbe Shafin tare da Jerin Manyan Abubuwan Ciki
https://www.amazon.com/~/e/B07MSBPFNX

Shafin Amazon Zacharias Godseagle

https://www.amazon.com/stores/Zacharias-Godseagle/author/B0FCZ89D4K

Yana auren Comfort kuma yana da 'ya'ya hudu, wato ***Diana Odjo, Joseph – Ojima, David – Ojonogwa da Isaac – Unekwu***

Manyan Amfani - 1

- Yadda na dafa na kuma tura ni cikin Ma'aikatar Warkarwa, Ceto da Maidowa

Abokai, ban san yadda zan fara wannan sashe ba. Amma, tsawonsa da gajerensa shine tun daga lokacin da na fara ciki, warkarwa, ceto da kuma gyarawa sun riga sun fara faruwa - tun daga mahaifar mahaifiyata. Ta yaya hakan yake?

Mahaifiyata, wacce ke aikin jinya a asibiti, ta gano cewa tana da juna biyu ga wani mutum ba mijinta ba - saboda ta rabu da mijinta na farko na tsawon shekaru 4, sai ta yanke shawarar zubar da cikin.

Da taimakon wani likita, sun gwada duk abin da aka kira su don su fitar da ni daga cikin mahaifa kafin lokacin da aka ƙayyade amma Allah ya cece ni daga gare su - Shin zan ce, daga shaidan da ke son kawar da ƙaddarar Allah a rayuwata. Wannan ita ce ceto ta farko daga muƙamin Shaiɗan?

Kubuta da dawowa ta biyu ita ce, watanni kaɗan bayan an haife ni, an shigar da ƙara a kotu tsakanin mahaifina na haihuwa da mijin mahaifiyata na farko domin tantance wanda ya kamata ya mallaki ni. Mahaifina na haihuwa ya yi nasara a shari'ar. Wannan ita ce ceto da dawowa ta biyu.

Warkewa ta uku, ceto da kuma gyarawa ita ce lokacin da nake zaune da kakata ina da shekaru biyar (5), na ga sinadarin soda, kakata ta sayi don yin sabulu da shi - yana kama da sukari. Na ɗauki adadi mai yawa na soda na haɗiye shi. Harshena ya fara narkewa, jini ya mamaye ko'ina. Harshena ya kumbura. Ban iya magana ba tsawon kwanaki! Godiya ga Allah don ikon warkarwa na Allah. Na sake warkewa, na sami ceto kuma na warke. Harshena ya warke. Zan iya magana a yau kamar babu abin da ya taɓa faruwa da harshena.

Ceto da dawo da ni daga kakata ne. Ta ƙi miƙa ni ga mahaifina na haihuwa. Shi ya sa nake zaune da ita. Amma godiya ga Allah, ina ɗan shekara 6, ta sake ni in koma tare da mahaifina.

Warkewa ta biyar, ceto da kuma gyarawa ta kasance a gidan mahaifina. Mahaifina ya kasance mai yawan aure - Yana da mata huɗu. Wata rana, yayin da yake tare da shi, ɗaya daga cikin matan ta kira ni ɗakinta. Da na shiga, sai ga wani dattijo, mai dogon gemu. Matar ta nuna mini ta ce wa dattijon, "wannan shine yaron da na gaya maka." Na bar su. Da dare, ina mafarki, na ga wannan dattijon yana hawa na kamar doki. Wannan shine farkon matsalolina da yawa.

Da na farka daga mafarkin, sai na fara amai da amai. Ban iya ajiye abinci a cikin cikina ba. Wannan jarabawar ta ci gaba har tsawon watanni, na yi siriri - siriri kamar gashin tsuntsu.

Mahaifiyata ta shigo gari, ta ɗauke ni tare da mahaifina, muka nufi wani gida na warkarwa da ceto a wani birni. Yayin da suke yi mini addu'a, sai wani wahayi ya bayyana. Ruhu Mai Tsarki ya bayyana cewa ɗaya daga cikin matan mahaifina, ta ga abin da zai faru a nan gaba kuma ta ji cewa wannan yaron zai zama abin alfahari ga 'ya'yanta. Don haka, ta miƙa ni ga mulkin mugunta, domin su sa ni hauka su kuma su kawar da ƙaddarar Allah. Yayin da nake yin addu'ar ceto , an cire gashin mutum, wanda aka lulluɓe shi da wani ƙaramin ƙwallo mai zagaye kuma aka riƙe shi da allurai biyu daga kaina. A wannan daren, a lokacin ceto, gashin da allurar sun ƙone.

Wannan shine ƙarshen rashin lafiyar kuma a makaranta, na zama ƙwararren ajin. Na kasance matsayi na biyu zuwa na ƙarshe a ajina kafin wannan ceto. Ban fahimci komai da ake tunani a aji ba. A cikin dare ɗaya, na warke, na haihu kuma na warke. Alleluia? Amin.

An ceto ni da kuma gyara ni na shida ne lokacin da zan shiga jami'a. Mahaifina, mai arziki, ya shiga cikin matsalolin kuɗi. An shigar da ni amma gwagwarmaya ce ta neman kuɗin kulawa. Na nemi tallafin karatu na ƙasashen waje kuma bisa ga hanyoyin Allah na gyara ni, ƙasata da ƙasar waje sun yanke shawarar ba da kuɗin karatuna zuwa digiri na biyu a fannin injiniyanci - Abin da nake yi a yau a hidima inda wasu daga cikin ilimin da na samu sakamakon tallafin karatu da Allah da kansa ya taimaka mini. A yau, na sami ilimi daga mafi kyawun mutane. Yabo ga Ubangiji!

Ceto da dawo da rai na bakwai ya faru ne a aurena na farko da aurena na biyu. Tsohuwar matata ta tashi wata rana ta ce ba ta son soyayya kuma tana son saki. Na roƙe ta, na yi duk abin da zan iya don hana ta amma ta tafi tare da 'yata. A yau, Allah ya dawo da auren ta hanyar ba ni matar da Ya zaɓa mini. Jin daɗi ya zama ta'aziyya a gare ni da 'ya'yan maza uku.

Warkewa, ceto da kuma gyarawa ta bakwai ta faru ne da 'yata. A Faransa, an gano tana da damuwa da kuma schizophrenia. Wannan shekara ce ta fara shirin jami'armu. Ta ƙare a asibitin likitan fisiyo sau da yawa. Wata rana, kusan awanni 24 kafin ranar haihuwarta. Na fara kuka ga Ubangiji yana cewa ba za ta sake kwana a asibiti ba kuma za ta warke a ranar haihuwarta. Washegari, likitoci sun yi mamakin wannan canji da kuma gyarawa mai ban mamaki suka sallame ta a ranar haihuwarta. Ba ta taɓa ganin tsuntsun asibiti ba tun lokacin.

Na kauce wa ceto da gyarawa a lokacin girgizar wutar lantarki da ta kusan kashe ni, gubar abinci, hatsarin mota da dama da na fuskanta ba tare da an goge su ba, gazawar kasuwanci da yawa da kuma dawowar da na yi zuwa ga ɗaukakar Allah Maɗaukakin Sarki - Da yawa ne da ba za a iya saka su a cikin wannan rubutun ba!

Yanzu, ina bauta wa Allah mai girma da zuciya ɗaya

Na warke, na warke kuma na warke - Tsarki!

Ina bin Allah mai iko duka. Abin mamaki ne yadda Allah ya tura mu cikin hidimar da yake yi mana ta hanyar yaƙe-yaƙenmu na rayuwa. Waɗannan yaƙe-yaƙe sun zama wurin horo wanda ke haifar da hidima. Don haka, kada ku ɓata wahalarku. Kada ku raina gwagwarmayar. Kada ku ji kunyar abin kunya domin idan za ku iya gani ta cikin waɗannan yaƙe-yaƙen, za ku dandani ɗanɗanon abin da Allah ya tanadar muku. Kristi ya koyi biyayya ta wurin abubuwan da ya sha wahala. Ya zauna inda muke zaune, yana raye don ya yi mana roƙo. Ya nuna mana Waraka, Ceto da Maidowa yayin da yake tare da mu kuma ya umarce mu mu yi haka Markus 16:15-20.

Markus 16:15-20
Littafi Mai Tsarki Mai Ƙarfafawa, Bugun Gargajiya
15 Ya ce musu, Ku shiga cikin duniya duka, ku yi wa'azi , ku kuma yi wa'azin bishara ga kowace halitta [na dukan ' yan adam].

[16] ***Duk wanda ya gaskata kuma ya dogara ga Linjila da***
Wanda ta bayyana] aka kuma yi masa baftisma, za a cece
shi [[b] ***daga hukuncin mutuwa ta har abada]; amma***
wanda bai gaskata ba [wanda bai yarda da Linjila da
Wanda ta bayyana] za a hukunta shi.
[17] ***Waɗannan alamu na shaida za su kasance tare da***
waɗanda suka yi imani: Da sunana za su fitar da aljanu;
za su yi magana da sabbin harsuna.
[18] ***Za su ɗauki macizai; ko da sun sha wani abu mai rai, ba***
zai cutar da su ba; za su ɗora wa marasa lafiya
hannuwansu, za su warke.
[19] ***To, bayan da Ubangiji Yesu ya yi musu magana, aka***
ɗauke shi zuwa sama, ya zauna a hannun dama na Allah.
[20] ***Suka fita suka yi wa'azi ko'ina, Ubangiji kuwa yana aiki***
tare da su, yana kuma tabbatar da saƙon ta wurin alamu
da mu'ujizai masu shaida da ke tare da shi. Amin (haka
ne).

Yaƙe-yaƙenka na gaske wuri ne na horo don manufar rayuwarka. Yi lissafin rayuwarka a yau. Wato, idan kana fama don gano manufar Allah ga rayuwarka.

Domin ƙarfafa ku, a matsayin rundunar Allah mai rai, ina kawo muku shaida a yau game da abin da Babban Firist ɗinmu - Yesu Kiristi ya fuskanta a cikin

Ibraniyawa 5:7-10
Littafi Mai Tsarki Mai Ƙarfafawa, Bugun Gargajiya
[7] ***A zamanin jikinsa [Yesu] ya miƙa addu'o'i na musamman***
[don abin da ba kawai yake so [ba] *amma yana buƙata]* ***da addu'o'i***
da kuka mai ƙarfi da hawaye ga Wanda [koyaushe] yake
iya cetonsa daga mutuwa, kuma an ji shi saboda tsoronsa
ga Allah [tsoron Allahnsa, ibadarsa, [b] ***domin ya nisanta***
daga firgicin rabuwa da hasken kasancewar Uba].
[8] ***Ko da yake Ɗa ne, Ya koyi biyayya [mai aiki, na***
musamman] ta wurin abin da Ya sha wahala

[9] Kuma, [gwaninsa da ya kammala] ya sa shi cikakke, ya zama Mawallafi kuma Tushen ceto na har abada ga duk waɗanda suka bi Shi suka kuma yi masa biyayya,
[10] Kasancewar [c] Allah ya naɗa shi kuma ya amince da shi kuma ya gaishe shi a matsayin Babban Firist bisa ga umarnin (tare da [d] matsayin) Malkisadik.

A yau, ministocin cocin Cyber Cocin Otakada.org suna warkarwa, ceto da kuma dawo da mutane ta hanyar abubuwan da suka wuce miliyan 2 ga duk wanda zai buɗe kansa ga mu'ujizar cikin Almasihu Yesu. Wannan hidima ita ce hidimar da Ruhu Mai Tsarki ya saukar a cikin ruhuna a ranar 14 ga Yuni 2003 lokacin da nake zaune a Burtaniya. Ya ce mini, "Ina so ka yi amfani da intanet don yaɗa maganata zuwa ƙarshen duniya." A wancan lokacin, babu wayoyin komai da ruwanka. A yau, akwai kuma maganar tana tafiya ba tare da wata matsala ba. An haifi Otakada.org a watan Janairun 2013, shekaru goma bayan umarnin Allah.

Idan akwai wani abu da nake addu'a domin jikin Kristi, to wannan shine - Kowanne mutum zai haɗu da Kristi da kansa ta hanyoyi masu ban mamaki waɗanda zasu canza hanyar rayuwarsu har abada! Amin

Ga yadda haduwar ku da Kristi a shekarar 2006 take. Ku ci gaba da samun albarka.
Wannan daga littafina ne – ***yin mu'amala da Allahn da ba shi da wani amfani!*** - Ji daɗi

https://www.amazon.com/~/e/B07MSBPFNX

Sabon shafin Amazon -
https://www.amazon.com/stores/Zacharias-Godseagle/author/B0FCZ89D4K

Labari na Gaskiya: Haɗuwata da Ruhu Mai Tsarki a Landan Asabar, 5 na safe, 22 ga Afrilu 2006

An haife ni a cikin iyalin Kirista, na kasance Kirista, ina zuwa coci, ina halartar ayyuka da kuma hidima gwargwadon iyawata har zuwa wannan haduwar da ta canza rayuwata. A ranar 16 ga Maris 2006, ina tafiya a kan hanyar shiga asibiti a Landan domin matata ta riga ta shafe kwana uku tana nakuda. Likitoci sun kammala da cewa idan ba ta haifi jaririn ba da safe, za ta yi tiyatar haihuwa. Ba mu sani ba, surukata ta riga ta gani a cikin wahayi cewa ba za ta iya haihuwa ba. Godiya ga Allah da ya ba su suruka masu ibada. Hakika, ni da matata ba mu san wannan ba.

A lokacin wannan tafiya da sauri ne na sami babban ra'ayi a zuciyata na fara azumin kwanaki arba'in (40) wanda ya fara washegari, wanda shine 17 ga Maris 2006. Na firgita domin ban taɓa yin azumin kwana arba'in ba a da. Ta haka ne kuke bambance tunani da tunani na jiki da aka burge ku daga zuciyarmu zuwa tunaninmu ta hanyar Ruhu Mai Tsarki da ke cikinmu. Zai gaya muku ku yi wani abu na nassi wanda ba za ku yarda da shi ba. Na fara tattaunawa da tunani mai sauri da ke haskakawa a zuciyata, tunani mai amsawa ga tunanin tunani, ina neman sanin abin da zan yi addu'a a kai na tsawon kwanaki arba'in.

Umarni na gaba shine in ɗauki takarda da alkalami sannan na fara rubutawa a wurin asibiti ra'ayoyin da nake samu. Maimakon yin addu'a ga matata, na gano cewa addu'o'in da ke zuwa mini a rai suna kan fastoci, majami'u, haɗin kai a cikin jiki da sauransu. A lokacin ne na roƙi Allah, idan zan yi wannan aikin, da na so in gan shi kafin wannan azumin kwanaki 40 ya ƙare. Babu amsa da na yi imani yanzu domin sharadin da zai bayyana zai dogara ne akan biyayyata ga umarni na farko na yin azumin kwanaki 40.

Abin lura a nan kafin in ci gaba da labarin shine Allah ba zai ɗauki mataki na gaba fiye da matakin biyayya na ƙarshe ba. Idan Ya umarce ka ka yi wani abu, ba ka yi ba, Yana rufewa har sai ka koma matakin rashin biyayya na ƙarshe ka yi biyayya. Karanta labarin Yunusa. Yunusa ya gudu zuwa akasin aikin Allah. Ta cikin guguwar guguwa, matuƙar Yunusa yana cikin rashin biyayya, Allah bai taɓa yin magana ba, har sai da Yunusa, bayan yunƙurinsa na kashe kansa ya gaza, Ya yi kuka ga Allah.

Yunusa 2:1-10

1 Sai Yunusa ya yi addu'a ga Ubangiji Allahnsa daga cikin kifin .
2 Sai ya ce: "Na yi kira ga Ubangiji saboda wahalar da nake sha, Ya kuwa amsa mini. "Na yi kira daga cikin kabari, Ka kuwa ji muryata.
3 Gama ka jefa ni cikin zurfin teku, cikin tsakiyar tekuna, Rigyawa kuma ta kewaye ni; Duk raƙuman ruwanka da raƙuman ruwanka sun ratsa ni.
4 Sai na ce, 'An kore ni daga gabanka; Duk da haka zan sake kallon Haikalinka mai tsarki.'
5 Ruwa ya kewaye ni, har zuwa raina; Zurfin ya rufe ni; An lulluɓe ciyawa a kaina.
6 Na sauka zuwa ga tuddai na duwatsu; Duniya da sandunanta sun rufe a bayana har abada; Duk da haka, ka ɗaga raina daga rami, ya Ubangiji Allahna.
7 "Lokacin da raina ya yi rauni a cikina, na tuna da Ubangiji; Addu'ata kuma ta kai gare ka, cikin tsattsarkan Haikalinka.
8 "Waɗanda ke kallon gumaka marasa amfani Sun bar rahamar kansu.
9 Amma zan miƙa maka hadaya da muryar godiya; Zan biya abin da na yi alkawari. Ceto daga Ubangiji ne."
10 Sai Ubangiji ya yi magana da kifin, sai ya amai Yunusa a kan busasshiyar ƙasa.

Kalma Ga Wani

"Ka saurara 'yarka kuma ɗan Allah mai rai, mai ƙaunar Allah. Allah mai ƙauna ne kuma mai jinƙai amma Allah kuma yana buga ƙwallon ƙafa mai ƙarfi. Shin kana son ka yi masa wasa mai ban tsoro? Kada ma ka yi tunani a kai. Za ka ƙare da gaɓoɓin hannu da suka kumbura. Ko da a lokacin, yana ƙaunarka kuma yana ci gaba da ƙaunarka da ni da ƙauna ta har abada. Kana ɗauke da Ruhunsa a cikinka. An halicce ka cikin siffarsa da kamanninsa.

Kai aikin dabbobinsa ne, Yana da himma a gare ka ko da kana cikin zurfin zunubi, yana bincike, yana shirya yanayi da yanayi waɗanda za su mayar da kai ga sadakokinsa na ƙauna. Kai ba naka ba ne, an same ka da farashi, kana kulawa cikin Almasihu, cikin Allah. Kai ne kamar idanunsa, kai ne sarauta, kai firist ne a gare shi, kai na musamman ne. Ya ce idan za ka iya la'akari da yadda taurari suke da haske, kai ne mafi haske fiye da taurarin sama. Ya ce babu gashi ɗaya da ya faɗo daga kanka wanda bai sani ba. Yana ƙirga su kuma ya san adadinsu.

Luka 12:4-7

4 "Ina gaya muku, abokaina, kada ku ji tsoron waɗanda ke kashe jiki, bayan haka kuma ba su da abin da za su iya yi.
5 Amma zan nuna muku wanda ya kamata ku ji tsoro: Ku ji tsoron Wanda, bayan ya kashe, yana da ikon jefa shi cikin Jahannama; i, ina gaya muku, ku ji tsoronsa!
6 "Ba a sayar da gwara biyar a kan tsabar tagulla biyu ba? Ba kuma ɗaya daga cikinsu da aka manta da ita a gaban Allah ba."
7 Amma gashin kanku duk an ƙididdige su. Kada ku ji tsoro; kun fi tsuntsaye da yawa daraja.

Yanzu haka taron ya ci gaba: Ga shi, a ranar 22 ga Afrilu 2006, kwana uku kafin ƙarshen azumin kwanaki arba'in da ƙarfe 5 na safe daidai, Allah ya kiyaye rabonsa na ciniki. Ina cikin barci rabin lokacin da wannan Mutum, cikin siffar ɗan adam, da hannuwansa a bayansa, ya sunkuya gaba kaɗan, yana kallona a ƙasa, yana tafiya a hankali, mataki ɗaya bayan ɗaya, ba cikin gaggawa ba, ya yi tafiya zuwa gare ni cikin falon ta taga. Na iya gane siffarsa amma ban ga fuskarsa a sarari ba.

Kun san irin rigar da Yesu ya saka a fina-finan Gabas ta Tsakiya da muke kallo. Nan da nan ya zo kusa da ni, yankin da ke kusa da ƙafafuna inda yake tsaye ya fara girgiza da ƙarfi kamar ba a taɓa samunsa ba, kamar yankin da ya ɓace kamar yadda ake iya faɗi. Yayin da yake matsawa zuwa ga ƙirjina, wuyana da kuma yankin kaina, abu ɗaya ya faru kuma ya ci gaba da tafiya. Kowace yanki da ya bari ta sake haɗuwa kamar da kuma yadda aikin ya ci gaba kamar da. Babu kalmomin da za su kwatanta ƙarfin wannan abin; Na rasa lokacin da zan iya ɗauka kuma na ji tsoro na fara roƙon cewa ya ƙare kuma ya gaya mini abin da yake so in yi masa yayin da nake birgima a ƙasa ba tare da iko ba. Wannan shine karo na da ikon bayyananne na Ubanmu na sama.

Bayan wannan gogewar, na fara ganin hangen nesa daban-daban na jikin Kristi. A wani lokaci, a cikin mafarki, Ubangiji Yesu Kiristi ya shigo, jikinsa duk ya rabu amma yana da alaƙa da ƙananan jijiyoyin fata. Kowanne sassan hidimar coci ce. Zan iya bayyana ayyukan da na saba da su. Alaƙa tsakanin sassan jiki ba ta da ƙarfi. Yanzu na fahimci cewa cibiyoyin coci ko ayyukan coci kamar yadda muka san su a yau, suna raba jikinsa, membobin cocin sa suna yin jikinsa saboda girman kai, ƙaramin girman kai da duk sha'awar da jiki ke bayarwa. Bayyana a matsayin gasa tsakanin coci, gwagwarmayar shugabanci, karkatar da membobi, gudanar da wasu ayyuka, faɗa tsakanin membobi na coci, sata ta shugabanci da rayuwa mai cike da ruɗani wanda ba ya nuna matsayin rayuwar membobi kuma jerin ya ci gaba. Idan kai haka ne, ka rabu da mugunta, domin Allahnmu wuta ce mai cinyewa kuma ka tuna da zunubin Balaam wanda saboda sha'awar kuɗi, ya ɓata sunan Allah kuma ya miƙa 'ya'yan Allah masu albarka ga shaidan ta hanyar mugun shawara ga abokin gaba.

Yanzu na tambayi Ubangiji ina zan shiga cikin wannan jikin nasa mai sassauƙa da aka haɗa. Ya gaya mini in nemi majami'u waɗanda ke almajirantar da mutane kuma kada in ji kamar lambobi sun motsa ni.

Sauran shine Tarihi. Yanzu na fahimci cewa na dogara gare Shi an gina ni bayan haduwar, yanzu ina da ma'ana da manufa. Duk aikin da Allah ya ba ni a mafarkin da ya biyo baya sun yi daidai da wannan aikin na farko. Babu wata takaddama ko kaɗan. Wani lokaci ina karkatar da hankalina, amma yana mayar da ni baya cikin ƙauna kuma wani lokacin yana nuna rashin biyayya. Ikon da kasancewar Ruhu Mai Tsarki ya ba ni damar cimma abubuwan da ba zan iya cimmawa ba a zahiri wajen isa ga takamaiman yanki na aiki. Allah yana cika mu da Ruhu Mai Tsarki don ya shirya mu don hidima. Kada ku ɗauki wani aiki ga Allah ba tare da ikon Allah da aikin ba.

Wannan wahayi ya ba ni kwarin gwiwa da tabbaci cewa Allah yana nan kuma yana son ya sa mu yi tattaunawa, idan muna son mu saurari yawansa mu roƙe shi cikin bangaskiya. Yana magana ta hanyar wahayi (wahayi a buɗe) kamar yadda yake a wannan yanayin, ta hanyar mafarkai, ta hanyar hotunan da aka ɗauka, tunani na bazata wanda ke haskaka zukatanmu, ta hanyar yanayin da muke fuskanta, mutanen da muka haɗu da su, maza da mata da aka naɗa na Allah, ta hanyar yara, ta hanyar shiru da kuma ta hanyar maganar

Allah. Yana da mahimmanci a lura cewa shaidar ciki da kalmar Allah dole ne su yi daidai da abin da muka gani, muka ji ko muka burge a zuciyarmu. Shaiɗan da ruhun aljanu suma suna magana, suna burge zukatanmu. Yesu ya faɗakar da mu game da wannan a cikin:-

Yohanna 10:27

27 Tumakina suna jin muryata, na san su, suna kuma bi na.

Aiki na 1

Shin kun taɓa haɗuwa da Ubanku na Sama kamar wanda na faɗa a baya? Idan ba ku taɓa haɗuwa ba, ina ƙarfafa ku ku nemi ɗaya. Ba don nuna ba amma kuna son gina dangantaka mai ƙarfi da Shi fiye da yadda kuke yi a yanzu. Ku fara daga inda kuke. Shin kun rasa alama, ku fara daga nan. Ku tuna da ɗan banza, uban ya yi maraba da shi duk da zunubin. Wannan shine zuciyar uban. Wani lokaci, muna shiga cikin rikici saboda ba mu ji Allah a rayuwarmu ba. Yana jira, yana jira don ya yi hulɗa da ni da ku.

Dakata yanzu ka yi addu'a ka roƙe shi ya bayyana maka kansa, ina nufin bayyanawa ta zahiri. Ba wasu haɗuwa marasa amfani da kawai ka manta da su cikin 'yan kwanaki ba. Duk lokacin da na tuna abin da ya faru a sama, yana sabo kamar koyaushe. An ƙera shi cikin DNA na har abada. Ka roƙe shi ya bayyana kansa ga ƙaunatacce, mata, miji, abokin tarayya da sauransu kuma ka yarda da shi. Ka ga abin da zai faru. Allah yana son a gaskata shi, yana sha'awar a gaskata shi. Imaninmu ya ce ina yarda da kai kuma ina dogara a kanka ka yi abin da kake son yi.

Banda jerin warkarwa, ceto da kuma gyarawa da na fuskanta da kaina, waɗannan abubuwan da suka faru sun ƙara rura wutar fushina ga wannan fasto - Mahaifiyata ta mutu tana da shekaru 44 da hawan jini - Babbar 'yar'uwata ta mutu tana da shekaru 44 da ciwon nono, mahaifina kuma yana da shekaru 77 da ciwon daji na mafitsara. Don haka, ina fushi da Shaiɗan saboda sata daga ƙaunatattuna kuma ina jin yunwar samun mafi kyawun Allah. Ba wai kawai don kaina ba har ma ga wasu don kada su rasa iyayensu ko 'yan'uwansu a ƙuruciya kuma sy za su iya cika kwanakinsu cikin koshin lafiya da cikakken sunan Yesu, amin.

Allah ya yi mini alƙawari da ku wannan a cikin:

Fitowa 23:25-27
Littafi Mai Tsarki Mai Ƙarfafawa, Bugun Gargajiya
25 ***Za ku bauta wa Ubangiji Allahnku; Zai albarkaci abincinku da ruwanku, ni kuma zan kawar da cuta daga cikinku.***
26 ***Ba wanda zai rasa 'ya'yanta ta hanyar ɓacin rai ko kuma ya zama bakarare a ƙasarku; Zan cika kwanakinku.***
27 ***Zan aika tsorona a gabanka, zan kuma ruɗar da duk mutanen da za ka zo wurinsu, zan kuma sa duk maƙiyanka su juya daga gare ka.***

Tare da ku, ina da niyyar cika wannan alkawari cikin sunan Yesu, Amin. A cikin wannan littafin ***"Babban Cin Amanar - 1 - Kun yi ƙoshi saboda wannan - Waraka, Ceto da gyarawa - Nemo daga Manyan mutane*** daga bayanan sama da shekaru 100 na ayyukan Allah da maza da mata suka yi, Allah ya yi amfani da su don lokacinsu. Hakanan don mu ne. Littafin zai nuna muku yadda. Muna ganin sakamako ta hanyar amfani da darussan kuma haka dole ku yi. Amin

Manyan Amfani - 1

- Game da Mai Bugawa

Game da Mu – Ayyukan Mikiya na Allah (GEM)

Tsarar Al'ummai. Canza Rayuwa.
"Domin su duka su zama ɗaya..." - Yohanna 17:21–23
Hangen Nesa na Mulki
Duniyar Kirista Mai Haɗaka — An Kafa, Ba Ta Taru Kawai Ba
Ayyukan Allah na Eagle suna wanzuwa don shiga cikin madawwamin nufin Allah:
Ikilisiya mai haɗin kai tana tafiya cikin biyayya, balaga, da canji a bayyane , wanda aka kafa a cikin Kristi kuma Ruhu Mai Tsarki ke jagoranta.
Muna tunanin Jikin Kristi na duniya wanda ba ya haɗa kai da daidaito, dandamali, ko halaye iri ɗaya ba—amma ta hanyar **mika kai ga gaskiya, almajiranci bisa ga biyayya, da kuma rayuwa da aka canza** .
Haɗin kai, a gare mu, ba taken magana ba ne. '
Ya'yan **daidaito ne** , **sabuntawa** , da kuma **Kristi da aka samu a cikin mutane** .
Tushen Aikinmu
Sauyi Bisa ga Romawa 12:1–2
Duk abin da muke yi—littattafai, ibada, koyarwa, fina-finai, sauti, bidiyo, dandamalin dijital, da fasahohin zamani—suna wanzu ne don **manufa ɗaya mai mulki** :
Sabuntawar hankali wanda ke haifar da sauyi mai ma'ana, mai rai.
a tsara hanyoyin sadarwarmu **don amfani da bayanai** , motsa motsin rai, ko kuma wahayi ba tare da wani tunani ba.

An tsara su ne don:

- Tuba da gyarawa
- Sabunta tunani
- Biyayya ga Nassosi
- Canjin hali da ake iya gani
- Balaga ta ruhaniya mai ɗorewa

Ba a ɗauka cewa canji ne ba. An tsara shi **ne don, a kula da shi, a auna shi, sannan a bi shi** .

"Matsayin Nasararmu"

Da yanayi kamar:

- Ba mu auna nasara da zirga-zirga kawai ba
- Muna auna nasara ta hanyar rayuwa da aka canza
- Muna fifita biyayya fiye da alkawari
- Muna daraja sabuntawa fiye da yaduwar cuta

Manufarmu

Tsarkake Al'ummai — Rayuwa Daya A Lokaci Daya

Ayyukan Allah na Eagle suna wanzuwa ga:

- **Ƙirƙiri, tattara, da kuma yaɗa albarkatun da suka samo asali daga Littafi Mai Tsarki** waɗanda ke haifar da sauyi, ba kawai ilimi ba
- **Shiga cikin wa'azin bishara, almajirantarwa, warkarwa, ceto, gyarawa, da ba da shawara** , ruhu, rai, da jiki
- **Gudanar da tafiye-tafiyen almajiranci da aka tsara** waɗanda ke motsa masu bi daga haɗuwa zuwa biyayya
- **Goyi bayan biyayyar annabci da sadaukar da kai ga yanki** , kamar yadda Ruhu Mai Tsarki ya jagorance ku
- **Babban tsarin dijital** a ƙarƙashin ikon Littafi Mai Tsarki da kuma kula da ɗan adam

Umarninmu ba don kansa ba ne, amma **don aminci ne kawai** .

Muhimman Dabi'unmu

Waɗannan dabi'u suna jagorantar **hidima, wallafe-wallafe, jagoranci, da fasaha iri ɗaya** :

- **Jarumtaka da rashin tsoro cikin Almasihu**
- **Jagorancin bawa**
- **Kyakkyawan aiki tare da ɗaukar nauyi**
- **Mutunci da gaskiya**
- **Sauri da fahimta**
- **Kerawa da aka gina a cikin gaskiya**
- **Karimci wanda Ruhu ke jagoranta**

Sha'awarmu

Mun himmatu sosai ga:

- **Haɗin kan Ruhu da haɗin kan bangaskiya** (Afisawa 4:3, 13)
- **Shirya tsarkaka don manyanta da ayyukan alheri** (Afisawa 4:11-16)
- **Waraka, ceto, da kuma maidowa** da ke ɗorewa—ba zagayowar lokaci ba
- **Almajiranci wanda ke haifar da biyayya, ba dogaro ba**
- **Tsoyar da masu bi waɗanda za su iya tsayawa, fahimta, da kuma almajirtar da wasu**

Manyan Maganganu Bakwai na Aikinmu

1. **Haɗin gwiwar Coci**
   Gina haɗin kai tsakanin ƙungiyoyi, al'adu, da ƙasashe.
2. **Addu'a da Azumin Duniya na Shekara-shekara**
   Kwanaki Arba'in (Maris 17 - Afrilu 26) wanda aka keɓe don haɗin kai, farfaɗowa, daidaitawa, da almajirantarwa. Addu'a musamman ga Cocin da shugabanninta a duk duniya. Duk inda suke a kan tsaunuka bakwai na tasiri!
3. **Bugawa da Kula da Abubuwan Ciki**
   - taken da aka rubuta kuma aka buga
   - An rarraba a ƙasashe 66+
4. **Rarraba Abubuwan da ke Cikin Duniya**
   Sama da **albarkatun Kirista miliyan 2** aka kula da su kuma aka yaɗa su a dandamalin dijital.

5. **Tafiye-tafiyen Almajirai Masu Tsari**
   Har da hanyoyin da aka tsara ta atomatik da kuma wadanda aka shirya ta hanyar dandamalin Otakada.
6. **Shawara, Waraka & Maidowa**
   Yanar gizo da kuma kai tsaye, yana magana da dukkan mutane.
7. **Biyayya ga Annabci da Tsarkakewar Yankuna**
   Ana aiwatar da ita ne kawai kamar yadda Ruhu Mai Tsarki ya jagorance ta, a karkashin alhakin.
8. **Addu'a da Azumi Mai Ci Gaba Ga Al'ummai**

Mu kan taru cikin addu'a da azumi:

• Kowace Alhamis

• Kwanaki uku na karshe na kowane wata

Ana yi wa kowace nahiya addu'a sau biyu a kowace shekara, ana kiran Mulkin Allah a fadin **Duwatsu Bakwai Masu Tasiri** , daidai da Matiyu 21:13, Ishaya 56:7, da Irmiya 7:11.

Muna gayyatarku da ku shiga cikin aminci.

Dandalinmu (Tsarin Yanayi Daya, Dabi'a Daya)

- **Otakada.org** - Almajiranci, koyarwar annabci, tafiye-tafiyen canji
- **Store.Otakada.org** - Laburaren dijital, littattafai, jerin abubuwa, da abubuwan rayuwa na gaba
- **shop.otakada.org – Shafin kantin sayar da littattafai**
- **Tashoshin Bugawa** - sama da masu rarrabawa 40,000 na duniya a duk duniya
- **Tashoshin Watsa Labarai** - Koyarwa, shaidu, fina-finai, da abubuwan da ke cikin almajiranci

Duk dandamali suna aiki a karkashin **yarjejeniyar sauyi guda daya** , ba ajandar gasa ba.

Isar da Sabis na Duniya da Gudanarwa

- Isa kowane wata: **500,000+**
- An rarraba albarkatu: **miliyan 2+**
- Kasancewar masu aiki: **kasashe 66+**

- Tashin almajirai: **Rayuka miliyan 100 nan da shekarar 2045**

Wanene Mu

Ayyukan Allah na Eagle sune:

- **Jagoranci ta ruhaniya**
- **Ba tare da iyaka ba**
- **Ƙungiyoyi masu ra'ayin rashin fahimta amma waɗanda aka kafa bisa koyarwar addini**
- **An yi wa mutane alkawari ga Kristi**
- **Coci ba tare da bango ba, amma ba tare da tsari ba**

"Almasihu a cikinka, begen ɗaukaka." - Kolosiyawa 1:27

Haɗin kai, tare da Bayyanannen Littafi Mai Tsarki

- **Haɗin kan Ruhu** (Afisawa 4:3)
  Gaskiyar da muke da ita a yanzu muna kiyaye ta ta hanyar tawali'u da ƙauna.
- **Haɗin kai na Imani** (Afisawa 4:13)
  Sakamakon ci gaba da aka samu ta hanyar almajiranci bisa ga biyayya.

Haɗin kai yana **da alaƙa da juna kuma yana da tsari** , ba a taɓa yin sa a zahiri ba.

Dandalin Ma'aikatarmu

- **Otakada.org** – Almajiranci, albarkatu, hidimar annabci
- **Shop.otakada.org** - Littattafai da kayan aikin almajirantarwa na dijital
- **Shafin Marubucin Amazon na 1** – https://www.amazon.com/stores/Zacharias-Godseagle/author/B0FCZ89D4K Zacharias Godseagle/ Jakadan Monday O. Ogbe Shafin Marubuci
- **Shafin Marubucin Amazon na 2** – https://www.amazon.com/stores/author/B07MSBPFNX/allbooks . Jakadan Monday O. Ogbe Shafin Marubuci

- **Tashar YouTube – BABBAN** – https://www.youtube.com/@godseagleministries — Koyarwa, shaida & wayar da kan jama'a
- **Tashar YouTube - Na Baya** - https://www.youtube.com/@AmbassadorMondayogbe - Fina-finai, da Sauran Abubuwan da ke Ciki don Almajiranci da Wa'azin Bishara na Duniya

Haɗa da Al'ummomin Kayan Aikinmu

- **Al'ummar Muryar Miliyan 10 - Shiga Facebook**
- **Almajiran Makarantar Ruhu Mai Tsarki - Shiga Facebook | Shiga Telegram**
- **Masu Ceto Miliyan 10 - Shiga WhatsApp**

Al'ummomin WhatsApp na Mikiya na Allah

- **Al'umma 1**
- **Al'umma ta 2**

Shirye-shiryen Sa hannu

- **Addu'o'i da Azumin Duniya na Kwanaki 40 na Shekara-shekara: Maris 17 - Afrilu 26**
- **Addu'a da Azumin Wata-wata ga Al'ummai:** Mai da hankali kan **Afirka, Amurka, Turai, Asiya, Gabas ta Tsakiya, Oceania, Yankunan Polar**
- **Jerin Manyan Amfani: Littattafai 20+** akan warkarwa, farfaɗowa, da kuma kayan aikin ruhaniya

Wanene Mu

God's Eagle Ministries **ƙungiya ce da Ruhu ke jagoranta, ba tare da iyaka ba** wacce ta himmatu ga:

- Gina **haikali na ruhaniya** a cikin zukatan masu bi
- **Maido da rayuwa** : Ruhi, Rai, da Jiki
- Inganta **haɗin kan Ruhu** da **haɗin kan bangaskiya** *(Afisawa 4:3,13)*

"Almasihu a cikinka, begen ɗaukaka!" - Kolosiyawa 1:27

Mu Haɗu

Imel: ambassador@otakada.org
Waya/WhatsApp: +1 804-778-2759 (WhatsApp) | +1 302-492-2440 | +2348032835348 (WhatsApp)
Blog: otakada.org/blog
Haɗin gwiwa & Kyauta: Danna Nan
Kasancewarmu a Duniya
Gabashin Gabashin Amurka: 3825 Lancaster Pike, Wilmington, DE;
Gabashin Gabashin Amurka: 4510 Burkes Promise Drive, Bowie, Maryland
Gabashin Gabashin Amurka: 1985 Del Amo Blvd, Torrance, CA
Yammacin Afirka HQ: 8 Sahaba Residence, Lugbe Abuja |
Yammacin Afirka HQ: 14 Olalere Close, Off Millionaire Quaters, Jos North, Jos, Plateau State

Jagoranci

Ambasada Monday O. Ogbe
(Lakabin Zacharias Godseagle)
Wanda ya kafa, Marubuci,
Ayyukan Allah na Gaggafa —
Coci Ba Tare da Ganuwa, Iyakoki, ko Ƙungiyoyi Ba

Wajibcin Rayuwa

Wannan magana ba ta tsaya cak ba ce.
Yana mulki:

- Ƙirƙirar abun ciki
- Ma'aunin bugawa
- Tsarin almajiranci
- Isar da taimakon AI
- Hulɗar al'umma
- Alhaki da kulawa

Zai **bunƙasa a cikin bayyanawa** , amma ba a cikin **gaskiya ko manufa ba** , yayin da aikin Allah ya faɗaɗa zuwa ga al'ummai.

Manyan Amfani - 1

- Yabo

Wannan littafin ba zai bayyana ba sai da gudummawar da waɗannan manyan bayin Allah suka bayar ta hanyar kayan da suka wadatar da wannan littafin:

- ***John G. Lake***
- ***Kathryn Kuhlman***
- ***Lester Sumrall***
- ***Frank da Ida Mae Hammond***
- ***Derek Prince***
- ***Labarin Hayes***
- ***Joseph Ayo Babalola***
- ***Robert W. Shambach***
- ***Ashish Raichur***
- ***Curry Blake***
- ***Cindy Trimm***
- ***Da kuma wasu da dama da na koya daga gare su tsawon shekaru da suka gabata***

Ina kuma son in gode wa matata – Comfort da 'ya'yana huɗu – Diana, Joseph, David da Ishaku waɗanda suka ba da gudummawa ta hanyar abubuwan da suka faru a rayuwarmu. Gwagwarmayar, hawa da sauka, nasarorin da gazawar da suka taimaka wajen shigar da mu cikin nufin Allah cikin Almasihu. Allah ya albarkace ku duka ta hanyoyi da yawa da ba za a iya kwatantawa ba cikin sunan Yesu, Amin!

Manyan Amfani - 1

– Sadaukarwa

Na sadaukar da wannan littafin ga Allah Uba domin ya halicce ni kuma ya kiyaye rayuwata.
Na sadaukar da wannan littafin ga Ubangiji Yesu Kiristi domin babban hadaya da ta ba ni damar shiga Uba ba tare da wani sharaɗi ba, ba tare da wani sharaɗi ba, da kuma cikin zumunci da Allah Uba, Ɗa, da Ruhu Mai Tsarki.
Na keɓe wannan littafin ga Allah Ruhu Mai Tsarki, domin iko da ƙarfafawa, don koyarwa, don jagoranci da kuma don ta'azantar da kasancewa koyaushe domin in zama duk abin da Almasihu ya mutu ya bayar ya kuma yi ni.
Na sadaukar da wannan littafin ga matata - Comfort and the Children - Diana, Joseph, David and Ishaku a cikin tafiyar rayuwa tare da ni ba tare da wani zaɓi ko kaɗan ba ga waɗanda ba a sani ba a cikin Allah.

Manyan Amfani - 1

- Gabatarwa

A cikin wannan littafin, ***"Babban Amfani - 1 - An Haife Ka don wannan - Waraka, Ceto da Maidowa - Gano Yadda Daga Manyan Mutane,"*** za ku sami labarai, labarai na gaske da ƙarin labarai da sama da shaidu tamanin (80) don ƙarfafa saƙon da ƙarfafa koyo a nan gaba don amfani a rayuwarka da rayuwar wasu.

Za ku sami ***hanyoyin haɗin sauti na podcast da bidiyo na babi na 1 zuwa babi na 10 don sauraro da kallon jin daɗinku a kan hanya.***

Za ku sami ***masu biyan kuɗi, addu'o'in warkar da kai, ceto da kuma dawo da kai a ƙarshen babi na 2, 4, 5, 6.7.8.9 da 10 domin wannan littafi ne mai amfani game da yadda ake yin sa da kanka.***

Za ku sami ***tarihin rayuwar manyan mutane da kuma abin da ya sa suka zama manya domin ku koyi yadda ake yin hakan kuma ku zama manya da kanku.***

Za ku sami ***shaidu a tsawon shekaru don ƙarfafa bangaskiyarku ga Allah domin har yanzu yana nan kuma yana nan kamar yadda yake a zamanin Littafi Mai Tsarki don yin abubuwa da yawa, fiye da duk abin da za ku iya tunani, tunani ko tunani bisa ga ikon da ke aiki a cikinku idan kun bar Shi.***

Za ku sami *yadda za ku yi baftisma cikin Ruhu Mai Tsarki kuma ku fara haskaka hasken Allah zuwa duniya mai mutuwa da ruɓewa.*

ku *ga* ***Isasshe Ya Isa a tsare kuma ku maraba da 'yanci cikin Almasihu - Haska hasken Allah a cikin wannan Duniyar da ba ta dace ba + Addu'a don Baftisma cikin Ruhu Mai Tsarki + Labarai 2 na Trevor Farrell na Trevor Place da Robert W. Schambach akan Rayuwar Mutum da aka Ajiye daga Kujerar Wutar Lantarki - Gabatarwa***

Za *ku samu* ***Ya Isa Ya Isa Ya Kama Shaidan da Maraba da 'Yanci a cikin Almasihu - An Ƙarfafa Shi ta Yunwa don Karɓa daga Allah da Fushi da Shaidan don YI mana fashi da makafi daga gadonmu! + Labaru Biyu (2) - Labari na Ɗaya: na Norvel Hayes: Aikin Mu'ujiza - Mu'ujizar ƙirƙira a hannun 'yarsa da Robert Schambach Yi Amfani da Ita a Indiya + Rubutun Addu'ar Ceton Kai + Addu'ar Waraka, Ceto da Yarjejeniyar Maidowa Kashi na 1***

ku *ga* ***Isasshe Ya Isa a Kama Kamun Kifi kuma ku yi maraba da 'Yanci - Yadda ake warkarwa ko a warkar da COVID-19, Ciwon daji da Sauransu - Kashi na 2***

ku *ga* ***Isasshe Ya isa ya zama KARYA daga shaidan kuma Maraba da 'YANCI cikin Almasihu Yesu - Kunnawa cikin Yaƙin Yau da Kullum – Addu'o'in Sanarwa na Kullum don a yi amfani da hannu wajen shiryawa a wurin Addu'a – Kashi na 3- Rubutu daga Cindy Trimm***

ku *ga* ***Isasshe Ya Isa a Kama Shaidan da Maraba da 'Yanci a Cikin Almasihu - Shin Kiristoci za su iya zama masu aljanu? Ƙarya Mai Kama, Shaidan Yana Sayarwa don riƙe Kiristoci da yawa a cikin bauta ta hanyar Jahilci. Yadda ake gano kasancewarsu a rayuwarka da kuma kore su + Gaskiya daga babban majalisa yana taimakawa shaidar*** *ceto kai da aka shirya kamar yadda Derek Prince ya fada Kashi na 4 + Rubutu na Addu'ar Ceton Kai + Addu'ar Yarjejeniyar Warkarwa, Ceto da Maidowa*

ku *ga* ***Isasshen Ya Isa a Kama Shaidan da Maraba da 'Yanci a Cikin Almasihu Yesu - Matakai bakwai (7) masu mahimmanci don ceto + Yadda Ake Gano da Korar Rukunonin Aljanu da Hangen Nesa na Ƙarshen Rikicin da Yadda Ake Cin Nasara a Dabaru akan Jigogi Hudu (4) na Hulda kamar yadda Frank da Ida Mae Hammond suka fada - Kashi na 5 & Kashi na 6 + Rubutu na Addu'ar Ceton Kai + Addu'ar Waraka, Ceto da Yarjejeniyar Maidowa***

ku *ga* ***Isasshe Ya Isa a Kama Shaidan da Maraba da 'Yanci a cikin Almasihu Yesu - Ikon Ruhu Mai Tsarki wanda ke zaune a cikin KA a cikin kalmomin da aka watsa ta iska zuwa RUWA da MAI a matsayin wakili don WARWAREWA, CETON DA MAGYARWA a rayuwarka da wasu - An hada da samfurin Rubutu na Addu'a akan ruwa da mai + Labarai 2 akan CETON Fasto da Yarinya 'yar shekara 6 daga Schizophrenia da rundunar wasu aljanu a matsayin hanyar koyo a gare ka ta Frank da Ida Mae - Kashi na 7 + Addu'ar yarjejeniya don warkarwa, ceto da maidowa***

ku ga ***Isasshe Ya Isa a Kama Shaidan da Maraba da 'Yanci a cikin Almasihu Yesu - Ina ne NUFIN Allah da SARKI a duniya a cikin duk wannan magana game da 'YANCI? Me yasa ba DUK WANDA muke yi wa addu'a ba ne AN WARKE, AN CETO ko AN MAYAR DA SHI? Me yasa wasu suke SANNANNE ko BANGARE? Menene abubuwan da ke kawo cikas ga WARKEWA, CETON DA SANYI? Kuma Wasu Abubuwan da Ake Yi da Abubuwan da Ba A Yi + Labari daya (1) don Tabbatar da wannan taken da karya kamawar ruhin tsoro ta Bro Robert***

Schambach - Kashi na 8 + Rubutun Ceto Kai da addu'ar yarjejeniya don Warkewa, Ceto da Maidowa

ku ga ***Isasshe Ya Isa ga Kama Shaidan da Maraba da 'Yanci a cikin Almasihu Yesu - Sami Amsoshin Tambayoyi da Aka Saba a Kan Waraka, 'Yantarwa da Maidowa + Jagorori Masu Amfani Don Hidima Warkarwa, Ceto da Maidowa + Haɗa Cutar Schizophrenia kamar yadda Ruhu Mai Tsarki ya bayyana wa Ida Mae Hammond da kuma yadda ake mu'amala da ruhu kashi na 9***

ku sami ***ƙarshen da za ku tabbatar idan littafin ya cika bukatunku, kuma an haɗa da shafin ceto da hanyoyin haɗin tafiya almajiranci na kwanaki 40.***

Ji daɗi!

Manyan Amfani - 1

Takaitattun Tarihin Rayuwa - John G. Lake – Kathryn Kuhlman – Lester Sumrall – Frank da Ida Mae Hammond – Derek Prince – Novel Hayes – Joseph Ayo Babalola - Robert Schambach

Domin fara godiya ga mutane da abin da Allah ya yi amfani da su a zamaninmu, ni da kai muna buƙatar fara duba tarihinsu. Idan akwai wani abu da ɗan adam ya gaza a rayuwarsa, to wannan shine rashin iya duba baya da sha'awar dangi da kuma koyo daga tarihi domin mu fara tsara wani dalili mai kyau na aiki a nan gaba.

A wannan fanni ne na haɗa a cikin Babban Amfani - 1 abin da ya tsara tunaninsu ne ya motsa su su cimma abin da ya fi na yau da kullun ga Allah.

Don haka, ku kula da wannan, ku koyi inda ya cancanta kuma ku yi amfani da shi don ci gaba a rayuwarku da rayuwar wasu a ciki da wajen da'irarku don ɗaukakar Allah!

John G. Lake

"Yesu Mai Warkarwa"

An haifi John Graham Lake a ranar 18 ga Maris, 1870 a Ontario, Kanada. Lokacin da yake ƙarami, iyalinsa sun ƙaura zuwa Michigan, a Amurka. Yayin da yake ƙarami, Lake ya halarci taron rundunar ceto kuma aka yanke masa hukunci game da buƙatarsa ta mai ceto, kuma ya gayyaci Yesu ya zama Ubangijin rai. Lake ya fuskanci rashin lafiya sosai. Yana ɗaya daga cikin yara goma sha shida, kuma a tsawon rayuwarsa takwas daga cikinsu sun mutu. Ya fara ƙin rashin lafiya, baƙin ciki, da mutuwa waɗanda suka kasance wani ɓangare na rayuwarsa.

Lake ya ji kiran zuwa hidima, kuma ya yi karatu don zama firist na Methodist. Ya ɗauki koyarwar Methodist game da tsarkakewa da himma. Duk da haka, bayan ya kammala karatunsa, ya yanke shawarar shiga kasuwanci da fara jarida a Illinois. Daga nan ya koma Michigan ya fara aiki a fannin gidaje. Ya hadu da Jennie Stevens ya aure ta.

Har yanzu rashin lafiya yana ci gaba da yaɗuwa a Lake. Ɗan'uwansa nakasasshe ne, wata 'yar'uwa tana da cutar kansa mai tsanani, wata 'yar'uwa kuma tana da matsalar zubar jini, kuma matarsa tana da tarin fuka da cututtukan zuciya. A shekara ta 1899, iyalan sun ji labarin John Alexander Dowie, a Chicago, saboda yana samun kulawar kafofin watsa labarai sosai. Sun kai ɗan'uwan Lake zuwa ɗakunan warkarwa a Chicago, kuma nan take ya warke. 'Yan'uwa mata biyu suma suka tafi, kuma suka warke.

A ƙarshe, Lake ya tuntuɓi mutane don su yi wa matarsa addu'a a watan Yuni na 1899, kuma ta warke. Ya buɗe littattafai don ganin Ayyukan Manzanni 10:38 *"Kun san Yesu Banazare, yadda Allah ya shafe shi da Ruhu Mai Tsarki da iko, da kuma yadda ya yi ta yawo yana yin alheri, yana warkar da duk waɗanda shaidan ya zalunta; gama Allah yana tare da shi.* (NASB) Ya ga a sarari ya bayyana wa kansa cewa Yesu shine mai warkarwa kuma Shaiɗan shine mai zaluntar mutane. Lake ya zama memba na Cocin Katolika na Dowie kuma an buɗe reshe a Sault Ste Marie, inda yake zaune a lokacin. Lake ya zama diakoni a cikin sabuwar cocin. A watan Agusta na 1900, matar Lake Jennie ta harbi ɗanta mai shekaru 4 ba zato ba tsammani. Bayan koyarwar Dowie, Lakes sun ƙi taimakon likita kuma sun dogara da addu'a. Abin ya ba da mamaki sosai, an rubuta wani labari a cikin Chicago Daily Tribune, wanda ke ba da rahoto akai-akai game da ayyukan Dowie.

A shekara ta 1904, Lake ya ƙaura zuwa Chicago don yin aiki tare da Dowie. Ganin ikon Allah, Lake ya fara kuka don neman ƙarin Ruhu Mai Tsarki. Ya yi watanni tara yana neman cikakken matakin kasancewar Allah. Lake ya tafi tare da wani mutum don yin addu'a ga wata mace mara lafiya. Kasancewar Allah ta faɗi a kansa kamar yadda bai taɓa sani ba a da. Watanni shida masu zuwa an yi su da tabbaci, tuba, da tsarkake zuciya. Bautar Ruhu ta ƙaru, kuma baiwar fahimta da warkarwa ta ƙaru sosai. Lake yana samun horo a ƙarƙashin John Alexander Dowie, amma ba koyaushe yake yarda da yadda yake yin abubuwa ba. A wani lokaci, Dowie ya lissafa nasarorin da ya samu ya ce masa "Idan ka taɓa haɓaka halaye masu gina jiki, daidai da ƙarfinka mai mahimmanci, za ka zama mutum mafi girma fiye da ni." John Lake ya san cewa dole ne ya fara aikinsa. Ya ji an kira shi zuwa Afirka kuma ya je can a shekara ta 1908, bayan ɗan gajeren lokacin fasto a Indianapolis. Tsawon shekaru biyar a tafkin Afirka ta Kudu ya ga mutane 1,000,000 da suka tuba, ya dasa daruruwan coci-coci, sannan ya tara sama da ministoci 1000 na gida. Duk da haka, aikin ya yi tsauri, kuma matarsa ta mutu a watan Disamba na 1908. Ya yi alƙawarin ci gaba da riƙe iyalinsa tare. A shekarar 1913, Lake ya koma Amurka, tare da 'ya'yansa bakwai.

Da ya koma Amurka, ya sake yin aure, ya fara hidimar tafiye-tafiye. Ɗaya daga cikin wuraren da aka nemi ya yi magana ita ce Spokane, Washington. An nemi ya fara ɗakin warkarwa, kuma ya yarda. A cikin kimanin shekaru biyar, an ba da rahoton warkarwa sama da 100,000. An ayyana Spokane a matsayin "birni mafi koshin lafiya a Amurka". Duk da cewa cocin Lake bai taɓa girma ba, dubban mutane sun zo daga ko'ina cikin ƙasar da kuma duniya don yin addu'a. A shekarar 1920, ya ji an kira shi ya ƙaura zuwa Portland, Oregon ya fara hidimar ɗakin warkarwa a can. An kuma bayar da rahoton irin waɗannan warkarwa a cikin waɗannan shekarun.

Lake ya yi tunanin fara hidimar ɗakunan warkarwa a garuruwa a sama da ƙasa da gabar yamma. Duk da haka, ƙarfinsa ya fara raguwa saboda yana rayuwa cikin sauri. Ya tafi Houston, Texas don fara coci, amma rikicin iyali ya kore shi kuma bai dawo ba. Ya yi hidima a majami'u a California, sannan ya koma wurin fasto a Portland na ɗan lokaci, kuma daga ƙarshe ya zauna a Spokane har tsawon rayuwarsa. Ya mutu a ranar 15 ga Satumba, 1935. Tushen https://healingandrevival.com/BioJGLake.htm

Kathryn Kuhlman

Na yi imani da Mu'ujizai

An haifi Kathryn Johanna Kuhlman a ranar 9 ga Mayu, 1907, a Concordia, Missouri. Iyayenta 'yan Jamus ne kuma tana ɗaya daga cikin 'ya'ya huɗu. Mahaifiyarta mai tsaurin ra'ayi ce, wadda ba ta nuna ƙauna ko ƙauna ba. A gefe guda kuma, tana da kusanci sosai da kuma dangantaka mai kyau da mahaifinta. Ta kan bayyana, a matsayinta na ƙaramar yarinya, yadda mahaifinta yake dawowa daga aiki kuma ta rataye a ƙafarsa ta manne masa. Sau da yawa tana cewa dangantakarta da Allah Uba gaskiya ce saboda dangantakarta da mahaifinta.
Kuhlman ta musulunta, tana da shekaru 14, a wani taron bishara da aka gudanar a wani ƙaramin cocin Methodist. Lokacin da take da shekaru 16 ta kammala karatun sakandare, wanda ya kai aji goma kacal a garinsu. Babbar 'yar'uwarsa Myrtle ta auri wani mai wa'azi mai yawo, Everett B. Parrott. Sun yi tafiyarsu suna roƙon Kathryn ta haɗu da su a lokacin bazara. Iyayenta sun yarda, sai ta tafi Oregon don taimakawa. Ta yi aiki tare da su, kuma sau da yawa tana ba da shaida. Lokacin da lokacin bazara ya ƙare, tana son ta

zauna, kuma ma'auratan sun yarda. Ta ƙare ta yi aiki tare da su na tsawon shekaru biyar.

Ƙungiyar wa'azin ta ƙunshi mutane huɗu, Everette, Myrtle, Kathryn, da masu buga piano masu suna Helen Gulliford. A shekarar 1928, Everette ta rasa wani taro a Boise, Idaho. Myrtle da Kathryn sun yi wa Everette wa'azi. Faston cocin ya ƙarfafa Kathryn ta fita ita kaɗai. Helen ta yarda ta haɗu da ita. Wa'azinta na farko ya kasance a wani ɗakin wanka da aka yi watsi da shi a Boise, Idaho. Ƙungiyar ta rufe Idaho, Utah, da Colorado na tsawon shekaru biyar masu zuwa. A shekarar 1933, sun ƙaura zuwa Pueblo, Colorado. Sun kafa wani ma'ajiyar kaya ta Montgomery Ward da aka yi watsi da ita. Sun zauna a wurin na tsawon watanni shida.

Denver, kasancewar birni ne mafi girma, ita ce tasha ta gaba. Sun ƙaura sau da yawa amma sun ƙare a cikin ma'ajiyar kamfanin takarda, wanda suka sanya wa suna Kuhlman Revival Tabernacle. Sannan a shekarar 1935 suka sake komawa wani garejin manyan motoci da aka yi watsi da su, suka sanya wa Denver Revival Tabernacle suna. Kathryn tana ganin nasara sosai a Denver. Cocin ya girma zuwa kimanin membobi 2000. Ta fara wani shirin rediyo mai suna "Smiling Through" kuma ta gayyaci masu magana daga ko'ina cikin ƙasar. Ɗaya daga cikinsu shine Phil Kerr wanda ya koyar game da warkarwa ta Allah. A shekarar 1935 wani mai wa'azin da aka gayyata shi ne Burroughs Waltrip.

Waltrip mummunan labari ne ga Kuhlman. Mutum ne mai kwarjini, kyakkyawa wanda ya girme ta shekaru da yawa. Akwai wani abin sha'awa nan take, kuma wani iyali ya yi iƙirarin cewa sun ga ma'auratan suna runguma a shekarar 1935, amma ya yi aure kuma yana da 'ya'ya biyu. Waltrip ya bar Denver ya koma gida a Austin, Texas, amma dangantakar ta yi tsami tsakanin Kuhlman da Waltrip. A shekarar 1937 aka gayyace shi ya koma Denver don ya hau mumbari na tsawon watanni biyu. Ba da daɗewa ba bayan ya saki matarsa ya kuma yi watsi da 'ya'yansa maza biyu. Sannan ya yaɗa labarin cewa matarsa ta bar shi. Ya ƙaura zuwa Mason City, Iowa, inda ya gaya wa kowa cewa ba shi da aure, kuma ya fara sabuwar hidima. Waltrip ya ɗauko alƙawarin dala 70,000 don gina ginin hidima mai suna Radio Chapel. Yana da zamani tare da mumbari mai ɓacewa da salon kayan ado na fasaha. Ya bayyana a matsayin mai wa'azi mai nasara da kuzari.

Akwai dangantaka mai ci gaba tsakanin Kuhlman da Waltrip, kuma sun yi aure a watan Satumba na 1938. Kuhlman ba ta san sakamakon zaɓin da ta yi ba, kuma auren ya zama bala'i. Ta sanar da cocinta cewa ita da Waltrip sun yi aure kuma za su je tsakanin Denver da Mason City suna wa'azi a majami'unsu biyu. Yawancin mutanen da ke cikin cocinta sun tafi saboda dangantakarta da Waltrip. Ta bar cocinta a Denver, ta rasa wasu daga cikin abokan hulɗarta na kud da kud, ta ƙaura zuwa Mason City. Nasarar Waltrip ta zama mafarkin gaske. An kammala gidan rediyon a watan Yuni na 1938. Zuwa Oktoba 1938, Waltrip bai iya biyan bashin da ke kansa ba. A watan Disamba, Waltrip yana neman ƙarin albashi, koda kuwa da ƙarancin kuɗin shiga. Hukumar Daraktocinsa ta yi murabus ta bar shi ya yi aiki da kuɗaɗen. Mafitarsa ita ce kada ya biya jinginar gida ko basussukan Chapel. Chapel ɗin Radio ya shiga fatara. Wa'azin ƙarshe na Waltrip ya kasance a watan Mayu 1939. Waltrips sun yi su kaɗai. Hangen nesa mai daɗi na Kathryn na ita da mijinta suna yawo tsakanin Denver da Mason City da ayyukan wa'azi masu nasara ya ruguje gaba ɗaya.

Shekarun da suka biyo baya sun yi wa ma'auratan wahala sosai. Sun hau kan hanya a matsayin masu bishara masu tafiya, galibi suna zama a Midwest. Ba a karɓe su a wurare da yawa ba saboda tarihin aurensu. Tallace-tallacen farko sun nuna Waltrip a matsayin babban mai bishara. Sannan a wasu lokutan ana ambaton Mrs. Waltrip. A farkon shekarun 1940, Kathryn Kuhlman Waltrip an ba ta kuɗin da ya dace. A ƙarshe a tsakiyar shekarun 1940, Kathryn tana amfani da Kathryn Kuhlman kawai a tarurruka inda ita ce babbar mai jawabi. A shekarar 1944, Kuhlman ta yi rangadin bishara a gabashin gabar teku ba tare da Waltrip ba. Wataƙila shawarar da aka yanke ta bar shi ne, ko kuma ta yi amfani da damar don sake duba rayuwarta. Da alama ya kasance a hankali yayin da Waltrip ya rubuta game da su a matsayin ma'aurata har zuwa 1946. Kuhlman bai taɓa komawa Waltrip ba kuma daga ƙarshe suka sake aure a 1947. Ta bar aurenta kuma tun daga lokacin ta yi kamar ba ta taɓa wanzuwa ba tun farko.

A shekarar 1946, an nemi Kuhlman ta yi jawabi a Franklin, Pennsylvania. An karɓe ta da kyau kuma ta yanke shawarar zama a yankin. Kuhlman ta fara wa'azi a rediyo a Birnin Oil, Pennsylvania. Waɗannan sun shahara sosai har aka ɗauke ta a Pittsburgh, kuma tana wa'azi a duk faɗin yankin. Ta fara wa'azi game da ikon warkarwa na Allah. A shekarar 1947, wata mata ta warke daga ciwon daji yayin da take sauraron wa'azin Kuhlman. Bayan wasu Lahadi da dama, wani mutum shi ma ya warke yayin da take koyarwa da Ruhu Mai Tsarki. Yanzu ta gamsu da aikin warkarwa na Allah. Abu ɗaya mai muhimmanci da za a lura da shi shine mahallin da lokacin wannan lokacin fashewa a rayuwar Kuhlman. 1947 shine farkon Farfaɗowar Warkarwa (wani lokacin ana kiransa Farfaɗowar Rain Latter) wanda zai ɗauki tsawon shekaru 10 masu zuwa. Abin da ke faruwa a tarurrukan Kuhlman ya bazu a faɗin Amurka. A wannan lokacin ne aka kafa Ma'aikatar Muryar Warkarwa kuma an tura mutane kamar William Branham, Oral Roberts, AA Allen da sauransu da yawa zuwa dandalin jama'a. Kuhlman bai yi alaƙa da waɗannan ƙungiyoyin ba, amma ya shiga cikin kwararar abin da Ruhun Allah ke yi a faɗin ƙasar da kuma duniya.

A shekarar 1948, Kuhlman ta gudanar da tarurruka da dama a Carnegie Hall da ke Pittsburgh. Daga ƙarshe ta koma Pittsburgh a shekarar 1950, kuma ta ci gaba da gudanar da tarurruka a Carnegie Hall har zuwa 1971. Allah ya yi amfani da ita wajen isar da saƙon ban mamaki ga majami'u da dama, ciki har da Cocin Katolika. (Ta sami suka da yawa game da wannan kuma an zarge ta da kasancewa mai bin addinin Katolika.) Waɗannan su ne shekarunta da aka fi sani. Salonta ya kasance mai ban sha'awa. Tana gudanar da ayyukanta na mu'ujiza kuma ɗakin taro ya cika da mutane a kowane lokaci. Tana cikin shirye-shiryen rediyo da talabijin. An naɗa ta a shekarar 1968 ta ƙungiyar Evangelical Church Alliance. Ɗaruruwan mutane sun warke a tarurrukanta, har ma yayin da take sauraronta a rediyo ko talabijin. Mutanen da ta yi wa addu'a sau da yawa za a same su da ikon Allah kuma a "kashe su cikin Ruhu." Kuhlman ba ta taɓa da'awar cewa ita ce mai warkarwa ba. Kullum tana nuna mutane ga Yesu a matsayin mai warkarwa.

An gano cewa Kuhlman tana da matsalar zuciya a shekarar 1955. Ta kasance mai yawan aiki kuma ta yi aiki fiye da kima, musamman a shekarun 1970. Ta yi tafiya akai-akai daga Pittsburgh zuwa Los Angeles, da kuma yin tafiye-tafiye a faɗin duniya. Zuciyarta ta ƙaru kuma Kuhlman ta mutu a ranar 20 ga Fabrairu, 1976, a Tulsa, bayan tiyatar zuciya. Bidiyon wasu ayyukanta har yanzu suna nan kuma suna ci gaba da shahara a yau.

"Wa'azin bishara, Warkarwa, da Ceto"

An haifi Lester Frank Sumrall a ranar 15 ga Fabrairu, 1913 a New Orleans, Louisiana ga George da Betty Sumrall. Mahaifiyarsa Kirista ce mai ƙarfi, amma mahaifinsa ba shi da tausayi a cikin imaninsa. Mahaifiyarsa ta sadaukar da shi ga Allah kafin a haifi Lester kuma ta yi addu'ar ya zama mai wa'azi. An haife shi ɗa na shida daga cikin abin da zai zama iyali mai 'ya'ya takwas. Betty za ta gayyaci masu wa'azin bishara masu yawo su zauna a gidansu yayin da ake gudanar da tarurruka a cocinsu. Wannan sau da yawa yana nufin ƙarin iyali don ciyarwa da kuma kula da su kuma Lester bai ji daɗin damuwar da ta ƙara wa gidan ba. Ya yanke shawarar cewa ba ya son masu wa'azin bishara kuma tabbas ba ya son zama ɗaya!

Betty Sumrall jaruma ce mai ban mamaki kuma tana yi wa iyalinta addu'a koyaushe. Lester tana ganin wasu abubuwan ban mamaki a rayuwarsu. Wata rana an gano tana da cutar kansar mama. Ta kewaye kanta da mata waɗanda suke yi mata addu'a akai-akai. A cikin dare a tsakiyar wannan yaƙin Yesu ya shigo ɗakinta ya taɓa ta. Ta warke daga wannan lokacin. Lokacin da kakan Lester ya sami bugun jini, sai ya gaji. Bai iya ciyar da kansa ko tufatar da kansa ba. Iyalin suka kawo shi gidansu kuma Betty ta yanke shawarar sa ƙungiyar addu'o'in mata su yi masa addu'a. Suka kai shi ga Almasihu suka fara addu'a. Yana cikin keken guragu kuma bai iya motsa ƙafafunsa ko hannunsa ba. Ikon Allah ya zo masa kuma ya tashi daga keken guragu ya iya tafiya da motsa hannunsa. Ya koma gida ya sake rayuwa shekaru goma sha biyar da kansa.

Lester ya shiga tare da "mummunan taron jama'a" kuma ya bar makaranta yana da shekara goma sha shida. Ba da daɗewa ba bayan ya fara samun matsalolin lafiya da kuma tofa jini. An gano yana da tarin fuka, hukuncin kisa na gaske. Ya ci gaba da muni kuma ya ragu zuwa fam 93 kuma ya kwanta a kan gado. Mahaifiyarsa ta sake kiran mayaƙan addu'a don su yi wa Lester addu'a akai-akai. A ranar haihuwarsa ta goma sha bakwai, likitan ya bayyana cewa zai mutu har ma ya rubuta takardar shaidar mutuwarsa. A cikin dare Allah ya bai wa Lester wahayi. A gefe ɗaya na gadonsa akwai akwatin gawa a ɗayan gefen gadon akwai littafi mai tsarki. An ba shi zaɓi bayyananne - ko dai ya yi wa'azin bishara ko kuma ya mutu da tarin fuka a wannan daren! Ya yanke shawarar yin wa'azin bishara. Ya warke kuma washegari da safe ya ci abinci a karon farko

cikin dogon lokaci, kuma cikin makonni uku ya tattara jakarsa don isa ga hanyar bishara.
Farawa ne mai wahala. Lester da abokin kamun kifi, wanda ya yi tafiya a matsayin jagoran waƙa, sun kai hari a cikin dajin kudu mai zurfi. Ba su da gogewa kuma suna da ƙarfi yayin da Lester ke wa'azin saƙonninsa. Dole ne wani abu ya

kasance yana aiki domin duk inda ya je yana samun ƙungiya mai girma da za ta fara coci kuma zai aika zuwa ƙungiyarsa don aika fasto don sabuwar ƙungiyar. An ceci ɗaruruwan mutane. Ganin nasararsa, sai suka naɗa shi.

A shekara ta 1931, Allah ya fara magance manufar Lester. Ya yarda ya yi wa'azin bishara don ceton ransa amma bai damu da mutane ba. Allah ya ba shi wahayi na mutane da yawa a ƙasashen waje da za su je jahannama. Allah ya karya zuciyarsa ga waɗanda suka ɓace a wannan daren. Allah ya kira shi ya zama mai wa'azin bishara na duniya kuma ya yi wa'azin bishara ga duniya baki ɗaya. Bai sake zama ɗaya ba. Bayan watanni goma sha takwas, Allah ya haɗa Lester da Howard Carter, wani malamin Littafi Mai Tsarki da aka sani a duniya kuma suka fara yawo a duniya tare. Sun yi tafiya zuwa Ostiraliya, Singapore, Hong Kong, Java, Dutch East Indies, Tibet, Manchuria, Japan, Korea, Jamus, Brazil, Bolivia, Faransa, Spain, Portugal, da Ingila. Za su je wani yanki kuma Howard zai je wani wuri don ya yi wa'azi, Lester kuma ya je wani wuri. Wasu warkarwa da ceto masu ban mamaki sun fara faruwa a tarurrukan Lester. Dubban mutane suna samun warkarwa da ceto.

A lokacin yaƙin shekarun 40, Lester ya koma Amurka, Mexico, Tsakiya, da Kudancin Amurka. Yayin da yake Argentina, Lester ya haɗu da wata mai wa'azi mai suna Louise Layman. Sun yi aure kuma suka yi shekaru biyu bayan haka. Sun fara hidima a matsayin ma'aurata a Cuba, Haiti, da Puerto Rico. A wani lokaci Louise ta kamu da zazzabin cizon sauro amma Allah ya warkar da ita bisa ga addu'o'in Lester. Sun ci gaba zuwa Guyana, Surinam, Brazil, Argentina, Peru, Ecuador, Uruguay, da Panama. Sun rage gudu ne kawai lokacin da Betty ta sami juna biyu kuma suka koma Amurka. Allah ya kira ma'auratan su kafa sansani a South Bend, Indiana na tsawon shekaru masu zuwa.

A shekarar 1950, Allah ya kira iyalin zuwa Manila a ƙasar Philippines. Aikin ya yi wahala har sai da wata yarinya da aljanu suka mamaye ta fara ba da labaran ƙasa. Allah ya roƙi Lester ya yi mata addu'a. Kuɓutar da warkarwa ta kasance a bainar jama'a kuma abin mamaki ne har jaridu a ko'ina suka ba da labarin. Duk ƙasar ta buɗe ga bishara. Ya gudanar da tarurrukan farfaɗowa na tsawon makonni shida kuma an kiyasta cewa taron ya kai dubu sittin a dare ɗaya. Clifton Erickson ya zo daga Amurka don taimakawa a tarurrukan. An ceci mutum dubu ɗari da hamsin a cikin waɗannan makonnin. Wani fitaccen ɗan wasan kwaikwayo wanda ba ya iya tafiya ya warke wanda ya ba wa ƙungiyar ƙarin hankalin kafofin watsa labarai. Wani lauya wanda ya shafe shekaru goma sha biyu yana kan sanduna ya fita yana riƙe da su a hannunsa ya warke gaba ɗaya.
Allah ya kira iyalinsa zuwa Amurka a shekarun 1960 don fara wani aikin talabijin na farko. Wa'azinsa ya fara jin daɗinsa a duk faɗin Amurka da duniya. Ya kuma fara hidima don ciyar da waɗanda ke fama da yunwa a duk faɗin duniya bayan Allah ya ba shi wahayi yana kiransa ya kula da waɗanda ke mutuwa. Ya ci gaba da kasancewa da aminci **ga wahayin da Allah ya ba shi kuma ya koma gida don ya kasance tare da Ubangiji a ranar 28 ga Afrilu, 1996.**

Frank da Ida Mae Hammond

Frank Davis Hammond (12 ga Oktoba, 1921 - 17 ga Maris, 2005) marubucin littattafan da suka shafi Kirista ne, musamman kan hidimar ceto. A shekarar 1980, Hammond ya kafa Ma'aikatar Gurasa ta Yara tare da matarsa (kuma wani lokacin mawallafi ɗaya) Ida Mae Hammond. Hammond ɗalibi ne na Jami'ar Baylor da kuma Kwalejin Tauhidi ta Baptist ta Kuduwestern. Koyarwar Hammond ta koyar da cewa batutuwan ɗabi'a kamar fushi da gulma - tare da batutuwa kamar cin abinci mai ƙarfi, mantuwa, matsalolin jima'i, da cututtukan kwakwalwa - aljanu ne suka haifar da su, kuma kowa yana buƙatar irin wannan ceto. An kira shi da matarsa Ida Mae "wataƙila masu tasiri a hidimar ceto."

Littafinsu na 1973 Pigs in the Parlor: A Practical Guide to Deliverance yana ɗaya daga cikin mafi tasiri a kan batun, kuma ya sayar da sama da kwafi miliyan ɗaya. Littattafan Hammond sun taimaka wajen mayar da ra'ayoyin hidimar ceto zuwa Sabuntawar Karimcin Katolika, musamman ra'ayin tasirin aljanu banda mallakar aljanu wanda ke

buƙatar fitar da firist. An haife shi a Terrell, TX a watan Oktoban 1921, ya auri Ida Mae Loden (shi ma ɗan Terrell) a shekarar 1948. Littattafai Masu Cin Nasara da Kin Amincewa (1987) Haɗin Rai (1988) Fuskantar Ruhohin da Aka Sani: Zamba ga Ruhu Mai Tsarki (1988) Allah Ya Inganta (1989) Yaƙinmu - Akan Aljanu da Ruhohin Yankuna (1991) Aljanu da Ceto a cikin Hidimar Yesu (1991) Gafartawa Wasu: Mabuɗin Warkarwa & Ceto (1995) Jagora don Ceto Yara (1996) Gadon Aure (1999) Allah Ya Gargaɗi Amurka (2000) Tatsuniyoyin Franks Biyu: Abubuwan da Ba a Sani ba na Ceto (2000, tare da Frank Marzullo) Albarkar Uba (2001) Sakamako daga Zunuban Jima'i (2002) Mai Ƙarfin Rashin Imani (2002, tare da Dorman Duggan) Haɗari na Passivity (2004) Waliyyai a Yaƙi (2012) Tare da Ida Mae Hammond Pigs a cikin Falo: Jagora Mai Amfani ga Ceto (1973) Rayuwar Mulki ga Iyali (1985) Karya La'anai (1993) Ta'aziyya ga Ruhu Mai Rauni (1994) Duba kuma Yaƙin Ruhaniya
https://bookpedia.co/writer/frank-hammond

Peter Derek Vaughan Prince (14 ga Agusta 1915 - 24 ga Satumba 2003) malamin Littafi Mai Tsarki ne wanda shirin rediyo na yau da kullun, *Derek Prince Legacy Radio* , ke yaɗawa a faɗin duniya cikin harsuna daban-daban

Aure da ci gaban hidimarsa

Derek Prince ya yi aiki a Faith Tabernacle da ke Chicago, sannan ya koma Good News Church da ke Ft. Lauderdale, Florida. A watan Mayu na shekarar 1971, Derek Prince Publications ya buɗe ofisoshi a Ft. Lauderdale, Florida. Derek Prince Publications ya zama Derek Prince Ministries a watan Disamba na shekarar 1990.

Yariman ya yi tafiye-tafiye sosai a hidimarsa har zuwa lokacin da matarsa Ruth ta rasu a ranar 29 ga Disamba 1998. Jerin ƙasashe masu zuwa ya ƙunshi hidimarsu daga 1993 zuwa 1998. An ziyarci wasu daga cikin waɗannan ƙasashe fiye da sau ɗaya: Rasha, Jamus, Kazakhstan, Hungary, Afirka ta Kudu, Kenya, Indonesia, Malaysia, Singapore,

Turkiyya, Poland, Bahrain, Cuba, Colombia, Switzerland, Faransa, Portugal, Indiya da Ingila.

Shi ne marubucin littattafai 51, sauti 600 da bidiyo 100, waɗanda da yawa daga cikinsu an fassara su kuma an buga su cikin harsuna sama da 60. Wasu daga cikin batutuwan da aka tattauna a cikin koyarwarsa sune addu'a da azumi, tushen bangaskiyar Kirista,[5] yaƙin ruhaniya,[6] ƙaunar Allah da aure da iyali.[8] Ana fassara rediyonsa na yau da kullun zuwa Larabci, Sinanci (Amoy, Cantonese, Mandarin, Shanghainese, Swatow), Croatian, Jamusanci, Malagasy, Mongolian, Rashanci, Tamil, Samoan, Sifaniyanci, Bahasa Indonesian, Tongan, Telugu, Malayalam, Kannada, Hindi da sauran harsuna da yawa. Shirin rediyon yana ci gaba da isa ga mutane da yawa a duniya.
Derek Prince Ministries ya ci gaba har tsawon rayuwarsa wajen rarraba koyarwarsa da kuma horar da masu wa'azi, shugabannin coci, da kuma ikilisiyoyi.

Aljanu da ceto

A matsayinsa na ɗan Pentecostal, Yarima ya yi imani da gaskiyar ikon ruhaniya da ke aiki a duniya, da kuma ikon aljanu na haifar da rashin lafiya da matsalolin tunani. A lokacin da yake Seattle, an nemi ya yi wa mace aikin fitar da mutane, kuma ya yi imani cewa Kiristoci za su iya zama "masu aljanu" (wanda aka saba siffanta su da "masu" aljanu - Yarima ya guji wannan kalmar da ke nufin "masu"). Wannan ya saba da ra'ayin Pentecostal na yau da kullun cewa aljanu za su iya "masu" marasa imani, amma za su iya "masu" zalunci ne kawai. Yarima ya yi imani cewa hidimarsa ta ceto ta yi amfani da ikon Allah don kayar da aljanu.

Isra'ila

Kabarin Derek Prince a Makabartar Alliance Church International, Urushalima

Yarima ya yi adawa sosai da tauhidin maye gurbin. Littafinsa mai suna The Destiny of Israel and the Church ya yi jayayya cewa Cocin bai maye gurbin Isra'ila ba kuma alkawarin da Allah ya yi da ƙasar Isra'ila har yanzu yana nan a yau. Prince ya kuma yi imani da cewa ƙirƙirar ƙasar Isra'ila shine cikar annabcin Littafi Mai Tsarki. Derek ya faɗi a cikin littafinsa na Alƙawari Land, "Babban jigon annabcin Littafi Mai Tsarki, kamar yadda ake bayyana shi a zamaninmu, ya ta'allaka ne akan ƙasa da mutanen Isra'ila. Allah yana aiwatar da shirinsa na sake tattara mutanen Yahudawa daga warwatsewarsu a duniya da kuma mayar da su zuwa tsohuwar ƙasarsu."

Ƙungiyar Makiyaya

Prince ya ƙirƙiri Ƙungiyar Makiyaya tare da sauran ministoci Don Basham, Bob Mumford, Charles Simpson da Ern Baxter, wanda aka fi sani da 'Fort Lauderdale Biyar'. Sun yi ƙoƙarin mayar da martani ga abin da ake gani a matsayin wuce gona da iri a cikin Ƙungiyar Makiyaya, ta hanyar jaddada almajiranci da kula da makiyaya. An ɗauki aikin 'miƙa wuya ga hukumomin ruhaniya' a matsayin abin da ke kawo cece-kuce. Haɗin Yarima da Ƙungiyar Makiyaya ya samar da damar bayyanawa a ƙasashen duniya. Bayan ya bar ƙungiyar, ya mai da hankali kan hidimarsa ta ƙasashen duniya.

Littattafai

Prince ya buga littattafai da yawa kuma ya yi rikodin wa'azin koyarwa na sauti sama da 600 da kuma koyarwar bidiyo 100. Littattafansa sun haɗa da

- ***Jerin Tushen* (1966)**
- ***Addu'a ga Gwamnati* (1970)**
- ***Tsarin Tarihi Ta Hanyar Addu'a da Azumi* (1973)**

- ***Naɗi a Urushalima* (1975)**
- ***Imani Don Rayuwa Ta Hanyar* (1977)**
- ***Alherin Ba da Kyauta* (1977)**
- ***Alƙawarin Aure* (1978)**
- ***Ƙasar Alkawari* (1982)**
- ***Kalma ta Ƙarshe Kan Gabas ta Tsakiya* (1982)**
- ***Allah Mai Daidaita Daidaito ne* (1986)**
- ***Albarka ko La'ana: Za Ka Iya Zaɓa* (1990)**
- ***Makomar Isra'ila da Ikilisiya* (1992)**
- ***Shin Harshenka Yana Bukatar Waraka?* (1992)**
- ***Maganin Allah don Ƙin yarda* (1993)**
- ***Kariya daga Yaudara* (1996)**
- ***Za Su Kori Aljanu: Abin da Ya Kamata Ku Sani Game da Aljanu - Maƙiyanku Masu Ganuwa* (1998)**
- ***Wanene Ruhu Mai Tsarki?* (1999)**
- ***Maza da Uba* (2000)**
- ***Hukunci: Yaushe? Me yasa? Ta yaya?* (2001)**
- ***Ta hanyar Zabura tare da Derek Prince* (2002)**
- ***Yaƙi a Sama: Babban Yaƙin Allah da Mugunta* (2003)**
- ***An Saye Shi Da Jini* (2007, wanda aka buga a baya a shekara ta 2000 a ƙarƙashin taken *Kafara, Alƙawarinka da Allah*)**
- ***Shiga Gaban Allah: Matsawa Fiye da Yabo da Godiya Zuwa Bauta ta Gaskiya***
- ***An Bayyana Lucifer: Shirye-shiryen Shaidan na Rusa Rayuwarka***
- ***Jagorar Annabci zuwa Ƙarshen Zamani* (2008)**
- ***Dokokin Hulɗa: Shiryawa Don Matsayinka a Yaƙin Ruhaniya* (2006)**
- ***Sirrin Jarumin Addu'a* (2009)**
- ***An Canza Rayuwa: Yadda Ake Sanin Allah Sosai Kuma A Ƙaunace Shi Sosai* (2002)**

https://ha.wikipedia.org/wiki/Derek_Prince

Labarin Hayes

Dr. Norvel Leon Hayes, mai shekaru 91, ya rasu a ranar Asabar, 6 ga Oktoba, 2018, a gidansa.
An haife shi a ranar 20 ga Afrilu, 1927, ga marigayi Charles da Arizona Lewis Hayes.
Ya fito daga gidan ma'aikata masu himma da manoma, kuma yayin da Norvel ya girma ya fara aikinsa na farko a matsayin ɗan bas yana samun dala $2 a rana. Ranar da ya fara aiki ta canza rayuwarsa. Tsawon shekaru, ya zama ɗaya daga cikin shahararrun 'yan kasuwa kuma ya fara kasuwanci da yawa a Indianapolis, Ind.

Ya haɗu da matarsa ta farko, Noreen Langdon, kuma tare suka haifi 'ya mace, Zona Hayes. Zona shine abin da Norvel ya fi so. Lokacin da Zona ke da shekaru 9, ya yanke shawarar komawa Cleveland, inda ya fara wasu gidajen cin abinci da kasuwanci. A zahiri shi ne mutum na farko da ya kawo pizza zuwa Cleveland. Shi ma ya mallaki Hukumar Taxi ta Yellow Cab a nan Cleveland.

Norvel ya ƙare ya miƙa rayuwarsa ga Ubangiji, kuma ya zama ɗaya daga cikin fitattun masu wa'azin bishara da duniya ta taɓa gani. Ya yi tafiye-tafiye a faɗin duniya, yana yaɗa kalmar Allah daga Hong Kong, zuwa Afirka, zuwa Ostiraliya, da ƙasashe da yawa, ciki har da a nan Amurka. Ya fara Kwalejin Littafi Mai Tsarki ta New Life a 1977, inda ya koya wa mutane yadda ake jan hankalin rayuka da tafiya cikin bangaskiya. Ya kuma fara dafa abinci na al'umma a 1988, wanda ke Cleveland, inda yake ciyar da mutane kowace rana abinci mai zafi. Wannan hangen nesa har yanzu yana tafiya a yau, yana ciyar da mutane sama da 1,300 a wata. Norvel ya kuma fara Makarantar Littafi Mai Tsarki ta New Life da gidan yara a Indiya, da kuma Maternity Homes da Campus Challenge Ministries a kwalejoji da jami'o'i da dama. Ya kuma rubuta littattafai sama da 50, kuma ya yi bidiyo da CD da yawa.

Ya haɗu da matarsa ta biyu, Maggie Combs, a shekarun 1980. Sun yi aure a shekarar 1997, har sai da ta koma gida ta kasance tare da Ubangiji a shekarar 2016. Tsawon shekarun, har sai da ya koma gida ya kasance tare da Ubangiji, Norvel ya rayu cikin halayya da mutunci kuma bai taɓa yin watsi da abin da ya ji Ubangiji yana so ya yi ba. Hidimar da ya gina za ta ci gaba da ci gaba da isa ga duniya a wani lokaci ta hanyar jikarsa, Lee Cornelison.
Za ta ci gaba da hidima da hangen nesa da Allah ya bai wa Norvel, tare da taimakon ma'aikatan Cocin Littafi Mai Tsarki na New Life da Kwalejin Littafi Mai Tsarki.

Ɗan'uwa Hayes ya kafa Kwalejin Littafi Mai Tsarki ta New Life, wadda ke Cleveland, Tennessee, a shekarar 1977. Cocin Littafi Mai Tsarki na New Life ya samo asali ne daga ayyukan cocin da makarantun Littafi Mai

Tsarki ke gudanarwa. Daga cikin sauran ayyukan cocin, cocin yana hidimar Kalmar Allah, da kuma abinci mai zafi kowace rana ga talakawa ta hanyar New Life Soup Kitchen.

Ɗan'uwa Hayes kuma shi ne wanda ya kafa kuma shugaban New Life Maternity Home, wata hidima da aka keɓe ga buƙatun ruhaniya, na jiki, da na kuɗi na ƙananan 'yan mata yayin daukar ciki; Kalubalen Campus, wata bishara ta bishara a harabar jami'o'i a faɗin Amurka; Street Reach, wata hidima da aka keɓe ga matasa da suka gudu da ke Daytona Beach, Florida; da kuma Children's Home, wata gidan marayu da cibiyar ilimi da ke Indiya.

An san shi a duniya saboda bayyana Kalmar Allah mai ƙarfi, Ɗan'uwa Hayes yana ciyar da mafi yawan lokacinsa yana koyarwa da hidimar ceton Allah da ikon warkarwa a majami'u, azuzuwan kwaleji, tarurruka, da tarurrukan karawa juna sani a faɗin duniya.

Hidimar Dr. Hayes ta shafe sama da shekaru hamsin kuma ta shafi dubban rayuka, kuma ya tafi ya kasance tare da Ubangiji a watan Oktoba na 2018.

Joseph Ayo Babalola

Joseph Ayo Babalola (25 Afrilu 1904 - 26 Yuli 1959) shine Babban Mai Bishara na farko na Cocin Christ Apostolic, wanda aka fi sani da CAC a Najeriya. An yaba masa da ikon warkarwa.

Rayuwar farko

An haifi Babalola ne daga iyayen Yarabawa a Odo-Owa, Jihar Kwara, Najeriya. An haife shi a matsayin ɗan Anglican. An yi masa rijista a makarantar firamare a Oto-Awori da ke kan titin Badagry, Jihar Legas, a shekarar 1914. Ya kai matakin aji huɗu, kafin ya zama ɗalibi a fannin maƙera kuma ya koyi hakan na tsawon shekaru biyu, kafin ya zama mai kula da injin tururin ...
Hidima da warkarwa

A shekarar 1931, Faith Tabernacle ya haɗu da Cocin Apostolic tare da hedikwatarsa a Burtaniya (ba Cocin Apostolic na Burtaniya ba, kamar yadda wasu marubuta suka kira shi da kuskure). Bayan wani rikici a Cocin Apostolic a kusan 1940, Babalola ya tafi tare da wata ƙungiya ƙarƙashin jagorancin Fasto JB Akinyele da DO Odubanjo don kafa sabuwar coci mai zaman kanta, Cocin Christ Apostolic (CAC), inda ya ci gaba da ayyukan warkarwa da farfaɗowa har zuwa mutuwarsa. CAC tana ɗaukar Babalola a matsayin manzo, yayin da a zahiri ta hanyar naɗin coci na gaske ba a taɓa naɗa shi a wannan ofishin ba a tarihi. An gina cibiyar jana'izar CAC a Ipo Arakeji, Jihar Osun inda aka fara kiran Babalola a 1928. Duk da haka, Babalola ba shi kaɗai ba ne ya kafa CAC kamar yadda mutane da yawa ke da'awar a yau amma ɗaya daga cikin uku na Fathers na Kafa CAC.

Cocin Christ Apostolic bai mutu tare da Manzo Joseph Ayo Babalola a shekarar 1959 ba. A gaskiya ma, ya bunƙasa cikin sauri tsawon shekaru, tare da majami'u da yawa a ƙarƙashin sunan Cocin Christ Apostolic amma kowace coci tana da takamaiman sunan reshe. Jami'ar Joseph Ayo Babalola (JABU) jami'a ce mai zaman kanta ta Najeriya da ke Ipo Arakeji da Ikeji-Arakeji, al'ummomi biyu maƙwabta a Jihar Osun, wadanda Cocin Christ Apostolic (CAC) Worldwide ta kafa an sanya mata suna, wacce take a wurin da ya ce Allah ya kira shi a shekarar 1928.
https://ha.wikipedia.org/wiki/Joseph_Ayo_Babalola

A game da babban mai wa'azin bishara da farfaɗo da al'umma na Afirka, Manzo Joseph Ayodele Babalola, aikin mu'ujiza na Allah ya bayyana a sarari. Da Babalola farar fata ne, mutanen baƙar fata, a'a, da 'yan Afirka sun ɗauki ikon Ruhu Mai Tsarki a matsayin kariya ta musamman ga fararen fata. Tsarki ya tabbata ga Allah don bai wa baƙar fata mai kyau ikon Ruhu Mai Tsarki wanda ya sami damar rusa ƙarfin ayyukan shaidan.

HAIHUWARSA, ILIMI DA AIKI

An haifi Joseph Ayo Babalola a ranar 25 ga Afrilu, 1904. Mahaifinsa shine marigayi Pa David Rotimi, Baba Ijo na farko (Shugaban cocin Anglican na St. Peter da ke Odo-Owa a jihar Kwara ta yanzu. Mahaifiyarsa ita ce Madam Marta Talabi.

Yaron Ayo baiwa ce ta Allah ga waɗannan iyaye masu ibada. Uban Kirista ne mai ibada wanda ya gabatar da Kiristanci ga Odo-Owa da wasu ƙauyuka da ke kewaye.

Haihuwar Ayo Babalola abin mamaki ne. A cewar majiya mai tushe, wani abu mai ban mamaki ya faru a ranar da aka haifi bawan ˇAllah, an ji wata ƙara daga sama kamar tsawa kuma ta girgiza gajimare.

Tun daga lokacin yarintarsa, ya nuna alamun wani bawan Allah na musamman. Bincike ya nuna cewa tun yana yaro yana faɗin wasu abubuwa waɗanda suka fi hikima da ilimin takwarorinsa. Ya kasance mai karimci ga abokansa na yarinta.

A ranar 18 ga Janairu, 1918, Babalola ya raka ɗan uwansa na farko, Mista MO Rotimi zuwa Legas. Ɗan uwansa ya kasance mai koyar da cocin Katolika a ƙarƙashin ƙungiyar mishan ta Church Missionary Society (CMS) da ke Ifo, kusa da Legas. Yayin da yake can, Babalola ya fara karatun firamare kafin daga baya aka mayar da shi Makarantar Methodist, Ago Ijaye da ke Ebute Meta, Legas. Babalola ya fuskanci koma-baya a halartar makaranta da zaman karatu saboda yawan canja wurin malaminsa daga wuri ɗaya zuwa wani. Daga baya ya ci gaba zuwa Makarantar All Saints Anglican, Oshogbo inda ya daina karatu a Najeriya Reader IV. (Standard IV).

Aikin farko da Babalola ya fara yi ba tare da ilimi ba shine horar da shi a matsayin mai sayar da miyagun ƙwayoyi a Asibitin Afirka na Oshogbo. Daga baya, ya koyi fasahar maƙera da makaniki. Bayan haka, Babalola ya fara koyon tukin mota a ƙarƙashin Sashen Ayyukan Jama'a (PWD). Ya sami damar yin fice a cikin horon a ƙarshen horon, wanda aka tura shi zuwa Ilesha don kula da titin Tarayya na Ilesha-Akure. An sanya shi a kan ma'aunin albashi na fam huɗu kimanin naira takwas a kowane wata. Yana da ma'aikata sama da sittin a ƙarƙashinsa kuma duk aikin yana ƙarƙashin kulawar wani bature mai suna Mr. Fergusson.

KIRAN BABALOLA GA MA'AIKACI

Yayin da Babalola ke aiki da tarakta daga igbara-Oke zuwa Owena kuma kafin ya isa garin Ikeji Arakeji, ya isa wani wuri da ake kira River Ariran, a can tarakta ɗin ya ƙi yin aiki. Babalola ya yi ƙoƙarin yin duk abin da yake iyawa don ya sa tarakta ɗin ya yi aiki, amma duk abin ya ci tura. Ya kira wasu ƙwararru, ciki har da mai kula da shi, Fergusson, amma ba su iya sa ya yi aiki ba. Babu wata matsala ta injiniya da ta bayyana a kan tarakta ɗin, wannan ya sa Babalola ya rikice kuma ya kasa natsuwa.
Da misalin ƙarfe 12:00 na rana a ranar 9 ga Oktoba, 1928, Babalola ya ji wata murya mai jiyowa tana kiran Yusufu! Yusufu!! Yusufu!!! Idan ba ka bar wannan aikin ba, za ka mutu a wannan shekarar. Babalola bai kula da muryar da ake ji ba wadda shi kaɗai zai iya ji. An isar masa da wannan saƙon ta hanya ɗaya a daidai lokacin da aka yi shi a rana ta biyu, duk da haka Babalola bai kula da ita sosai ba.
A rana ta uku, 11 ga Oktoba, 1928, muryar da aka ji ta sake maimaitawa cewa ba za a taɓa tilasta wa mai watsa shirye-shiryen ya yi aiki ba sai Babalola ya yi murabus. Wannan sashe ne ya sa Babalola ya yi fushi da gaske. Sai ya tambaye shi wanene kake kirana kuma wane aiki kake so in yi? Amsar da ya samu ita ce idan ka yi murabus ka bar aikin zan nuna maka abin da za ka yi.

Babalola ya tambayi waɗanda ke tare da shi ko sun ji muryar tana magana da shi, sai suka ce a'a sun ji amsar da aka ba shi ne kawai.
Ya bar wurin ya tafi gidansa da ke Ipetu-Ijesa inda muryar ta sake ba shi umarni ya fara azumin kwana huɗu ba tare da abinci ba domin ya san wanda ke yi masa magana. A rana ta huɗu yayin da yake azumi, muryar ta roƙe shi ya ƙara wasu kwana uku, wanda hakan zai sa ya zama azumin kwana

bakwai. A rana ta bakwai ne, Babalola ya shaida babbar ziyara da Ubangiji Yesu Kiristi ya yi masa.
Kafin kiran, Babalola ya yi kwana na tsawon mako guda ba tare da barci ba a wannan lokacin, ba ya iya barci dare da rana. A wannan lokacin ne ya sami damar karanta dukkan littattafan Zabura daga 1-150, abin da ya iya yi ba tare da tunani ba har zuwa lokacin da aka fassara shi zuwa ga ɗaukaka.

ZIYARAR YESU

A daren ƙarshe na azumin kwanaki bakwai, Babalola ya ga bayyanar Ubangiji Yesu Kiristi a bayyane. Ɗakinsa cike yake da hasken sama.
An kashe hasken da aka yi da ɗan adam daga fitilar da aka ɗora a kan tebur. Duk sauran mutanen da ke cikin ɗakin suna barci a lokacin da Babalola ya haɗu da Ubangiji Yesu Kiristi. Yayin da aka tashe shi, sai ya yi rawar jiki da wahayin da ya gani. Ubangiji Yesu ya zo wurinsa tare da mala'ika wanda kansa ya taɓa sama. Babalola ya miƙe tsaye tsirara yayin da aka tambaye shi ko yana son cin abinci, sai ya amsa eh. Mala'ikan da ya zo tare da Yesu ya miƙa masa rabin ɗigon doya da aka dafa. An gaya masa cewa sauran rabin doyar ana amfani da ita ne don ciyar da sauran mutane.

A wannan babban ziyara, Ubangiji Yesu ya ba Babalola kararrawa ta hannu tare da bayanin cewa sautin kararrawa zai korar miyagun ruhohi a kusa. Yesu Kiristi wanda ya sanya fararen kaya ya nuna fure mai kawuna uku ga Babalola a matsayin alama ta allahntaka. An kuma ba Babalola sandar ƙarfe tare da fassararsa a cikin Zabura 2:8-9. An kuma ba shi kwalban ruwa don warkar da kowace irin cuta. An tabbatar masa cewa a kowane lokaci da kuma ko'ina ya yi addu'a cikin ruwa, warkarwa mai daɗi za ta faru.
An umurci Babalola da kada ya tattauna da wani mutum game da wasu saƙonni da wahayin da Ubangiji ya ba shi. An

gaya masa cewa Allah ya ƙi amfani da magunguna da Kiristoci ke yi, kuma ya kamata su dogara da shi don warkarwa ta Allah.
Babalola ya ji tsoron kasancewar ikon shaidan a cikin al'umma, saboda haka ya gabatar da batun ga Ubangiji. Amma ya sami tabbacin Allah cewa an bai wa Ubangiji Yesu Kiristi dukkan iko, don haka babu wani iko na maƙiyi da zai iya rinjaye shi.

KYAKKYAWAN BIKIN NAN UKU

Domin ƙara nuna ikon Allah, an roƙi Babalola ya je wurin da ya kafa rassan dabino guda uku kimanin kwanaki goma sha biyu da suka gabata. Da ya isa can daga baya, ɗaya ya bushe gaba ɗaya, na biyu ya bushe yayin da na uku har yanzu yana sabo kamar yadda aka yanke. An fassara ma'anar gaskiya a gare shi kamar haka. Waɗanda suka ƙi karɓar bisharar Yesu Almasihu kamar yadda aka miƙa masa za su zama kamar busasshen bishiyar dabino na farko. Waɗanda suka karɓi bishara rabin zafi za su zama kamar bishiyar dabino da aka sare yayin da waɗanda suka karɓi bishara da zuciya ɗaya za su zama kamar sabuwar bishiyar dabino.

SHIGA TA FARKO ZUWA ODOOWA BAYAN KIRA

Bayan babban ziyarar Ubangiji Yesu Kiristi, Ubangiji ya umurci Babalola da ya fara azumi na kwana goma sha tara kafin ya tafi Odo-Owa. Abin da kawai zai yi shi ne a yi masa cikakken bayani. Don haka Babalola ya fara shiga Odo-Owa, garinsu, yayin da yake azumi kafin watan Oktoba ya kare a shekarar 1928. A ranar kasuwa ne ya shiga garin, kamar yadda Ubangiji ya umarta, tsirara yake, ya yi ado da ganyen dabino ya kuma shafa masa gawayi. Yawancin mutane sun dauke shi mahaukaci.

Ya fara wa'azin saƙon Allah ga mutanen yana kira gare su da su tuba daga mugayen ayyukansu su koma ga Allah in ba haka ba za a doke su da dabba kafin kwana talatin da biyar. Maimakon su saurari gargaɗinsa game da wani haɗari da ke gabansu, mutanen garinsu suka koma tsananta masa. Saboda haka aka gurfanar da Babalola a gaban Sarkin Ilorin wanda ya mika shari'arsa ga Jami'in Gundumar wanda daga bisani aka tsare shi na tsawon makonni biyu kafin a yanke hukunci kan shari'arsa. Duk da haka, Jami'in Gundumar da ke zaune a ƙasar waje ya sallame shi kuma ya wanke shi saboda bai ga wata shaida da za ta tabbatar da zargin tayar da zaune tsaye da aka yi wa Babalola ba.

A halin yanzu, mutanen Odo-Owa suna da cikakken makamai don kare kansu daga dabbar da Babalola ya riga ya annabta. Amma abin mamaki, wasu 'yan faifan bidiyo bayan an sallame shi, kuma a lokacin da ya ambata, "dabban" da ta bayyana ita ce mummunar cutar pox. Wadanda Babalola ya yi addu'a a kansu ne kawai suka tsira, duk sauran suka mutu sakamakon cutar. Duk da haka, yawancin mutane ba su shirya karɓar saƙonsa ba. Sun yanke shawarar kashe shi ta hanyar amfani da wani mai maganin gargajiya mai ƙarfi wanda ya yi alƙawarin kashe shi cikin kwana bakwai. A cikin wannan lokacin, Babalola ya ce ya saba ganin aljanu suna bin sa amma a wani lokaci mala'ikan Allah ya bayyana ba zato ba tsammani ya halaka miyagun sojojin. Lokacin da Babalola ya ƙare a rana ta bakwai, har yanzu yana raye, an sake kiran mai maganin zuwa fada don ya yi masa bayani dalilin da ya sa ba zai iya kashe shi ba kamar yadda aka yi alkawari a baya. Mai maganin kawai ya gaya wa mutane su bar Babalola shi kaɗai kuma Allah ne kaɗai zai iya kashe shi.

A wannan lokacin, Babalola yana gudanar da tarukan addu'o'insa a Cocin Anglican inda mahaifinsa yake Shugaban ƙasa. Mutane da yawa suna halartar tarukan ne sakamakon alamu da abubuwan al'ajabi da suka saba gani a can. A nan ma, tsanantawa ta taso a kansa. An kai ƙarar Bishop Smith wanda ke kula da Diocese wanda

Archdeaconry na Ilorin yake ƙarƙashinsa, cewa masu hangen nesa, waɗanda ke magana da harsuna da waɗanda ke addu'a cikin rudani suna kwace cocin da ke Ilofa. Ikon Pentecostal tare da alamu da abubuwan al'ajabi waɗanda za su iya kawo albarka ta ruhaniya da ta zahiri ga cocin yankin ya yi sanyi gaba ɗaya. An yi zargin cewa Bishop Smith ya umarci Babalola da mabiyansa su bar cocin. Babalola ya fara shirya tarukan addu'o'insa na yau da kullun a wani gida na sirri mallakar Mr. Oluyemi, Mai Karatu na Cocin. Daga nan Allah ya kan nuna ikonsa ta hanyar Babalola a Ilofa da kewayenta.

Kayan girmamawa da Allah ya yi amfani da su wajen haɗa Babalola da duniyar waje ɗan asalin Ilofa ne, Dattijo David Ajibola, wanda memba ne na ƙungiyar Imani Tabernacle kuma yana zaune a Ibadan a lokacin. Ya gayyaci Babalola zuwa Ibadan, daga baya kuma ya tuntuɓi Fasto DO Odubanjo na hedikwatar mishan ta ƙungiyar da ke Legas.

A watan Nuwamba, 1929, Babalola ya yi taro da 'yan'uwa a Legas. Ya yi cikakken bayani game da kiran da ya yi wa cocin zuwa ga ikon Ikilisiyar Faith Tabernacle kuma dukansu sun amince da ingantattun koyarwar Littafi Mai Tsarki. Sakamakon haka, Fasto JB l. Shadare (wanda aka fi sani da Esinsinade) ya yi wa Babalola baftisma a Legas. Bayan baftismar ruwa, ya tafi Odo-Owa tare da Elder (daga baya Fasto JA Medaiyese).

A gida, Fasto KP Titus, wani firist a Cocin SIM (ECWA) ya gayyace shi don shirin farfaɗowa a yankin Yagba na Jihar Kogi ta yanzu. Allah ya yi amfani da Babalola sosai. Bai yi amfani da nasarorin da aka samu a cikin irin wannan shirin farfaɗowa ba don fara sabuwar coci ta kansa. Ya fi so ya gaya wa mabiyansa game da kasancewarsa memba na Ikilisiyar Faith Tabernacle. Tunda har yanzu sabon shiga ne a cikin ikilisiyar, ya yanke shawarar ziyartar hukumar a

Legas da nufin ƙara sanin koyarwar cocin, ƙa'idodi da hanyoyin gudanarwa. Ya rubuta wasiƙa da ke nuna sha'awarsa ta ziyartar Legas don haka. A martanin wasiƙar, an nemi ya jira hukumar da abin ya shafa a Ibadan.

Hukumar Faith Tabernacle ta so ta yi amfani da damar wani muhimmin taro a Ilesha don gabatar da Babalola ga ikilisiyar da ke Ilesha, sannan ta bar shi ya je Babban Hedkwatar cocin da ke Ijebu-Ode daga baya don ƙarin koyo game da koyarwar cocin. Don haka a cikin amsar buƙatarsa, an nemi ya jira tawagar Legas a gidan marigayi Fasto IB Akinyele (wanda daga baya ya zama Olubadan na Ibadan kuma Shugaban Cocin Christ Apostolic na farko).

An yi niyyar taron Ilesha ne a matsayin taron sulhu. An samu rashin fahimta tsakanin marigayi Fasto JA Babatope wanda ya jagoranci hedikwatar cocin Imani ta yankin Ilesha da kuma batun auren mata da yawa da sauransu. Domin a kawo karshen takaddamar cikin gaggawa, an shirya taron Ilesha. Duk da haka, ya zama babban abin da aka taba gani a tarihin Kiristanci a Najeriya.

FARASHIN FARASHI MAI GIRMA NA 1930

An shirya gudanar da taron zaman lafiya a ranakun 9 da 10 ga Yuli, 1930, tare da abubuwa ashirin da huɗu a cikin ajandar. Babban jerin ajandar shine batun auren mata fiye da ɗaya ga Kiristoci, yayin da abu na biyu ya shafi amfani da magani don warkarwa ga Kiristoci. Wakilan suna magana ne game da tattaunawa kan abu na biyu lokacin da Allah mai rai ya yanke shawarar mayar da ranar zuwa ranar Fentakos ta Najeriya. An ɗauki wani yaro da ya mutu zuwa harabar cocin wanda ya ɗauke hankalin waɗanda suka halarci taron zaman lafiya.

Yaron da ya mutu mai suna Obi Ogundipe bai kai shekara 10 ba.

Mahaifiyarsa ta yi amfani da ayyukan masu bautar gumaka da nufin farfaɗo da ɗanta amma duk abin ya ci tura. Ta ƙuduri aniyar kada ta rabu da ɗanta tilo, kuma ba shakka, domin ɗaukakar Allah ta bayyana sarai, ta dage kan kawo ɗanta da ya mutu zuwa cocin Oke-Oye aƙalla don ganin abin da ake kira "addinin fararen fata" zai iya yi. Lokacin da aka kawo gawar a fagen coci, tashin hankali ya tashi ko'ina. Babalola wanda aka kwantar a wani ɗaki daban ya motsa shi da ruhun Allah don ya danne lamarin. Kuma tare da goyon baya da ƙarfafa gwiwa daga bayin Allah da ke wurin, ya fara aiki. Annabi Babalola ya ba da umarnin a sanya yaron da ya mutu a ƙarƙashin dandamalin da zai tsaya don gudanar da hidimar farkawar ranar. A ƙarshen hidimar, Babalola ya sauko daga dandamalin ya tafi kai tsaye don kula da gawar. Ya kira sunan yaron sau uku, ya zuba masa ruwa da ƙararrawa a kai kuma ba zato ba tsammani kuma cikin mu'ujiza, yaron da ya mutu ya amsa sunansa - ya dawo da rai!

Wannan renon yaron mai ban mamaki ya sa mahaifiyar yaron ta daina bauta wa gumaka, ta kawo duk gumakanta don a ƙone su. Mutane da yawa sun fara yaɗa labarin cewa wani annabi mai ban mamaki ya zo Ilesha. Bayanin ya sa mutane da yawa suka yi gaggawar zuwa wurin da abin ya faru a titin Oke-Oye da ke Ilesha. Abubuwan da suka biyo baya ba su ba wa wakilan damar ci gaba da tattaunawarsu ba. Al'amarin Pentecostal ya kawo ƙarshen taron ba zato ba tsammani.

Jama'ar sun ƙaru kuma dole ne a mayar da su zuwa wani yanki mai faɗi da ke da daji. Mutane sun yi amfani da ƙafafunsu don yin amfani da dukkan ciyayi da ke kewaye da filin farkawa. Alamomi da abubuwan al'ajabi sun zama ruwan dare. An yi rikodin warkarwa ta mu'ujiza ta hanyar amfani da kararrawa ta addu'a da kuma shan wani rafi mai tsarki (Omi Ayo) wanda Allah ya jagoranta zuwa ga Babalola don wannan dalili.

Iko daga sama ya sauko wa Annabi. An sa makafi su gani, guragu suka fara tafiya, kurame suka ji, bebaye suka yi magana. Mahaukata sun sami ceto. An tsarkake kutare. Matan da suka yi shekaru da yawa ba su da haihuwa sun yi 'ya'ya.

An yi wa juna biyu da suka makara a lokacin da aka ƙayyade lafiya. Fasikai, mashaya, masu shan taba sun zo don tuba. Mutane da yawa da suka zo don jaraba ikon Allah a Babalola sun sami kamawa da Ruhun Allah, kuma sun furta ayyukan kunyarsu, sun miƙa layu don ƙonewa a cikin wurin farfaɗowa.

Yawancin marasa lafiya a asibitoci daban-daban da gidajen warkarwa an kawo su wurin farfaɗowa kuma sun sami warakarsu. Mutane sun zo wurin farfaɗowa da dubban mutane daga wurare masu nisa. Ikon Allah ya bayyana sosai yayin da raɓa ke sauka kan mutane ko da lokacin da rana ke haskakawa da rana.

Allah ya bayyana wa Babalola buƙatar ƙona wani babban itace a gaban sarkin gargajiya na Ilesha-Owa na Ijeshaland. Ana jin tsoron itacen ya zama wurin haɗuwar mayu da mayu. Akwai wasu firistocin juju waɗanda galibi ke miƙa hadayu ga aljanu da ke zaune a cikin babban itacen. Lokacin da Babalola ya ƙone itacen, akwai mutane da yawa waɗanda suka yi tunanin hakan zai zama ƙarshen rayuwarsa. Amma babu wani mummunan abu da ya faru da annabi da mabiyansa. Hidimarsa ta ci gaba da ƙaruwa zuwa ga ɗaukakar Allah. Wannan lamari ɗaya tilo ya sa Sarki, manyan sarakunansa da manyan mutane a garin su ƙara girmama Annabi Babalola.

Cocin da ke Ilesha da kewaye sun kusan zama babu kowa yayin da masu ibada suka yi cincirindo a filin farfaɗowa don karɓar koyarwa da albarkar ruhaniya daga mutumin Allah. Yawancinsu sun fahimci muhimmancin Littafi Mai Tsarki ba zato ba tsammani waɗanda suka mallaki Littafi Mai Tsarki suka fara bincike da tsaftace su don amfani yayin da waɗanda ba su taɓa mallakar kwafin nasu ba. Duk da haka farfaɗowar ta haifar da ɗacin rai daga ƙungiyoyin addini kamar Anglican, Methodist, Roman Catholic da Baptist. Ba su yi farin ciki da rasa membobinsu ba sakamakon gagarumin farfaɗowa.

Yawancin membobin cocin Orthodox da suka yi watsi da addinin sun fuskanci tsangwama a fannoni na harajin shiga, ƙin yin rijistar yara a makarantun firamare da kuma korar ma'aikata. Labari mai daɗi, ba shakka, shi ne cewa waɗanda suka tuba sun sami tagomashin Allah a cikin duk abin da suka ɗora musu.

YAƊA FAƊAƊA ZUWA WASU WURARE

Mutane da yawa da suka zo wurin farfaɗowar sun koma garuruwansu daban-daban suna shelar bishara. Saboda haka, sun jiƙa ƙasa a shirye don yin hidima a matsayin masu masaukin baki idan annabin ya ziyarci garinsu. Duk da haka Annabi Babalola bai yanke shawarar zuwa ko'ina ba sai dai idan Ruhun Allah ya umarce shi. Don haka bayan shirin farfaɗowar Ilesha, an jagorance shi ya tafi kai tsaye zuwa garinsu na Odo-Owa a ranar 1 ga Satumba, 1930. Ya miƙa hidimar farfaɗowar Ilesha ga Annabi Daniel Orekoya. Da zarar mutane suka ji niyyar zuwa Odo-Owa, yawancinsu sun bi shi. Abin takaici mutanen Odo-Owa a wannan lokacin ba su shirya rungumar bisharar ba tukuna. Ba da daɗewa ba, an kai Babalola wani wuri kaɗai mai nisan kilomita 60 daga babban garin. A can bai ga kowa ba, shi kaɗai ne tare da Allah mai rai yana karɓar umarni daga rundunonin sama.

Daga nan aka umarce shi da ya koma babban gari yayin da baƙi daga wasu wurare suka taru don ganinsa. Bayan haka, ya hau kan wani tudu da ake kira da tsaunin addu'a na Manzo Ayo Babalola a Odo-Owa.

Daga Odo-Owa, an umurci Babalola da ya je Offa a jihar Kwara ta yanzu. Musulmai a garin sun nemi taimakon Jami'in Gundumar don su fitar da shi daga garin saboda suna jin tsoron kasancewarsa na iya shafar addininsu mara kyau.

Daga Offa, Annabi Babalola ya tafi Usi a jihar Ekiti ta yanzu. Mutanen da suka shaida babban farfaɗowar Ilesha sun karɓe shi musamman. Da isarsa Usi, an kai shi wani daji inda wata bishiya da aka sare amma ta tashi tsaye. Da isarsa wurin, Babalola da mabiyansa sun yi addu'a mai ƙarfi sannan suka sare bishiyar don kada ta sake tashi.

Daga Usi, ya je Efon-Alaye shi ma a Jihar Ekiti ta yanzu. Sarkin gargajiya na garin Alaaye ya roƙi Annabi Babalola da mabiyansa da kada su shiga wani gida don masauki sai fadarsa. Don wannan buƙatar, bawan Allah ya aika wa sarki saƙo cewa tawagarsa suna da yawa kuma idan aka bar su su zo fadar, za su iya ɓata wurin. Amma Alaaye ya dage, ya sake amsa cewa ko da mabiyansa sun yi wa fadar ƙazanta, ba zai damu da amfani da hannunsa don tsaftace ta ba. Wannan ya sa Annabi ya zo kai tsaye zuwa fadar ya zauna a gidan da aka riga aka tanada masa shi da mabiyansa.

Da farkawa ta fara, sai ya zama dole a nemi fili mai faɗi don farfaɗowa. Don haka, Sarki ya ba Annabi cikakken 'yanci na zaɓar duk wani wuri da ya ga ya dace a cikin garin gaba ɗaya. Kuma lokacin da annabin ya zaɓi wani wuri mai suna "Igbo Airo" (wani yanki mai ɓoye), sarki da mutanen garin suka tsorata. Sun shawo kan Annabin da kada ya zaɓi wannan wurin saboda yanayinsa mai ban mamaki. Ana jin tsoron cewa babu wanda zai share daji ya tsira daga wannan tsari. Amma ga ɗaukakar Allah, Babalola da mabiyansa sun share daji suka mayar da wurin zuwa wurin farfaɗowa da addu'a a buɗe. Babu wani mummunan abu da ya faru da ɗayansu sakamakon share daji.

Sai Annabi Babalola ya umurci duk wanda ke da gumaka da layu da su miƙa su don a ƙone su. Kuma martanin ya ƙarfafa gwiwa har Sarki ya tsorata, amma lokacin da annabin ya ce masa kada ya damu, Alaaye da kansa ya fitar da dukkan gumaka da layu a cikin fadar don a lalata su gaba ɗaya.

Alamomi da al'ajabi sun biyo baya da sauri. An yi mu'ujizai da yawa kuma waɗannan sun jawo hankalin mutane da yawa zuwa ga Efon-Alaaye. Mutanen garuruwan sun rungumi Kiristanci a babban mataki. An yi wa Sarkin baftisma kuma aka canza sunansa zuwa Solomon Aladejare Agunsoye - Sarki wanda ya yi watsi da layu na asali don rungumar ruwan da ke ba da rai. Sarkin bai tsaya a nan ba, ya kuma miƙa saƙon ceto ga abokinsa, Sarkin Aramako, wanda aka yi masa baftisma da sunan Hezekiah Adeoye.

Daga Efon-Alaaye, Annabi Babalola ya sami damar yaɗa bisharar Yesu Almasihu zuwa dukkan sassan Ekiti, Akoko, da Owo yadda ya kamata.

DAUREN MANZO BABALOLA

A lokacin arfa na 1932, Annabi Babalola ya je garinsu, Odo-Owa don yin addu'a. A can ne aka bayar da sammacin kama shi. Mata biyu a Otuo (wanda a yanzu haka yake a Jihar Edo) sun yi masa zargin ƙarya cewa Babalola ya tilasta musu shan wani ganye mai guba da ake amfani da shi wajen gano sihiri wanda gwamnati ta riga ta haramta. Duk da musantawa da gaske na shiga irin wannan aikin kuma bai taɓa haɗuwa da kowace mace ba, an tura Babalola gidan yari na tsawon watanni shida a gidan yarin Benin. Yana da mahimmanci a jaddada cewa Ubangiji ya riga ya sanar da Babalola da ya shirya zuwa wani wuri mara daɗi don ceton mutum mai mutunci. Kuma lokacin da Babalola ya isa gidan yarin, Allah ya bayyana mutumin, wani mutumin Girka mai suna Mr. Cyprian E. Ufon. Lafiyarsa ta ragu amma lokacin da Babalola ya yi masa addu'a, ya sami waraka nan take.

Gidan yarin bai iya ɓoye ayyukan wa'azin Babalola ba saboda wurin ya zama wani cibiyar farfaɗowa da warkarwa. Masu gadin gidan yari sun amfana sosai daga kasancewarsa yayin da suka kawo danginsu ma don yin addu'a. Lokacin da Fasto George Perfect da Idris Vanghan suka zo Najeriya daga Turai, kan ayyukan wa'azin, Fasto JA Babatope ne ya jagorance su don ganin Annabi Babalola a cikin gidan yarin.

Babalola ya riga ya amince ya bi Mista Ufon zuwa garinsu na asali, Girka a Calabar bayan ya bar gidan yarin. Duk da haka, Babalola dole ne ya tafi Efon-Alaaye lokacin da ya bar gidan yarin. Daga Efon ne shi da Mista Ufon suka je Calabar don shirin farfaɗowa. Babu shakka, Allah ya yi amfani da ɗaurin kurkukunsa don buɗe ayyukansa na wa'azi zuwa gabashin Najeriya. Ya cancanci a ambata a nan cewa Babalola ya sami tarba mai ban tsoro daga gidan yarin daga mutanen Efon-Alaaye kuma Allah mai rai ya buɗe sammai don ruwan sama wanda ya daɗe yana mamaye kafin lokacin.

Lokacin da Annabi Babalola ya dawo daga tafiyarsa ta wa'azi zuwa Calabar, ya zauna na ɗan lokaci. A shekarar 1935, ya auri Dorcas kuma aka albarkaci auren da 'ya'ya mata uku, wato Apeke, Wura da Abiye.

A shekarar 1936, Babalola ya tafi Ghana (wanda a da ake kira Gold Coast) tare da rakiyar mai wa'azin bishara Timothy Bababusuyi. Waɗanda suka shaida gagarumin farfaɗowar Ilesha sun sami damar gane shi kuma suka shiga cikin gaggawa wajen tattara mutane don yin kamfen mai nasara kafin su dawo Najeriya.

HALAYEN JAGORANCI

i. Tawali'u: Manzo Ayo Babalola ya kasance mai tawali'u mai hidima ga Allah. Bai taɓa barin girman kai ya mallake shi ba. Ko a matakin farko na kiransa, bai yi wani yunƙuri na kafa ƙungiyar addini ta kansa ba. Ya girmama kowa, musamman tsofaffi. Bai taɓa yin ba'a ga duk wanda ya zo masa ba.
ii. Baƙunci: A matsayinsa na shugaba, Annabi Babalola ya yi aiki kuma ya koyar da mabiyansa game da buƙatar nuna tausayi da kyautatawa ga mutane. Duk abin da yake da shi, yana raba wa mutanen da suka yi mu'amala da shi. Ya kasance mai karimci ga talakawa, zawarawa da mabukata a cikin al'umma. Ya ɗauki nauyin bukukuwan aure na maza da yawa a ƙarƙashin hidimarsa. Kamar yadda yake karɓar kyaututtuka daga kowane fanni na rayuwa, haka nan ma ya raba shi da karimci. Ba shi da ajiyar kuɗi na sirri, tufafinsa ba su da aljihu. Lokacin da wannan babban bawan Allah ya mutu, kuɗin da aka samu a cikin jakar hannunsa kawai (fam ashirin da uku (kimanin Naira Six) shine kawai kuɗin da yake da shi. Bai mallaki wani kadara na fili ba. Duk abin da yake da shi ya yi amfani da shi ne ya albarkaci.

mutanen da ke kewaye da shi. Gidan da ya mallaka kaɗai mutanen Efon-Alaaye ne suka gina masa.
iii. Addu'a: Manzo Babalola ya nuna cewa addu'a ita ce babbar mabuɗin da ke iya buɗe taskokin Allah. Zai yi addu'a da addu'a na tsawon sa'o'i ba tare da nuna wata alama ta gajiya ba. Ko da a jajibirin tafiya mai tarihi zuwa Ilesha don babban farfaɗowa, Fasto na 1.
B. Akinyele (Shugaban farko na CAC kuma tsohon Olubadan na Ibadan) wanda ya karbi bakuncin Babalola a wannan daren ya ba da labarin yadda Manzo ya yi addu'a

mai ƙarfi da muryarsa tana ƙara fiye da dubban tsawa. Ya umurci mabiyansa da abokansa da su yi addu'a ba tare da tsayawa ba. Annabi Babalola zai koma kan wasu duwatsu don yin addu'a. Shahararru daga cikin tsaunukan addu'o'in da yake yawan amfani da su sun haɗa da Ido Ajinare, Erio, Efon Alaaye a Jihar Ekiti ta yanzu.
A cikin ɗaya daga cikin zaman addu'o'in Manzon Allah a tsaunin Ido-Ajinare, Ido-Ile (Jihar Ekiti) wani babban maciji ya rarrafe zuwa gare shi da nufin cutar da mutumin Allah amma zafin da ke jikin annabin ya zama guba ga macijin mai haɗari wanda daga baya ya bar shi ya mutu ya bushe nan take.
iv. Azumi: Azumi makami ne mai ƙarfi a hidimar Manzo Ayo Babalola. Ko a lokacin

Tun daga farkon hidimarsa, yana azumi ne lokacin da ya isa garinsu, Odo-Owa.
A lokuta da yawa ya fara azumin kwanaki arba'in, banda azumin kwana 40 na azumin Latnin, kusan ya kafa shi. An zaɓi Laraba da Juma'a a matsayin ranakun azumi don sabunta iko ta hanyar babban mai farfaɗowa.
v. Nazarin Littafi Mai Tsarki: Babban kadarar Ayo Babalola ta kasance cikin maganar Allah. Bai taɓa barin jadawalin aikinsa ya ɗauke hankalinsa daga nazarin Littafi Mai Tsarki mai tsauri ba. Ya iya karanta littafin Zabura daga 1 zuwa 150 daga kai.
vi. Haɗin gwiwa da Ruhu Mai Tsarki: Manzo Ayo Babalola ya ɗauki Ruhu Mai Tsarki a matsayin babban abokin aikinsa. Bai taɓa yanke shawara a cikin hidimar ba tare da fara neman jagora na ruhaniya ba.

FASSARARSA ZUWA GIRMA KEWAYE

Fassarar Manzo Babalola zuwa ga babban yankin ya zama abin mamaki ga mutane da yawa. Bai yi rashin lafiya ba, yana da ƙoshin lafiya kuma yana cikin hidimarsa ta jama'a. A baya, akwai wasu lokutan da Ubangiji ya bayyana shirinsa na ɗauke shi saboda rashin ɗabi'un wasu mutane da ke kewaye da shi. Duk da haka, bayan jerin addu'o'in neman gafara, Allah zai sake ceton ransa. Amma a wannan karon, ba a ba da irin wannan fahimta ba, don haka ya zo kamar wani abu mai ban tsoro.

A tsakiyar watan Yuli, 1959, Manzo Babalola ya bar Odo-Owa zuwa Sapele da Warri da nufin sasanta wasu takaddama a cikin cocin yankin, sannan ya gudanar da kamfen na bishara a jihar Delta ta yanzu. Bayan haka, ya tafi Ibadan a ranar 24 ga Yuli, 1959 don taron Kwamitin Zartarwa na Tsakiya na Cocin a Olugbode, Ibadan.

Manzo Babalola ya yi addu'a kamar yadda aka saba ga dukkan sassan al'umma. Kafin ya bar Ibadan zuwa Ede, ƙanwarsa marigayiya Mrs. Orangun ta tambaye shi lokacin da zai sake ziyartar Ibadan, sai Annabi ya amsa mata kamar yana wasa da cewa ba zai sake zuwa Ibadan ba.

Daga Ibadan, Manzo Babalola ya tsaya a Sekona sannan daga baya ya wuce zuwa Ede a ranar 25 ga Yuli, 1959. Ya kwana a daren Asabar a matsayin bako ga marigayi Annabi Akande (Baba Abiye).
A ranar 26 ga Yuli 1959 Annabi Babalola ya halarci taron ranar Lahadi a CAC Oke Talafia,

Ede inda ya yi addu'a ta farko tare da mai hannun damansa Fasto Medayese yana wa'azin wa'azi. Bayan Sallar Lahadi, Annabi Babalola ya yi wa wakilai daga gundumomin coci daban-daban da suka taru a Ede dòn yin shawarwari kan cibiyar haihuwa ta cocin. Daga nan ya koma ɗakin masaukinsa. Mai masaukinsa, Fasto Akande ya ji sanyi, sakamakon haka ya yi wa Annabi Babalola shayi kuma ya ba shi kyallen rufewa da yawa. A halin yanzu, Fasto Babajide, Fasto Odutola da Fasto Medayese sun shiga ɗakin don yi masa addu'a. Ko da a lokacin addu'ar, Manzo da kansa ya yi addu'a mai ƙarfi kuma ya yi addu'a mai daɗi kuma fastoci uku suka bar shi a ɗakin.

Ba da daɗewa ba bayan addu'o'in da misalin ƙarfe 5:00 na yamma a ranar da ta yi zafi ta 26 ga Yuli, 1959, Manzo Babalola ya yi kuka da babbar murya: cikin sunan Uba, Ɗa da Ruhu Mai Tsarki, kuma ya rasu ga babban mai wucewa. Almajirai biyu da ke tare da shi a ɗakin, Michael Osabi da Samuel Oluwatusin, sun tuna yadda ɗakin ya girgiza har zuwa harsashinsa a lokacin mutuwarsa. Bisa ga koyarwarsa mai ban mamaki, an kai Annabi Babalola zuwa Efon-Alaaye a wannan rana. Labarin mutuwarsa ba zato ba tsammani ya bazu kamar wutar daji a duk lungu da lungu na ƙasar. Masu tausayawa sun yi tururuwa zuwa Efon-Alaaye da yawa.

An binne Manzo Babalola kusa da kabarin mahaifinsa a Makarantar Firamare ta St. Stephen, Efon Alaaye a ranar 27 ga Yuli, 1959. Ko da ya mutu, ayyukansa suna ci gaba da magana kuma rayuwarsa ta ci gaba da zama tushen wahayi ga mutane da yawa waɗanda suka yi imani da ikon Pentecostal tun daga da.

Robert W. Schambach

Ya yi wa'azin saƙon bangaskiya mai ƙarfi, tare da alamu da abubuwan al'ajabi da yawa.

Robert W. Schambach ɗan ƙasar Amurka ne mai wa'azin talabijin, fasto, mai warkar da addini kuma marubuci. Ana iya ganin shirin talabijin ɗinsa, *Power Today* , a gidan talabijin na DayStar Christian TV da kuma ta intanet a cikin shirye-shiryen podcasts masu yawo.

Haihuwa da Rayuwar Farko

An haifi Robert W. Schambach a ranar 3 ga Afrilu, 1926, a Harrisburg, Pennsylvania, ga Harry Ellsworth da Ann Moyer Schambach.

A matsayinsa na matashi mai fita, an sake haife shi a kusurwar titi lokacin da wani mai wa'azi (CM Ward) ya yi kiran bagadi bayan ya yi wa'azin bisharar Yesu Kiristi ga taron jama'a da suka taru. Robert ya ji kiran nan take na yin wa'azi, amma ya yanke shawarar fara wasu mafarkai. Daga ƙarshe ya shiga Rundunar Sojan Ruwa ta Amurka, kuma ya yi aiki a matsayin mai kera tukunyar ruwa a kan wani jirgin ruwa mai lalata a Kudancin Pacific da Asiya a lokacin Yaƙin Kalmomi na Biyu. Bayan ganin Allah ya kiyaye rayuwarsa a lokacin haɗuwa da haɗari da yawa da kuma ganin dawowar sojojin Amurka, RW ya miƙa wuya ga Allah gaba ɗaya kuma ya ƙuduri aniyar yin wa'azin bishara duk inda Allah ya aiko shi, domin ganin an 'yantar da wasu daga kurkuku da ɗaurin zunubi kuma ya sami farin ciki na 'yanci ta wurin Almasihu.

Ma'aikatar

Bayan ya dawo daga yaƙin, Schambach ya shiga makarantar Littafi Mai Tsarki, inda ya haɗu da matarsa, Winnie, ya kuma auri ta. CM Ward ne ya naɗa shi mukami, kuma ya fara hidimar fasto a coci. Ya sami horo na musamman a Cibiyar Littafi Mai Tsarki ta Central da ke Springfield, Missouri, a tsakiyar shekarun 1940.

Yaƙin neman zaɓe na TL Osborn ya yi tasiri ga Robert, daga baya kuma AA Allen. An yi mu'ujizai masu ban mamaki da yawa ta hanyar hidimar waɗannan mutanen kuma RW ya san cewa Allah ya kira shi ya zama wani ɓangare na wannan. Yayin da ɗaya daga cikin yaƙin neman zaɓe na AA Allen ya ƙare, sai ya tambaya

RW ya zama wani ɓangare na tawagarsa. Wannan ya fara shekaru da yawa na tafiye-tafiye a faɗin Amurka yana taimakawa yaƙin neman zaɓe, wa'azin wasu ayyuka, da kuma yin aikin ci gaba. A ƙarshe, ya ji Allah yana kiransa don fara hidimarsa. Ya kafa 'coci' guda 4 a manyan birane kuma ya fara shirin rediyo mai farin jini, The Voice of Power. Kalmominsa na alamar kasuwanci, "Ba ku da wata matsala. Abin da kawai kuke buƙata shine imani da Allah" ya motsa bangaskiya ga jama'a da yawa.

An karɓi hidimar Ɗan'uwa Schambach ga waɗanda suka ji rauni a ƙasashe da yawa na duniya: a duk faɗin Turai, Rasha, Indiya, Asiya, Philippines, Afirka, Yammacin Indiya, Amurka ta Tsakiya, da Kudancin Amurka. Ya ci gaba da haɗin gwiwa da kuɗi tare da kafa majami'u da makarantun Littafi Mai Tsarki a Rasha da China; tare da gidan marayu a Indonesia da Haiti; tare da babban birni na kai ziyara a Mexico City; da kuma tare da kai ziyara a birane a birnin New York.
Ya yi wa'azin kalmar bangaskiya mara sassauci, sai kuma alamu da abubuwan al'ajabi.

Rayuwar Iyali Da Mutuwa

An auri Schambach da Mary Winifred Donald (an haife ta a ranar 3 ga Satumba, 1926, a Philadelphia, Pennsylvania). Ya haɗu da ita yayin da take ɗaliba a Cibiyar Nazarin Littafi Mai Tsarki ta Gabashin Duniya da ke Valley Forge, Pennsylvania, a shekara mai zuwa, lokacin da a ranar 4 ga Satumba, 1948, (kwana ɗaya kacal bayan haihuwar Mary), ma'auratan sun yi aure, kuma sun haifi 'ya'ya maza biyu da 'ya mace ɗaya: Bobby, Bruce da Donna.
Donna Schambach fasto ce kuma mai warkar da addini a yankin Tyler.
Schambach tana da jikoki shida: Rachel, Bobby III, Mark, Amanda da Christi.

Ya yi aure da matar tsawon shekaru 61 kafin ta mutu sakamakon rashin lafiya a Tyler, Texas, a ranar 20 ga Afrilu, 2010, yana da shekaru 83.
Shekaru biyu bayan haka (Janairu 17, 2012), Schambach ya mutu sakamakon bugun zuciya yana da shekaru 86.
An binne shi kusa da matarsa a cocin Katolika da ke makabartar Pines a Tyler, Texas.
https://believersportal.com/biography-evangelist-rw-schambach/

Charles S. Price

Yana ɗaya daga cikin fitattun masu wa'azin bishara na warkarwa a rabin farko na ƙarni na ashirin. An haife shi a Sheffield, Ingila, ya yi ƙaura zuwa Kanada sannan ya tafi Spokane, Washington. An sake haife shi a cikin Mishan na Methodist a Spokane, ya shiga cikakken hidima a Cocin Methodist

An haife shi: 1887, Ingila, Birtaniya
Mutuwa: 8 Maris 1947

"Cikakken Bishara"

An haifi Charles Sydney Price ga Mary Hannah Bee da Charles Henry Price a Ingila a shekarar 1887. Mahaifiyarsa ta rasu yana ɗan shekara huɗu kuma mahaifinsa ya sake auri wata mata da Charles yake ƙauna kuma yake girmamawa. Price ya yi karatun firamare a gida har zuwa makarantar sakandare ga malaman Methodist daga kimanin 1899-1904. Duk da cewa an san shi da Kwalejin Wesley, ya riƙe ɗalibai ne kawai har sai sun kai shekara 18 a shirye-shiryen halartar Jami'ar London. Yana fama da abin da zai yi bayan ya bar Wesley, Price ya shiga Rundunar Sojojin Ruwa ta Royal a shekarar 1906 a matsayin mataimakin mai kula da rumbun ajiya, amma an sallame shi cikin watanni biyu saboda rauni a gwiwa. Daga baya ya ce ya je Makarantar Lauyoyi ta Oxford na ɗan lokaci, amma Oxford ba ta da tarihin halartarsa. A shekarar 1907, Price ya yi ƙaura zuwa Kanada don neman aiki kuma ya ƙare a cikin ma'aikatan jirgin ƙasa. Daga nan ya koma Spokane, Washington yana fatan samun aiki a can. Ya je hidimar coci a Free Methodist Mission kuma ya musulunta. Ya yanke shawarar ci gaba da aikin a matsayin ma'aikaci kuma an naɗa shi ministan Methodist a wannan shekarar. Ya kuma haɗu ya auri Bessie Rae Osborn. Ma'auratan za su ci gaba da samun 'ya'ya huɗu na kansu da kuma 'ya mace ɗaya daga Ingila.

Price ya zo ƙarƙashin tasirin tauhidin "zamani" ko na sassaucin ra'ayi. Koyarwar ta haɗa da rashin yarda da Littafi Mai Tsarki a matsayin Kalmar Allah, da kuma ƙin bin abin al'ajabi. Ya bar cocin Methodist ya zama fasto na Congregational. Daga baya zai bayyana wannan lokacin rayuwarsa a matsayin wanda "makaho ne a ruhaniya, yana jagorantar mutanensa cikin rami". Ya yi wannan fasto na tsawon shekaru goma sha biyu. Price ya koma California inda ya kasance fasto na Cocin Congregational na Farko na Lodi. A cikin 1921 akwai farfaɗowa wanda Aimee Semple McPherson ke jagoranta a San Jose, California. Ɗaya daga cikin membobin cocinsa ya gaya masa yadda ya tafi farfaɗowa kuma ya sami gogewa ta cika da Ruhu Mai Tsarki. Ba da daɗewa ba wannan ya fara yaɗuwa ta sauran membobin cocinsa. Ya je tarurruka don tattara shaida don koyarwa a kan wannan koyaswar. Maimakon haka ya sami babban tabbaci game da rashin komai nasa. A dare na uku ya zauna a kan dandamali tare da wasu fastoci. Lokacin da aka zo kiran a ceci masu zunubi , Price ya amsa a bainar jama'a. Ya cika da farin ciki. Ya halarci wasu "taro masu jinkiri" a cocin Baptist kuma ya sami "cikawar Ruhu" bayan 'yan dare, kuma ya fara magana "da wasu harsuna".

Nan da nan Price ya koma cocinsa ya ba da shaidarsa. Membobi 1000 suka fara gudanar da tarurrukan masu neman taimako suna kuka ga Allah don kasancewarsa. An fara farfaɗowa. Ɗaya daga cikin sakamakon shine cewa membobi 1000 na cocin sun fara wa'azin bishara. Price ya fara ganin mutane suna warkewa a tarurrukansa. Shugabannin ƙungiyoyin addini sun soki abin da ke faruwa a cocinsa. Price ya bar Congregationalists don fara Lodi Bethel Temple. A shekara ta 1922 ya fara gudanar da tarurrukan bishara masu yawo a Oregon da British Columbia. Akwai wasu warkarwa masu ban mamaki a Victoria, British Columbia. A shekara ta 1923 Price ya yi wa mutane sama da 250,000 wa'azi cikin makonni uku kuma da yawa sun warke. A shekara ta 1923 ya yi taron warkarwa inda Lorne Fox da dukkan iyalinsa suka warke. Lorne da 'yar'uwarsa suka fara hidimar bishara da warkarwa ba da dađewa ba.

Price ya gudanar da tarurruka a Calgary, Edmonton, Winnipeg, Toronto, Minneapolis, Duluth, St Louis da Belleville, Illinois. A shekarar 1926, Price ya fara buga jaridar "Golden Grain", wadda ta ƙunshi shaidu da yawa na warkarwa da mu'ujizai. A shekarar 1928, Price ya sha wahala lokacin da lauyansa ya gudu da duk kuđinsa. Magoya bayansa sun taimaka wajen tara wasu daga cikin kuđin, amma ya yanke shawarar siyan tanti don gudanar da tarurruka, don haka ba sai ya sake biyan manyan kuđađen đakin taro ba. Ya kira shi Kanvas Katherdral. An ruwaito cewa akwai masu tuba 1000 a rana a cikin kwanaki 10 na ƙarshe na tarurrukan Belleville. Ya ci gaba da tafiya a arewa maso yamma a cikin shekaru da yawa masu zuwa. Duk inda ya je yana ganin warkarwa mai ban mamaki a tarurrukansa kuma dubbai sun zo wurin Kristi. Ya ƙidaya masu tuba 35,000 a cikin 1928 kađai. Tafiya akai-akai ta sanya masa matsala a aurensa. A shekarar 1930, shi da matarsa suka rabu. Daga ƙarshe suka sake aure a shekarun 1930.

Duk da cewa ma'aikatu da yawa sun rufe ko kuma an takaita su sosai a lokacin shekarun 1930, saboda matsin tattalin arziki, Charles S. Price ya ci gaba da jawo dubban mutane zuwa tarukansa. A ƙarshen shekarun 1930 ya yi hidima a Norway, Ingila, Masar, Falasdinu, Turkiyya, Siriya, Lebanon, Italiya, da kuma ci gaba da yin magana a ko'ina cikin Amurka. Ya fara kiran kansa da Dr. Price, wanda da alama ya zama laƙabi na girmamawa maimakon na ilimi. A shekarar 1939, Price ya kiyasta cewa ya yi tafiya sama da mil miliyan a kan kamfen na bishara tun lokacin da ya fara a 1922. Jadawalin aikinsa yana da wahala. A tarurruka inda shi ne babban mai jawabi, yakan yi magana sau biyu ko uku a rana kuma sau da yawa yakan yi addu'a don warkarwa har zuwa dare. A lokacin shekarun yaƙi, yana da wahala a jawo mutane da yawa kuma Price yakan yi magana a majami'u da tarukan sansani. A shekarar 1940 tsakanin tsakiyar watan Maris da tsakiyar watan Agusta ya yi wa'azi sau 218 baya ga gudanar da ayyukan warkarwa guda 35, ya yi addu'a ga marasa lafiya a makare, ya yi jawabai da dama ga al'umma ga ƙungiyoyi kamar Rotary Club, ya yi jawabai a rediyo, duk wannan yana tafiya mil 2700 ta jirgin ƙasa da mil 8500 ta mota. A rana ɗaya kaɗai ya yi jawabi sau 5 a Springfield, Missouri.

Price ba shi da alaƙa da wata ƙungiya ta musamman kuma majami'u da yawa a cikin wani yanki suna tallafawa tarurrukansa sau da yawa. Yana da dangantaka ta musamman da shugabannin ƙungiyoyin addini na Assembly of God kuma yana yin magana akai-akai a tarurrukan sansaninsu kuma sau da yawa ana gayyatarsa ya yi magana a majami'unsu. Ya kasance marubuci mai hazaka. Ya rubuta littattafai da dama waɗanda suka haɗa da: *And Signs Followed the Life Story of Charles S. Price* , *The Potter and the Clay, Spiritual and Physical Health, Made Alive, Two Worlds, The Real Faith, You Can Know God Here and Now, Divine Intervention* , da *Miracles* ban da samar da mujallar Golden Grain daga 1926 zuwa 1947. Ya yi amfani da rediyo sosai kuma sau da yawa yana wa'azi daga Los Angeles, California lokacin da ba ya kan hanya. Ya kuma koyar a Kwalejin Littafi Mai Tsarki ta Kudancin California kuma sau da yawa ana roƙonsa ya cike gurbin fastoci a yankin Los Angeles. A shekarar 1945 ya ji cewa Ubangiji yana kiransa ya yi lokaci a gida. Shekaru biyu masu zuwa sun mayar da hankali kan rubutu, wa'azi a gida, da kuma hutawa da addu'a. Ya mutu a ranar 8 ga Maris, 1947.

Stephen Jeffreys

An haifi Stephen Jeffreys a ranar 2 ga Satumba, 1876, na uku cikin 'ya'yan Thomas da Kezia Jeffreys takwas. Thomas ma'aikacin hakar ma'adinai ne amma yana da asma kuma yana fama da matsalolin numfashi. Don taimakawa wajen tallafawa iyali, Stephen ya zama ma'aikacin hakar ma'adinai yana da shekaru 12. Zai yi shekaru 24 masu zuwa yana aiki a ma'adinai. Lafiyar mahaifinsa ba za ta iya tallafawa aikin ba, kuma ya mutu lokacin da yake da shekaru 47 kacal. 'Yan'uwan Stephen hudu da 'yar'uwarsa ma sun mutu. Ɗan'uwansa George yana rashin lafiya. Rayuwa ce mai wahala. Lokacin da Stephen yake da shekaru 22 ya auri Elizabeth Lewis, 'yar wani manomi a yankin. Daga karshe sun haifi 'ya'ya hudu, 'ya'ya mata uku da namiji daya. Karamar 'yar ta mutu lokacin da take da watanni shida kacal.

'Yan uwa sun kasance masu zuwa coci akai-akai. Sun kasance na cocin 'yan Welsh mai zaman kanta. 1904 muhimmiyar shekara ce ga Wales. Evan Roberts ya ce 'Ina da hangen nesa na an daga dukkan Wales zuwa sama. Za mu ga mafi girman farfadowa da Wales ta taɓa sani, kuma Ruhu Mai Tsarki yana zuwa nan ba da jimawa ba, don haka dole ne mu shirya." kuma wannan shine ainihin abin da ya faru. Stephen, da ɗan'uwansa George, sun tuba a lokacin Farfaɗowa a Shiloh Independent Chapel a Nantyfyllon, Wales a ranar 20 ga Nuwamba, 1904. A cikin watanni goma sha uku masu zuwa, duk ƙauyen ya girgiza da kasancewar Allah. Stephen ba shi da wani horo na tauhidi na yau da kullun kuma ba shi da shirin zama minista amma duk da haka Allah ya kira shi daga ma'adinai zuwa mumbari.

Stephen ya fara wa'azi a kan tituna. A garin Maesteg ya yi wa'azi na tsawon lokaci har duhu ya yi, kuma dole ne su kawo masa fitila don ya ci gaba. Allah ya kira shi ya zama mai wa'azi. Evan Roberts shi ne jagoran wannan yunkuri da ke ci a Wales. Daga baya a rayuwarsa lokacin da aka tambaye shi wanene ya fi muhimmanci a cikin farkawa, sai ya ce "Bayan duk waɗanda na sani - Stephen Jeffreys." Jeffreys ya ci gaba da aiki a ma'adinai amma yana wa'azi duk lokacin da ya sami dama. Wa'azinsa mai sauƙi ne kuma yana kiran mutane zuwa ga Kristi.

Farfaɗowar Welsh ta fara raguwa. Ɗaya daga cikin ministocin da suka shiga cikin farfaɗowar shine Alexander. A. Boddy. Yana jin yunwar ƙarin kasancewar Allah, Boddy ya ji labarin kwararar Pentecostal a Oslo, Norway a ƙarƙashin Thomas Barrat. Da farko ya je Oslo sannan ya sa Barratt ya zo cocinsa da ke Sunderland, Ingila a 1907. Ta zama cibiyar farfaɗowar Pentecostal. A watan Disamba na 1907, wani fasto ɗan ƙasar Welsh mai suna Thomas Madog Jeffreys ya cika da Ruhu yayin da yake ganawa da wani fasto wanda ya sami baftismar Ruhu Mai Tsarki a Sunderland. Stephen da ɗan'uwansa George sun fara shakkar wannan sabon motsi. Duk da haka, ɗan Stephen Edward, ya sami gogewar Pentecostal yayin da yake hutu kuma ya dawo ya gaya wa iyalinsa game da hakan. A shekarar 1908 an shirya tarurruka a Maestag kuma Stephen da George suka je don su gano da kansu. An yi musu baftisma da Ruhu Mai Tsarki kuma suka fara magana da harsuna. Stephen ya ga ƙaruwar inganci nan take a cikin aikinsa na bishara.

An ji ɗan'uwan Stephen George yana zuwa hidima. Ya shiga ƙungiyar mishan ta Pentecostal a shekarar 1912. George ya nemi Stephen ya yi wa'azi a wani ƙaramin gari mai suna Cwmtwrch a watan Oktoba na 1912. Ya tafi da kyau sosai har suka nemi ya dawo a watan Disamba na ƙarin kwanaki uku. Taron Disamba ya koma ƙaramin farfadowa kuma Stephen ya zauna a can na tsawon makonni bakwai. Warkarwa masu ban mamaki sun nuna tarurrukan. Ɗan'uwansa George ya zo ya haɗu da shi ya taimaka masa da tarurrukan. Daga nan ya tafi Pen-Y-Bont inda wata mata da za a yanke mata ƙafa ta warke nan take. George ya koma karatunsa amma Stephen ya tafi Llanelly inda ya yi wa'azi ya fara cocinsa. Ya zauna a can na tsawon shekaru bakwai.

A Llanelly ne wani abin mamaki ya faru. Wata dare yana wa'azi, sai wahayi ya bayyana a bangon cocin. Da farko, ragon ne sannan fuskar Yesu a matsayin mutumin baƙin ciki, da hawaye a fuskarsa. Ɗaruruwan mutane sun ga wahayin wanda ya ɗauki tsawon sa'o'i yayin da mutane ke zuwa suna shiga wurin ibada. Lokacin da Stephen ya yi addu'a game da wahayin, sai ya ji kamar ya bayyana a matsayin alamar babban wahala da za ta faru. Bayan 'yan makonni, Yaƙin Duniya na Ɗaya ya fara. Stephen ya shahara sosai har aka nemi ya yi magana a majami'u da yawa. Ya ci gaba da hidimar fasto har zuwa 1920, amma sau da yawa yana tafiya a wannan lokacin.

A shekarar 1920, Stephen ya haɗu da ɗan'uwansa George wajen aiki a ƙungiyar Elim Pentecostal ta George. Ya yi tarurruka a Dowlais kuma ya kafa coci ya zama fasto. A shekarar 1924, Stephen da George suka tafi Amurka da

Kanada. Sun je Los Angeles inda suka ga Aimee Semple McPherson a Haikalin Angelus. Ta yi tasiri sosai ga 'yan'uwan. Bayan sun dawo suka tafi Landan suka fara gudanar da tarurruka. Sun gayyaci Aimee Semple McPherson sannan suka gudanar da tarurrukan su kaɗai. Wannan ya ɗauki kimanin shekaru biyu.

An samu rashin jituwa tsakanin George da Stephen. Halayensu sun bambanta sosai. Stephen wataƙila ya fi baiwa daga cikin su biyun, amma George yana da baiwar gudanarwa mai ƙarfi. Sau da yawa Stephen yakan yarda a yi taro a wurare fiye da ɗaya a wani lokaci. Zai bar tarurruka su ci gaba ba tare da karɓar sadaka ko barin wasu su yi nasu rawar ba. Stephen zai faɗi abin da ya zo masa a rai, komai sakamakon. Ya kuma yi imani cewa George yana kishinsa. A shekara ta 1926 Stephen ya bar ƙungiyar Elim ya shiga Majalisar Allah ta Birtaniya da Ireland. Abubuwa sun ci gaba da tabarbarewa tsakanin 'yan'uwan na tsawon shekaru da dama masu zuwa.
Duk inda Istifanus ya je, ana samun warkarwa mai ban mamaki da mu'ujizai masu ban mamaki.

Ya je Amurka, New Zealand, Ostiraliya, da Afirka ta Kudu. Dubban mutane sun halarci tarukansa. A shekarar 1933 ya yi tafiya zuwa Sweden da Norway don yin wa'azi. Ya dage da kansa dare da rana, yana yin watsi da gargadin likitoci game da lafiyarsa. Abubuwa sun canza sosai a tsakiyar shekarun 1930. Manyan yaƙin neman zaɓe sun fara raguwa kuma ba su yi nasara ba wajen isa ga waɗanda suka ɓace. Jadawalin Stephen mai tsanani ya yi masa tsauri kuma lafiyarsa ta fara tabarbarewa. Ya nakasa saboda ciwon amosanin gabbai. A shekarar 1940 George ya bar majami'un Elim, ya fara fara ƙungiyar Littafi Mai Tsarki.

Ya sami nasarar yi wa Stephen da ɗansa Edward shawara su shiga sabuwar ƙungiyar cocinsa. Saboda damuwar lafiya, Stephen bai iya tallafawa aikin ba. Ya rayu shekaru takwas na ƙarshe na rayuwarsa cikin ritaya cikin natsuwa tare da 'yarsa May a Porthcawl, Wales. Likitoci daga Kwalejin Bible ta Wales, wacce Rees Howells ke jagoranta, sun taimaka masa. Ya mutu a ranar 17 ga Nuwamba, 1943.

Manyan Amfani - 1

- Shaidu

Ta hanyar hidima daban-daban na Allah tsawon shekaru domin gina bangaskiyarku cewa Allah har yanzu yana aiki a yau da kuma har abada.

Charles S. Price – An Kirkiri Sabbin Gaɓoɓin Mata

Dr. Charles Sydney Price yana ɗaya daga cikin manyan ministocin ƙarni na ashirin. Ya zama fasto a shekara ta 1909 yana da shekaru 22 kuma ya shafe shekaru 12 yana kiwon dabbobi a ƙarƙashin tasirin tauhidin masu sassaucin ra'ayi.

Akwai wani fasto da ya halarta wanda ya ba mu labari mai ban mamaki. Shi malamin cocin Anglican ne da farko yana zaune kusa da Saskatoon. Shekaru da suka wuce lokacin da muka sami damar yin magana a filin wasa a wannan garin, ya halarci tarurruka. Matarsa ta yi tiyata inda aka cire gaɓoɓin jikinta. Ba za ta iya haihuwa ba. Kuma ga jariri sun yi marmarin yin mafarki. An kawo ta don addu'a. Masu suka suna cewa babu warkarwa ta halitta. Duk da haka Allah ya amsa addu'a kuma an haifi jariri a cikin wannan gidan. Mu'ujizar ta faru. Dole ne gaɓoɓin su girma. Babu wani bayani. Wannan shine shaidar da aka ba mu daga leɓunan wannan fasto wanda yanzu ya yi imani da kuma yin warkarwa ta Allah da dukan zuciyarsa.

Sabbin Idanu da aka Kirkira

Ɗaya daga cikin ɗaruruwan waɗanda suka tuba a wannan ziyara mai ban mamaki shine wani saurayi mai suna Tom Wilson. Mahaifiyarsa ta halarci ɗaya daga cikin tarurrukan maraice a farkon kamfen ɗin kuma ta makara da dawowa gida. Tom da mahaifinsa suna cikin damuwa, suna tsoron wani abu ya faru da ita, don haka lokacin da ta dawo daga ƙarshe suna son sanin inda ta je. Lokacin da ta bayyana cewa ta halarci wani taron addini a Zauren Gari, mijinta ya yi rashin yarda kuma yana son sanin irin taron addini da aka yi na tsawon awanni. Cike da farin ciki, ta fara gaya musu: "Kun san makauniyar yarinyar Celia Brown; tana iya gani."

"Kada ki yi wauta, mama," in ji Tom, "wannan ba zai yiwu ba; duk mun san Celia ba ta da idanu, to ta yaya za ta iya gani? Idanunta kawai babu komai a ciki."

"Ina gaya maka," in ji mahaifiyarsa, "lokacin da wannan mutumin Wales, Stephen Jeffreys, ya yi mata addu'a a daren yau, sai ta sami idanu masu shuɗi kuma tana iya gani."

Celia tana da shekaru goma sha uku kuma sanannu ne a yankin. Har yanzu ba su yarda da abin da Mrs Wilson ke faɗa ba amma ba da daɗewa ba suka gano gaskiya ne. Wannan, tare da sauran mu'ujizai na warkarwa, ya zama abin da ake ta magana a kai a garin.

Babban Limamin Wall, Rev JW Adams, ya zama abokin Stephen sosai kuma ya taimaka a kamfen ɗin da aka yi a Walworth, Kensington, Bedford, Southend-on-Sea, Chelmsford, Bishop Auckland, Sunderland, Maidstone, Tunbridge Wells, Wakefield da sauransu. Bai halarci taron ba lokacin da Celia ta warke amma ya iso kaɗan daga baya a kamfen ɗin kuma ya sami labarin Stephen:

A ranar 11 ga Maris ta zo yin addu'a. Daga nan ba ta bayyana tana da idanu ko da a cikin yanayin tayi ba kuma ba ta taɓa sanin bambanci tsakanin haske da duhu ba, dare da rana. Nan da nan bayan ɗora mata hannu, sabuwar duniya ta fara buɗe mata: da sabbin idanunta ƙanana ta fahimci bambanci tsakanin haske da inuwa. Washegari ta gani sosai, kuma iko ya fara a cikinta na ƙirgawa da ɗaukar kuɗi daga farin mayafin teburi.

Mista Adams da kansa ya shaida: "Na gan ta kuma na yi magana da ita tun a lokuta da dama kuma a kowane lokaci idanunta sun ɗan girma kaɗan a girma da iyawa. Tana iya ƙirga yatsun da aka riƙe a gabanta kuma ta ƙiyasta nisan da ke tsakaninsu. A cikin wannan, tana koyon gani tun tana jaririya. Idanunta shuɗi ne kuma kamar na mahaifinta."

An ɗauko daga "Majagaba Bakwai na Pentecostal" na C. Whittaker. Gospel Publishing House, 1985

An Tashi Rabaran Lee Stoneking Daga Matattu

Rev Stoneking ya fara ba da shaida a Majalisar Dinkin Duniya da cewa "kuna kallon wani abin al'ajabi." A watan Nuwamba na 2003 ya mutu sakamakon bugun zuciya mai tsanani a filin jirgin sama na Sydney Australia. Ya mutu a asibiti na mintuna 45. Sun yi masa CPR kuma sun yi masa maganin bugun lantarki guda 10. 3 ko 4 galibi suna ba da magani a Amurka da Ostiraliya. Jinin ya taru a gaɓoɓinsa. Babu wani bege a gare shi. Gawa kawai yake. Sun sanya shi a cikin motar asibiti. An riga an kammala takardar da ta bayyana cewa ya mutu a asibiti. A cikin motar asibiti Yesu ya shiga kuma zuciyarsa ta fara bugawa kuma numfashinsa ya dawo. Direban da ma'aikacin jinya sun yi mamaki. Daga baya za su ce ba su taɓa ganin wani ya murmure daga abin da ya same shi ba. Cikin makonni ya koma gida Amurka da kansa ya warke gaba ɗaya.

Bayan ya koma Amurka, sai ya je wani asibiti a Jackson, Tennessee don yin babban bincike. Sun yi gwajin jini, gami da gwajin DNA. Likitan ya bayyana cewa shi mu'ujiza ne. Ba wai kawai yana cikin ƙoshin lafiya ba, har ma an cire alamar cututtukan zuciya daga kowace ƙwayar halitta ta jikinsa! Likitan ya ce hakan ba zai yiwu ba, Allah ne kaɗai zai iya yin irin wannan abu. Ba wai kawai Allah ya tashe shi ba, har ma ya warkar da shi gaba ɗaya ta kowace hanya. Likitan ya gaya masa "ka karya dukkan dokokin kimiyyar likitanci." Rev Stoneking ya ce "Ban yi ba amma na san wanda ya yi kuma sunansa Yesu ne."

https://youtu.be/a_-s-KobZ64

Warkar da Cutar Leukemia a Taron Tommy Hicks

A wani taro da aka yi a Karlsruhe, Jamus, an aika wa Tommy Hicks wannan shaidar shekaru biyu bayan ya yi taro a can.

Na kamu da cutar sankarar jini a cikin mawuyacin hali. Jin zafi yana da tsanani. Ina gab da mutuwa, wani abu ne na 'yan mintuna kaɗan. A ranar 28 ga Disamba, 1955, aka ɗauke ni a kan gadon asibiti zuwa taron Tommy Hicks a Sporthalle a kan Beplaz (filin wasa). Ɗan'uwa Hicks ya yi addu'a a gare ni, tare da dukan ikilisiya, amma ban ji daɗi ba. Nan da nan tunanin ya bayyana a cikin zuciyata: Yanzu mai wa'azin ya yi mini addu'a. Yanzu dole ne in saki bangaskiyata kuma in yi aiki bisa ga imanina. Na jefar da hannayena biyu baya, na sauka kan dandamali, ina rawar jiki da rawar jiki, na tafi ni kaɗai ba tare da wani ya taimake ni ba. Sai yanzu ne na fahimci yadda cutar ta bar zuciyata da ciki na. Na tsaya cak, daga baya na riƙe matashin kai na, na gudu zuwa dandamali na yabi Allah don cetonsa mai ban mamaki da Alherinsa. Tun daga wannan rana na halarci tarurruka kowace dare. Yau ina cikin koshin lafiya gaba ɗaya (1 ga Agusta, 1957). Hallelujah!

Madam Erna Schaudt, Karlsruhe, Bachstrasse

Yaro Ya Warke Daga Ciwon Sanyi Ta Hanyar Charles da Frances Hunter

An haifi wani ƙaramin yaro da ke fama da cutar kwakwalwa kuma bai taɓa tafiya a rayuwarsa ba. Iyayensa sun karanta littafin Mafarauci mai suna "Health the Marar Lafiya" kuma sun ji ɗansu ya kamata a yi masa addu'a. Sun gano cewa Mafarauta za su yi magana a wani taro mai nisan mil 100. Yaron yana da abin ɗaurewa a ƙafafunsa don taimaka masa ya tsaya amma bai taɓa tafiya ba. Mafarauta sun yi wa yaron addu'a sannan suka roƙi iyayen su cire abin ɗaurewar don ya yi ƙoƙarin tafiya. Yaron ya ɗauki mataki ɗaya sannan ya yi wani mataki daga ƙarshe ya gudu zuwa bayan cocin da kakansa yake zaune. Sai ya juya ya gudu ya koma gaba. Wannan ƙaramin yaron da bai taɓa tafiya ba ya hau kan Frances Hunter ya rungume ta akai-akai. Shekaru 32 bayan haka Frances tana tunanin wannan abin da ya faru ta kira mutumin da ya warke. Har yanzu yana cikin koshin lafiya bayan duk waɗannan shekarun!
Cikakken labarin asali kamar yadda Frances Hunter ta ba da labari za a iya samu a nan: http://www.sidroth.us/2013/05/30/our-guest-frances-hunter/

Warkar da Jack Hayford

Lokacin da nake ɗan shekara ɗaya, ya kamata in mutu. Lokacin da aka haife ni, akwai wani abu da ya faru a wuyana wanda likitoci ba za su iya gyarawa ba, kuma babu makawa cewa da shigewar lokaci, yanayin zai karkace wuyana kuma zan mutu. Likitan ya san babu abin da zai iya yi don ya canza shi.

Watanni biyar, sau uku a mako mahaifiyata tana kai ni asibiti don a yi min magani don rage min radadi na ɗan lokaci. Amma likitan ya tabbata babu wani abu da za a iya yi don gyara shi, sai ya biya iyalina kuɗi shida kawai duk da cewa ya ba ni magani tsakanin 50 zuwa 60.

Iyayena ba su san Ubangiji ba. Ɗan uwan mahaifiyata ma bai san Ubangiji ba, amma ta ji labarin Cocin Foursquare da ke Long Beach, California. Ta ji cewa a wannan cocin, Yesu ya warkar da mutane, sai ta rubuta abin da ke damuna ta kai wannan bayanin zuwa cocin. A can ta sami wani ta tambaya, "Akwai ƙaramin jariri da ke mutuwa, kuma na kawo wannan bayanin. Za ku yi wa wannan jaririn addu'a?" Mutanen suka ce, "Za mu yi." Suka kawo shi cikin taron addu'ar daren Laraba na wannan cocin.

Washegari, iyayena suka fara lura cewa abubuwa sun canza. Ɗan uwan mahaifiyata ya gaya mata ta kai buƙatar addu'a zuwa coci. Cikin 'yan kwanaki masu zuwa, likitan ya ce, "Wannan jaririn yana lafiya. Babu laifi a gare shi." Kuma ba wai kawai likitan ya bayyana ni lafiya ba, ya ƙi karɓar kuɗin daga iyayena saboda 'yan kuɗin da zai caje, domin, ya ce, "Ba ni da hannu a warkar da wannan jaririn. Wannan dole ne wani abu ne da Allah ya yi."

Ana iya samun wannan labarin a shafin yanar gizon Jack Hayford a https://www.jackhayford.org/teaching/articles/my-personal-testimony-of-healing

Ciwon daji ya ɓace a kan jariri bayan an yi addu'a daga AA Allen

An buga wannan shaidar a cikin mujallar Muryar Warkarwa ta Janairu 1951.

"Na kai jaririna Asibitin Highland tun daga ranar 16 ga Agusta, 1949. Wani kumburi ko ƙari ya fara girma a wuyanta, kuma kanta ya fara girma ya fara ja da baya. Kumburin ya ci gaba da girma. Kan jaririna ya ja baya a irin wannan yanayi don haka za ta iya juya shi zuwa hanya ɗaya kawai. Tunda ba ta samu sauƙi ba, na daina kai ta wurin likitoci. Nakan yi mata tausa kowace rana amma sai ƙara ta yi muni. Nas ɗin ta zo ta yi ƙoƙarin sa ni in dawo da ita don ƙarin magani, amma a halin yanzu ina jin Rev. AA Allen yana wa'azi game da warkarwa kuma na yanke shawarar amincewa da Allah.

Na ɗauki jaririna ta hanyar da za a warke. Ɗan'uwa Allen ya ɗora hannunsa a kan jaririna ya zagi ciwon da sunan Yesu ya kuma umarce shi da ya ɓace. Babu abin da ya faru har sai da na isa gida ina shirya jaririna don kwanciya. Mahaifiyata tana tare da ni kuma dukanmu muna kallon mummunan ciwon. Yayin da muke kallo, sai ya ɓace ba zato ba tsammani. Ni da mahaifiyata muka gan shi, amma ni ma yayin da nake riƙe da jaririna a hannuna sai na ji ya tafi. Ina da wata sanarwa daga likita tana cewa jaririna ya warke gaba ɗaya.
Thelma Phillips
San Leandro, CA

An Warkar da Mace Daga Ciwon Sanyi Bayan Allah Ya Ba Ta Wahayi

An haifi Marlene Klepees da wuri, ba ta kai nauyin fam biyu ba a lokacin haihuwa. Ta kamu da cutar kwakwalwa kuma ta nakasa. Sai lokacin da take da shekaru biyu iyayenta suka mutu a hatsarin babur. Ta zauna tare da kakanninta, iyalan da suka kula da ita, da kuma kakanni. Tana da shekaru 12, wasu matasa sun kawo ta wurin taron matasa inda ta ba da rayuwarta ga Almasihu. Ta yi zaton tana da cutar kwakwalwa domin Allah ya halicce ta haka.

Marlene ta sha wahala yayin da take ƙarama kuma ta fara samun ciwon tsoka mai tsanani. Sun yi muni sosai har masu kula da ita suka karye ƙasusuwa. Bayan wani lokaci ta yi ta jin rauni, sai aka gaya wa kakanninta cewa kwakwalwa ta mutu. Ganinta yana ƙara muni kuma ta ji rayuwarta ba za ta iya jurewa ba.

A matsayin mafita ta ƙarshe, an kai ta Asibitin Mayo da ke Rochester Minnesota. Ba su iya taimaka mata ba a cikin watanni uku da ta zauna a can. Ana shirin aika Marlene zuwa gidan kula da tsofaffi ba tare da fatan samun sauƙi ba. Ta yi kuka ga Allah. Ta ji wani ɗumi ya rufe ta ya lulluɓe ta. Sai Allah ya ba ta wahayi cewa za ta warke. Ya nuna mata wanda zai yi mata addu'a, abin da zai saka, abin da za ta saka, yadda cikin cocin yake, har ma ya ba ta ranar - 29 ga Maris.

Da Marlene ta dage sai ma'aikaciyar jinya ta taimaka mata ta duba shafukan rawaya a coci-coci, kuma talla ɗaya ta yi wa wani cocin Buɗaɗɗen Littafi Mai Tsarki ya haskaka a shafin. Ta san wannan shine daidai. Ma'aikaciyar jinya ba ta yarda ba sai ta yi watsi da littafin wayar. Daga baya ma'aikaciyar jinya ta kira faston ta ba shi lambar ɗakin, amma ba sunan asibitin ba.

Faston bai da tabbas game da hakan, amma ya nemi Marlene. Da ya isa Marlene ta gaya masa cewa yana kama da mutumin da ya yi mata addu'a a cikin wahayi. Emmerson ya yarda ya yi mata addu'a kuma ya shirya a kawo ta cocinsa. Dole ne a ɗaure ta saboda tana rawar jiki sosai.

Fasto Emmerson bai taɓa samun wani abin al'ajabi a cocinsa ba. Mutane 7 ne kawai suka yi hidimar daren Lahadi. Mutane sun taru a kusa da ita don yin addu'a. Emmerson ya shafa mata mai ya roƙi Allah ya warkar da Marlene daga saman kanta har zuwa ƙarshen yatsun hannunta. Sai ya tambayi Marlene ko tana son ta tsaya da imani. Nan da nan da ta fara tsayawa Marlene ta ji ƙarfi ya shigo ƙafafunta. Lokacin da ƙafafunta suka taɓa ƙasa, sai ta ji ƙasa a karon farko a rayuwarta. Gwiwoyi da yatsun hannunta sun nuna ciki amma da kowane mataki suka miƙe. Ta ƙara ƙarfi da ƙarfi da kowane mataki. Ta ɗauki ƴan matakai da kanta sannan ta zagaya cocin. Allah ya gaya mata ta cire gilashinta kuma idanunta sun warke ta hanyar mu'ujiza.

Ta koma Mayo Clinic tana tafiya, wani abu da ba ta taɓa yi ba tun lokacin da aka kwantar da ita a sashin. An sallame ta washegari. Da ta dawo don duba lafiyarta bayan 'yan makonni, ta ƙara samun sauƙi. DUKKAN alamun duk wani rashin lafiya ya ɓace! Ko da na'urar daukar hoton kwakwalwa ba ta nuna alamun rashin lafiya ba. Tana tafiya yadda ya kamata kuma tana da hangen nesa fiye da 20/20. Rayuwar Marlene ta kasance kamar ta al'ada tun daga lokacin. Tana yawan raba shaidarta da kuma yi wa marasa lafiya addu'a. Tana iya yin duk abin da mutum mai lafiya zai iya yi. Rayuwarta ta dawo gaba ɗaya.
Shaida Daga Shirin Sid Roth:

https://youtu.be/4bsKnpOYMUs

https://youtu.be/z4TN2uxS7DA

Mu'ujiza Bayan Fashewar Jijiyoyi

Chris Robinson malami ne kuma mai ɗaukar nauyi. Ya girma a gidan Kirista kuma ya san Allah. Aure mai wahala ya kawo fushi mai yawa a rayuwarsa kuma ya yanke shawarar cewa laifin Allah ne ya sa ya juya masa baya. Wata rana Chris yana wurin motsa jiki yana ɗaukar nauyi tare da ɗansa. Sai ya ji zuciyarsa tana fashewa kuma bai sake jin ƙafarsa ta dama ba. Ya isa gida ya faɗi a kan gado. Lokacin da matarsa ta kai shi ɗakin gaggawa, hoton kyanwa ya nuna cewa jijiyoyinsa sun fashe kuma duk jinin zuciyarsa yana zuba a cikinsa. Babu jini da ke zuwa ga gaɓoɓinsa ko kwakwalwarsa. Likitan tiyata ya shigo ya ce masa "Ban fahimci yadda kake magana ba a yanzu. Yawancin mutanen da ke da wannan yanayin sun mutu."

Sun kai Chris tiyata suka yi masa aiki na tsawon awanni 9. Ba su iya gyara lalacewar ba, likitan ya yanke shawarar dakatar da shi saboda babu bege. A wannan lokacin abokai, dangi, da ɗalibai suna asibiti suna addu'a kuma mutane a duk faɗin duniya suna yi wa Chris addu'a. Wani likita ya tambayi likitan tiyata ko zai iya yin addu'a tare da shi. Ko da likitan tiyata bai yarda da addu'a ba, sai ya yarda. Bayan addu'ar, sai ya ji an tura shi ya koma ya sake gwadawa. Yana kallon jijiyoyin Chris, ba zato ba tsammani sai ga wani ƙarfi na ikon Allah ya ratsa ɗakin tiyatar. Yayin da likitan tiyata ke duba cikin ƙirjin Chris, sai dukkan jijiyoyin jini da ke zubar da jini suka hadu, ba tare da likitan tiyata ya taɓa su ba, suka daina zubar jini. Likitan tiyata ya rufe Chris ya tafi ya yi magana da iyalinsa.

Likitan tiyata ya shaida wa iyalan Chris cewa har yanzu yana raye amma wataƙila zai zama mai kayan lambu kuma ya rasa gaɓoɓinsa. Bai taɓa samun majiyyaci da ya rayu tsawon lokaci haka ba tare da jini ya shiga gabobin jiki masu mahimmanci ba. Mutane sun ci gaba da addu'a. An saka Chris cikin suma don hana shi yawo.

A wani lokaci Chris ya farka, ya fahimci cewa bai mutu ba, sai ya fara magana da Allah. Da ya tambayi Allah dalilin da yasa yake da rai, sai ya shiga wahayi. Ya ga kansa a ɗakin tiyatar kuma halittu biyu masu duhu suna kan teburin tiyatar. Ya san suna nan don hana tiyatar aiki. Ya ga kowa a ɗakin tiyatar da kuma yadda suke ji. Sai ya ga wani babban mala'ika ya shigo ɗakin. Ya ce yana iya ganin cewa mala'ikan yana da tsayin hawa 3. Mala'ikan ya ce "ya tsaya." Masu duhu suka tafi.

Da zarar Chris ya farka, sai ya iya magana, gaɓoɓinsa kuma suna aiki. Wani likitan koda ya zo ya gaya masa cewa kodarsa ta ragu ta mutu. Dole ne ya je a yi masa dialysis. Chris ya ce masa "a'a, Allah ne ya yi wannan mu'ujiza, kodata kuma za ta yi aiki." Likitan ya yi tunanin mahaukaci ne amma ya ce zai dawo washegari. Washegari kodarsa ta koma daidai kuma ta fara aiki. Likitan ya dawo ya gaya masa cewa zai buƙaci a yi masa tiyatar cire koda saboda kodar ɗaya ta toshe. Chris ya sake cewa "a'a, Allah ne ya yi mu'ujiza kuma kodarsa za ta warke gaba ɗaya." Washegari da likitan ya dawo, kodar ta nuna cikakken aiki.
Wannan mu'ujiza ce da ba za a iya bayyana ta ba. Kowa a asibiti, ciki har da likitoci, ma'aikatan jinya, da ma'aikata sun ji labarinta domin abin ya kasance abin mamaki. Kristi ya ci gaba da ba da shaidarsa duk inda zai iya.

Za ku iya kallon cikakken bidiyon shaidar a nan:
https://youtu.be/VHzZE7a72Xw

Idanun da aka yi lokacin da Mel Bond ya yi addu'a

Mel Bond yana da ƙungiya kuma suna hidima a Chinandega, Nicaragua a watan Janairun 2000. Suna taro a wani fili na gari kuma akwai mutane tsakanin 3000 zuwa 3500 da suka halarta. Mel ta kawo wasu mata biyu a gaba wadanda makafi ne kuma ta yi musu addu'a. Dukansu sun sami ganinsu. Akwai wata uwa a cikin masu sauraro wadda ta tura ta gaba tare da 'yarta wacce take da shekaru shida ko bakwai. Idanun 'ya'yanta mata fari ne da wani abu mai kitse inda ya kamata idanu su kasance kuma ta makance gaba ɗaya. Babu ƙwallon ido ko ma kama da ƙwallon ido. Mahaifiyar ta tambayi Mel "Shin Allahnki zai iya warkar da 'yata?" Na gaya mata "ba shakka Allahna zai iya." Ya gamsu cewa komai zai yiwu tare da Allah. Mel ya rufe idanunsa don ya iya mai da hankali ya yi addu'a kamar yadda Yesu ya koya masa. Duk da cewa idanun Mel a rufe suke, Fasto Eddie Rogers, ya ga fari guguwa ko raƙuman ruwa sun zo suka tsaya a kan kowane ido.

Hakan ya ci gaba na tsawon daƙiƙa 60 zuwa 90. Lokacin da Mel ya daina addu'a, guguwar ta ɓace kuma akwai kyawawan idanu biyu masu launin ruwan kasa. Yarinyar ta yi kama da ta bambanta har lokacin da Mel ta buɗe idanunsa, sai ya yi tunanin wani ya canza yarinyar da wata yayin da yake addu'a. Fasto Rogers ya iya shaida cewa ita ce yarinyar. Ta juya ta ga mahaifiyarta a karon farko. Kowa yana kuka. Fasto Rogers ya shaida cewa ita ce mu'ujiza mafi ban mamaki da ya taɓa gani.
Ana iya samun cikakken labarin a shirin Sid Roth:
https://youtu.be/NgNiGyds4EA

Kodan da suka mutu suna rayuwa

Charles Shamp yana hidima a Reno, Nevada lokacin da ya ba da shaidar wata mata da aka warkar da cutar koda. Kurt, wani mutum daga cocin ya ji labarin kuma ya fara kuka ba tare da tsayawa ba. Kodarsa ta rufe kuma ya shafe watanni 5 yana yin dialysis. Mutane a cocinsa sun san halin da yake ciki kuma suka zo kusa da shi don su yi masa addu'a da kuma ɗora masa hannu. Wata mata ta ƙarfafa shi ya shuka a cikin hidimar. Yayin da yake tafiya sama Ruhu Mai Tsarki ya gaya wa Kurt ya gaya wa Charles "Ina buƙatar sabbin kodoji." Charles ya yi masa addu'a kuma ya faɗi ƙarƙashin Ruhun Allah. Yayin da yake karɓar addu'a, kodarsa ta fara aiki a karon farko cikin watanni 5! Ya ƙare yana amfani da bandaki sau 3 a wannan daren, wanda hakan ba zai yiwu ba a yanayinsa. Cocinsa ya yi matuƙar farin ciki da shi wasu mutane ma sun bi shi zuwa bandaki don tabbatar da canjin! Ga bidiyon asalin shaidar kuma Charles yana addu'a ga mutanen da ke kallo:
https://youtu.be/6tNAsEUd-5A

Mu'ujiza Mai Kirkira Ta Hanyar Charles Shamp

Charles Shamp yana Perth Australia inda wata mata mai suna Deborah ta ba da shaidar wata mu'ujiza ta ƙirƙira. An gano cewa tana da cutar kansar nono da kuma cutar sankarar nono. Dole ne a yi mata tiyata don cire duk nononta kuma duk da cewa an yi mata dashen amma sun haifar da ƙarin matsaloli kuma daga ƙarshe an cire su. A lokacin taron, Charles ya ba da shaida game da wata mu'ujiza ta ƙirƙira inda Allah ya dawo da ƙirjin wata mata da aka cire. Deborah ta kama wannan kalmar ta fahimci cewa tana jin wani abu yana faruwa. Zafi ya fara a tsakiyarta sannan ya koma yankin ƙirjinta. Sannan ya yi zafi sosai. Sannan kayan aikinta na roba suma suka yi zafi. Lokacin da ta cire rigarta ta kai kololuwa, sai ta fahimci cewa tana da tsagewa. Ta je banɗaki ta duba kuma ta yi mamaki ganin cewa ƙirjinta suna girma. Wata ƙawarta wacce ma'aikaciyar jinya ce ita ma ta duba ta yarda cewa ƙirjinta suna girma. Shaidarta ita ce Allah zai iya yin komai.

Ana iya ganin shaidar bidiyon ta asali a nan: https://youtu.be/CVnjjH8Jo1I

Herb Mjorud Ya Tayar da Wata Mace Daga Matattu

Lokacin da aka kira Reverend Mjorud a gaban Majalisar Lutheran ta Amurka don kare ayyukansa masu ban mamaki, labarin da ya yi bayani a kai shi ne abin da ya kamata ya yi bayani a kai. Ya faru ne a lokacin hidimar bishara a Cocin Lutheran. Kodayake yawancin mutane za su gan shi a matsayin mu'ujiza mai ban mamaki, amma ba su yarda ba. An kore shi daga mukaminsa na Limamin Kirista na Lutheran.

A ƙarshen wani hidimar dare, na roƙi waɗanda ke neman ceto su yi addu'a a hankali don neman gafara. Na ba da shawarar waɗanda ke son karɓar Yesu Kiristi a matsayin Mai Ceto su ɗaga hannuwansu. Hannuwa da yawa sun fito nan da nan. Sai wata mace a baya ta ɗaga hannunta, sannan ta faɗi ƙasa a hankali, kamar ta suma. Wata mace, wadda na ji daga baya ma'aikaciyar jinya ce, ta yi sauri ta taimake ta.

Amma na shagaltu da gayyatar. Hannuwana suka ci gaba da fitowa. Kusan mutane arba'in da biyar sun ɗaga hannuwansu don karɓar Almasihu. Na yi addu'a, na yi kalmomin umarni, sannan na miƙa hidimar ga fasto don rufewa. Mun rera waƙar ƙarshe, ya yi addu'ar albarka, sannan ya roƙe ni in bi shi a bayan ƙungiyar mawaƙa don gaishe da mutane a ƙofar gida yayin da suke fita.

Kusan rabin wannan bikin bankwana a ƙofar gida, wata mata ta matsa ta cikin taron jama'a zuwa gare ni. Tana kuka. "Kai Fasto Mjorud," ta roƙe ni "don Allah ka zo ka taimake mu. Mrs. Ford ko dai tana mutuwa ko ta mutu. Zo ka yi addu'a tare da mu."

Na bar hannuna ina musabaha nan take na nufi bayan motar. Ma'aikatan jinya biyu suna tsaye a bayan Mrs. Ford wacce ta faɗa cikin motar. Yayin da na shiga motar a gaban Mrs. Ford, wata ma'aikaciyar jinya ta girgiza kanta (don ta sanar da ni amma ba ta ɓata wa Mr. Ford rai ba), kamar tana cewa "babu abin da za ka iya yi." Wani ya ce Mrs. Ford tana da sihirin suma. "Eh na sani," in ji ma'aikaciyar jinya mai rijista, "amma idan kana da sihirin suma akwai bugun zuciya. Mrs. Ford ba ta da bugun zuciya."
Ban san abin da zan yi ba, sai na yi addu'ar Allah ya taimake ni. Ruhun Allah ya sake motsawa a kaina. Ba zan iya nuna maka wannan ba, kawai dai sani ne kawai. Na sa hannuna a kan fuskar Mrs. Ford. Yana da sanyi da kuma amo. Na sanya bayan hannuna a ƙarƙashin hancinta don jin numfashi. Ban ji komai ba. Na ɗaga hannunta da aka saki don jin bugun zuciya. Na jira na ji bugun zuciya, babu ko ɗaya. Ma'aikaciyar jinya ta girgiza kanta.

Na gaya wa mutanen da ke bayan cocin cewa Mrs. Ford ta rasu. Na ce "wani wuri ne mai kyau da kuma hanyar fita, a nan cikin cocin, tsakanin abokai da ƙaunatattun mutane." Amma ba zato ba tsammani da waɗannan kalmomin, Ruhun Allah ya yi mini magana: "Me Bulus ya yi lokacin da Eutykus ya faɗi a cikin majami'a aka ɗauke shi matacce?" Na tuna abin da Bulus ya yi. Ya yi addu'a domin wannan mutumin kuma ya dawo cikin rai.

Sai na yi wani abu ba tare da tunani ba. Na miƙa hannuna na ɗora wa Mrs. Ford na yi addu'a. "Wannan don ɗaukakar Allah ne. Babu abin da ba zai yiwu ba a gare mu waɗanda suka yi imani da Yesu Kiristi. Abu ne mai sauƙi a gare ka, Ya Ubangiji, ka dawo da 'yar'uwarmu ƙaunatacciyar rayuwa. Ya Ubangiji, ka bayyana ɗaukakarka ka kuma dawo da rai ga wannan matar." Na ji wani abu yana faruwa a jikinta. Na ɗora hannuna a fuskarta. A wannan karon na ji ɗan ƙaramin numfashi. "Mrs. Ford tana numfashi." Na ce. Ma'aikaciyar jinya ta ɗaga hannunta ta ce "ba za ta iya numfashi ba saboda babu bugun zuciya." Sai ƙirjin Mrs. Ford ya fara rawa sai na ce "Tana numfashi kallon ƙirjinta." Ma'aikaciyar jinya ta ce "wannan dole ne wani irin aikin tunani ne domin babu bugun zuciya. Jira, jira na ɗan lokaci. Zuciyarta ta fara bugawa, bugun zuciyarta yana bugawa."

Sai Mrs. Ford ta buɗe idanunta ta ce "Dole ne in koma gida." Ma'aikaciyar jinya ta ce "ba za ku iya komawa gida ba tukuna mun kira likita da motar asibiti." "Kai, lafiya lau Mrs. Ford ta ce wa ma'aikaciyar jinya." Ta juyo gare ni ta yi min mubaya'a a hankali ta ce "Na gode Fasto Mjorud saboda wannan wa'azi mai ban mamaki." Sai likitan ya zo ya cire na'urar hangen nesa (stethoscope) ɗinsa ya saurari zuciyar Mrs. Ford. Ya duba bugun zuciyarta, ya ɗauki fitilar alkalami ya kalli idanunta. A ƙarshe ya ce "Babu laifi a gare ki Mrs. Ford za ki iya komawa gida." Haka ta yi.

Na yi tunani game da yanayin da ya shafi murmurewar Mrs. Ford akai-akai. Da ya kawar da kowace irin matsala idan na bi wannan ra'ayin jama'a. Kowa yana jiran in ce "Mrs. Ford ta suma ta farfado bayan na yi mata addu'a." Amma ina nan! Da lamiri mai kyau ban iya yin hakan ba. Ma'aikatan jinya biyu da suka kula da Mrs. Ford sun furta mutuwarta. Duk mun yi imani a lokacin, da kuma daga baya, cewa an tashe ta daga matattu. Hakika, babu likita da ke wurin da kayan aikin likita don duba ta har sai bayan ta farfado. Amma lokacin da na duba ta a zahiri, na yi imani ta mutu. Ina tsammanin Ruhu Mai Tsarki ma ya san ta mutu. Ruhu Mai Tsarki ya jagorance ni in yi abin da Bulus ya yi lokacin da ya tashe Eutychus daga matattu. A cikin raina ta mutu. Addu'ata ba don ta fita daga cikin sihirin suma ba ne. Amma Ubangiji zai dawo da ita cikin rai.

A zahiri na ji rai ya dawo cikin jikinta da hannuna a kanta. Duk waɗanda ke wurin, ma'aikatan jinya, mijinta, danginta, Fasto, har ma da Mrs. Ford da kanta, sun yi imani cewa an tashe ta daga matattu.

An ɗauko daga littafin "Ikonka na Warkarwa" na Herbert Mjorud. An buga shi a gidan Creation House a shekarar 1975.

Fasto Supressa Sithole Ya Yi Addu'a Ga Matar Da Ta Sami Sabbin Idanu

Fasto Supressa (Abin Mamaki) Sithole tana da alaƙa da Iris Ministries da Rolland da Heidi Baker. Yana ba da labarin wata mata da aka yi mata addu'a a wani taro. Tana da wata cuta yayin da take zaune a Malawi wadda ta kai mata hari. Da zarar cutar ta fara a jikin wani, idanunta za su ruɓe su ɓace. Idanun wannan matar sun ɓace gaba ɗaya lokacin da aka yi mata addu'a. Mutane da yawa sun yi mata addu'a, amma babu abin da ya canza. A daren ta yi barci ta yi mafarki mai ban mamaki. Ta yi mafarkin cewa za ta iya gani, sai ta fita zuwa lambu ta fara waƙa. Matan da ke tare da ita suka fito suka tambaye ta yadda ta fita. Ta ce musu "Ina mafarkin da zan iya gani." Suka ce mata "ba mafarki kike yi ba!" Tana da sabbin idanu.
Ana iya jin wannan da sauran labaran da suka haɗa da ɗaya game da wata yarinya da aka tashe daga matattu a hirar da Fasto Sithole ya yi da Sid Roth.
https://youtu.be/9d-ncO92hr0

Florence Hedges ta warkar da cutar Lupus ta hanyar addu'a a shekarar 1998

Shekaru takwas da suka wuce na shayar da mijina a cikin watanni shida na ƙarshe na rayuwarsa. Jim kaɗan bayan mutuwarsa na yi rashin lafiya. Na fuskanci ciwo da raɗaɗi. Ina jin zafi kusan a baya na. Yawancin lokaci yana jin kamar wuka, kuma yana rage motsi na sosai. Ba ni da kuzari kuma kawai ina son yin barci koyaushe. Bayan tafiye-tafiye da yawa zuwa likita, ya tura ni zuwa wurin likitan rheumatologist, kuma ya shirya gwaje-gwajen jini da yawa. Sakamakon ba su da kyau, amma ba su iya gano musabbabin ba. A ƙarshe, bayan watanni goma sha takwas da gwajin DNA, an gano cutar lupus ta autoimmune. Na ci gaba da yin gwaje-gwajen jini na wata-wata kuma an ba ni magani, d-penicilimine, wanda ya taimaka wajen rage alamun, amma bai iya warkar da ni ba.

Duk da maganin, tsawon shekaru da suka biyo baya kusan kullum ina rashin lafiya. Ban taɓa yin shirin fita waje ba, domin ban san ko zan warke ba. Sau da yawa na gaji sosai. Sau huɗu na sha wahala mai tsanani har na kai asibiti, inda aka ba ni iskar oxygen. Harin ƙarshe da aka kai mini shi ne a watan Mayu na bara. Wannan shine mafi munin hari da na taɓa fuskanta. Na yi kwana biyar a asibiti.

A cikin watanni bayan na fito daga asibiti, na kan yi ta zuwa wurin likitoci akai-akai. A watan Satumba, na tambaye su menene hangen nesa, kuma dukansu suka gaya mini cewa abin da nake da shi shi ne abin da nake rayuwa da shi. Za su iya taimaka mini da maganin rage radadi, amma wannan shi ne abin da za su iya yi.

Na yi baƙin ciki sosai bayan wannan labarin, har na yanke shawarar neman taimako daga coci. Laraba ce kuma zan kira Richard, fasto, a wannan rana. Amma sai ya fara kirana. Na ce "Richard, ba za ka yarda da wannan ba, kawai zan kira ka ne". Ya ce, "Ina zaune a nan kawai, kuma kalmomin "ring Flo" sun ci gaba da zuwa cikin zuciyata, don haka na kira.

Na gaya masa abin da likitoci suka ce, na tambaye shi ko cocin za ta iya yi mini addu'a a ranar Lahadi. Da Lahadi ta zo, na tabbata Allah zai warkar da ni. A tsakiyar hidimar, an yi kira ga duk wanda ke da rashin lafiya mai tsanani ya karɓi addu'a. Mutane da yawa sun taru a kusa da ni, suka ɗora mini hannu suka yi addu'a. Bayan hidimar, ɗaya daga cikin matan da ba ta iya isa gare ni ba, ta tambaye ni ko za ta iya yi mini addu'a. Yayin da take addu'a, sai na ji wani irin zafi a kashin baya na.

Sai na je cin abincin rana tare da 'yar'uwata. Da abincin ya ƙare, sai ta tambaye ni ko lafiya lau. Na ce "me yasa kike tambaya". Ta ce "saboda kin yi kama da baƙo". Sai na ce "Ed, ciwona ya tafi. Ban yarda ba!"

Tun daga wannan rana, ciwon bayana ya tafi gaba ɗaya. Sauran alamun sun kusan ɓace gaba ɗaya. Na ci gaba da shan maganin. Gwajin jini na na gaba ya bayyana abin da ya faru. Sakamakon bai sake zama na al'ada ba, suna cikin matsakaicin da aka saba. Ƙwararren likitana ya gaya mini cewa ba ni da Lupus, kuma ya ce "Wannan dole ne aikin wanda ya fi mu girma. Ba za mu iya yin haka ba!" Sun gaya mini cewa gwaje-gwajen jini a bayyane suke, kuma ya kamata in ci gaba da gwaje-gwajen wata-wata da kuma maganin. Waɗannan gwaje-gwajen duk a bayyane suke. Na san cewa Allah ya warkar da ni kuma na ci gaba da yabe shi saboda hakan!
Za a iya samun hanyar haɗin asali a nan: http://jesusisreal.org/HealedOfLupus.htm

Warkarwa Ta Hanyar Gayle Jackson

Farfadowa ce a kusan shekarar 1980 a Salem, MO. Mai wa'azin bishara kamar yadda na san shi ɗan'uwa ne Gayle Jackson. Ina da shekaru 7. Ina sanya tabarau don idanu masu haɗe-haɗe tun ina ɗan shekara 2 kuma an yi mini tiyata don gyara ba tare da wata matsala ba. Na tsani gilashina, ana yi mini ba'a koyaushe. Daren da na halarci farfadowa dole ne in ƙarfafa ƙarfin hali na, akwai mutane da yawa a wurin. Amma na san ina son idanuna su warke. Na je wurin Ɗan'uwa Jackson na gaya masa abin da nake so in warke. Ya ɗora hannuwansa a kan idanuna muka yi addu'a. Ya ɗaga hannuwansa kuma zan tuna da kalmominsa har abada. "Kai tsaye kamar kibiya!" Duk hanyar dawowa gida na tuna na lissafa duk abubuwan da ba zan jure ba tunda ban sake saka gilashin ba!

Bayan 'yan kwanaki, 'yar'uwata tagwaye ta sami irin wannan sakamako! An yi mata addu'a kuma ta warke! Na je makaranta washegari sai malamarmu ta tambaye ni inda gilashina suke. Wannan ƙaramar yarinya 'yar shekara bakwai ta kalle ta a ido ta ce mata "Ba na buƙatar gilashina kuma, Yesu ya warkar da idanuna!" A wannan daren na ji cewa makarantar ta tuntuɓi mahaifiyata ta gaya mata cewa za mu saka gilashinmu har sai jarrabawa ta ce akasin haka. Mahaifiyata ta gaya musu cikin ladabi. Za mu yi jarrabawa, ba don mu ba amma don ku, kuma ba za su sa su ba har sai likita ya ce dole ne su yi.

Ni da tagwayena, mun koma wurin likita ɗaya da muka gani tun farko. Na tuna yana kallon idanuna da injinansa yana kallon mahaifiyata cikin mamaki, yana sake kallon sannan

ya zauna yana kallon mahaifiyata yana cewa "me kika yi!! Ba sa bukatar tabarau!!" Wannan ya yi tasiri sosai a rayuwata da imanina. Ina son gaya wa mutane labarina!
Malinda Hagenhoff (Varner)
Na gode Malinda da raba wannan shaida mai ban mamaki!

Warkar da Mahaifiyar Lester Sumrall

Lokacin da Sumrall yake yaro, mahaifiyarsa Betty, tana da ciwon nono. Tana da ciwon da ya kai girman dala ɗaya. Saboda ciwon, tsawon dare da yawa tana kuka da kanta har ta yi barci. A wancan lokacin, jim kaɗan bayan Yaƙin Duniya na Ɗaya, likitocin tiyata ba su da dabarun ko magunguna da likitocin zamani ke amfani da su. Likitarta ta ce idan ya yi ƙoƙarin cire ciwon, za ta mutu. Ya yi wa ciwon ado kuma ya tsaftace shi.
Wata rana da daddare, Betty ta yi tafiya a ƙasa a mafi yawan dare, tana kuka ga Allah don ya sauƙaƙa mata radadin da take ji. Kafin fitowar rana, sai ta faɗi a kan gadonta ta yi barci. Mahaifiyar Sumrall ta yi mafarkin cewa Yesu ya shiga ɗakin kwananta ya kalle ta da tausayi. Ya taɓa ƙirjinta da tausayi. Bayan ta farka ta gaya wa mahaifin Sumrall, George, game da mafarkin. Yana da shakku.
Bayan 'yan kwanaki George ya tambaya game da ciwon da take ji. Betty ta ce ta "kusan manta da ciwon." Ta ƙara da cewa "ciwon ya tafi." Daga baya lokacin da Betty ta shiga ɗakin kwananta ciwon ya faɗi daga jikinta.
Betty Sumrall ta rayu sama da shekaru 40 bayan wannan warkarwa. Ta mutu tana da shekaru 87 sakamakon cututtuka na halitta.
An ɗauko daga littafin "Na yi imani da warkarwa" na Cecil Murphey.

jaririnka da cinyar dama ta girma a waje. Sakamakon haka, ƙafarta ta dama da gwiwa sun yi lanƙwasa sosai, kuma ƙafarta ta juya zuwa dama gaba ɗaya. Ba ta iya tsayawa da ƙafafunta biyu a ƙasa ba. Ƙafar dama ta yi gajeru. Ba za ta iya taka shi ba. Lokacin da ta zauna a kan kujera mai tsayi, ƙafarta za ta ja a ƙarƙashinta. Ba za ta iya rataye ƙafarta daga kujera ba yayin da take zaune.

Mun kai 'yarmu wurin likitocin ƙashi guda biyu. Dukansu sun rubuta mata takalmin gyaran ƙafa har sai ƙugunta ya yi girma yadda ya kamata, wanda hakan zai sa 'yarmu ta yi rauni kaɗan. Mun sayi takalmin gyaran ƙafa, kuma muna jiran a gyara su, sai aka fara wani kamfen na warkar da ceto a cocinmu (Nuwamba, 1954). John da Olive Kellner su ne masu wa'azin bishara. Mun yanke shawarar cewa za mu roƙi masu wa'azin bishara su yi wa 'yarmu addu'a kafin a sanya takalmin gyaran ƙafa.

Lokacin da 'Yar'uwa Kellner ta yi addu'a, ƙafar 'yarmu ta miƙe ta yi tsayi nan take. Ta iya tsayawa a kan ƙafarta! Yanzu za ta iya taka ta al'ada, ta tsaya a daidai lokacin, ta zauna a daidai lokacin da ƙafarta ke rataye a kan kujerar kujera. Yanzu idan na gaya wa mutane game da mu'ujizar, sai na tashe ta na ce su yi tunanin wanne ƙafa ce. Allah ya miƙe. Yawanci suna zaɓar ƙafar hagu, kuma idan na gaya musu ƙafar dama ce, sai su yarda cewa Ubangiji ya yi aiki mai kyau wajen warkar da ita. Na kai ta wurin likita, sai ya tambaye ni abin da ya faru. Ya ce ƙafarta ta yi daidai yanzu.

Mrs. William J. Madden, Hanya ta 3, Titin Chapin, Sabon Kasuwa, Pa. (An amince da shi daga SW Brewer, Cocin Fasto First Pentecostal, New Castle, PA)

An sake bugawa daga Bisharar Pentecostal ta Nuwamba 1955

Warkar da Muryar Fasto – Zabura 103

Fasto Dwayne Miller ya bayar da shaidarsa game da warkarwarsa a cocin Baptist.
17 ga Janairu, 1993

William Jefferson Clinton yana shirin fara gasarsa ta farko, Cowboys sun doke 49ers, kuma Allah ya nuna kansa mai iko da zamani a cikin azuzuwan Makarantar Lahadi a Cocin Baptist na Farko na Houston da ke Houston, Texas.

Darasin da aka bayar a wannan safiyar ya fito ne daga Zabura ta 103, musamman ayoyi 1-5. Dauda yana magana da kansa kuma yana umurtan kansa da ya "Yabi Ubangiji" wanda ke nufin yabon Allah ko ya gode masa. Sannan ya lissafa wasu dalilan da ya sa kansa ya yi hakan.
Yana (Allah) yana gafarta dukkan zunubaina; Yana warkar da dukkan cututtuka na; Yana fansar raina daga kabari, rami, halaka; Yana yi mini rawani da ƙauna da tausayi, da tausayi; Yana kuma maido da ƙuruciyata kamar gaggafa.

Na tsaya ina koyar da ajin mutane 150 ko fiye a wannan safiyar. Ban taɓa jin gajiya kamar yadda na ji a wannan safiyar ba. Ban taɓa samun rashin imani kamar yadda na yi a wannan safiyar ba. Ramin da Dauda ya bayyana yana haɗiye ni. Amma Allah (shin waɗannan manyan kalmomi daga Littafi Mai Tsarki ba ne?) ya canza komai. Bari in yi bayani…

Labarin Baya

A shekarar 1990, na yi aiki a matsayin Babban Fasto a Cocin Baptist na Farko da ke Brenham, Texas kuma na daɗe ina aiki. First Baptist babban coci ne kuma Cocin Baptist na Kudancin tarihi. A watan Janairu, na kamu da cutar mura wadda daga ƙarshe ta ratsa murfin muryoyina kuma ta lalata jijiyoyin da ba za a iya gyarawa ba.

A cikin shekaru uku da suka biyo baya, kwararru sama da 63 da kuma tawagarsu (wadanda suka kai sama da likitoci 200) sun gan ni yayin da suke ƙoƙarin gano cutar da kuma yi min magani. An bar ni da wata murya da ta yi kama da mafi munin cutar laryngitis da ka taɓa ji, kuma zan iya yin hakan ne kawai idan na yi ihu a cikin huhuna. 'Ya'yana mata duka ɗalibai ne a Baylor kuma ban ma iya kiran ɗakin kwanansu ba saboda ina jin kamar mai kiran waya mara kyau.

Duk da cewa ikilisiya ta yi haƙuri sosai game da nakasata, na yi murabus saboda dalilai bayyanannu a shekarar 1991. Duk abin da na taɓa yi don neman abin rayuwa yana da alaƙa da iya magana kuma ba zato ba tsammani "kayan aikina" sun ɓace.

Mun koma Houston kuma matata ta zama babbar mai kula da iyalinmu. Wani abokina ya ba ni aiki a matsayin mai bincike na sirri wanda ke aiki a yankin da muryata ba ta da muhimmanci, amma ina sha'awar yin hidimar da aka kira ni.

Ajin Katacombs

Da farko Houston tana da azuzuwan Makarantar Lahadi wanda ya fara haɗuwa a ginshiki na cocin, don haka "The Catacombs." Wani rukuni mai ban mamaki na mutane waɗanda na sami damar koyarwa kafin in tafi Brenham kuma waɗanda ba a taɓa rasa hulɗa da su ba. Lokacin da suka ji cewa za mu koma Houston, sun zo Brenham da gawawwaki da manyan motoci suka ɗauke mu… ko kuma, kamar yadda ɗaya daga cikin daraktocinmu ya ce, "An dawo da mu".

Mu ne muka koma Cocin Baptist na Farko na Houston, kuma muka koma ga wannan ajin a matsayin membobi. Goyon bayansu da zumuncinsu ya fi muhimmanci fiye da yadda kalmomi za su iya bayyanawa.
A watan Afrilu, 1992, malamin Catacombs ya ɗauki ɗan lokaci saboda dalilai na kashin kansa. Daraktocinmu (miji da mata) sun tambaye ni ko zan cike gurbin yayin da ake neman wanda zai maye gurbin na dindindin. Na yi zanga-zanga cewa na yi wahalar fahimta wanda aka yi magana da shi da "za mu saurara sosai." Na fahimci cewa sun tambaya, ba don ni malami ne mai zurfi ba, amma saboda suna ƙaunata kuma sun san yadda nake buƙatar koyarwa sosai.
Rabin mata na ƙungiyar daraktocinmu sun dage kan cewa zan zama malamar dindindin duk da cewa ma'aikatan ilimi na cocin sun nuna shakkunsu saboda muryata. Ta gaya musu cewa tana da tabbacin cewa Allah yana so in koyar da wannan ajin gwargwadon iyawarta kuma daga ƙarshe suka yi haƙuri.

Ita, su, ko ni ba su san abin da Allah yake shiryawa ba.

Lokacin

Kamar yadda na ambata a baya, ina cikin wani mummunan rami yayin da na hau kan dandamali a safiyar ranar. Kwanaki biyu da suka gabata, na zauna na tsawon sa'o'i a falona da bindiga a bakina kuma na mutu. "Yabo ga Ubangiji" ya yi mini wuya. A gaskiya, dalilin da ya sa na je wurin shine saboda ban sami wanda zai maye gurbina ba kuma ba zan iya daina zuwa ba. Don haka koyarwata a wannan safiyar ba ta da amfani, babu komai.

Da na fara bayanin, na tattauna kalmar "duka." A zahiri, tana nufin "kowane ɗaya ba tare da togiya ba." Yafewar Almasihu ga *dukkan* zunubina shine abin da ya sa Bishara Mai Kyau. Ban sami matsala da wannan tattaunawar ba.

Amma, lokacin da na fara magana game da warkarwa, kalmomi na sune, "Har yanzu ina yarda Allah yana warkarwa," yayin da tunanina shine, "amma me yasa ba ni ba?" Na ci gaba da wannan tattaunawar da gaskiya gwargwadon iyawata kuma na fara tunani na uku..."Yana fansar rayuwata daga rami."

Na fara jawabina, "Na taɓa samun, kuma kai ma ka taɓa samun irin waɗannan abubuwan a baya." A kan kalmar "rami," matsin lambar da ke cikin makogwarona tsawon shekaru uku ya ɓace kamar wani ya cire hannunsa daga shaƙe ni. Na ci gaba da mamaki, "Duk mun taɓa samun lokacin da rayuwarmu ta yi kama da tana cikin rami, a cikin kabari, kuma ba mu da amsar ramin da muka tsinci kanmu a ciki." Yayin da nake magana, ina hadiyewa ba tare da na shaƙe ba, kuma ba zan taɓa mantawa da tunanina ba..." shin hakan nake tsammani ne?"

Tun Daga Nan

Likitoci sun tabbatar da cewa abin da na yi tunanin shi ne lokacin da na gan su kwanaki masu zuwa. Muryata ta dawo gaba ɗaya, kuma a cikin ambaton babban likitana, "Ban sami wata shaida da ke nuna cewa ka taɓa samun matsalar murya ba."

Taron ya faru ne a ranar 17 ga Janairu, 1993, Lahadi ta uku ga wata... a yau. An kama taron a cikin faifan bidiyo ta hanyar da ba ta dace ba. Taron ya canza rayuwata kuma ya shafi miliyoyin mutane a duk duniya.

Ajin Catacombs ya fara yin rikodin darussa shekaru da yawa kafin wannan Lahadi. A cikin babban rukuni, halartar kashi 100% ba zai yiwu ba. Domin yin hidima, an yi rikodin kaset ko da wanene ya koyar, kuma za a samar da kwafi ɗaya ko biyu a ranar Lahadi mai zuwa. Kaset ɗin za su kasance a kan

teburin baya kawai kuma idan kuna son ɗaya, yana nan. Idan na ce, "babu wani abu mai girma," ina nufin, "babu wani abu kwata-kwata!" Amma a cikin wannan cocin da ke da membobi sama da 20,000, wannan shine kawai aji da ya rubuta darussa. A ko'ina ba zai yi tasirin da Allah ya nufa ba. Ban nemi in koyar da ajin ba, daraktanmu ya yi fafutukar sa in koyar. Ban rubuta kayana na kaina ba, ina amfani da abin da ake kira da "Jerin Littattafan Littafi Mai Tsarki" wanda ake amfani da shi a duk faɗin duniya. Kuma, kar ku manta, ban so in kasance a wurin ba. Haɗari ne? Ina tsammanin ba haka ba ne.
Tun daga wannan rana zuwa wannan lokacin ina murnar dawo da ikon maganata. Na rubuta labarin abin da ya faru a makon da ya biyo baya kuma na kwatanta shi da yadda Li'azaru ya fito daga kabari. Godiyata da motsin raina ba su ragu ba cikin shekaru 20.

Na yi ta yawo a wannan ƙasa da kuma duniya ina ba da labarin wannan lokacin. Allah ya yi amfani da ni a matsayin darasi na alherinsa da ikonsa. Na bayyana a shirin Oprah kuma na raba labarina da wata ƙaramar mace a gidan kula da tsofaffi wadda ba ta iya magana ba, amma ina kuka yayin da nake ba da labarin Alherinsa mara iyaka. Har yanzu ina zuwa duk inda aka ba ni damar ba da labarin kuma zan yi hakan har sai na gaji da rashin ƙarfin jikina.

Idan kana son jin "Lokacin Waraka" da kanka, je zuwa bidiyon YouTube
https://www.youtube.com/watch?v=NuBV3uPxaAc .

Ana iya samun ƙarin bayani a shafinsa na yanar gizo
http://www.nuvoice.org

Mu'ujizar "ganin" Ronald Coyne

A shekarar 1951, idon Ronald Coyne na dama ya lalace saboda wata waya ta makale a ciki. An fara samun kamuwa da cuta kuma an cire masa ido ta hanyar tiyata. An ba shi idon roba don ya sa shi don kada asarar ta fito fili. Idon bai yi kama da na al'ada ba domin ba zai iya motsawa ba idan ɗayan idon ya yi.

A shekarar 1952, iyalan Coynes sun halarci wani taron addu'a na Mu'ujiza da Likita Daisy Gillock, 'yar'uwar Dr. TL Osborn, ta jagoranta. Mahaifiyar Ronald ta tura shi zuwa layin addu'a saboda yana fama da matsalar tonsil. Lokacin da Gillock ta tambaye shi abin da yake so a yi masa addu'a, sai ya ce masa matsalar makogwaro. Ta yi addu'a, Coynes kuma ya fara nisanta kansa da ita. Ta dakatar da shi ta tambaye shi abin da ke damunsa domin idonsa bai yi kama da na al'ada ba. Ya ce makaho ne a wannan idon (ban da ambaton cewa an cire shi ba.) Ta yi addu'a don mu'ujizar gani kuma abin mamaki ya faru. Ronald ya fara gani daga ido, duk da cewa babu ido da za a gani daga ciki! Likitoci sun gwada shi kuma ba zato ba tsammani sun yanke shawarar cewa ganinsa ba zai yiwu ba ta kowace hanya ta al'ada. Ko idonsa na roba yana ciki ko a waje. Har yanzu yana da hangen nesa mai ban mamaki.

Har tsawon rayuwarsa, Ronald Coynes ya yi yawo a duniya yana ba da shaidarsa ta abubuwan al'ajabi. Daga ƙarshe ya zama fasto mai hidimar tafiye-tafiye. Ya fuskanci suka mai tsanani da kuma suka akai-akai saboda mutane da yawa ba su yarda cewa Allah zai yi wani abu makamancin haka ba. Ya ba da shaidarsa a tarurrukan Kirista, a shirye-shiryen talabijin, majami'u, da duk wani wuri da Allah ya buɗe masa ƙofa. Abin da kawai yake buƙata shi ne ya sami damar gabatar da bishara. A tsawon rayuwarsa, miliyoyin mutane sun ji bisharar Almasihu da kuma shaidarsa ta Allah mai aiki da mu'ujiza.

Domin ganin bidiyon Coynes tare da shaidarsa ku kalli wannan bidiyon a shafin yanar gizo na YouTube: https://youtu.be/FD9ULJyRBg4

An Haifa Mace Mai Hauka A Cikin Farfadowar Antwerp Na Charles Finney

Akwai wasu abubuwa guda biyu masu ban mamaki na tuba a wannan wurin; kuma akwai wasu abubuwa guda biyu masu ban mamaki na murmurewa daga hauka nan take a lokacin wannan farkawa. Yayin da na shiga taron da rana a ranar Asabar, na ga mata da yawa zaune a kan kujera, tare da wata mata sanye da baƙaƙe wacce ta yi kama da tana cikin mawuyacin hali; suna riƙe ta a wani ɓangare, suna hana ta fita. Da na shigo, ɗaya daga cikin matan ta zo wurina ta gaya mini cewa ita mahaukaciya ce. Na faɗa mata ƴan kalmomi; amma dole ta tafi; kuma ba za ta iya jin addu'a, ko wa'azi ko waƙa ba; cewa jahannama ita ce rabonta, kuma ba za ta iya jure duk abin da ya sa ta yi tunanin aljanna ba.

Na yi wa matan gargaɗi a ɓoye su ajiye ta a wurin zamanta, idan za su iya, ba tare da ta dame taron ba. Da zarar an fara waƙar, sai ta yi ƙoƙari sosai don ta fita. Amma matan sun hana ta wucewa; kuma cikin kirki, amma suka hana ta tserewa. Bayan ƴan lokaci sai ta yi shiru, amma da alama ta guji jin ko kula da duk waƙoƙin. Sai na yi addu'a. Ubangiji ya ba ni babban ruhin addu'a da rubutu daga Ibraniyawa: "Bari mu zo wurin kursiyin alheri da ƙarfin hali, domin mu sami jinƙai mu sami alherin da zai taimaka mana a lokacin buƙata."

Manufara ita ce in ƙarfafa imani, a cikin kanmu. da kuma a cikinta; da kuma a cikin kanmu dominta. Da na ci gaba, sai ta fara ɗaga kanta a hankali ta kalle ni daga cikin dogon hular baƙarta. Yayin da na ci gaba da ƙarfafa mutane su yi hadayar fansa ta babban Babban Firist ɗinmu. Nan take ta firgita taron ta hanyar yin ihu mai ƙarfi. Sai ta faɗi kusan daga kujerarta, ta durƙusa kanta ƙasa, kuma na ga cewa ta "yi rawar jiki ƙwarai." Da na ci gaba sai ta fara kallon sama, ba da daɗewa ba ta zauna a tsaye, fuskarta ta canza sosai, tana nuna farin ciki da kwanciyar hankali mai nasara. Akwai wani haske a fuskarta kamar yadda ban taɓa gani a fuskar ɗan adam ba. Farin cikinta ya yi yawa har ta kasa riƙe kanta har sai da aka gama taron; sannan ta sa kowa ya fahimci cewa tana cikin 'yanci. Ta ɗaukaka Allah kuma ta yi farin ciki da nasara mai ban mamaki. Kimanin shekaru biyu bayan na haɗu da ita, na same ta cike da farin ciki da salama.

An ɗauko daga tarihin rayuwar Charles Finney.

Yarinya wacce kwakwalwarta ta "juya zuwa ƙura" yanzu ta warke kuma ta kammala karatun sakandare

Mahaifiyar Taylor Stacy Henningsen ce ta bayar da wannan labarin.
A watan Satumba na 2011, makonni biyu kacal bayan kammala shekararta ta farko, Taylor Hale ta samu mummunan rauni a kwakwalwa yayin da take yawo da abokanta bayan wasan ƙwallon ƙafa na makarantar sakandare. Ta zame daga kan murfin mota ta buge kanta da ƙarfi a kan titin mota. Tafarkinta mai ban mamaki - tun daga lokacin da aka ayyana ta a matsayin wacce ta mutu a kwakwalwa, a cewar iyalinta, zuwa yanzu tana shirin zuwa kwaleji - an fara rubuta ta a cikin Des Moines Register.

Injinan sun lura da kumburin da ke cikin kwakwalwar Taylor. Yawancin 'yan uwa da abokai sun zo ganinta, amma likitoci sun yi wa masu ziyara gargaɗi cewa ba za su iya magana ko yin wani ƙara mai ƙarfi da zai sa Taylor ta yi

yawa ba. Kimanin mako guda bayan haka, yanayin Taylor ya ƙara tsananta: Ta yi fama da zubar jini a kwakwalwa. "Kwakwalwarta ta faɗi cikin kashin bayanta ... Kwakwalwar ta koma kamar ƙura," in ji Henningsen. "Dole ne su yi CPR kuma su yi ƙoƙari sosai don dawo da ita."
"Washegari, [likitoci] suka ce, 'Yi haƙuri - babu wani abu da za mu iya yi mata. Wataƙila ya kamata ka yi bankwana," in ji Henningsen. "Mun fara magana game da shirye-shiryen jana'iza." Likitoci sun shaida wa iyalan Taylor cewa suna da tabbacin kashi 95 zuwa 99 cikin 100 ba za ta sake farkawa ba, in ji Henningsen.

Suna bayyana cewa kwakwalwarta ta mutu, sun cire mata magunguna da iskar oxygen. Iyalin sun yi addu'a. Wani likitan jinya wanda ke yi wa kakan Taylor magani shi ma ya yi wa yarinyar addu'a, inda ya ziyarci ɗakin asibiti don ya ɗora hannunsa a bayan wuyanta. "Bayan 'yan awanni kaɗan, likitan ya shigo ya kuma gaya mana, 'Ba mu san yadda za mu yi muku bayani game da wannan a fannin likitanci ba, amma tana numfashi da kanta," in ji Henningsen.

Taylor ta buɗe idanunta ta motsa yatsun hannunta da yatsun hannunta. Amma likitoci sun yi wa iyalin gargaɗi cewa akwai ƙarancin yiwuwar sake yin tafiya, kuma idan ta yi, za ta makale a jikin butatun ciyarwa har abada. Ta hanyar aiki tuƙuru da juriya, Taylor a hankali ta sake samun ikon tafiya, cin abinci, da kuma yin kusan duk abin da take yi a da, in ji mahaifiyarta.

A ranar Litinin, za ta kammala karatunta na sakandare. Ta yi magana a kan Labaran tsakanin azuzuwan ƙarshe a makaranta da kuma tafiya zuwa babban kanti don siyan riga don bikin kammala káratunta - ranar da mahaifiyarta ba ta da tabbacin za ta taɓa zuwa wurin Taylor bayan hatsarin da ya faru. "Ina tunani akai-akai," in ji Hennsingsen. "Tabbas abin al'ajabi ne."

An warkar da mazaunin Pheonix daga cutar kansa ta hannun William Branham a watan Maris na 1948

A watan Satumba da ya gabata na je wurin Dr. Weldon Baker, North Second Street, Phoenix, Arizona. Ya kuma yi min x-ray sau biyu. Ya gano cewa ina da ciwon ciki mai tsanani, zuciyata ta girma saboda guba, kashi ɗaya bisa biyar na hantata ne kawai ke aiki, kuma akwai duwatsu da yawa kamar babban yatsana a gefen dama na hantata. Na fara magani na makonni shida, amma na yi rashin lafiya sosai.. Dr. Anderson ya zo ya gaishe ni ya ce ina da ciwon daji, amma na jira na daɗe kafin in sami taimako. Na yi rashin lafiya sosai kuma ban iya shan magani ba. Dole ne a buɗe min hanjina don a bar sharar ta ratsa. Na yi mummunan sihiri. Dr. Baker ya zo, kuma waliyyai suna addu'a lokacin da ya isa can. Daga baya ya gaya mini cewa na mutu minti biyu, amma Yesu ya ji kukan waliyyai.

Na kwanta a gado na tsawon makonni tara kuma na rage nauyin kilo 40. A wasu lokutan na kan yi mummunan rauni har na kasa hadiye ruwa na tsawon kwanaki biyar. Sai aka sanar da cewa William Branham zai zo Phoenix a ranar biyu ga watan Maris don yin addu'a ga marasa lafiya da waɗanda suka ji rauni. Mijina yana coci da wuri a daren Lahadi na farko, amma Ɗan'uwa Branham bai iya zuwa wurina ba. Kuma bai sami damar zuwa wurina a daren washegari ba, kodayake na ga mu'ujizai da yawa na warkar da wasu. Washegari aka sake kai ni, amma lokacin da na isa cocin na yi rashin lafiya sosai. Sun kawo mini gado, amma ban tuna lokacin da na kwanta ba.

Na farko da na sani, Ɗan'uwa Branham yana yi mini magana, yana cewa: "Kalle ni 'yar'uwa." Da farko dai kawai ɗan rada ne kawai, amma a karo na uku da ya maimaita, sai na yi ƙoƙarin buɗe idanuna. Bayan wani lokaci na ga alama, sai ya tambaye ni ko na yarda da abin da ya gaya mini. Na ce, "Eh, domin zan iya ba mala'ikan da ke tsaye kusa da ke." Sai Ɗan'uwa Branham ya ce, "'Yar'uwa, imaninki ya cece ki. Wannan ciwon daji ya mamaye cikinki, amma Allah ya warkar da ke. Kowane tushen an la'ance shi kuma za ki warke idan kin ci gaba da imani, kodayake zai ɗauki wata ɗaya ko makonni shida kafin wannan ya ruɓe. Nan da sa'o'i 72 daga yanzu za ki yi rashin lafiya da zafi mai yawa, amma ki yarda da shi duka." Sai Ubangiji ya yi magana ta bakin Ɗan'uwa Branham, sai mai mai ɗumi ya fara ta kaina a waje da ciki ya kai ƙafata. Yayin da yake raguwa, ciwon ya tafi gaba ɗaya kuma na ji ƙarfi sosai. Na sauka daga kan gadon ina ihu da rawa kuma na sami damar halartar wasu ayyuka biyar da Ɗan'uwa Branham ya yi a Phoenix.

Lokacin da awanni 72 suka cika, na yi rashin lafiya sosai, kuma na ji rauni sosai har ma ban iya kuka ba. Na yi rashin lafiya sosai na tsawon makonni biyu, sannan na fara cin duk abin da nake so, inda a da nake cin 'ya'yan itace da miya. Makonni bakwai bayan an yi mini addu'a, an yi min ƙarin X-ray kuma waɗannan sun nuna cewa na warke gaba ɗaya. Dr. Baker ya gaya mini cewa zan iya faɗin duk wannan, kuma zai yi farin cikin nuna X-ray ga duk wanda yake son ganin su, ko kuma ya yi magana da su da kansa. Ina yabon Yesu saboda hakan!

MISSA Hattie Waldrop Adams Street Phoenix, Arizona

An Warkar da Mace Mai Mutuwa A Karkashin John Alexander Dowie

An buga wannan shaidar a cikin Jaridar Wasikar Warkarwa ta Ganye ta ranar 5 ga Fabrairu, 1897. (Lura: shan taba shine tsohon sunan da ake kira tarin fuka.)

GRIFFITH, IND. 20 ga Janairu, 1897.

Ga Dr. da Mrs. Dowie,

Ina jin daɗi da kuma wajibi na in ƙara shaidara ga ɗaruruwan mutane - na cikakkiyar warkarwa ta - daga cututtuka da yawa, ta wurin Ubangijinmu Yesu Kiristi.

Ban taɓa ganin lafiya mai kyau ba, kuma bayan haka, na yi tafiya mai zurfi zuwa Tekun Atlantika, Oktoba, 1894, kuma bayan dawowata nan da nan na ci gaba da aikin ofis dina, sai na yi aiki mai yawa, kuma a ranar 3 ga Nuwamba na kamu da zubar jini a huhu.

Da farko mun ɗauki Dr. Pettibone aiki, daga Crown Point, Ind. Ina tsammanin ya yi mini magani na tsawon watanni biyu, amma ya kasa ba ni sauƙi. Har ma na ƙara muni. Ba wai kawai zubar jini ya ci gaba ba, har ma da wasu cututtuka sun fara. Ya yi duk abin da zai iya a gare ni.

Mijina a ranar 1 ga Janairu, 1895, ya ɗauki Dr. Vincent aiki, ɗaya daga cikin tsofaffin likitoci masu ƙwarewa a Valparaiso, Ind. Ya bayyana cewa lamarina yana da matuƙar tsanani. Duk da haka, canjin likitoci bai amfanar da ni ba. Har yanzu ina ci gaba da ƙara muni.

A lokacin ina fama da sujadar jijiya, zubar jini a huhu, ruwa a kusa da zuciya, tarin fuka, ciwon makogwaro mai kama da ciwon daji, hanta mai cunkoso, da kuma abin da aka sani da Consumptian of the Bowels. Bayyanar ta kasance kamar ta hanyar ɓarnar hanji. Duk da cewa a farkon ɗan gajeren lokaci, sai da likita ya ɗauki awanni, kuma ya yi tunanin ba zan iya rayuwa har zuwa watan Maris ba. Duk da haka, ya ci gaba da yi mini magani har sai da na tuna da watan Yuni.

Sai ya gaya wa mijina cewa bai yi tunanin akwai wata dama da zan warke ba, kuma ba shi da amfani ya ci gaba da ziyararsa. Ya kuma gaya wa abokaina a Valparaiso cewa lokaci ne kawai da zan kasance tare da ni. Na tsawon makonni biyu da suka biyo baya na sha magani kaɗan, kuma abin mamaki a gare ni na ƙara ƙarfi kaɗan. Mun sami ƙarfafawa sosai, kuma muka ji bai kamata mu daina ba, amma mu gwada wani likita nagari.

Wani abokinmu ya ba da shawarar Dr. Hilldebrand, na Chicago. Bayan ya yi cikakken bincike, sai ya furta cewa "Consumption", wanda ya bambanta da sauran cututtukan da na ambata a baya. Da yake magana game da makogwarona (an cinye wasu nama masu laushi) cewa abin da ya ɓace ba za a iya maye gurbinsa ba. Ciwon yana fitar da ruwa koyaushe, kuma rufin watan ya yi launin rawaya. Bayan ya shafa maganin da ya rubuta wa makogwaro; ƙarin ciwon ya buɗe, kuma a ƙarƙashin maganinsa na kasa yin aiki da sauri.

Sai na yanke shawarar kada in sake shan magani, kuma na fahimci cewa rayuwata ta fi daraja ba tare da ita ba. Wani abokinmu, Mr. Wood, wakilin da'awa a C. & GTRR, ya gaya mini game da wani mutum mai ban mamaki a Chicago wanda zai iya warkar da kowace irin cuta ba tare da shan magani ba. Da kyar na iya yaba masa, amma ya ci gaba da roƙona in tafi, kuma ya ce yana ganin akwai sauran damar da zan warke.

Na yarda, muddin zan iya zuwa can. Mun aika da buƙatar addu'a a gare ku, kuma na sami ɗan ƙarfi har cikin kimanin mako guda (kodayake abokai sun yi watsi da ni kuma likita ya bayyana ni a matsayin wanda ba shi da bege) mijina, a ranar 18 ga Agusta, ya kai ni Divine Healing Home No. 1, 6020 Edgerton Avenue.

Na kumbura sosai (saboda ruwa ya mamaye zuciyata) har ban iya sanya kowace riga ta ba; sun yi ƙanƙanta kusan inci uku. Dole ne na sanya riga mai laushi. Bayan na kwanta na yi addu'a a gare ni a ranar Litinin, washegari bayan isowata, ruwan da ke kewaye da zuciya ya yi kama da na wawa kuma kumburin ya ɓace mini. Na rubuta wa iyalina (waɗanda ke zaune a nesa kaɗan daga birni) su kawo mini riguna na. Sun yi haka, kuma ban sami matsala wajen saka ɗaya daga cikinsu ba.

A karo na biyu da ka ɗora hannu ka yi addu'a tare da ni, na warke daga sujadar tsoro, ruwa a kusa da zuciya, zubar jini a huhu, matsalar koda, ciwon tsoka, tarin hanji, hanji na halitta. Amma mummunan wahalar makogwaro ya ci gaba. Na roƙe ka a ranar Talata mai zuwa, kimanin mako guda bayan na je can, a ɗaya daga cikin Majalisun Gida ka sa yatsunka a makogwarona. Ka yi haka, cikin sunan Yesu, kuma waɗannan munanan cututtuka da suka shafe watanni da yawa suna cinye raina duk an lalata su ta hannun Babban Likita ta hanyar hukumarka, wanda Allah ya albarkace shi da Kyautar Warkarwa.

Na kasance a Gida cikin makonni biyu kacal, kuma Asabar da muka fara zuwa gida ba mu iya yin hadi a kan motocin titi ba, kuma mijina ya ce na yi tafiya kusan mil biyu, kuma ban ji gajiya ba. Watanni biyu bayan dawowa gida na koyi yin aikin gida, kuma na yi aikina tun daga lokacin.

Shekara ɗaya da wata huɗu kenan da na warke. Banda mura biyu, ina cikin koshin lafiya, kuma ba zan iya gode wa Allah ba saboda dukkan ni'imomin da Ya yi min. Matsanan sun ɓace, kuma sassan laushi da cutar ta ci ta raba sun hadu suka warke. Muryata ta yi ƙarfi sosai. Ina shirin ɗaukar darasi ne kawai a cikin 'al'adar murya' lokacin da na kamu da mura mai tsanani. Na je Zion Home na ɗan lokaci. Kun yi addu'a tare da ni, kuma na warke.

Ina cikin koshin lafiya yanzu. Ina matukar son ziyartar Zion Home da kuma sauraron kyawawan umarni da muke samu daga gare ku da kuma ƙaunatacciyar Mrs. Dowie game da kyakkyawar hanyar Allah ta warkar da "'ya'yansa marasa lafiya" idan za su dogara gare shi kaɗai.

Ina fatan wannan Shaidar za ta isa ga mutane da yawa da ke shan wahala, kuma a sa su nemi Babban Likita don warkar da su ta Ruhu, Rai da Jiki. Ina ganin yadda nake kusa da ƙafafun Yesu, kyaututtukansa da ya ba ni suna da yawa.

Ya ku Dr. da Mrs. Dowie, ina addu'a a kullum cewa ku yi nasara a cikin "Ci gaba da tafiyarku zuwa Sihiyona," kuma ku duka za a iya ceton ku shekaru da yawa har sai an yaɗa wannan kyakkyawar bishara a duk duniya.

Ku yi imani da ni cikin sunan Yesu,

MRS LULU DAYTON

An Warke da Lalacewar Jijiyoyi da PTSD

Dave ya dawo gida daga yaƙin da alamun cutar PTSD da kuma lalacewar jijiyoyi. Yana cikin keken guragu kuma yana jin kamar ana yi masa aski da ruwan aska, fatarsa ta ji kamar ana zuba masa sinadarin acid, kuma yana jin ƙasusuwansa suna murƙushewa. Yana da matuƙar jin daɗin haske mai haske da sautuka masu ƙarfi. Bai ma iya jin ɗayan hannunsa ba. Yanayin motsin zuciyarsa na tsoro da kulawa akai-akai ne. Bai iya jure taron jama'a ba kuma da kyar yake iya yin lokaci tare da iyalinsa. Rayuwarsa ta kasance cikin haɗari ta jiki da ta motsin rai. Ya ga likitoci da yawa, amma bai sami sauƙi ba.

Dave ya je wani taron Randy Clark inda ya je wurin Randy don yi masa tambaya. Bai ma san yadda ya isa gaba ba tunda akwai mutane da yawa. Randy ya cire makirufo ya saurari labarin Dave. Randy ya nemi wani memba na ƙungiyar addu'a mai suna Mike ya yi wa Dave addu'a. Mike ya kama hannun Dave, wanda hakan ya sa shi cikin damuwa. Mike ya kuma kalli idanun Dave kai tsaye kuma bai bar shi ya sunkuyar da kansa ba saboda yana cikin damuwa da jin kunyar abin da ya faru da shi a lokacin yaƙin. Ya sha wahala da waɗannan hotunan da kuma radadin motsin rai da ke tattare da su.

Dave ya fara gumi kuma ya ji kamar yana son ya gudu. Mike ya riƙe shi ya kai shi matakan warkarwa. Ba dogon lokacin addu'a ba ne, wataƙila kimanin mintuna 5. Dave ya ce kamar Yesu ya taɓa shi ne. Natsuwa ta zo masa kamar bai ji ba tun yana yaro. Da ya isa gida Dave ya ce kamar yana shawagi cikin gidansa. Matarsa ta ga bambanci nan da nan ta tambaye shi abin da ya faru. Sai kawai ya yi ihu "Na 'yantu." Matarsa ta ce masa "Baba da alama ka rasa fam 2000 daga kafadunka kuma ban san ko kai wanene ba."

Dave ya sauka daga kan kujera ya daina shan magunguna. Yana wasa da yaransa, yana rungume su, kuma baya jin tsoro koyaushe. Ya je taron Randy Clark na gaba. Hannunsa na hagu har yanzu yana jin rauni amma ya ce wa Yesu "ka duba duk abin da ka yi mini. Daren yau idan na je taron za a yi. Ba na buƙatar kowa ya yi mini addu'a, kawai ina so in ɗaukaka abin da ka yi." Yayin da yake zaune a falo yana jiran buɗe ƙofofi, sai ya ji hannun hagunsa. Ya ce "hannu... ka dawo." Babu wanda ya yi masa addu'a. Babu kiɗan ibada da aka kunna. Ya kira matarsa ya ce yanzu a'a kawai na 'yanci amma yanzu zan iya taɓa hannuna, ina jin hannuna, ina jin yatsuna. Ina iya rawa kuma ba ya cutar da ni kuma hasken ba ya cutar da ni. Na 'yanci kuma Yesu ya yi!

An ɗauko daga shaidar gidan talabijin na ibethel mai taken Ciwon Damuwa Bayan Tashin Hankali Ya Warke! - Maris 05, 2013. (ibethel.tv yana da wasu abubuwan kyauta da kuma wasu abubuwan da aka biya amma dole ne ku yi rijista don amfani da shi)

Warkar da Jo Gummelt Ta Hanyar Kathryn Kuhlman

Jo Gummelt matar wani limamin cocin Southern Baptist ce. Tana fama da wata cuta mai saurin yaduwa da ake kira renal papillary necrosis. Likitoci a yankin Washington, DC ba su taɓa ganinta ba a da. Likitoci sun yi imanin cewa rashin lafiyar maganin rage radadi ne ga maganin rage radadi da ake sayarwa ba tare da takardar likita ba. An lalata ƙoda 1/3. Likitoci sun yi fatan za su iya daidaita lalacewar. An yi wa Jo duk gwajin da za ta iya. Tana hutawa a kan gado awanni 12-14 a rana. Gashinta yana faɗuwa. Likitoci sun yi mata gargaɗi cewa kamuwa da cuta ta ƙwayoyin cuta zai iya rufe kodan ta. Sun bayyana kodan ta a matsayin soso mai rauni wanda zai iya fuskantar kowace irin hari.

Wata ƙawarta ta gayyace ta zuwa taron warkarwa na ɗan kasuwa mai cikakken bishara. Ba ta son zuwa da gaske. A gaskiya ma, ta sanya hular gashi da aka ɗora a fuskarta domin ba ta son kowa ya gane ta. Aikin warkarwa ba shi da daraja a gare ta. Ta haɗa shi da taron tanti a gefen gari. Sai lokacin da aka sanar da Kathryn Kuhlman, sai ta yi tunanin "kai, ba mace ba ce minista." Ta yi rauni sosai kuma ta gaji da yanayinta. Taron ya cika makil, ita da kawarta suka isa bayan awa ɗaya da rabi. Jo ba ta iya tashi tsaye ba, har ta gaji sosai. Sun ƙare zaune a kan matattakalar ɗakin taro.

Allah ya sa mutane biyu suka tashi suka miƙa wa mata kujerunsu tunda dole ne su tafi. Kujerun suna cikin sashe na biyu kusa da gaba. Jo ta yi tunanin Allah ya gano ta. Ta kasance 'yar Southern Baptist a duk rayuwarta. Ta yi imanin cewa an dasa kowace shaida. Ba ta yarda da duk abin da ta gani ba. Ta kasance mai shakka gaba ɗaya. Har yanzu akwai wani abu da ke tayar da hankali a cikin zuciyarta.

A ƙarshen hidimar, Kathryn Kuhlman ta roƙi kowa a taron ya ɗaga hannuwansa ya rera "Ubangiji Na Karɓe Ka." Jo ta fara rera waƙa domin ta san waƙar, amma ba ta son ɗaga hannuwanta. Aikinta na farko na bangaskiya shi ne ta ɗaga hannuwanta sama kaɗan. Sai ta ce Ruhu Mai Tsarki ya karɓi ragamar mulki. Kafin ta sani, hannayenta sun yi sama sosai. Tana ƙarƙashin kasancewar Allah. Sai ta ji kamar ƙafafunta suna miƙewa kuma tana kan yatsun hannunta. Sai hannayenta suka juya sama cikin halin karɓa.

A lokacin sai jin rashin cancanta, ƙazanta da tawali'u suka mamaye Jo. Ba ta taɓa fuskantar hakan ba a da. Kanta ta faɗi har zuwa inda zai kai. Ba za ta iya ɗaga shi ba. Ta ji kamar mai karɓar haraji wanda bai ma iya ɗaga idanunsa sama ba saboda sanin zunubinsa. Jo ta fara kuka, sai ga rijiyar ruwan rai ta fara ɓullowa a cikinta.

Daga nesa ta ji muryar Kathryn tana cewa "oh Ubangiji akwai ɗaukaka a kan wannan." A lokacin Jo ba ta san ma'anarta ba, amma daga baya ta fahimci cewa Ubangiji yana tare da ita. Sai Jo ta fara jin ruwan ɗumi yana zuba a kanta. Kathryn ta zo wurin Jo ta taɓa wuyan hannunta. Kasancewar Allah ya ƙaru har ta ji ta "ta tafi sararin samaniya." Tana jin cewa tana haske tana iyo a cikin ruwan ɗumi kuma Ubangiji yana riƙe da ita.

Ko da Jo ta san cewa ta warke, ba ta yi da'awar warkarwa ta jiki nan take ba. Ta fara rayuwa kamar yadda aka saba. Ba ta sake zama a kan gado ba. Ta daina shan magunguna. Ta daina zuwa wurin likita. Ta kama Kalmar ta wata sabuwar hanya. Sai ta fuskanci cikar Ruhu Mai Tsarki. Rayuwarta ta canza. Rayuwarta ta yi addu'a. Rayuwarta ta fara.

A wata tafiya ta iyali, bayan wani lokaci, Jo ta lura cewa gashinta yana sake girma. A gare ta, wannan wata alama ce ta warkar da ita. Mijinta ya dage cewa ta koma wurin likitoci a sake yin gwaje-gwaje. Likitan ya duba hoton X-ray ya ce "Zan rufe wannan shari'ar saboda kin warke sarai. Idan kina da wasu matsalolin koda, ba zai yi wata alaƙa da wannan cutar ba."
http://www.youtube.com/watch?v=vZF23Gjq0Q0

An tashe mutum daga matattu ta hanyar likitan zuciya

Dakta Chauncy Crandall likitan zuciya ne kuma Kirista. An kira shi lokacin da wani Jeff Marken ya isa ɗakin gaggawa kuma ya yi mummunan bugun zuciya. Mutumin ya mutu na tsawon mintuna 30 kuma ma'aikatan sun yi ta aiki a kansa tsawon wannan lokacin. Lokacin da Dakta Crandall ya iso, mutumin ya mutu a bayyane. A zahiri Dakta Crandall ya ce "shi ne mutum mafi mutuwa da na taɓa gani." Duk jikinsa baƙi ne - hannuwansa, ƙafafunsa, ƙafafunsa, da fuskarsa. Ana kiransa cyanosis.

Dr. Crandall ya gaya wa likitan ɗakin gaggawa ya sanar da mutuwar Mr. Marken. Ma'aikatan sun cike takardu, sai ma'aikaciyar jinya ta fara cire bututun kuma ta shirya gawar don zuwa ɗakin ajiye gawa. Yayin da Dr. Crandall ya juya don fita daga ɗakin, sai ya ji Ubangiji yana cewa "Juya ka yi wa wannan mutumin addu'a." Ya ci gaba da tafiya, sai

Ubangiji ya sake cewa "Juya ka yi wa wannan mutumin addu'a." Dr. Crandall ya juya ya tafi ya yi masa addu'a. Bai san abin da zai yi addu'a ba, amma yayin da yake tsaye a wurin Ruhu Mai Tsarki ya karɓi iko. Ya yi addu'a "Ya Uba Allah, ina kuka domin ran wannan mutumin. Idan bai san ka a matsayin Ubangijinsa da Mai Cetonsa ba, ka tashe shi daga matattu yanzu, cikin sunan Yesu." Ma'aikaciyar jinya ta yi tunanin mahaukaci ne. Hannun Jeff Marken ya tashi ba zato ba tsammani. Lokacin da likitan ɗakin gaggawa ya dawo cikin ɗakin, Dr. Crandall ya ce "ya sake gigita wannan mutumin." Likitan ɗakin gaggawa bai so ba, amma ya yi hakan ne don girmama buƙatar Dr. Crandall. Ya sake gigita majiyyacin sau ɗaya kuma nan da nan sai bugun zuciya ya bayyana a kan na'urar. Likitoci da ma'aikacin jinya sun yi mamaki. Sai kirji ya fara motsi, ciki, hannuwa da ƙafafuwa suka yi ta gudu da shi zuwa asibiti mai tsanani. Daren Juma'a ne. Dr. Crandall ya kira abokin aikinsa ya gaya masa cewa Jeff Marken ya tashi daga matattu kuma zai rayu domin a bayyane yake cewa yana da kiran Allah a rayuwarsa.

Lokacin da Dr. Crandall ya shigo ranar Litinin da safe kuma Jeff Marken yana zaune a kan gado. Dr. Crandall ya tambayi Jeff abin da ya fuskanta yayin da ake yi masa aiki a asibiti. Jeff ya bayyana kasancewarsa shi kaɗai a cikin akwati a cikin wani wuri mai duhu na tsawon lokaci. Sai wasu halittu suka naɗe shi suka jefar da shi kamar shara. Jeff ya damu ƙwarai da abin da ya fuskanta. Dr. Crandall ya gaya masa idan ya karɓi Yesu ba zai taɓa zama shi kaɗai ba kuma ba za a taɓa jefar da shi ba. Jeff ya karɓi Yesu a lokacin.

Yesu ya sake ba wa Jeff dama ta biyu. Ba shi da wata matsala daga mutuwa fiye da mintuna 40. Yana yin gwaje-gwaje akai-akai amma babu wata matsala ta zuciya. Dr. Crandall ya ce ba ranar da yake da "babban imani" ba ce kawai yana son ci gaba da aikinsa. Duk da haka saboda ya tsaya ya yi addu'a da ƙaramin imani da Allah ya yi amfani da shi ta wannan hanyar mai ban mamaki. Dr. Chauncey ya rubuta littafi game da abin da ya faru da shi mai suna "Raising the Dead." (Muna ɗauke da wannan littafin a cikin shagon sayar da littattafai.)

Saurari cikakken shaidar da Dr. Crandall ya bayar kan CBN ga Pat Robertson.
http://www.youtube.com/watch?v=EL2i64j2FZE

Labari mai ban mamaki game da warkarwa mai ban mamaki a ƙarshen shekarun 1700

An ɗauko daga littafin "Sauran Magungunan Imani" wanda Dr. Charles Cullis ya buga a shekarar 1885. Labarin da ke tafe game da magani mafi ban mamaki, wanda gaskiyarsa ta tabbata sosai har ta kai ga an yi watsi da shakka, an kwafi shi daga wata tsohuwar mujallar London ta shekarar 1788. Allah a kowane zamani bai bar kansa ba tare da shaidar ikonsa na har abada da Allahntakarsa ba, kamar yadda zai bayyana a cikin labarin da ke tafe.

Cocin da ke Tiverton, a Yamma, inda aka taru wuri ɗaya, kuma suna da ɗaya daga cikinsu wanda suka tsara wa fasto ɗinsu, an aika da wasiƙa bisa ga yardarsu ko umarninsu, zuwa ga cocin da ke Colchester don a sallami wani memba da ake so fasto ɗin; haka nan kuma sashe a cikin wasiƙar don umarni a cikin naɗin, ko an ga ya zama dole a ɗora hannu. Cocin da aka ambata a sama a Colchester ba tare da fasto ɗinsu ba, an so in amsa wasiƙar da aka ambata a sama, kuma lokacin da na zo don amsa wannan batu game da naɗin, na rubuta kamar haka, "Dora hannuwa abu ne mai mahimmanci, kawai don nuna mutumin da aka naɗa, ba shi da ikon isar da duk wani kyautar hidima ga wanda aka naɗa, mun fi so mu yi la'akari da shi a matsayin biki na farko, kamar shafa wa marasa lafiya, da wanke ƙafafu, wanda ya ƙare da rayuwar Manzanni, da kuma kyaututtukan warkarwa na musamman."

An kawo wannan wasiƙar, kamar yadda aka rubuta, zuwa coci don amincewa, kuma su amince da ita; amma wasu sun ƙi ta, suka amsa cewa sun yi imani da shafa mai da kuma ɗora hannuwa, farillai ne a cikin cocin, kuma ya kamata a yi wa'azinta; wanda na yi adawa da shi kuma na ambaci marubutan da na karanta a kan hakan; amma ba don wani dalili ba, don wasiƙar da ba za su sa hannu ba, kuma an rubuta wani bisa ga tunaninsu.

Tun daga lokacin na kasance cikin duhun rai, har sau da yawa nakan yi tambaya game da sha'awar da nake da ita ga Almasihu Yesu, kuma na yi kwanaki da yawa na azumi da addu'a domin hasken fuskar Allah ya dawo; don haka na ci gaba da yin watanni biyu, har sai da na daɗe ina zaune a St. Edmund's Bury, a Suffolk, zuwa ƙarshen Disamba, ana so in yi addu'a tare da wata mutum kuma mace wadda ta daɗe tana shan wahala, kuma yayin da nake addu'a, ina cikin duhu sosai kuma na yi tunanin ina da buƙatar yin addu'a domin kaina fiye da wasu, wanda na yi a cikin waɗannan kalmomin "Me ya sa ka bar ni, ya Ubangiji, me ya sa ka ɓoye mini fuskarka? Komawa, dawo, ya Ubangiji, ka ɗaga hasken fuskarka a kaina." Ga wannan buƙatar nan da nan na sami amsa daga tunanin da na yi, cewa na ƙi dokokinsa, wato, shafaffe, da ɗora hannuwa. Na sake amsawa a raina "Ya Ubangiji, da na san cewa farillai ne, da ba zan ƙi su da son rai ba, ko wani."

Sai na gamsu cewa an ci gaba da yin amfani da ƙa'idar ɗora hannuwa da shafa mai a coci; kuma idan na yi amfani da su Ubangiji zai mallake su. Sai na, bisa wannan ƙudurin zuciyata, aka biya mini buƙatuna, domin Ubangiji ya ɗaga hasken fuskarsa a kaina, sai addu'ata ta koma yabo; kuma bayan na kammala addu'ata, matar mai gurguwar gurguwa a gefe ɗaya. Na ce mata "Malama, na yi imani idan an shafa ki da sunan Ubangiji, za a dawo da gaɓoɓinki domin na gamsu da abin da na yi adawa da shi ba da daɗewa ba, da ƙarfin hali mafi girma." Ta gaya mini ba za ta iya miƙa wuya gare shi ba, kuma ba ta yarda da shi ba. Na yi amfani da wasu muhawara da ita, amma ba da wani dalili ba.

Don haka a wannan rana na koma Colchester, na je wurin ɗaya, Mrs. Mary Munnings, wata bazawara da ke da shagon sayar da mai kusa da kasuwa, na gaya mata yadda na gamsu da dokar shafa mai da man fetur, sannan na ƙara gaya mata, na yi imani da gaske cewa Allah zai mallaki nasa farillai. Ta yi mamaki ƙwarai, ta san yadda na yi tsayayya da shi sosai, amma ɗan lokaci kaɗan da ya wuce; kuma da ta yi zaton abin sha'awa ne, ta tambaya, ko ina da imani da amfani da shi ga 'yarta, wadda gurgu ce, kamar yadda wannan labarin zai bayyana a fili. Na ce mata eh, na yi, na tambaye ta ko ta yarda da hakan a matsayin farilla? Ta ce, ta yi.

Sai na duba ɗakin da 'yarta da aka ambata a sama take zaune, na ce, "Yaro! Shin ka yarda cewa Ubangiji zai iya warkar da kai?" Ta amsa, "Hannun Ubangiji bai yi gajarta ba har ba zai iya ceto ba, kuma kunnensa bai yi nauyi ba har ba zai iya ji ba." "To," na amsa, "idan kin yarda da ikonsa, na yarda da yardarsa." Sai mahaifiyarta ta tambaye ni ko zan so in yi mata dokar? Na gaya mata zan yi, amma wannan ita ce rana ta ƙarshe ta mako, ban iya ba yanzu, saboda karatuna. Don haka na bar su, kuma a rana ta biyu ta mako mai zuwa, domin in yi bayani, bayan al'adata ta yau da kullun, Mrs. Munnings da aka ambata a sama, tana nan, ta yi tunanin lokaci ne mafi dacewa ta yi wa 'yarta dokar, yayin da Ruhu da alherin Allah suka shafe ni. Bisa ga buƙatarta, na tafi tare da ita zuwa gidanta; kuma ta aika wa baiwarta takardar mai, ta gaya mini tana fatan zan yi kyau kamar yadda na faɗa, in shafa wa 'yarta. Na gaya mata mummunan alkawari ya fi kyau a karya shi fiye da a kiyaye shi, amma idan zan iya samun izini a cikin Kalmar Allah zan yi. Ina neman Littafi Mai Tsarki, ina son kada a katse ni, na kuma bincika daga gefe ɗaya zuwa wancan na tsawon awanni uku, daga tara zuwa goma sha biyu, a lokacin na tattara mafi yawan wurare na Nassosi, duka don farilla, kuma don ƙarfafa bangaskiya, kamar yadda Yaƙub v: 14, Markus vi: 13, Markus xi: 24, wanda na kira hatimi ga aikina.

Bayan na gama, sai na rufe Littafi Mai Tsarki, na ce wa mahaifiyar da kuma 'yar'uwar da ke wurin "Ba wai kawai na sami umarni ba, har ma da hatimi a kansa." Sai na yi magana da umarnin kamar haka: Da farko na je addu'o'i, wanda zai ɗaga bangaskiyarmu ga farilla, kuma mu ma mu riƙe alƙawarin; sannan na keɓe mai daga amfani na yau da kullun zuwa na musamman, ta hanyar addu'a.

Sai na shafa mata mai da sunan Ubangiji Yesu Kiristi na Nazarat, a wurin da take baƙin ciki, sau uku, gwargwadon adadin mutanen Triniti; amma lura, lokacin da na zo shafa mata mai da idon ƙafarta, na yi mamaki, domin gurgunta yana nan kamar haka: ƙashin ƙugu ya tsiro a ƙarƙashin hannunta ; ƙafarta ta karkace kuma idon ƙafarta ya fito daga wurinta, har ba a ga kowa a ciki ba, ƙafarta ta hagu a cikin siffar kututture, tare da sauran raunin jikinta saboda rashin gaɓoɓinta. Mahaifiyarta ta ce ba ta san ko an haife ta haka ba ko a'a, domin ta fahimci hakan ne kawai lokacin da take cikin igiyoyinta, kuma tana da kusan shekara goma sha shida, mahaifiyarta ta yi amfani da su da yawa don taimako amma ba tare da wani dalili ba, har yanzu tana girma: mafi muni da muni.

Daga ƙarshe ta nemi izini ga wani fitaccen likitan fiɗa, wanda ya gaya mata cewa ba zai karɓi kuɗinta ba, domin babu wani mutum a duniya da zai iya taimaka mata, ko kuma ya rage ƙasusuwan zuwa wuraren da suka dace, jijiyoyin sun yi rauni suka taru a ƙarƙashin naman aladenta mai girma kamar hannun mutum, kuma duk gefen ya yi rauni har ba za ta iya ɗaukar nauyin fam huɗu a wannan gefen ba." Da na ga ƙafarta ta yi rauni sosai, domin ban taɓa ganin ta ba a da, sai fuskata ta faɗi, na ce a cikin raina "Hakika, na fi mahaukaci muni, — za a iya miƙe ƙasusuwan da suka karkace?" Kuma da wannan rawar jiki na kama ni har ban iya riƙe hannuna ba (amma da taimakon ɗayan) don in shafa mata, kuma yayin da nake cikin rudani wannan rubutun ya faɗi a cikin raina, "Ko da yake ba ka yarda ba tukuna, yana da aminci kuma ba zai iya musanta kansa ba."

Da zarar na shafa mata mai, sai na durƙusa a kan gwiwoyina, kamar cikin azaba, na ce waɗannan kalmomi: "Ya Ubangiji, na yi aikina, na tafi wajen aikina; Ya Ubangiji, na bar aikin a hannunka ya cika!" Yayin da nake faɗin haka, sai na faɗi kamar cikin farin ciki, sai ga sama a buɗe, Almasihu kuma a hannun dama na Uba yana gabatar da roƙo. Sai na yi ihu "Ya Ubangiji, wannan shine roƙonmu, muna jiran amsa."

Mahaifiyar da 'yar'uwar suka yi mamakin furucin; amma da zarar na faɗi haka, sai na ji an kawo mini waɗannan kalmomi, "Ya isa gare ka bisa ga imaninka." Na amsa, "Na yi imani za ta warke." Sai na sami wannan amsar, "Zan warke - za ta warke." Sai, kafin na durƙusa na yi ta yabon Allah da ya warkar da ita; kuma bayan na gama, na tashi na yi tafiya a ɗakin; sannan na zauna, na zuba idona a kanta, na ce: "Yaro, Ubangiji ya warkar da ke." Mahaifiyarta ta amsa, "Yallaɓai, me kake nufi ka faɗi haka kafin ka sani?" Na amsa, "Rashin imani tsaya a nan! Yaro, Ubangiji ya warkar da ke."

Mahaifiyarta ta amsa kamar da; na amsa a karo na uku, da ƙarfin hali fiye da da, "Yaro, Ubangiji ya warkar da kai." Sai ta tashi, ta ce, "Me zan ba Ubangiji saboda dukkan fa'idodinsa! Domin yayin da ka furta mini duka a karo na biyu, ƙasusuwana sun karye ba tare da wani ciwo ba, suka zo wurinsu." Abin mamaki muka gan ta a miƙe, cike da lafiyayye, kuma tsawon hannu ɗaya ya fi na da. Sai ta miƙa ƙafarta, ta nuna mana idon ƙafarta, komai ya lafa; raunin jikinta kuma ya ɓace, ranta kuma, tare da namu, cike da ƙaunar Ubangiji, har ba mu san yadda za mu iya jure wa kanmu ba.

"Zo," na ce wa mahaifiyarta da 'yar'uwarta, "mu yi wa Ubangiji waƙar yabo." "A'a," in ji mahaifiyarta, "maƙwabta za su ji mu. Da ƙarfe uku kacal na ranar Sabuwar Shekarar da ta gabata, da safe." Na amsa "Idan muka yi shiru, duwatsun da ke kan titi za su yi mana kuka." Sai muka yi waƙa ba tare da ɓata lokaci ba muka kammala safiya da albarka da yabon Allah. Da safe mahaifiyarta ta ce, "Je ka, ka gani ko ɗan'uwanka bai yi kuka ba." Ta hau sama ta sauke shi, yana ɗan shekara biyar. Don haka washegari, lokacin da aka kira wasu membobin cocin, an yi ta yabon Allah.

An sanya hannu a taron cocinmu; Mu waɗanda aka rubuta sunayensu (membobin wannan al'umma) muna shaida gaskiyar wannan, kuma ba mu san wata hanya da aka yi amfani da ita ba, sai dai Allah ya nuna ikonsa mai girma a nan - Thomas Power, Nathaniel Hicks. John Blackfill, Thomas Pettly, Daniel Hart, Robert, Harris, Benjamin Smith, William Rawlings, John Maxey, Samuel Todd, John Browne, Joseph Ellingsford, Francis Howard, Philip Stowars, Jeremiah Baxter. Labarin da ke sama an sanya hannu kuma an rantse da shi da adadi mai yawa, daga cikinsu akwai likitan tiyata wanda ya duba yarinyar kuma ya halarci taron.

An Warkar da Mace Daga Kurma a Taron George Jeffries

Wani ƙarin shaida game da kyawawan halaye na warkarwa shine na wata kyakkyawar malamar makaranta wacce aka warkar da ita sosai yayin da Shugaba Jeffreys ke wa'azi. Wannan ya faru ne a Hull tun daga shekarar 1922. Shekaru da suka gabata wannan 'yar'uwar ta hadu da mummunan hadari, wanda ya karye a ƙasan kwanyar, kuma ya haifar da bugun kwakwalwa. An karya wani ƙaramin ƙashi a kai, wanda ya huda ganga na kunnen hagu, wanda ya sa ta ji kurma. Wani likita ya ce babu abin da ya rage illa mu'ujiza da zai iya dawo da jin.

Sakamakon hatsarin, wannan 'yar'uwa ta fuskanci mummunan ciwo a kai. A lokacin ɗaya daga cikin tarurruka na musamman da aka yi a Hull a shekarar 1922 ne Allah ya yi wannan ceto mai ban mamaki. Ba tare da an ɗora mata hannu ɗaya ba, ta warke nan take gaba ɗaya. Ta ƙara da cewa, "Ubangiji ya ba ni sabon kunne." Rayuwar Allah ta cika dukkan halittarta da ɗaukakar da ba za a iya furtawa ba.

An ɗauko daga littafin "Healing Rays" na George Jeffreys.

An warkar da wata mata a Ostiraliya daga cututtuka da dama

Sannu, Sunana Lars kuma ina so in gaya muku yadda Allah ya warkar da ƙawata Rebecca ta hanyar mu'ujiza daga jerin cututtuka da dama, ciki har da kurma, fibromyalgia, ciwon gajiya mai tsanani, ciwon hanji mai saurin fushi, tinnitus, da rhinitis.

Rebecca ta yi makaranta tare da Claudia da Billy, waɗanda suka daɗe suna Kirista a Majalisarmu. Ba da daɗewa ba bayan sun san su, iyayen Rebecca suka gaya mata kada ta shiga cikinsu, domin sun yi tunanin cewa suna cikin ƙungiyar asiri, wanda hakan bai hana Rebecca ba, kuma kyakkyawar abota ta hadu a tsakaninsu. Tsawon shekaru sun rasa alaƙa, domin Rebecca ta ƙaura zuwa Dunfermline a lokacin da take da shekaru 19, domin ta yi karatu.

A wancan lokacin kunnenta na dama ya kurmance: Ta yi fama da matsalar ji a jijiyoyi na asali. Likitoci sun gano hakan tun tana 'yar shekara 4, kuma a lokacin da take cikin ƙuruciya sai ta fara sanya na'urar ji. An gano tana da cutar fibromyalgia tun tana 'yar shekara 14, kodayake ta sha fama da ita da kuma wasu matsalolin lafiya da dama a baya. Wasu daga cikinsu sun hada da: ciwon gajiya na yau da kullun, TMJD (ciwon hadin gwiwa na muƙamuƙi), epicondylitis (gwiwar hannu ta tennis), ciwon patellofemoral (gwiwar mai aikin gida), ciwon hanji mai haushi, tinnitus, da rhinitis.

Har zuwa lokacin da Rebecca ta kai shekara 19, ta sami damar rayuwa da lafiyarta kamar yadda take a da. Kullum tana da wahala amma ta sami damar zuwa makaranta, zuwa aiki, da kuma yin rayuwar zamantakewa. Amma bayan haka, ba da dadewa ba bayan ƙaura zuwa Dunfermline, sai ta fara rashin lafiya sosai. Ciwon ya yi tsanani, kuma gajiyar ta yi yawa har da wuya ta iya tashi daga gado. Ba da dadewa ba ya zama ba zai yiwu ta rayu rayuwa ta yau da kullun ba. Ciwo da gajiya sun yi mata rauni sosai har karatunta ya yi mata wahala kuma ta sha wahala wajen jure aikinta na dan lokaci. Bugu da ƙari, ta kamu da ciwon glossopharyngeal neuralgia, wanda shine lokacin da jijiyar jini da jijiya suka jingina da juna a bayan kwakwalwa; wannan yana haifar da ciwo mai tsanani, kamar an soka ta kunnen hagu kai tsaye zuwa kai. Akwai lokutan kyawawan ranaku da za ta iya fita ta dan yi tafiya kadan, amma mafi yawan lokuta tana kwance a kan gado.

Idan ka sha wahala da daya daga cikin wadannan matsalolin lafiya ko makamancin haka, za ka fahimci tsananin zafi da rashin jin dadin da take ciki. Domin ta jure wa ciwon, ta je asibiti don a yi mata allurar steroid kuma tana shan nau'ikan magungunan rage radadi da na rage radadi daban-daban, ciki har da tramadol (wanda aka yi da morphine) da diazepam. Bugu da ƙari, tana kuma shan magungunan rage kumburi masu ƙarfi kamar arthrotec, wadanda suka sa mata ciwon ciki. Dangane da ciwon neuralgia na glossopharyngeal, likitoci suna son yin tiyata: buɗe ƙoƙon kanta da sanya ƙaramin matashin kai tsakanin jijiyar da jijiya a cikin kwakwalwarta. Wannan don ƙoƙarin kawar da ciwon gaba ɗaya, kuma akwai yiwuwar kashi 80% na aikin zai yi nasara.

A wannan matakin ta rasa dukkan burinta, ta ji kamar an kama ta kuma an yanke mata hukunci daga duniya: Ba ta sake yin rayuwar zamantakewa ba, dole ta daina karatunta da kuma aikinta na ɗan lokaci. Likitoci sun ce ba za ta taɓa samun sauƙi ba, sai ta je ta ga likitan ilimin halayyar ɗan adam saboda baƙin ciki da rashin bege da take ciki. Tunaninta na yau da kullun ya ƙunshi "Ta yaya wannan zai kasance?" "Me na yi don in cancanci wannan?" da kuma "Akwai wani amfani kuma?"

Lokacin da take cikin mawuyacin hali, tana fama da tunanin kashe kanta na dindindin. Dole ta koma gidan iyayenta, domin ba za ta iya rayuwa ita kaɗai ba. A lokacin ne ta fara kuka ga Allah kuma tana son sake tuntuɓar ƙawarta Claudia. Makonni biyu bayan ta koma gidan iyayenta, sai ta haɗu da Claudia, wadda daga ƙarshe ta gayyace ta zuwa taron coci. A nan ne na haɗu da Rebecca a karon farko. Rebecca ta gaya mana yadda take ji a gida tare da mu kuma saboda rashin lafiyarta sai da ta sake dawowa. A lokacin wannan taron mun yi magana game da ikon Allah da kuma cewa Allah yana son mutane su kasance cikin ƙoshin lafiya kuma yana tsammanin mabiyansa su yi wa marasa lafiya addu'a. Mun karanta nassosi da yawa kamar MARKUS 16:15-20, Ishaya 53:5, MATIYU 4:23, da IBRANIYAWA 13:8 kuma mun yi musu bayani.

Mutane da yawa sun yi addu'a a wannan taron kuma Rebecca ta nemi addu'a don ciwonta na glossopharyngeal da ta sha. Mun ɗora mata hannu muka yi addu'a cikin sunan Yesu (MARKUS 16:18). Da farko tana cikin ciwo, kamar wani ya caka mata wuka a kunne, amma da zarar ta fita daga taron, zafin ya tafi gaba ɗaya; a karon farko cikin shekaru 3.5 kuma har zuwa yau ciwon bai sake dawowa ba. Ta fahimci cewa Allah gaskiya ne kuma ta dawo mako mai zuwa, duk da cewa iyayenta sun yi mata barazanar fitar da ita idan ta sake tafiya. Mun yi addu'a a daren Juma'a kuma muka jagoranci Rebecca ta karanta Nassosi game da yadda za a sami ceto. Mun duba Nassosi game da baftisma ta hanyar nutsewa kuma Rebecca ta nemi a yi mata baftisma, wanda muka yi nan da nan a cikin baho na sama Bayan haka mun duba wasu Nassosi game da karɓar Ruhu Mai Tsarki (Ayyukan Manzanni 2:4, LUKA 11:13), sannan muka ɗora mata hannu muka roƙi Allah ya cika ta da Ruhu Mai Tsarki. Sakamakon haka sai ta fara magana da sabbin harsuna kuma aka sake haihuwa.

Sai muka sake ɗora mata hannu muka roƙi Allah ya warkar da ita gaba ɗaya, daga cikin jerin matsalolin lafiyar da take fama da su, har da kurma a kunnenta na dama kuma Allah ya warkar da ita nan take, daga komai! Jim kaɗan bayan na yi magana a kunnenta na dama, sai ta yi tsalle saboda ƙarar ta yi yawa. Duk gefen dama na duniyarta ya yi kyau da sauti! Ba ta sake zama kurma ba kuma ta kawar da na'urar ji. Ciwon fibromyalgia ma ya tafi kuma duk wahalar da ta sha tsawon shekaru ta ɓace. Ta ce kawai tana jin kamar gudu, domin tana cike da kuzari. A ƙarshe dai a wannan daren, a karon farko cikin dogon lokaci ta sami damar yin barci.

Shaida daga shafin yanar gizo na Ƙungiyar Kiristoci ta Duniya ta Ƙungiyar Pentecostal a Ostiraliya.

An Warkar da Ayyukan Wa'azin Iris ta hannun Bill Johnson – Shaidar Bidiyo

Melissa McKinney mai wa'azin cocin Iris Ministries ce wadda ta yi rashin lafiya mai tsanani yayin da take ƙasar waje. Bayan ganin likitoci da yawa ba tare da sakamako ba, a mafarki Yesu ya yi mata magana ya ce ta je Bethel Church da ke Redding, CA inda za ta sami cikakkiyar waraka. Wannan bidiyon shine shaidarta.
Kalli wannan bidiyon youtube tare da shaidarta.
http://www.godtube.com/watch/?v=YLLYGNNX

Warkarwa Mai Ban Mamaki Ta Hanyar Charles F. Parham

Yawancin mutane suna danganta Charles Parham da ƙungiyar Pentecostal ta farko amma yana da hidimar warkarwa a duk rayuwarsa. A shekara ta 1905 yana gudanar da tarurrukan warkarwa a Houston, Texas. Wata mata ta zo taron waɗanda suka yi hatsarin mota a shekarar 1902 kuma ta shanye kuma tana cikin keken guragu.

Bayan addu'a "Ta tashi daga kujera ta zagaya zauren cikin farin ciki, tana ihu, tana tafa hannuwa, tana yabon Ubangiji domin ya dawo da ita. Lamarin ya haifar da farin ciki sosai. Mrs. Dulaney ta sauko daga zauren, ta koma gida. Tana halartar tarurrukansu kowace rana tun daga lokacin, amma ba a kan kujera ba"

An ɗauko daga The Houston Suburbanite.

Mu'ujiza a Ward 17 - Allah Ya Yi Amfani da Agnes Sanford

Daga cikin ukun akwai mu'ujizar Frederick. Ya kwanta a cikin wani ɗaki mai zaman kansa, wanda ke nufin, bisa ga amfani da wannan asibiti, mutuwarsa ta kusa. Ya yi rauni sosai har ya yi kama da tsohon biri mai laushi. Fatarsa rawaya ce, haƙarƙarinsa ya fito, fatar kuma tana shawagi a tsakaninsu yayin da yake numfashi. Akwai bututu a cikin hancin biyu kuma an haɗa su a wuyan hannu biyu. Kuma yawanci akwai likita ko ma'aikaciyar jinya tare da shi. Lokacin da nake wucewa ɗakin, koyaushe ina yi masa addu'a mai sauri, amma ban yi ƙarfin halin shiga ciki na ɗora masa hannu ba. Kuma addu'a ta gabaɗaya daga nesa ba ta isa ba. Yana buƙatar kasancewa nan take da kalmar bangaskiya kuma idan zai yiwu a ɗora hannu don samar da isasshen hanyar samun ikon warkarwa na Allah.

Amma wata rana, shi kaɗai ne ya kasance a farke. Cikin ƙarfin hali, amma tausayi ya tilasta ni, na shiga. A cikin waɗannan shekarun na sami dalili ɗaya kawai mai tasiri na warkarwa: tausayi. Idan muna son warkar da wani ta ikon Yesu domin mu ɗaukaka Yesu, to, wataƙila yawanci ba ma isa ga wannan mutumin. Ana ɗaukaka Yesu ta kowace warkarwa, amma sai lokacin da muke, kamar yadda aka motsa shi, "tausayi" (Markus 1:41).

"Kamar ka wanke kanka," na ce. (Na gano cewa mutanen sun ji dadin wannan hanyar kai tsaye, ba tare da gogewa ba.) "Eh," ya ce. "Me ke damun?" Na tambaya; Ban ga raunuka ba, kuma ban ji warin wani ciwon osteomyelitis ba. "Jini ya kumbura," ya amsa, ba tare da wata alama ba. Wannan, na yi tunanin bai kamata ya yi wahalar warkewa ba. Don haka na gaya masa ikon da zai iya taimaka masa ya warke. Bai sha'awa ba. A gaskiya ma, ya rufe idanunsa, korarsa a fili. Amma bayan na shiga cikin wannan lamarin, kamar yadda yake, ban yi kasa a gwiwa ba. "Ka saurara," na ce a ƙarshe, na sa shi da ƙarfin muryata ya buɗe idanunsa. "Idan za ka bar ni in gwada, kamar yadda na gaya maka, na yi alƙawarin ba zan sake ambaton batun ba, ko in ci nasara ko in sha kashi. Yanzu fa?" "To," ya ce da gajiya, kuma da rashin sha'awa.

Sai ya jawo zanen, sai na ga cikinsa ya yi kama da wani babban jini mai duhu, wanda ba a rufe shi da wani siririn fata ba. "Hanta ta tsage," in ji shi, yana lura da takaicina. "Ba su so su ɗauke ni daga fagen daga ba, amma na gaya musu dole ne su yi." Ga wasiyya ta rayuwa idan akwai! An bar shi da rai tsawon watanni ta hanyar ciyar da shi ta hanyar jijiya, magunguna, da abubuwan ƙarfafawa. Da na ga cikinsa da farko, ba tare da ciki ko wani sashin narkewar abinci ba gwargwadon iyawata, da ban faɗi kalmar imani ba. Amma ga shi nan, kuma ba zan iya janye shi ba. Don haka na ɗora hannuwana a ɓangarorin biyu na wannan jajayen jinin kuma na yi tunanin ciki da duk sauran gabobi cikakke kuma na yi kira ga Ubangiji ya kawo wannan.

Da na isa gida, na kira kowace ƙungiyar addu'a mai ƙarfi da na sani kuma na nemi taimako daga "Kirista a ƙarƙashin ƙasa" kamar yadda wata ƙawata ta taɓa kiranta cikin mamaki, ba tare da ta san cewa akwai mutane a duk faɗin ƙasar da suka yi imani cewa Yesu yana raye kuma yana warkarwa a yau ba kuma za su amsa kiran addu'a. Kuma ni da kaina na yi addu'a don a yi mu'ujiza a cikin Frederick. Wannan zai buƙaci mu'ujiza ta fita da fita. Wannan ba hanzarta hanyoyin warkarwa na yau da kullun ba ne. Babu abin da zai iya yin wannan sai aikin Allah kai tsaye ta wurin Yesu Kiristi.

Mako na gaba na wuce ɗakinsa da tsoro da rawar jiki, amma yana barci amma ban shiga ba. Mako guda bayan haka, makonni biyu bayan addu'armu, na sake wucewa ɗakinsa. Babu kowa a ciki. Bai kwanta a gadonsa ba. Amma gadon ya ruguje, kayansa sun watse, sunansa kuma yana kan ƙofar. Na tafi ɗakin gama gari a ƙarshen wurin da maza ke zaune a cikin keken guragu, amma ban gan shi ba. A gefen ɗakin, idanuna suka faɗi kan wani matashi, mai kyau, mai fuska ja, wanda ba shi da kama da tsohon biri mai girman kai wanda na yi masa addu'a a ɗakin. Wannan saurayin ya kalle ni da walƙiya a idanunsa da murmushin sanin abin da zai faru nan da nan na lura cewa akwai ɗan kamanni.

"Ba za ka iya zama Frederick ba, ko?" Na tambaye shi. Murmushinsa ya faɗaɗa. "Eh madam, ni ne," in ji shi. Tunawa da alƙawarin da na yi, ban yi nuni ga wannan ba sai kawai na ce, "Me za ka yi yanzu?" "Ina tunanin zan je Kudancin Amurka in sami aiki," ya amsa. "Wannan kamar kyakkyawan ra'ayi ne," in ji 1. "Ɗan'uwana yana aiki a can a tsaunuka. Ya ji daɗinsa." Kuma na kalli keken shanuna, "Ka ci apple." Yana da apple, sai na juya na tafi.

Ya sake magana, sai na waiwaya baya. "To, amma ƙafafuna har yanzu suna kumbura," in ji shi. "Wannan kawai saboda ba su saba da tsayawarka a lokacin ba," na amsa. "Za su yi kyau nan ba da jimawa ba." Kuma da wannan maganar ƙarfafa gwiwa na tafi. Mako mai zuwa bai kasance a ɗakinsa ba. An sallame shi kuma yana gida. Na taɓa yin ɗan gajeren tattaunawa da wani limami. Na ba da labarin Frederick, domin na san cewa ya ziyarci Ward 17 kuma dole ne ya ga saurayin.

"Shin hakan ya faru da shi?" ya yi kuka cikin mamaki. Bai yi magana game da warkar da jikin saurayin ba, amma farkawar ransa. "Bayan ya tashi daga gado, yana kwance a cikin ɗakina kowace rana," in ji fasto. "Yana son Littafi Mai Tsarki. Yana son sanin komai game da Allah da kuma game da Yesu Kiristi." Bayan watanni uku, abin mamaki na, na wuce wannan ɗakin a Ward 17 na sake ganin sunan Frederick a ƙofar. A cikin ɗakin akwai wani matashi mai tsayi, ƙaƙƙarfa, kyakkyawa wanda yayi kama da mai tsaron rai a Atlantic City. "Ba za ka iya zama ba—" Sai ya sake cewa, "Eh madam, ni ne." "Me kake yi a nan?" "Na zo ne don duba lafiyarsa ta kwana casa'in," ya amsa. "Na yi jaundice mai launin rawaya, amma komai ya daidaita yanzu."

Ban sake ganinsa ba. Amma ina addu'ar Allah Ya sami hanyar da zai jagorance wannan saurayi a hankali a cikin kiwo nasa kuma Ya kare shi daga mummunar mu'amala ta cocin da ba ta yarda da shi ba. Wataƙila Frederick yana ɗaya daga cikin waɗanda suka yi ƙarfin halin faɗin gaskiya, kuma ya taimaka wajen tayar da babban cocin da ke barci zuwa sabuwar rayuwa.

An ɗauko daga littafin "Sealed Orders: The Autobiography of a Christian Mystic" na Agnes Sanford. An buga ta Bridge-Logos Publishers Disamba 1972.

Warkarwa Ta Hanyar James Moore Hickson

(Salon bayar da rahoto ya fi na sama, amma gaskiyar lamarin ta kasance iri ɗaya ne…)

Rahoton Warkarwa a Paris Ta hannun James Moore Hickson

Wata fitacciyar jarumar fim a birnin Paris, wacce wani masoyiyarta ya ji rauni a ƙirjinta wanda ta ƙi aure, ta roƙi mai warkarwa da ya rufe mata raunukan ya kuma kawar mata da ciwon da ke ci gaba da sa kwanakinta su zama marasa daɗi, dare kuma ya zama azaba.

Cikin numfashi, taron jama'a suka jira aikin mai warkarwa, wannan mutumin addini wanda ya nemi yin aiki da ƙa'idodin Kiristanci. Yaya zai kasance halinsa ga mace mai yin aikin da ta yi wa mutum aiki, wacce sana'arta ita ce faranta wa mai yin aikin banza rai?

"A cikin wannan yanayi na tashin hankali, da kuma shiru mai ban tsoro, Mista Hickson ya ɗora hannu a kan kyakkyawar fuskar da aka fi so a dandamali, wacce fuskarta ta yi fari kamar furannin gardenia, ya yi addu'a! Bai yi tambayoyi ba, bai yi gargaɗi ba. Kawai ya karɓi roƙonta na neman taimakon ruhaniya kuma ya yi amfani da duk ikon da ya yarda da kansa wajen taimaka wa wanda ke fama da cutar ya sake samun ƙarfi da lafiyarta."

Daga ƙarshe an gama ɗaga hannuwa. Mai wa'azi da 'yar wasan kwaikwayo sun fuskanci juna. Ba zato ba tsammani matar ta yage rigar mai tsayi wadda ta ɓoye raunukan da suka kai kusan tsakiyar makogwaro. "Yanke-yanken da wukar mahaukaciyar ta yi ba tare da tausayi ba har yanzu a buɗe suke, amma ba su sake yin ja da fushi ba! Sun yi laushi kuma sun nuna kowace alama ta warkewa. Yanzu ana cewa jarumar ta warke sarai, kuma waɗannan raunukan, waɗanda suka kasance a buɗe na tsawon kusan baki goma sha ɗaya, sun warke cikin makonni biyu bayan maganin Mr. Hickson - babu tabo.

An sake bugawa daga Jaridar Advocate, Burnie Tasmania a ranar 22 ga Janairu, 1929. Hickson ya shahara a Ostiraliya tun daga ayyukansa na warkarwa na 1923.

An Tashi Daga Matattu A Oregon

Labarin Thomas M. Welch wanda ya faɗi har lahira tsawon ƙafa 55. Ya kasance a ƙarƙashin ruwa na akalla kashi uku cikin huɗu na sa'a guda kafin a gano gawarsa. An tashe shi da rai ta hanyar addu'ar bangaskiya kuma ya koma bakin aiki a wannan makon! Wannan hakika ɗaya ce daga cikin manyan mu'ujizai na ƙarni na 20.

Don hanyar hadin yanar gizo
http://www.healingandrevival.com/OregonMiracle.pdf

An Warkar da Ciwon Gabobi Ta Hanyar William Branham

JH Gunderson na Portland Oregon ya aika da wannan shaidar ga Mujallar Muryar Warkarwa. Sun buga ta a watan Mayu na 1948.

Ina da ciwon gaɓɓai wanda ya daɗe yana damuna. An yi min addu'a sau da yawa. Don haka na je wurin likita ya ce ina da mummunan ciwon, kuma a cikin gaɓɓai. Ya yi min allurai sau 36 a hannuna, amma babu sauƙi. Ina da shi a hannuna, ƙafafuwana, da kowace gaɓɓai. Ina cikin mummunan yanayi. Ban iya ɗaga hannuna sama da bakina ba kuma dole ne in yi tafiya a ƙasa na dogon lokaci kafin in fara saka kaya. Sai na gaya wa mijina cewa zan daina zuwa wurin likita, maimakon haka zan je wurin addu'a kowace safiya. Duk da haka ban sami sauƙi ba.

Na sami damar samun adireshin Ɗan'uwa Branham, don haka na aika da mayafi a shafa masa na yi masa addu'a. A ranar 29 ga Disamba, da safe na tashi na tafi, duk wani ciwo ya tafi. Na yi ado na tafi aikin tsaftace kicin. Na wanke kwanuka da kayan katako, ina jin daɗi.

Bayan kwana uku, na karɓi wannan mayafin daga Ɗan'uwa Branham, na duba alamar gidan waya, na ga a safiyar ranar ya yi addu'a, ni kuma na warke. Har yanzu ina warkewa gaba ɗaya.

Warkarwa Ta Hanyar Addu'a – Charles & Frances Hunter

Domin mun IMANI ƙananan yadin da muka shafa, mutane da yawa sun warke lokacin da muka aika su!

Ɗaya daga cikin abubuwan da suka fi ban sha'awa ya faru ne lokacin da muka sami wasiƙa daga wata kaka a Failsworth, Ingila. Ta ji labarin hidimarmu ta warkarwa kuma ta rubuto mana wasiƙa. A ciki, ta ba mu labarin jikanta wanda aka haifa da nakasar kugu, da kuma hydrocephalus (nakasar ruwa a kwakwalwa). Jariri mai ɗauke da sinadarin hydrocephalus ba kasafai yake rayuwa mai tsawo ba saboda wannan mummunan lahani ne na jiki, daga shaidan ne kawai, kuma ba Allah ne ya bayar ba.

"Idan ba za ku iya zuwa Ingila ba," ta rubuta, "Don Allah za ku aiko min da ƙaramin kyallen addu'a?" Ingila tana da nisa daga Houston, Texas, don haka mu da dukkan ma'aikatan ofishinmu muka ɗora hannu a kan ƙaramin kyalle. Mun roƙi Allah ya bar ikon warkarwa ya shiga ciki, tare da shi, ta yadda lokacin da aka ɗora shi a kan jaririn, ikon tashin matattu zai fita daga kyallen zuwa jikin jaririn, kuma jaririn zai warke gaba ɗaya ta ikon Allah! Mun yi imani da bangaskiya ta musamman yayin da muka yi addu'a a kan ƙaramin kyallen muka aika masa da kayansa na allahntaka. Jaririn yana barci lokacin da ya iso, don haka kakar ta ɗauki ƙaramin kyallen, ta naɗe shi ta saka shi a hannun jaririn. Wannan shine wurin da ta taɓa!

Kaka ta rubuta ta gaya mana cewa ƙaramin mayafin addu'a na biyu ya taɓa cikin dunkulen jaririn, kwanyar nan take ta ragu zuwa girman da ya dace. WANNAN JARIRIN BA YA SAUYA HYDROCEFALUS BA. An warkar da yaron gaba ɗaya nan take ta hanyar ikon Allah!

Wasikarmu ga wannan kaka 'yar Ingila dole ta wuce Tekun Atlantika. Ko da yake a cikin ambulan takarda ne kawai, shafaffen Allah ya ci gaba da kasancewa a kan zanen addu'a yayin da yake tafiya daga Houston, wataƙila zuwa New York, sannan daga New York zuwa London sannan kuma a kan wani nau'in jirgin ruwa daga Landan zuwa Failsworth, Ingila. IKON ALLAH HAR YANZU A NAN! Wataƙila mako ɗaya ko kwana goma ya shuɗe tsakanin lokacin da aka yi masa addu'a da lokacin da aka ɗora shi a hannun wannan yaron, amma ikon bai ragu ba! Wannan ikon yana da ƙarfi kamar lokacin da muka yi addu'a, haka nan kuma bangaskiyar kaka mai karɓuwa!

Makonni biyu bayan haka suka mayar da wannan yaron zuwa asibitin da aka yi masa magani a baya, kuma lokacin da likitan ya yi masa hoton kwatangwalo na X-ray, sai ya sami ramukan kwatangwalo guda biyu masu kyau. An haifi yaron ba tare da ramukan kwatangwalo ba kwata-kwata, kuma yanzu yana da guda biyu! Kakar ta ba da labarin cewa likitan da ke asibitin ya ce, "Wannan ba irin jaririn da muka yi wa magani ba ne. Bayanan likita sun nuna cewa yaron ba shi da ramukan kwatangwalo. Bayanan likita sun nuna cewa yaron yana da hydrocephalus. Me kuka kawo wannan? Wannan ba shi da ruwa a kwakwalwa kuma yana da ramukan kwatangwalo guda biyu." Hallelujah!

An ɗauko daga littafin "Yadda Ake Warkar da Marasa Lafiya" na Charles da Frances Hunter. Sun je wurin Ubangiji, amma 'yarsu Joan Hunter ta ci gaba da hidimarta kuma ta sayar da kayan aikin horo da nata. Ƙara koyo a: www.joanhunter.org

Mutum Ya Ziyarci Aljanna Bayan Ya Mutu Amma An Dawo Da Shi

Jim Anderson yana mutuwa sakamakon bugun zuciya mai tsanani. Alamun matsala kawai sun zo shekara guda da ta gabata, amma likitansa ya kira alamunsa "da alaƙa da damuwa." Jim yana aiki awanni 12 a rana a matsayin mai kula da wani kamfanin tace ruwan shara. Amma a wannan karon, Jim ya san cewa abin ya fi damuwa. "Ina hutawa a ɗakin kwanana kuma kwatsam sai na ji wani irin ciwo mai tsanani a ƙirjina; kuma ciwon ya ratsa hannuna har zuwa gefen wuyana," in ji Jim. "Ban iya numfashi ba. Sai na kira 'yata na ce, 'Za ki kai ni asibiti. Ba zan warke ba.'"

An saka wani bututun balan-balan a cikin jijiyarsa. An kwantar da shi kuma an sanya shi a cikin jerin waɗanda za a yi wa dashen zuciya. Amma bayan kwana biyu, Jim ya yi layi a layi. Jim ya tuna, "Na ga kowa yana sauri ya shiga ɗakin, amma ban ji ƙararrawa ba. Kamar na shiga cikin ruwa ne. Jin karar ya ɓace. A lokacin ne na fara addu'a. Na san zan mutu. Ba addu'a ce mai tsoratarwa ba. Da gaske ne."

"Yayin da nake addu'a sai duhu ya yi 'har sai ya yi duhu," in ji Jim. "Abu na gaba da na sani, daga nesa, na ga wani farin haske. Yana da kyau. Ba wai yana makanta ba ne, amma cikakke ne kuma cikakke. Yayin da na fara zuwa ga hasken, na iya ganin waje; gefen waje ya fara juyawa. Kuma ban iya gane menene hakan ba. Amma yayin da na kusa, na ga kalmomin addu'o'i ne ke juyawa. Kalmomin sun katse, suna shiga cikin haske. Kuma na bi cikin haske."

"Abu na gaba da na ji shine rungumar ... lafiya da kwanciyar hankali. Ya ji daɗi sosai. Ya ji kamar cikakkiyar ƙauna," in ji Jim. "Abu na gaba da na sani, ina kallon ɗakin da gawa ta take. Ina ganin kowa yana aiki a kaina. Ina jin abin da suke faɗa. Akwai ma'aikatan jinya biyu a waje da ɗakin suna kallo. Ɗaya ta ce wa ɗayan, 'Me yasa suke aiki tukuru haka? Ya tafi. Idan suka dawo da shi, zai zama kayan lambu.' Daga baya na gaya mata abin da ta ce. Ta suma."

Sai Jim ya yi tunani a ransa, "Ina Debbie take?" Sai nan take ya shiga ɗakin da take. Matar Jim, Debbie, ta tuna, "Na gama wannan addu'ar. Ka sani, 'Shi naka ne, Ubangiji,' domin na san cewa ita ce kawai hanyar da zai dawo gare mu... idan Allah ya so shi." Jim ya tuna, "Lokacin da ta yi haka, na yi ƙoƙarin ɓoye fuskarta. Kuma lokacin da na ga fuskarta, na ga kowane ɓangare na rayuwarmu tare; tun daga ranar farko da muka haɗu, aurenmu, haihuwar 'ya'yanmu, duk motsin zuciyar da muka yi ... Ban iya rabuwa da ita ba. Kawai ban iya rabuwa da ita ba." "Na yi kuka ga Ubangiji na ce, 'Ubangiji, ina son ka sosai, amma don Allah ka bar ni in koma.' Na ce, 'Matata tana buƙatar ni, 'ya'yana suna buƙatar ni sosai, sosai. Don Allah ka bar ni in koma.'"

Likitoci da ma'aikatan jinya ba su karaya ba. Sun gigita Jim sau da yawa har naman da ke kan ƙirjinsa ya ƙone. Sai likitoci suka ji bugun zuciya. "Na dawo cikin duniyar zafi," in ji Jim. "Sun gigice ni sau da yawa. Kamar dawowa daga ruwa ne. Jinina ya dawo. Na ji suna gaya mini, 'Ban yarda ya dawo ba ... ya dawo!' Suka ce, 'Za ka iya jin ni?' Kuma na yi numfashin farko da kaina. Shin ka taɓa ɗanɗana zuma? Wannan shine ainihin ɗanɗanon numfashin farko. Ya yi daɗi sosai, abin mamaki. Kuma na gode wa Ubangiji kawai."

Jim yana raye… amma zuciyarsa har yanzu ba ta aiki yadda ya kamata ba. "Sun sa shi ya suma, ya yi suma, domin jikinsa ya warke. Don haka, ban sami damar yin magana da shi ba tsawon kwanaki," in ji Debbie. Jim ya yi kwana 17 a cikin kulawa mai zurfi. Ya yi layi sau da yawa. Kuma a duk lokacin da Yesu ya yi masa tambaya… "Lokacin da na kama shi kuma na je wurin haske, zai tambaye shi, 'Kana da tabbacin abin da kake so kenan?' Kuma duk lokacin da na nemi ya dawo ," in ji Jim. Jim ya farka daga sumarsa da likita ya jawo. Zuciyarsa ta ƙaru — daga kashi biyar zuwa kashi 30. Bai sake buƙatar dashen zuciya ba. "Tsarin aiki ne mai tsawo, amma a zahiri yana da kyau a sake jin muryarsa," in ji Debbie.

Likitan ya dasa masa na'urar auna saurin gudu a ƙirjinsa. Bayan 'yan kwanaki, Jim ya sami damar isa gida a lokacin kammala karatun 'yarsa. Wani likita ya gaya wa Jim cewa yana da shekara ɗaya kacal da ya rage masa. Wannan ya wuce shekaru bakwai da suka wuce. "Ya kawo mu kusa da juna ... mun kusa sosai. Muna magana game da abubuwa yanzu, kuma duk abin da ake buƙatar yi a wannan rana, an gama shi. Kun sani, ba ma mai da hankali kan abubuwan da ba su da muhimmanci," in ji Debbie.

Jim ya san cewa kowace rana da yake yi da iyalinsa albarka ce daga Yesu Kiristi. "Ina ƙoƙarin shaida wa aƙalla mutum ɗaya a rana ... don in sanar da su cewa wannan ba game da ni ba ne ... yana game da rayuwarsu ne! Kuma in san cewa yana nan tare da su, kuma yana ƙaunarsu," in ji Jim.

Daga Shaidar CBN "Sama Za Ta Iya Jira."

Warkar da Ciwon Kankarar Gaba (Prostrate Cancer)

"An gano ina da ciwon daji na mafitsara (matakai na gaba) shekaru 1 da rabi da suka wuce. Bayan na yi shirin Hormone Therapy da likita ya tsara, PSA dina ya tashi zuwa 95 bayan an rage shi zuwa 15.7. Fasto dina ya gaya mini game da Ma'aikatar Dakunan Warkarwa. Mun yi tafiya mai nisan mil 90 zuwa Dakunan Warkarwa na Austin, kuma na karɓi addu'a, kuma na yi iƙirarin Ikon Warkarwa na Allah. Na san cewa Allah ya warkar da ciwon daji na a wannan daren. Na sake komawa don yin addu'a sau da yawa kafin na sake zuwa wurin Likita na gaba. A karo na gaba da suka duba PSA dina, ya faɗi zuwa 31.7, kuma Likitan ya yi wahala wajen gano prostate dina saboda ya ragu sosai. Na gode da Dakunan Warkarwa na Austin saboda hidimarku ta Ubangijinmu Mai Cetonmu."

Wannan shaidar ta fito ne daga Ƙungiyar Ƙasashen Duniya ta Ɗakunan Warkarwa daga Bruce wanda ya bayar bayan ya yi addu'a a Ɗakunan Warkarwa na Austin. Kuna son ƙarin sani game da IAHR? www.healingrooms.com

Mu'ujiza ta Kirkire-kirkire - Sabuwar Zuciya da aka Ƙafa a cikin Jariri

Shekaru uku da suka wuce, bayan ta yi ciki kamar yadda aka saba, Jamie ta haifi ɗanta na biyu, Audrey. Da farko ta kalli jaririn ya yi kama da yana da cikakken lafiya, kuma ita da mijinta, Tom sun yi farin ciki da samun jaririya. Duk da haka, likitocin sun sha wahala wajen barin Audrey ta yi launin ruwan hoda, don haka suka kai ta sashin kula da jarirai (NICU). A can, likitocin suka gano cewa wani ɓangare na zuciyar jaririn ya ɓace kuma babu manyan jijiyoyin jini da ke kwarara daga zuciya zuwa huhu. Daga nan aka mayar da jaririn zuwa wani asibiti daban a birnin da aka san shi da kula da zuciya mai kyau.

Jamie ta tuna wani fushi da ya taso a cikinta kuma ta ji Ruhu Mai Tsarki ya tunatar da ita abin da ta koya daga koyarwar Andrew. A wata dama ta gaba da ta samu ta ga jaririya Audrey, ta ɗora mata hannuwa ta umurci zuciyar Audrey ta kasance a wurin, ta kuma yi magana da 1 Bitrus 2:24 a kanta, "... Ta wurin raunukan wa aka warkar da ke." Ko da yake tana kallon ƙaramin jaririnta mai launin fari, wanda aka haɗa daga kai zuwa ƙafa, Jamie ta ji kwanciyar hankali ta zo mata yayin da take addu'a. Lokacin da ta koma ɗakin asibiti a daren, Jamie ta ji Ruhu Mai Tsarki yana cewa, "Ku dube ni ina aiki." Jamie ta san cewa jin daɗinta na salama yana fitowa ne daga dangantakarta da Uba - saninsa, da kuma abin da kalmarsa ke faɗa. "Da ban taɓa sanin cewa da na ci gaba da zuwa cocin da nake halarta ba kafin in sami hidimar Andrew, domin ba su taɓa koyar da cewa Allah yana son ki da kyau ba."

Ruhu Mai Tsarki ya sake sa Jamie ta kira layin taimako a Ma'aikatun Andrew Wommack domin wani mai addu'a ya yarda da ita a cikin addu'a. Bangaskiyarta ta ƙarfafa yayin da ta ji ikon da ministan ya yi wa Audrey magana game da warkarwa da lafiya. Daga baya a wannan ranar, lokacin da kwararru suka ba da labarin mummunan tsawon rai na 'yar jaririnta, Jamie ta tsaya tsayin daka kan gaskiya, ta san cewa Allah ne ya halicci waɗannan matsalolin, kuma ya warkar da Audrey.

Washegari da safe, Jamie ta kira asibiti don duba jaririnta, sai ma'aikaciyar jinya ta gaya mata cewa abubuwa sun canza. Da daddare, likitan zuciya ya ba Audrey wani echogram don shirin tiyata mai zuwa don shirin tiyata mai zuwa. Jamie Scott Iyalan Scott, ciki har da 'yan'uwa Josh da William Lokacin da suka yi echogram, sun ga cewa zuciyar Audrey ta yi kyau gaba ɗaya. Jamie ta sauka daga wayar tana hawaye a fuskarta ta gaya wa Tom, "Suna ganin zuciyarta." Scott sun yi farin ciki, sun san cewa ba likitocin ne suka yi wa Audrey komai ba, sai Allah. "Na san Allahna yana nan kuma hannunsa yana ciki, kuma Ya nuna musu [ma'aikatan jinya da likitoci] cewa akwai iko mafi girma."

Lokacin da Jamie da Tom suka haɗu da likitoci don tattauna sabbin sakamakon gwajin, an gaya musu cewa har yanzu akwai "ƙunci" a cikin jijiyar ta, kuma ƙaramin tiyata zai magance matsalar. Amma kuma, Jamie ta tsaya kan maganar Allah yayin da take tunani a zuciyarta, "Allahna ba zai yi komai a tsakiyar hanya ba, zai kammala komai, kuma ba za ta buƙaci tiyata ba." Jamie ta yi gaskiya, kuma a lokacin wannan gogewar ce ta fahimci cewa sanin Allah, ta hanyar wahayin da ta samu, yana da matuƙar amfani.

Sati ɗaya kafin ranar da Jamie ta haifi Audrey, ta shiga ƙofar gidanta da kyakkyawar 'yarta mai lafiya a hannunta. Kalmomin nan, "An halicce ni cikin tsoro da ban mamaki" sun kasance suna zuwa a zuciyar Jamie a tsawon makon da ta yi a asibiti. "Ba ya yin komai a tsakiyar mako. Allah ne nagari kuma Uba mai aminci," in ji Jamie. A yau, Audrey yarinya ce mai lafiya, mai kuzari mai shekaru uku.

Wannan shaida ce daga Ma'aikatun Andrew Wommack. Kuna son ƙarin bayani? www.awmi.net

Mu'ujiza Mai Kirƙira Ta Hanyar Matt Sorg

Ba zan taɓa mantawa da lokacin da yarinya 'yar shekara 12 ta taka kan dandamali ba yayin da mu'ujizai ke faruwa a ko'ina cikin filin wasa. Ubangiji ya jagorance ni na yi addu'a don a buɗe kunnuwa kurame. Yayin da kasancewar Allah da ɗaukakarsa suka cika yanayi, kunnuwa da ba sa ji ba suka fara buɗewa. Yayin da shaidu suka bayyana, tawagarmu ta kawo wata ƙaramar yarinya kan dandamali. Yayin da suke goge dogon gashinta mai launin ruwan kasa, na yi mamakin ganin. An haife ta ba tare da kunnuwa ba. Akwai ƙananan ramuka a gefen kanta. Yayin da shafan Allah ya zo mata, ta ji ƙara a cikin kunnuwanta. Ba zato ba tsammani, yayin da Ubangiji ya saki wata mu'ujiza mai ƙirƙira, an ƙirƙiri sandunan kunne a cikin kanta kuma jin muryarta ya buɗe a karon farko a rayuwarta. Na san mu'ujizar ba ta da alaƙa da ni. Nawa ne kawai in jagoranci mutane cikin bauta har sai ɗaukaka ta zo sannan in bar Allah ya yi sauran. A wannan daren a Mexico mun ga mutane da yawa sun warke da ikon Allah, har ma da nakasassu da yawa.
Kana son ƙarin bayani game da Matt? www.mattsorger.com

Kungiyar Randy Clark – Kafa ta Girma Inci Biyu

Wata dare da ya gabata a cocin fasto Alda, na lura da wani mutum yana tafiya da gurgu. Takalminsa na dama yana da dandamali mai inci uku a kai, a bayyane yake cewa ƙafarsa ta fi ta hagu gajarta. Lokacin da lokacin hidima ya fara, na kama mai fassara na same shi. Na tambaye shi ko zan iya yin addu'a don ƙafarsa ta girma, sai ya ce eh. Cikin mintuna biyar na yin addu'a, sai ga wani irin ciwo ya bayyana a fuskarsa. Na tambayi ta bakin mai fassara abin da ke faruwa. Ya ce, "Yana ciwo!" Na tambaye shi ko mummunan rauni ne. Ya ce, "A'a, yana girma!" Ya girma a duk tsawon lokacin hidimar kusan inci ɗaya zuwa inci ɗaya da rabi. Na yi takaici lokacin da muka tafi saboda bai warke gaba ɗaya ba. Washegari da dare, Juma'a 07/08/05, ya sake kasancewa a wurin, yana dingishi a cikin takalmansa.

Ya zo wurina don ƙarin addu'a. Mun tono tushen matsalar. Na gano cewa lokacin da yake ɗan watanni 8, wani benci na katako ya faɗi a gefen dama na cinyarsa da kuma saman ƙafarsa ta dama. Bayan tiyata, ba shi da guringuntsi tsakanin cinyarsa da kuma wurin da ke cikin cinyarsa. Yayin da yake girma, nika ƙashin ya bar wannan ƙafar ta fi ta ɗaya guntu. Yana kwance a ƙasa ƙafafu biyu a tsaye. Da sanin tushen matsalar, na umarci guringuntsi ya girma. Ƙafarsa ta dama ta lanƙwasa ba zato ba tsammani a kusurwar digiri 90.

Ya ce, "Ban iya yin hakan a da ba!" Duk lokacin da zai zauna ko ya tsaya zai haifar da ciwo domin ƙasusuwa za su nika kuma ba zai iya lanƙwasa su ba kwata-kwata. Yanzu babu ciwo kuma yana da cikakken sassauci. Sai na umarci cinyar ta girma ta miƙe. Fuskarsa ta nuna zafi sai ya ce, "Yana jin kamar Allah yana nan tare da motar jan ta tana shimfiɗa ta." Ya yi ƙasa da santimita biyu kuma ya roƙe ni in daina addu'a. Ya tashi ya yi tafiya ba tare da ciwo ba kuma ba tare da takalminsa da aka ɗaga ba. Har yanzu ina jin takaici ko da ƙafarsa ta hagu ba ce amma ya ce ya yi imani za ta ci gaba da girma har tsawon dare. Ko ta yi ko a'a, Allah ya ba shi sabon guringuntsi, ya rage masa ciwon, ya sa ƙafarsa ta yi girma kusan inci 2!

Michael Clancey na Ƙungiyar Ma'aikatar Randy Clark ne ya ruwaito shi a ranar 8 ga Yuli, 2005.
daga tafiyar Global Farkawa zuwa San Paulo, Brazil. Rahoton da aka rubuta a ranar 12 ga Yuli,
2005. An yi amfani da shi da izininsu.

AH Dallimore - Warkar da Margaret MacPherson

Shaidar da ke ƙasa tana da ban sha'awa domin wata mata ce da ba
ta yarda cewa Allah yana warkarwa ba kuma wani marubuci ne ya rubuta ta a cikin littafi wanda bai yarda cewa Allah yana warkarwa ba amma duk da haka...

Margaret Macpherson ta kasance tana fama da rashin lafiya tsawon makonni a kowane lokacin hunturu ta hanyar lumbago (ƙorafi na rashin cikakkiyar ma'anar likita). A lokacin da take cikin wannan yanayin a shekarar 1931, ta ƙare a taron Dallimore. Ta yi mamaki: Ba mai nuna ba ne. Ya sanya kayan falo na yau da kullun, babu riguna. Hasken ya haskaka masa sosai. Babu wani launin addini mai duhu, babu tasirin dandamali. Abu ɗaya ne kawai ya burge kuma mai ban sha'awa. Yayin da hidimar ta ci gaba, fuskarsa ta ƙaru da haske. Ni ba ɗaya daga cikin waɗannan mutanen masu tunani ba ne waɗanda ke ganin aura. A'a, wannan haske ne na gaske, wanda duk abokan aikina za su iya gani sosai. Har ma ya share farin hasken fitilar lantarki da ke sama da shi', Dallimore ya gane ta - ya riga ya haɗu da ita a titi - ya kira ta gaba. 'Kafin in ce "Wuƙa!" ya yi gicciyensa a goshina kuma ni na kwanta a bayana tare da sauran.' Daga baya, bayan ta tashi ta bar zauren, ɗaya daga cikin 'yan ƙungiyarta ya tambaye ta dalilin da ya sa ta faɗi. Amsarta ita ce, 'Na je ne kawai saboda ƙauna da ladabi ga mutumin. Ban iya girgiza imaninsu ta hanyar tsayawa ba: kawai ban iya ba.' Sai mai tambayarta ta ce ta yi watsi da abu ɗaya wajen ba da labarinta: 'Margaret, kin warke! Kin gudu a kan titi! Ina sandarki? Kin bar ta a taron!' Gaskiya ne. AH Dallimore (ko kuma ikon da ya ɗauka) ya warkar da ni daga rashin kwanciyar hankali na tsawon shekaru ashirin.' An ɗauko daga *"Mu'ujizai, Almasihu da Kafafen Yaɗa Labarai: Ma'aikatar AH Dallimore a Auckland a cikin shekarun 1930"* na Laurie Guy

Maria Woodworth-Etter – Mace Mai Ciwon Da Aka Warkar

Ina gode wa Allah da ya kawo Sister Woodworth zuwa kudancin birnin har abada, domin ta wurin wa'azinta mijina ya warke daga karyewar da ya yi, kuma, ina yabon Allah, na warke daga rai da jiki. Na ɓace, amma Yesu ya same ni. Na yi rashin lafiya, amma Yesu ya warkar da ni. Ka tuna Yesu yana yin komai da kyau. "Yesu Almasihu, haka yake jiya, yau da har abada." Ibraniyawa 13:8 Lokacin da na je bagadi, ina da ƙari a gefen hagu na. Ya fito ne daga faɗuwar da na yi shekaru tara da suka wuce. Tun daga wannan lokacin ina cikin wahala, wahala, da babban ciwo - a wasu lokutan ma fiye da wasu. Babu wanda zai iya faɗin wahalar da nake sha.

Babu wani daga cikin iyalina da ya taɓa sanin yadda nake yawan tunanin kashe kaina, wahalar da nake sha ta yi yawa. Addu'ar mijina da alherinsa ne kawai suka hana ni. Idan aka haɗa da ciwon, na kamu da wasu cututtuka da dama - zubar jini a ƙananan gabobin hanji, tarin abubuwa, tofar da jini da kuma rheumatism. Shekaru uku da suka gabata na nakasa gaba ɗaya sakamakon kumburin rheumatism a ƙafafuna, sannan a hannun hagu da hannuna. Mun gwada likitoci da yawa na duniya, a wannan birni da kuma wasu wurare, amma ba su yi nasara ba, domin an sami ɗan sauƙi. Likitoci sun ce ko da tiyata ba za ta taimaka mini ba. Sai muka san babu wani taimako a gare ni a duniya, sai dai mutuwa a hankali, wataƙila watanni ko shekaru, amma daga ƙarshe zai ɗauke ni rai. Duk da cewa na tashi a lokacin, zan iya ɓoye azabata da baƙin cikina a gaban duniya, amma kai abin tausayi ne tsawon dare su a gare ni.

Ba zan taɓa mantawa da ranar da na je bagadin a ranar 10 ga Agusta, 1893 ba. Ni matalauci ne mai zunubi mai baƙin ciki. Na ajiye dukkan zunubaina, kuma wannan jiki mara lafiya da nakasasshe cikin tawali'u a ƙafafun Yesu. Yesu, cikin ƙaunarsa da jinƙansa, ya kalli wani mugun mutum kamar ni, nan take na zama cikakke, rai da jiki. Wa ba zai ji daɗin yin murna da yabon Allah ba, don samun wannan tabbacin albarka cewa Yesu nawa ne, kuma in sami ciwo da zafi nan take? Kai, ina gode wa Allah saboda tausayinsa ga yara. Ina fatan kuma ina addu'a wannan shaidar za ta kawo rai mai zunubi da yawa a ƙafafun Yesu. Allah ya albarkaci Sister Woodworth da abokan aikinta, duk inda suke. Allah ya albarkaci Ɗan'uwa Spiher. Yi mini addu'a domin in riƙe aminci.
Naku cikin Almasihu.
Ms. M. FALKENRATH
St. Louis, Missouri

An ɗauko daga littafin "Likitan Duniya, Almasihu Ubangiji" na Dattijo HH Spiher.
Dattijo HH Spiher fasto ne na Cocin Allah (Winebrenner) wanda ya taimaka wa Maria Woodworth ta kafa majami'u daga tarurrukanta na bishara aƙalla sau biyu.

TW Ratana (Maori Healer) - Warkar Fannie Lammas

Daga cikin warkarwa da yawa da aka buga, akwai biyu da suka sami kulawa sosai daga wasu majami'u. Waɗannan warkarwa sun rinjayi wasu shugabanni da ikilisiyoyi waɗanda suka yi tunani sosai da addu'a game da hidimar warkarwa ta Allah. Na farko shine batun Miss F. Lammas, memba na Cocin Baptist da ke Nelson.

An lulluɓe Miss Lammas a cikin firam ɗin ƙarfe daga kai zuwa ƙafa tsawon shekaru 19 kuma ta sami mafi kyawun kulawar likita a wannan lokacin. A shekarar 1921 ta rubuta wa Ratana wasiƙa kuma bayan ta sami amsarsa ta yi tsawon lokaci tana addu'a. Duk da haka, ikon Allah ya ba ta damar zama, tsayawa sannan ta yi tafiya ba tare da taimako ba. Duk waɗanda suka san ta sun yi mamaki. Likitan yankinta ya tabbatar da cewa ta warke. Miss Lammas ta ɗauki nauyin raba shaidarta ta warkarwa kuma watanni shida kacal bayan warkarwarta ta yi watanni 6 tana tafiya, tana ziyartar majami'u da yawa na Baptist, gami da Tabernacle da ke Auckland, tana magana game da ikon Allah na warkarwa da kuma kawo sha'awar koyarwar Warkarwa ta Allah.

An ba wa Rev. Joseph Kemp labarin warkar da ita cikakken bayani, wanda ya buga shaidarta a cikin wani ƙaramin littafi mai ban mamaki wanda ya buga bugu huɗu, na farko an sayar da shi makonni uku bayan buga shi.

Bayanin abubuwan da suka faru, wanda ya kai ga warkarwa ta gaske ya biyo baya: "Likitana ya gaya mini sakamakon tattaunawar kuma ya ce babu abin da za a iya yi. Na yi matukar bege. Na tambaye shi ko ya ji labarin Ratana mutumin mu'ujiza. Ya ce "kaɗan." Sai na gaya masa mutumin kirki da kuma warkarwa mai ban mamaki kuma na ba shi takardun don ya karanta. Ya zauna kusa da gadona ya karanta su duka. Ya yi matukar mamaki har ya tilasta min in rubuta.

Ya ce idan ina da imani da ya isa ya yarda cewa bai ga dalilin da ya sa bai kamata a warkar da ni ba ... kusan rauni ne da ba zan iya riƙe alkalami ba, na sami damar rubuta wa Ratana ta hanyar digiri yana bayanin lamarina a takaice ... Ban yi wani abu ba sai da na sami amsar Ratana mako guda bayan haka. Ya gaya mini in yi imani da Ubangiji Yesu Kiristi da dukkan zuciyata da raina da kuma ikonsa na warkarwa, in yi addu'a da himma da rashin gajiya, kuma in maimaita addu'o'ina. Ya ce zai yi mini addu'a shi ma.

Ya ambaci wata aya — "Ba za ku iya bauta wa Allah da dukiya ba." Ba irin wasiƙar da na zata ba ce, amma da na ƙara karanta ta, sai na ga kamar akwai abin da ke ciki. Na ƙudura aniyar yin aikina, don haka na yi kusan duk ranar ina addu'a sosai. Na yi addu'a a kowane lokaci da nake ni kaɗai, na yi addu'a kuma na yi addu'a da dukan zuciyata da raina har sai da na shiga cikin addu'a... dare ya yi kuma na ji kamar na yi muni fiye da da. Na gaji da addu'a sosai, don haka na gaya wa Allah cewa aikinsa ne, na bar shi gaba ɗaya tare da shi.

Sai na yi barci. Duk lokacin da na farka ina yin addu'a, washegari da safe kuma na sake ɗaukar nauyin domin na ƙuduri aniyar yin aikina. Yana da kyau a san cewa nisan mil Ratana yana yi mini addu'a. Na yi addu'a cikin matsananciyar wahala, ina roƙonSa da azaba ya warkar da ni. Kalmomi na ƙarshe da na tuna da kyau. "Ya Allah, Kai mai girma ne, Mai Iko duka; Mai iko duka. Za ka iya yin komai. Idan nufinka ne ya warkar da ni ko da yanzu."

Nan take babban mu'ujiza ya faru. Rai da ƙarfi suka ratsa ni. Daga jin rauni da rashin lafiya nan take na zama MAI KYAU DA LAFIYAR KWANA. Sauyin ya yi yawa har na tashi a kan gado ba tare da ciwo ba kuma ba tare da tallafi ba! ! Na ɗaga ƙafafuna daga kan gado ina addu'ar ƙarfi na miƙe na yi tafiya cikin sauƙi da 'yanci. Ban ma ji daɗi ba. Na sani, nan take cewa na warke; kamar yadda Yesu Almasihu ya warkar da mutane lokacin da yake duniya, haka nan ya warkar da ni. Ko da yake ina da rauni kamar jariri da kuma cikakkiyar ƙashi, lokacin da babban iko ya shigo cikina na ji daɗi sosai. Na kalli agogona don yin rikodin lokacin wannan abin al'ajabi. Daidai ne ƙarfe 5:30 na rana a ranar 24 ga Fabrairu, 1921. Abin mamaki ne a rubuta game da shi, kalmomi ba za su taɓa faɗi ko rubuta wani abu mai ban mamaki ba.

Ya faru daidai sa'o'i goma sha tara bayan na karɓi wasiƙar Ratana. Nan da nan na gode wa Allah kuma na yabe shi saboda alherinsa mai girma a gare ni. "Sai na isa ƙofar gidana na kira iyayena cewa na warke. Suka tashi suka shigo da sauri suna murna da godiya. Ba zan taɓa mantawa da fuskokinsu masu haske ba matuƙar ina raye... Mutumin da ya fi ƙarfi a raye, ko da kuwa yana cikin ƙoshin lafiya, da ya kwanta a bayansa kusan shekara guda, da ba zai iya tashi ya yi tafiya ba tare da jin wani irin yanayi na jin daɗi da rauni ba domin hakan ya saɓa wa dokokin yanayi. Duk da haka, duk da cewa na kasance a ƙofar mutuwa har zuwa wannan lokacin da ba za a taɓa mantawa da shi ba, nan take na ji daɗi sosai har wannan kaɗai ya nuna yadda mu'ujizar ta yi girma." An ɗauko daga *"Tarihin Motsin Kwarjini a New Zealand"* na Rev.
JE Worsfold. Asalin labarin da aka buga a matsayin *"Yadda Aka Warkar da Ni, Mu'ujizar New Zealand"* na Rev. Joseph Kemp. 1921

FF Bosworth - An Warkar da Yara Kurame Shida a Dare Ɗaya

Matasa shida masu hankali a ƙaramin garin Rochelle, Illinois sun zauna a wani aji na musamman a ginshiki na Cocin Baptist a can da safe kuma suka maimaita kalmomi mafi sauƙi da malaminsu ya ƙarfafa su. Nan ba da daɗewa ba za su san dukkan haruffa, ta gaya musu, kuma za su iya magana.

Babu wani abu da ke damun zukatan 'yan matan biyu da samari huɗu a cikin ajin. Amma wata guda da ya wuce ba su iya magana ba kuma ba sa ji. Kurame ne tun daga haihuwa, huɗu a cikin iyali ɗaya.

A watan da ya gabata, kuma tsohuwar memba a cocin a garin, ta je gidan Houston ta ce Allah zai warkar da yaran kurame huɗu idan suna da imani. A Chicago akwai Rev. FF Bosworth yana wa'azi a cikin Tashar Bishara. Dubban marasa lafiya sun warke bayan wannan mutumin ya yi musu addu'a, in ji ta. Me zai hana a aika yaran zuwa Chicago?

An aika yaran Houston guda huɗu da wasu biyu zuwa Chicago. A cikin hidimar da aka yi a cikin tanti wata dare suka je kan dandamali lokacin da Fasto Bosworth ya tambaya ko akwai wani mara lafiya ko mara lafiya da ke son a yi masa addu'a. Warkarwa ta kasance nan take ga dukkan shida a wannan daren, in ji su. Washegari aka ci gaba da azuzuwan su a cikin ginshiki na cocin da ke Rochelle, amma malamai da ɗalibai sun fuskanci juyin juya hali na ilimi.
An ɗauko daga jaridar Los Angeles Times a ranar 6 ga Mayu, 1928.

An Bayyana Dystrophy na Muscular

An sallame ni daga asibiti a Youngstown saboda wata cuta mai nakasa, wato Muscular Dystrophy. Likitoci sun ɗauki cutar mv a matsayin rashin bege. Shekara guda bayan haka ina cikin koshin lafiya kuma ina cikin koshin lafiya. Yayin da shekara guda da ta wuce ban iya ɗaukar kofi ɗaya na ruwa ba, a yau ina kula da gida mai ɗakuna takwas, miji, da ƙananan yara biyu. Yesu ne kaɗai zai iya kawo wannan canji mai ban mamaki a yanayina.

Matsala ta ta fara ne a lokacin bazara na 1956 lokacin da na gaji sosai. Muna ƙaura zuwa sabon gida don haka na yi tunanin wataƙila shi ya sa nake jin gajiya a kowane lokaci. Sai na fahimci cewa zan haifi jariri na biyu. Na ƙara gajiya. Kimanin wata na uku na fara rasa daidaito. Zan faɗi cikin sauƙi kuma sau da yawa. Ina damuwa sosai game da jaririn amma Ubangiji ya ba ni tabbacin cewa jaririn zai yi lafiya.

A cikin watanni masu zuwa na yi rauni sosai. Ban iya bare dankali, ɗaga kwata na madara, ko ma ciyar da kaina ba. Dole ne in yi tafiya da ƙafafu masu tauri don kada in faɗi. Likitana ya yi mamaki game da yanayina amma ban iya yin gwaje-gwajen da ake buƙata ba saboda ciki na. Da taimakon Ubangiji na haifi ƙaramar yarinya. Tana da lafiyayyen yaro. An haife ta a ranar 20 ga Yuni, 1957, kuma likitan ya sake ni daga asibiti yana fatan ba zan sake samun matsala ba. Duk da haka, ƙarfina ya sake raguwa. Yanayina ya yi muni da sauri har sai da ban iya ɗagawa ko canza jaririn ba. Ban ma iya buɗewa ko rufe fil ɗin tsaro ba. Wani kuma dole ne ya yi mata sutura kowace rana. An ƙarfafa ni in yi amfani da keken hannu amma na ƙi, domin an yi mini addu'a kuma ina dogara ga Allah ya warkar da ni. Zan yi tafiya kaɗan lokaci-lokaci, 'yan matakai kaɗan a lokaci guda. Amma ina zaune a kujera mafi yawan kowace rana.

A waɗannan kwanakin ban iya riƙe Littafi Mai Tsarki na ba, don haka ina matuƙar farin ciki duk lokacin da fasto na, Ɗan'uwa Roy Armstrong, ya ziyarce ni. Yana karanta Littafi Mai Tsarki da babbar murya kuma ina roƙon Ruhu Mai Tsarki ya taimake ni in tuna duk abin da ya karanta mini. A watan Yuli na ci gaba da gazawa da sauri kuma na san ba zan daɗe ba sai dai idan Ubangiji ya yi mu'ujiza. Tsokoki sun lalace har sai da nama ya rataye a kan ƙasusuwana kamar zane a kan layi. Ba zan iya ciyar da kaina ko kula da kaina ta hanyoyi da yawa ba. An kwantar da ni a asibiti kuma na yi gwaje-gwajen dakin gwaje-gwaje na tsawon kwanaki goma sha uku. A lokacin da nake asibiti na fara damuwa. Na gaya wa Ubangiji na san babu bege na duniya don murmurewata. Na gaya masa ina dogara gare shi ya warkar da ni, kuma na roƙe shi ya yi farin ciki ya fara aikin warkarwa nan take.

Don haka na fara tabbatar da alkawuran Ubangiji. Da farko ban ma iya riƙe hannuna sama da fuskata ba yayin da nake kwance a asibiti, amma kowace safiya ina yin addu'a kuma ina ƙoƙarin riƙe hannuna a can. Cikin kwana biyar na sami damar sarrafa shi da taɓa fuskata. Wannan ya ƙarfafa ni in yi imani cewa Allah yana amsa addu'a kuma ba ni da tsoro.

A ranar 10 ga Agusta, 1957, likitan ya gaya wa mijina cewa ina da wata irin cuta mai saurin kamuwa da cututtukan tsoka (Muscular Dystrophy) kuma ya ce wataƙila zai iya haifar da mutuwa. Sun dawo da ni gida suka sa ni jin daɗi gwargwadon iyawa, suna tunanin zai zama lokaci kawai. Likitan bai san irin ƙarfin warkarwa mai ƙarfi da ya riga ya fara aikinsa mai ƙarfi a cikina ba. Yayin da kwanaki ke ci gaba, ina motsa jikina duk abin da zan iya kuma a hankali ƙarfina yana dawowa. Duk lokacin da na motsa sai na yi addu'ar imani. Na ɗauki wasu matakai. Na fara buɗe ƙofofin kabad ɗin kicin dina. Na sami damar buɗe aljihuna na fitar da kayan azurfa.

Na ci gaba kawai, ina dogara ga Ubangiji don ya taimake ni; kuma ina da kwanciyar hankali da farin ciki yayin da na ga abin da ke faruwa. Maimakon mutuwa, Allah yana ba ni sabuwar rai, sabon ƙarfi, sabon bege. Wani lokaci nakan karaya, domin yana da wuya in jure tunanin cewa har yanzu ba zan iya kula da 'ya'yana ba. Na yi iƙirarin alkawuran Kalmar Allah kuma na yi yaƙi da maƙiyin raina. Na roƙi Ubangiji ya bar ni in sake kula da yaran, duk da cewa ya yi kama da ba zai yiwu ba a lokacin. Har yanzu ban iya ɗaure fil na tsaro ba. Amma na ci gaba da karanta Littafi Mai Tsarki kuma na sami abubuwa da yawa a can don ƙarfafa ni.

Yabo ga Ubangiji! Cikin makonni biyar na sami damar ɗaga jaririn daga kan gado don yin wanka. Na iya yi mata wanka, na ɗaure fil ɗinta, na kuma yi wa kaina ado. Na kusa ruɗewa da farin ciki. A hankali na fara wanke-wanke, na goge, na aikin gida, da kuma girki. Da alama yadda nake yin hakan, sai Ubangiji ya ba ni damar yin hakan. A lokacin bazara na 1958, kusan na zama al'ada. Yaƙin imani ne na ci gaba da yi amma Ubangiji yana ba ni nasara. Na shaida a coci cewa kusan an warkar da ni gaba ɗaya amma na ce har yanzu ba zan iya gudu ba kuma ba zan iya sanya takalma masu tsayi ba. Na ce Ubangiji zai ci gaba da taimaka mini kuma waɗannan tsokoki za su girma gaba ɗaya. Bayan watanni biyu na sami damar yin gudu sosai kuma ina sanye da takalma masu tsayi.

A yau, shekara guda daga lokacin da aka tura ni gida na mutu, ina cikin koshin lafiya kuma ina farin ciki da fahimtar cewa Yesu ba wai kawai zai iya ceton mu daga zunubi ba, har ma zai iya warkar da jikinmu, komai yadda yanayinmu zai iya zama mara magani.

Shaidar da Mrs. Howard Fowler ta bayar a cikin “Linjilar Pentecostal” ta ranar 16 ga Nuwamba, 1958.

Rolland da Heidi Baker - Buɗe Aljanna a kan Cabo Delgado

Shugabannin Musulmi sun yarda cewa wannan lardin arewacin Mozambique, wanda a da masana kimiyya ke ɗaukarsa "ba za a iya isa gare shi ba", yana ɓacewa ga Kiristoci. Ci gaban sansaninmu da makarantar mishan ɗinmu a kan mafi girman kadarar da ake da ita a birnin Pemba mai tashar jiragen ruwa ya haifar da babban rudani. Linjila tana ci gaba da ci gaba da ƙauyuka gaba ɗaya a daidai lokacin da ake zubar da ikon Ruhu Mai Tsarki.

Ta yaya hakan ke faruwa? Ga misali ɗaya. Felito Utuie, wani mai wa'azi mai shekaru 22 da muka renon sa cikin Ubangiji, yana ƙoƙarin samun shugaban wani ƙauye Musulmi don ya ba da izinin yin wa'azi. Shugaban ya ƙi sau da yawa. Felito ya gaya masa cewa Yesu zai warkar da marasa lafiya. A ƙarshe, shugaban ya tambaya, "Idan ka zo, zan ga hakan ya faru?" "Eh!" Felito ya amsa da sauƙi. Don haka shugaban ya yarda a yi taro a ƙauyensa.

A daren taron, taron ya fara da yanayi mai natsuwa da buɗewa, ba kamar wasu tarurrukan da muke yi ba inda da farko muke fuskantar manyan matsaloli na aljanu. Felito ya yi wa'azin Bishara mai tsarki da sauƙi kuma ya tambaya, "Wa ya san buƙatarsa ta Mai Ceto?" Muryoyi suka yi ihu a cikin duhu, "Ina son gafara! Ina son gafara!" Babban hayaniya ya taso yayin da mutane ke roƙon ceto kuma suka yi ta kwarara don yin addu'a. Sai Felito ya sanar da cewa shi da tawagarsa za su yi wa marasa lafiya addu'a. Warkarwa ta faru ɗaya bayan ɗaya. Wata uwa ta kawo ɗanta ɗan shekara takwas wanda kurma ne, kuma nan take ya warke.

Felito ya tambayi shugaban, "Ka gani?" Nan da nan shugaban ya nemi makirufo ya gaya wa mutanensa, "Wannan gaskiya ne! Babu wanda zai iya yin wannan! Allah ne kaɗai zai iya yin wannan! Kawo ƙarin marasa lafiya! Kawo duk marasa lafiya!" Wani mutum ya kawo ƙaramar 'yarsa 'yar shekara 7 wacce ba ta da makanta kwata-kwata. Ta karɓi addu'a, sai mahaifinta ya tambaye ta da gaggawa, "Kin gani?" Sai hawaye suka fara zuba a fuskarsa yayin da 'yarsa ta kalli fuskarsa a karon farko a rayuwarta! Kuma warkarwa ta ci gaba a wannan daren.

Duk wannan shekarar da ta gabata, ayyukanmu na wa'azi sun kasance suna haifar da irin wannan sakamako. Ba ma yin wa'azi na dogon lokaci ko kuma mukan rikice. Mutane suna amsawa cikin bangaskiya mai sauƙi, kuma da zarar sun ga Yesu gaskiya ne kuma za su taɓa su ta hanyar mu'ujiza, suna son Shi! Suna son ceto, suna son coci, suna son fasto, yanzu! Shugabanninsu suna roƙonmu, "Kada ku bar mu! Ba za ku iya barin mu haka ba! Ba mu taɓa ganin mu'ujizai kamar wannan ba!

ki dawo ki koya mana!" Heidi ta sami shafaffe na musamman ga kurame, makafi da guragu, kuma tana ganin an warkar da su a kusan kowace hanya. Ta taɓa yin addu'a da daddare ga wani gurgu da makaho wanda bai warke nan take ba. Amma ta gaya wa ƙauyen su aika mai gudu ya gaya mata da zarar ya warke. Sai washegari ta kasance tare da wani abokin Musulmi kuma babban ɗan kasuwa a gari lokacin da wani mai gudu ya yi gudu da sauri zuwa tagar motar da suke ciki. "Ya warke! Yana iya tafiya ya gani!" Mai gudu ya yi gudu sa'o'i bakwai kawai don ya gaya mata… Cikin hawaye da mamaki, abokinmu Musulmi ya yi kuka, "Yi mini addu'a! Yi mini addu'a yanzu!"

Rahoton daga Jaridar Ministries ta Iris, ma'aikatar da Rolland da Heidi suka fara
Baker, a ranar 14 ga Satumba, 2005. Kuna son ƙarin bayani? Ziyarci gidan yanar gizon su a: www.irismin.org

Kungiyar Randy Clark – Yaro Mai Nakasa Daga Haihuwa Ya Warkar

Wata uwa ta kawo ɗanta ɗan shekara 5 zuwa taron da aka yi a Guntur, Indiya. Ya nakasa tun daga haihuwa. Hannunsa da hannunsa sun gurgunta. Yatsunsa sun yi tauri gaba ɗaya kuma sun lanƙwasa baya a kusurwar digiri 45. Yayin da na durƙusa kusa da shi, Ruhu Mai Tsarki ya zuba irin wannan tausayi a cikin zuciyata ga wannan yaron. Hannunsa ya yi rauni gaba ɗaya kuma hannunsa ya yi tauri. Bayan ya riƙe hannunsa yana addu'a na kimanin mintuna 5, sai ga wani rauni a yatsansa mai ruwan hoda. Na danna addu'a sau da yawa don duba ci gaban warkarwarsa. Ina da ƙaramin ɗa mai kimanin shekaru kuma Allah ya ci gaba da gaya mini in yi addu'a kamar ɗana ne. Kallon idanun wannan yaron ya sa na yi hawaye.

Ubangiji ya warkar da hannunsa, hannunsa, da yatsunsa gaba ɗaya ya kuma gyara su.
Carey Cramer na Ƙungiyar Ma'aikatar Randy Clark ne ya ruwaito shi a ranar 26 ga Janairu, 2005.
Daga Rahoton Farkawa na Duniya wanda aka rubuta a ranar 31 ga Janairu, 2006. An yi amfani da shi da izininsu.

Ethel Willitts - Yarinya Mai Lalacewa Ta Warke

Iyalina sun halarci ayyukan warkarwa da Ethel R. Willitts ke gudanarwa a Akron, OH a shekarar 1938. Mrs Willitts tana gudanar da ayyukan ibada a cikin wani babban tanti na katako mai ɗaukuwa. Ana gudanar da tarurruka kowace dare da kuma ranar Lahadi da rana. Yawanci ginin yana cike da mutane. Kowace taro motocin asibiti da yawa za su tsaya a gefen tanti kuma su fitar da masu wucewa a gaban ginin a jere biyu. Kowace hidima za a warkar da mutane su koma gida. Mrs Willits za ta yi wa'azi a zaman koyarwa, tana koya wa mutane game da samun warkarwa da karɓar Yesu Kiristi a rayuwarsu kafin hidimar warkarwa. Sannan za ta yi wa marasa lafiya addu'a a kowace taro. Bangon gaba na tanti, a bayan mai magana, an yi masa ado da sanduna da maƙallan hannu.

Wata warkarwa mai ban mamaki da muka fuskanta da kaina ita ce ta wata ƙaramar yarinya da ta lalace. Ba ta da haɓa a bayyane, ƙulli a bayan wuyanta, kuma hannayenta da ƙafafunta duka suna da ƙugiya. An kai ta gaba don yin addu'a kuma nan take ta warke. Saboda taron jama'a, ba mu gan ta a daren ba, amma mun zauna a bayanta da iyayenta a daren washegari. Ƙaramar jaririyar tana da hula a kusa da haɓar da aka fi sani kuma babu ƙulli a bayan wuyanta. Tana wasa da ƙafafunta da ƙananan hannayenta. Ta warke sarai kuma ta warke da IKON YESU KRISTI.

Shaidar Paul Chidester ta Kai. An yi amfani da ita da izininsa.

Stephen Jeffreys - An Warkar da Mace Mai Guragu Lokacin da Ta Ga Yesu A Cikin Taro

Mutum ba ya samun kalmomin da zai bayyana duk abin da wannan ke nufi bayan rayuwa mai wahala. Tun ina ƙarami nake rashin lafiya, ba na taɓa yin shekara guda ba tare da an kwantar da ni a gefe ba. Sai kuma, a shekarar 1900, 'yan kwanaki kafin aurena, na taimaka wajen ɗaga wani abu mai lanƙwasa, inda na ji wa kaina rauni a ciki. Makonni biyar kacal bayan aure, wannan ya sa na koma gefe na tsawon makonni goma, sannan na fara jin zafi, amma ina jin zafi a kowane lokaci. Wannan ya ci gaba tsawon shekaru, wani lokacin ina iya yin yawo, amma sau da yawa ina kan gado. A lokacin bazara na 1906 muna zaune a wani wuri da ake kira Thorne, kusa da Doncaster (mun taɓa zama a wurin na ƙarshe, inda na kasance ina ƙarƙashin magani daga likitoci shida, da kuma zama a asibiti, kuma an gaya mini akai-akai cewa ba za a iya yin komai ba).

A Thorne na kamu da ciwon sankarau kuma na tsawon makonni ina gab da mutuwa. An yi addu'o'i har ma a Cocin Parish da ke can don murmurewa. Saboda ɗa ɗaya da Allah ya ba mu, Allah ya ji addu'o'i da yawa, an cece ni, amma an tilasta mini in saka gilashin duhu; jijiyoyin idanu sun yi tasiri sosai har hasken ya haifar da mummunan rauni - abin da likita ya kira ciwon kwakwalwa. Ziyarar da na yi a Peterborough watanni bayan haka, abokaina da ke wurin za su sa ni neman shawara a hannun likitansu, da kuma a Peterborough Infirmary, domin rayuwata ta kasance cikin azaba mai tsawo. Da ban san wani abu game da sauran da salama da ke fitowa daga Yesu ba, da ban taɓa rayuwa da jurewa ba. Yabo ga Mutumin Kalvary, Yesu mai tausayi, wanda ya buɗe idanuna na ruhaniya, kuma ya sa na ga buƙatar Mai Ceto na; kuma duk da cewa karɓar sa yana da shekaru ashirin da ɗaya yana nufin an kore ni daga gida. Hallelujah! Ya fi gamsarwa.

Likitan da ke Peterborough, bayan ya yi cikakken bincike, ya tabbatar da abin da likitocin da suka gabata suka ce, babu magani; hukuncin shine wannan, cututtukan zuciya, matsalar huhu, a zahiri, ya gaya wa abokina a ɓoye cewa ina cike da cuta, da kyar nake jin wani abu mai ƙarfi a jikina, ciwon daji, da ɗan karkacewa a cikin hanji. Ya kammala da cewa cikina kamar soso ne da ya ruɓe kuma daga ƙarshe idan na rayu zan makance sosai, amma, ɗaukaka ga Yesu, ba na buƙatar tabarau kwata-kwata yanzu. Ni cikakken mutum ne.

Ina yabon Sunansa ƙaunatacce. Kai Hallelujah, don abin da Ubangiji ya yi mini. Ba zan taɓa daina yabonSa ba! A cikin 1910, mun zo nan Grimsby (mijina yana aiki a kan jirgin ƙasa).

Na isa nan a ranar 26 ga Disamba, kawai ina iya tafiya kamar yadda aka saba, cikin tsananin zafi, har zuwa ranar 5 ga Afrilu, 1911, lokacin da na sake komawa kan gadona. Lokacin da likita ya zo, ya ce makonni biyu a mafi tsayi zai ga ƙarshen. Ina cikin mummunan yanayi har bai yi tunanin zan iya ɗaukar ko da makonni biyu ba, amma duk da haka makonni, watanni, eh, har ma shekaru sun shude, koyaushe ina kan gado, kuma oh, azabar, duk da cewa ina da yanayin rage radadin, a cikin yawan allurai har wasu waɗanda suka san adadin suna mamakin cewa babu sha'awar maganin. Yabo gare Shi, wanda ke yin abubuwan al'ajabi! Sau da yawa an aika mijina, ya bar aiki nan da nan idan yana son ganina da rai. Na kusa da wucewa har mata sun kasance a gida don shirya gawa ta don binnewa; sau biyu wurin ya kama wuta kuma na kasance cikin rashin taimako kuma da na ƙone har na mutu ba tare da taimakon waje ya zo ba.

Shekaru uku na farko da na kwanta, ban taɓa fita waje ba. Sha'awar fita a lokacin bazara na huɗu ta yi ƙarfi sosai har mijina ya yi hayar keken hawa na musamman (domin dole ne in kwanta, kujera ta wanka ba ta da amfani). A lokacin bazara mai zuwa mun yi ɗaya a Hull, don haka aka ɗauke ni, kawai aka ɗaga ni daga gadona a kicin zuwa gadon da ke cikin kashin baya. An ɗaga na biyu kusa da gadona. Ban taɓa yin sutura ba, a zahiri na rabu da dukkan tufafina da takalmana, ina tunanin ba zan sake buƙatar su ba. Sai shekaru suka shude, kuma, duk da cewa na san Yesu, na yi tunanin nufinsa ne ya kamata in sha wahala kuma kawai na yi addu'a don alheri da haƙuri mai ɗorewa. Kai, yadda na makance, na yi tunanin nufinsa ne ya
wahalar da ɗansa.

Yabo ya tabbata ga Allah, ceto ya zo. Mijina ya karanta wasu lokuta na warkarwa a Landan,
ta hanyar hidimar ɗaya daga cikin bayinsa, Fasto Stephen Jeffreys. Mun yi addu'a cewa idan akwai wata albarka da ke tafe a gare ni, zai kawo manzonsa zuwa Grimsby. Ya zo, kuma bayan yana hidima kuma ya ji kalmomin ban mamaki na Rai cikin Yesu, na roƙi Ubangiji ya shiryar da ni. Ya shiryar da ni zuwa ga James v, 14, 15. A hidimar da ke tafe na sami damar kasancewa
Na kasance a wurin. Na yi biyayya ga Kalmarsa; an shafa mini mai a cikin Sunan Ubangiji. Na sami shafa mai mai kyau a lokacin, amma ban warke ba. Hallelujah, amsar ta zo bayan makonni biyu bayan haka, a ranar 5 ga Maris, 1922, kimanin ƙarfe 3:30 na yamma Shi, Wanda Ya Tashi Daga Matattu, ya zo kan mulki ya ɗaga ni daga karusa. Tsarki ya tabbata ga Sunansa mai daraja! Jiran makonni biyu ba zai iya rage imanin da Ya bayar ba; Na san ba zai ba ni kunya ba.

A ranar 28 ga Fabrairu na roƙi mijina ya saya mini takalma, na tabbata cewa shi mai aminci ne, kodayake ƙafafuna ba su taɓa ƙasa ba tsawon kusan shekaru goma sha ɗaya. Tsarki ya tabbata ga Yesu! Ya sa ni jira. Daren Juma'a, 3 ga Maris, azabar ta yi muni; kamar Shaiɗan ya san lokacinsa a cikin wannan yanayin mutuwa yana da iyaka. Abin baƙin ciki ne, duk da haka Ubangiji ya kawo ni in ga wannan daren yanayin dole ne ya tafi. Ina so a ɗaukaka Yesu, don haka na ce, "Ee, Ubangiji, ko da mutuwa ce, ni naka ne, yi mini yadda ka so. Don Allah ka ba ni daga cikin Ruhunka don in kasance da gaskiya gare Ka."

Daga Juma'a zuwa Lahadi da rana - awanni sun yi tsawo, yaƙin da aka yi da Maƙiyi, yana ƙoƙarin samun ɗan sauƙi game da yanayin, abu ne mai ɗaci, amma yana roƙona kuma ya ba ni nasara. Lokacin da aka kai ni a kan keken hawa zuwa tsohon Tashar 'Yan Gudun Hijira a Titin Freeman, inda aka yi taron, na cika da wahala da rashin taimako fiye da kowane lokaci, amma na yabi Allah a lokacin taron, wanda taron shaida ne, na ga Yesu, Mutumin Kalvary mai daraja.

Ya tsaya ya duba, da irin wannan ƙauna da tausayi a idanunsa; sai ya zama kamar an sanya Hannuwa masu ƙarfi a ƙarƙashina, aka ɗaga ni sama, har sai da na yi tunanin na isa sama, sai na yi kamar an saukar da ni a hankali, sai na ga har yanzu ina cikin taron, amma duk da haka na ji kamar haske kamar iska. Kai, kai, lokacin da ya bayyana a gare ni cewa Mai Warkarwa da kansa ya zo ya kawo sabuwar rayuwa, rayuwa ta tashin matattu ta gaske, inda mutuwa ce mai rai kawai ta kasance. Da sunansa, na tashi daga karusar, na yi tafiya a cikin zauren da idanu masu yawo da hannaye a ɗaga, yayin da mutane ke rera waƙa akai-akai, "Dukanku ku yabi ikon Sunan Yesu!" Hallelujah! Hallelujah! Babu hannun ɗan adam da ya taɓa ni. Fasto da ma'aikata suna kan dandamali, lokacin da Ya zo. Yesu ne, Mai Cetona, wanda ya yi wannan canjin a cikina. Ina so wasu su san Shi kuma su sami Rayuwarsa. Ba warkarwa ba ce, Mai Warkarwa ne da kansa, wanda ke kawo Rai da Lafiya, da kuzari.

Daruruwan mutane a Grimsby da sauran wurare sun gan ni ina yawo a kan hanya tsawon shekaru, ina kama da gawa. Yanzu suna ganina ina yawo a kan tituna, ina yin ayyukan gida, har ma da wanke-wanke na. Yesu ne kawai. Ina bin sa bashi. Likitoci da ma'aikatan jinya, maza a kan layin dogo, 'yan sanda da sauransu, suna mamakin ganin, kodayake ba za su iya fahimtar wannan gagarumin sauyi da aka samu ba. Tsawon shekaru goma da watanni goma sha ɗaya na kasance halitta mara taimako a kan gado.

Yanzu ina cike da rai, ina iya tafiya mil, lafiya mafi kyau fiye da da. An saya mini duka a Kalvary, kuma yanzu Yesu ya ba ni cikakkiya, Baftisma cikin Ruhu Mai Tsarki, yana magana da wasu harsuna, duk don ɗaukaka Shi. Kai, zuciyata cike take da Shi. Ina so a ɗaukaka Shi kaɗai. Ni mai zunubi ne kawai da aka ceta ta wurin alherinsa mai ban mamaki. Wurina yana kan ƙafafunsa masu tamani da ke zubar da jini. Ina sha'awar wasu su zo cikin duk abin da yake sha'awar bayarwa. Rayuwa ta bambanta sosai. Ina kallonsa kawai ina kuma tsammanin zai zo, mai tamani, mai tawali'u Mai Tsarki, Angon zuciyata Mai Albarka. Duk da haka, zo da sauri, Ubangiji Yesu.

Ina so in faɗi a nan cewa likitoci sun ce babu wata alama ta cuta da ta rage. Ina iya gani don karantawa da dinki ba tare da tabarau ba, ina da shekaru hamsin da biyu. Tsarki ya tabbata ga Yesu! Kai, yabe shi. Ina yabon sa! Hallelujah! – Mrs. B. ALTOFT, 6 Stansted Street, Grimsby

An ɗauko daga littafin "Stephen Jeffreys" wanda Agnes Adams ya rubuta

Raymond T. Richey – An Warke Daga Mummunan Lalacewar Yaƙi

Da yake zazzabi mai tsanani ya kama shi, LC DeWeese, na Houston, Texas, na First Army Corps, American Expeditionary Forces, an ɗauke shi daga Dajin Argonne a ranar 13 ga Nuwamba, kwana biyu bayan sanya hannu kan yarjejeniyar Armistice. An kai shi daga asibiti zuwa asibiti, inda likitoci da likitocin tiyata suka yi aiki na tsawon watanni, a ƙarshe suka bayyana cewa ba shi da bege. Sun miƙa majinyacin ga masu horo a asibiti don jiran mutuwa, an riga an bayar da takardar shaidar. Da farko aka kai shi asibiti, wannan soja yana amai da wahala sosai. Daga wannan asibiti aka kai shi Asibitin Base 119 da ke Vichy, wanda gwamnati ke kula da shi a wannan wurin shayarwa mai farin jini. A nan ya zauna watanni da yawa, yanayinsa yana ƙara muni. Daga nan aka aika shi zuwa Bordeaux don a aika shi zuwa Amurka.

Kusan yana kwance a kan gadonsa akai-akai, yanayinsa ya yi muni da ba zai iya sake shiga cikinsa ba. Daga ƙarshe ya sauka a New York aka kai shi Asibitin Debarkation mai lamba 3. Daga nan aka kai shi asibitin sansanin Jefferson Barracks, St. Louis, Mo. A nan aka ɗauki hotunan X-Ray, wanda ke nuna cewa an cinye cikinsa a waje, kuma ya yi kama da soso. Bayan haka, an yi masa tiyata a ranar 8 ga Mayu, 1919. A lokacin wannan tiyatar, an cire wani ɓangare na hanji da wani ɓangare na ciki. Wannan tiyatar ta yi tsanani har rai ya fita daga jiki kuma bugun zuciyar ya yi rauni har likitoci ba su iya gano bugun zuciya ko numfashi ba, kuma kodan suka ƙi aiki, duk ruwan ya bushe kuma ya fara bushewa daga ƙirji zuwa ƙasa. Yanzu ya bayyana cewa lamarin ba shi da bege kuma an bayar da takardar shaidar mutuwa.

Daga wannan yanayin rashin lafiya, sai wani irin yanayi ya bayyana, kuma majiyyacin ya fara farfaɗowa. "Yanzu," in ji DeWeese, "Ubangiji wanda na ƙi, ya fara yi mini magana, yayin da waɗanda ke gida suka yi addu'ar Allah ya cece ni. Likitoci da ke wurin sun yarda cewa sun kai iyakar ƙwarewarsu. Allah kaɗai ne zai yi sauran. Bayan na samu sauƙi sosai don barin asibiti, na ɗauki horon sana'a a Kwalejin Jihar Iowa, Ames, Iowa. Amma an shafe makonni uku a nan, kuma ya zama dole in sake komawa asibiti. Daga nan na gyara zuwa Des Moines, Iowa. A nan aka ga ya zama dole in sake yin wani tiyata. Bayan yin tiyata, likitocin suka kammala cewa ba za su iya ci gaba ba, kuma suka dinka ni. An sanar da ni cewa sun yi duk abin da za su iya kuma lokaci ne na ɗan lokaci har sai mutuwa ta ɗauke ni. Na bar asibitin zuwa gida, inda zan mutu."

"Lokacin da nake Houston, na ji labarin Farfaɗowar Tsohon Lokaci da kuma warkarwa mai ban mamaki da ake samu ta hanyar amsa addu'a. Na halarci taron kuma na ji Bishara Raymond T. Richey, kuma na fara sha'awar tarurrukan. A nan aka yanke min hukunci kan zunubaina kuma na miƙa rayuwata ga Allah. Bayan 'yan dare kaɗan aka yi mini addu'a aka warkar da ni ta hanyar mu'ujiza. Tsawona ƙafa biyar da inci goma sha ɗaya ne, kuma na faɗi har sai da nauyina bai wuce fam ɗari ba. Yanzu nauyina ya kai fam ɗari biyu, ina cin abinci mai kyau, kuma ina jin daɗin cikakken lafiya. A lokacin rashin lafiyara an hana ni zuwa makaranta har abada saboda nakasa ta dindindin, likitan ya ce ba zan sake iya ci gaba da karatuna ta Hukumar Horar da Tsoffin Sojoji ta Amurka ba. An ba ni maki "D."

An ɗauko daga "Abin da Allah Ya Yi" na Eloise May Richey

An Warkar da Smith Wigglesworth – Ma'aikaciyar Jinya Daga Cutar Nakasassu

Miss H. Todd ta Naremburn, NSW, ta shaida: "A lokacin da nake aikin jinya a Sydney, na haɗu da wani mummunan haɗari, na karya murfin gwiwa na kuma motsa guringuntsi na ciki, wanda ya haifar da synovitis da amosanin gabbai (na kullum). Na sami ƙwarewar likitanci mafi kyau a Sydney da Orange ba tare da wani sauƙi na dindindin ba. Na ɗan lokaci na tashi daga barci na sake, da sauransu na tsawon watanni goma sha takwas; kuma watanni masu tsawo da gajiya sun kasance, musamman lokacin da, bayan kimanin watanni goma sha huɗu, na sami rashin sa'a na karya zare na tsokoki na ɗayan ƙafar, wanda ya haifar da yin hutu na tsawon makonni shida. Ciwon a wasu lokutan ya fi tsanani. Na kasance mara lafiya sosai ba tare da wata damar sake bin sana'ata ba. Kasancewar in ba haka ba, yana da wuya a duba makomar da ƙafafuna biyu suka gurgunta, a dogara ga wasu su kula da ni su kuma kiyaye ni.

"Na makance, domin tun lokacin da na yi wa Orange rashin lafiya, na zauna a tsakanin mutanen da suka yi imani kuma suka yi ƙoƙarin sa ni in saurari koyarwar Nassosi game da warkarwa ta Allah, amma na yi tunani daban. Hakika Littafi Mai Tsarki ya faɗi game da abubuwa masu ban mamaki a zamanin da, amma a gare ni waɗannan kwanaki sun shuɗe kuma abubuwa sun bambanta yanzu. Akwai magana mai kyau game da Mai Bishara Smith Wigglesworth, amma ban sha'awa ba. Bayan mai bishara ya fara aikinsa, wanda zai ɗauki kwanaki biyar kacal, ɗan'uwana, tare da wasu, sun yi mini magana mai gamsarwa game da gaskiyar koyarwar Littattafai game da warkarwa ta Allah, kuma duk da cewa na saba da shi har zuwa lokacin, na sake komawa ga Littafi Mai Tsarki na, kuma, kamar ɗan ɓarna, a ƙarshen kaina, ni ma an sa ni na ce, 'Zan tashi in tafi wurin Ubana.' Kuma, yabi Ubangiji, irin albarkar da yake jira ya ba ni. Na kasance Kirista shekaru da yawa, amma dole ne a tashe ni kafin in ji muryarsa kuma in sa shi shafa min idanu. Yayin da nake karanta Littafi Mai Tsarki, na ji kamar kalmomin, 'Abu ɗaya da na sani, cewa, ko da yake makaho ne, yanzu ina gani.' Yahaya 9:25. Wannan ya ci gaba da yawo a cikin zuciyata duk ranar Juma'a da Asabar; har ma da maganar Allah, 'Ni ne Ubangiji, kada ku canza.' Waɗannan nassosi sun ci gaba da zuwa gare ni har na yanke shawarar zuwa wannan daren don yin addu'a.

"A ƙafata ɗaya ina da na'urar ƙarfe da fata don hana hadin gwiwa ya matse ko ya matse, wanda hakan ke haifar da zafi mai tsanani, ɗayan kuma yana sanye da bandeji mai ƙarfi. Da taimakon sanduna biyu na fito zuwa motar don a kai ni wurin taron, kuma duk da cewa ina fama da wahala sosai, na yi imanin zan warke. Bayan jawabin, na hadu da waɗanda za a yi wa hidima, kuma yayin da mai bishara ya ɗora mini hannu yana addu'a, sai na sami wata kyakkyawar kwarewa kamar ana fesa ruwan sanyi da ƙarfi a kan dukkan membobina da suka ji rauni inda suka ji rauni. Ƙarfin ya yi kama da ƙarfi har ma ya ji rauni na, kuma na san Ubangiji ne, amma da na juya na tafi ban ji daɗi ba, kuma na nuna rashin jin daɗi ga mutum biyu ko uku.

"Duk hanyar komawa gida na yi kuka mai yawa, na kuma faɗa wa Allah zuciyata, na ci gaba da cewa, 'Ya Ubangiji, na yi imani, ka taimake ni rashin imanina.' Da na isa gida, an taimake ni na fito daga motar, bayan na yi tafiya kaɗan, na ce na yi tunanin zan iya tafiya ni kaɗai. Da na isa bakin ƙofar, wani bango mai haske mai haske ya faɗo mini, mai haske sosai har ya kusan girgiza ni, nan take na yi ihu, 'Tsarki ya tabbata ga Allah, na warke,' kuma da gaske na warke. Na ratsa gidan ina yabon Ubangiji, kuma sama da ƙasa a barandar baya, ina ɗaukaka Allah ina tafiya kamar yadda na yi kafin na haɗu da hatsarin. Ganin sandunan, na ce, 'Ka mayar da su wurin aboki mai kirki wanda ya ba ni aro. Ba zan sake buƙatar su ba.' Don haka aka mayar da sandunan kafin tsakar dare. Hallelujah! Da na tashi washegari da safe na jefar da tallafin ƙarfe da fata da bandeji, kuma ban taɓa taɓa su ba tun lokacin, domin na warke gaba ɗaya.

"Bayan kwana biyu, an yi mini baftisma cikin Ruhu Mai Tsarki da daɗi bisa ga Ayyukan Manzanni 2:4. Littafi Mai Tsarki na yana da ma'ana a gare ni yanzu fiye da da. Yanzu ina ganin Ubangijina a matsayin Mai Cetona daga zunubi, Babban Likita, Wanda ke yin baftisma da Ruhu Mai Tsarki, da kuma Wanda ke zuwa don amaryarsa nan ba da jimawa ba."

An ɗauko daga littafin Mu'ujizai a Ostiraliya da New Zealand na Smith Wigglesworth.

AJ Byers – An Warkar da Mace Bayan Shekaru 35 Na Wahala

An haife ni cikin wahala kuma ba a tsammanin zan rayu ba. Tsawon shekaru talatin da biyar ban san menene jan numfashi mai kyau da na yau da kullun ba, kuma sau da yawa ina tambayar Allah dalilin da yasa dole ne in sha wahala haka. Ya amsa, "Domin in nuna ikona duk da kai." Na ce, "Ya Ubangiji, idan haka ne, ina so in miƙa wuya ga nufinka." A cikin shekara guda na je asibiti sau biyar kuma kowane lokaci yana gab da mutuwa. Ina da ciwon zuciya na yau da kullun, ciwon makogwaro na gaba ɗaya na dukkan tsarin jiki, matsalar koda da ta mata. Kusan na rasa ganin idona. Sun yi rauni a duk rayuwata, suna buƙatar tiyata lokacin da nake yaro da kuma sanya tabarau na tsawon shekaru.

Muna da likitoci da likitocin fiɗa mafi kyau a kowane lokaci, amma da alama ba za su iya yi mini komai ba. A ƙarshe suka gaya mini cewa tiyata za ta iya ba ni damar murmurewa. Yanzu, ban yi tunanin zan iya tsira daga tiyata ba, amma na gaya wa Ubangiji cewa idan haka ne zai kai ni gida, na yarda, amma idan yana da wata hanya ko mafi kyau a gare ni, ya sanar da ni. Na ce, "Ya Ubangiji, na san za ka iya warkar da ni ba tare da tiyata ba idan kana so, domin Kalmarka ta ce, 'Yesu Almasihu, haka yake jiya, yau, har abada,' kuma waɗanda suka dogara gare ka ba za su ji kunya ba." Kuma a cikin wahalata na huta cikin Ubangiji kawai. Ban taɓa jin an yi wa'azin gaskiya a cikakke ba kuma ban sami tsarkakan Allah na gaske ba tukuna; amma yayin da mutanen da ke kewaye da ni suna jiran in mutu, Allah ya aiko da masu wa'azin bishara na gaskiya guda biyu su gan ni ('Yan'uwa Kriebel da Crose). Na gaya musu na san Allah ne ya aiko su. Sun ce za su yi mini addu'a.

Bayan 'yan kwanaki aka fitar da ni daga asibiti aka tura ni Oakland. Na roƙi Allah ya shiryar da ni, don haka ina jiran sa kawai. Wata rana da na sake kusan mutuwa, Allah ya yi magana da ni in kira Ɗan'uwa Crose. Ya zo washegari. A amsa addu'ar, na sami damar tashi daga gado. Ɗan'uwa C. ya shafe ni da sunan Yesu kuma ya yi addu'ar bangaskiya. Na sami tabbacin cewa an ji addu'ar. Na sami damar tashi daga gado a wasu lokutan, amma wahalar da nake sha yanzu ta fi ta da, kuma na ji cewa Allah ya yashe ni gaba ɗaya.

Na ji yana wani wuri, amma yana da nisa sosai. A halin yanzu ikon duhu ya kama ni kuma kamar yana yayyaga ni. Ba wai kawai na sha wahala ba, har ma ina cikin azaba mai tsanani, wanda ya ɗauki dare da rana da yawa. Kun ga dole ne in sami darasi daga wannan da Allah ya nufa a gare ni. Bayan haka, na gudu daga Ubangiji, kuma ina buƙatar horo mai tsanani. Allah ya tsaya tare da ni, ya ƙarfafa ni, kodayake ban san hakan ba a lokacin.

Wata rana na ji kamar Allah yana tunani game da ni, sai na yi ihu, "Ba zan mutu ba, amma zan rayu, in bayyana ayyukan Ubangiji." Sai aka kawo ni taron Oakland a watan Janairun 1910, kuma Ɗan'uwa Byers ya naɗa ni. 'Yan'uwa Kriebel da Holcomb suka ɗora mini hannu suka yi kira ga Allah ya taɓa jikina. Ban ji wani bambanci ba a yanzu, amma dogarona yana ga Ubangiji, kuma ina shirye in ɗauki warkarwar kamar yadda Allah ya ga ya dace ya ba ni. Na ji tabbacin cewa addu'o'in suna gaban kursiyin Allah. A daren nan na ji Yesu ya zo kusa da gadona ya ɗora hannunsa a kaina a hankali, sannan na ji ikon Allah yana ratsa jikina duka. Na yi ihu, "Ya Ubangiji Yesu, ban cancanci duk wannan ba." Na ga wani abu kamar ruwan sama yana saukowa daga sama, duk launukan bakan gizo, sai dai ya fi haske da haske.

Da kyar na sami kalmomi da zan nuna godiyata. Da alama na tashi daga matattu. Na fara ganin abubuwa a sarari a kusa da ni kuma na fahimci cewa Allah ya warkar da ni daga dukkan wahalhalun da nake sha. Duk sun yi kama da sun yi kyau sosai don a zama gaskiya amma yabi Ubangiji, haka ne kawai. Na fara ƙara ƙarfi, ina da ƙoshin abinci mai kyau, kuma a hankali na sake samun damar ɗaukar nauyin rayuwa. – Marie Spaulding

An ɗauko daga "Misalan Gaskiya 200 na Warkarwa ta Allah" ta AL Byers

George Jeffreys - Mutumin da aka Nakasasshe Ya Warkar Nan Take

An warkar da Mista James Gregson ta hanyar mu'ujiza a Leeds a watan Afrilun 1927. Jama'ar da suka shaida mu'ujizar za su daɗe suna tunawa da ranar da ya warke ba zato ba tsammani. Ya kasance gurgu, wanda ikonsa na tafiya kawai shine ya motsa kansa a ƙasa yana jan ƙafafunsa masu karkace a bayansa.

Ni mai yin ƙarfe ne ta hanyar sana'a. A ranar 2 ga Fabrairu, 1922 na haɗu da wani mummunan haɗari. Na faɗi daga tsayi zuwa cikin akwatin kwal, kowace ƙashi ta fita daga wurinta. Kashin bayana ma ya ji rauni. An kai ni asibiti, inda na sami duk wani magani da asibiti zai iya bayarwa, amma na zama gurgu mara ƙarfi. Dole ne in yi rarrafe a ƙasa; ƙafafuna sun karkace kuma na ja su a wuri ɗaya. Ban iya zama ba, amma dole ne in yi ƙarya. Rayuwata ta kasance cikin wahala. Matata a ranar Laraba da yamma ta karanta a cikin jaridar labarin wata mata da makauniya ta sami ganinta a tarurrukan kamfen na Shugaba George Jeffreys. Yayin da take karantawa, na gamsu cewa zan iya warkewa idan da zan iya zuwa taron. Na tafi ranar Asabar a kan sandunana, ina jan ƙafafuwana a baya. A wannan daren na sami ceto: Ya yafe min dukkan zunubaina. Sannan na sake komawa ranar

Lahadi zuwa Coliseum. Allah kaɗai ne ya san yadda na isa can, kuma lokacin da na isa can na sha wahala sosai don shiga, amma wasu daga cikin mutanen sun tausaya min suka ja ni baya.

Sai masu hidima suka ɗauke ni suka kwantar da ni a gaban dandamali.
Ɗaya daga cikin waɗanda suka yi wa Allah hidima ya zo wurina ya ce, "Ɗan'uwa, ba ka yi kama da mai daɗi ba; zan iya sa ka ji daɗi? " Na amsa, "Ba na jin daɗi" domin ina cikin azaba dare da rana. Shugaban makarantar ya yi mini addu'a, kuma lokacin da ya ɗora mini hannuwansa, sai na ji kamar an ɗora hannuwa goma sha biyu a jikina, sai na ji kowace ƙashi ta koma wurinta. Nan take na sake ta, na warke gaba ɗaya. Na kasance fata da ƙashi kawai; idanuna sun nutse a kaina. Cikin makonni biyu na ƙara nauyi biyu na dutse fam biyar, kuma na ci gaba da saka nama. Na sami damar komawa aikina da ƙarfi kamar da. Ban taɓa rasa aikin yini ɗaya ba tun lokacin da na yi rashin lafiya. Allah ya kiyaye! Allah ya ɗaukaka! Yabo ya tabbata ga Ubangiji!"
An ɗauko daga littafin *"Healing Rays"* na George Jeffreys,

Kungiyar Randy Clark – An Warkar da 'Yan'uwa Biyu Kurame da Bebaye

Mahaifiyarsu ta kawo min yara maza biyu. Ta roƙe ni in yi wa babban wanda yake kurma kuma bebe addu'a. Bayan addu'ar, na roƙe shi ya yi hayaniya sai ya yi magana. Dole ne in tambayi mahaifiyar ko da gaske kurma ne kuma bebe ne domin ya yi magana a sarari. Mai fassara ta ya ce, "Eh, ya yi." Ta nuna ƙaramin ɗan mahaifiyar ta ce shi ma kurma ne kuma bebe ne. Da farko ban yarda da ita ba amma ta dage cewa a zahiri kurma ne kuma bebe ne kamar ɗan'uwansa. Ubangiji ya zo yaron ya ji kuma ya yi magana. Na sa Fasto

James ya tabbatar da cewa yaran biyu kurma ne kuma bebe ne kuma duka sun warke. Ya tabbatar da hakan.

Charles Polston ne ya ruwaito shi. Daga Rahoton Farkawa na Duniya wanda aka rubuta a ranar 3 ga Fabrairu, 2005. An yi amfani da shi da izininsu.

Jennie Smith – An Warkar Bayan Shekaru Na Wahala Mai Tsanani

Mun bayar da misali na wani magani, wanda mutane da yawa suka karanta labarinsa, kuma kaɗan ne suka ji shi daga bakin wanda ya sami 'yanci. Tarihin farin ciki mai ban mamaki na Jennie Smith, 'yar Philadelphia, an karanta shi a cikin ƙaramin littafin "Daga Baca zuwa Beulah." Cutarta, mai ban mamaki da raɗaɗi kuma ta daɗe tana ci gaba har fastonta ya furta shi "labarin wahala da ba kasafai ake kwatanta shi ba, "ba za a iya bayyana shi a nan ba. Ya isa a ce ta kasance gurgu mara taimako tsawon kimanin shekaru goma sha shida, tana shan wahala mafi yawan lokaci mafi tsananin azaba.

Wata gaɓa tana fama da matsanancin ciwo da rashin iya sarrafa ta har sai da aka ɗaure ta a cikin akwati mai ƙarfi, kuma sau da yawa ana riƙe ta da manyan nauyi. A lokacin wahalarta ta musamman, imaninta da tsarkakewarta sun kasance kamar an motsa ta cikin motsa jiki mai ƙarfi, don haka ta mai da gadonta mumbari, an yi amfani da ita sosai don hanzarta rayuwar ruhaniya ta waɗanda suka isa gare ta. A halin yanzu ta fara riƙe alƙawarin Allah don warkar da jiki, kuma ta sami alamun ikonsa a wasu lokutan, an tura ta ta roƙi ta sami cikakkiyar lafiya.

An bayar da labarin a cikin kalmominta. Bayan kwana ɗaya na wahala mai ban mamaki, wasu abokai Kiristoci sun taru a kusa da ita da yamma yayin da take kwance a kan kujera mai tsawo. Ta ce: "Magariba ta kasance don addu'a, wanda fasto Everett ya jagoranta. Bayan awa ɗaya ko fiye da haka, wasu sun tafi. Wani ɗan'uwa, wanda ban taɓa haɗuwa da shi ba a da, yayin da yake musabaha da hannu yayin tafiya, ya ce, 'Yar'uwata, kina tambaya da yawa; kin damu sosai don ki warke."

Ubangiji zai iya amfani da kai a kan gadonka fiye da a kan ƙafafunka.' Na gode da kalaman ɗan'uwan. Sai na duba cikin zuciyata da zurfi. Ubangiji mai albarka ya san na amsa da gaskiya, 'A'a, ba na son samun lafiya. Na sami nasara a kan hakan. Idan aka ƙara zafin tanderun sau dubu zan iya cewa, Nufinka ya yi, kuma jin zafi zai yi daɗi idan aka nuna mini cewa nufin Uba ne in sha wahala. Kuma ina ganin lokaci ya yi da zan san hakan zai faru.' Har zuwa wannan lokacin na taron babu wani haɗin kai da na ji dole ne ya kasance. Na ce wa waɗanda suka rage, 'za ku iya zama tare da ni har zuwa safe idan ya zama dole? Ina jin cewa dole ne ta hanyar jira ne Ubanmu zai ba mu albarka. Shin mu masu haɗin kai ne a cikin wannan al'amari?'

Likitana, Dr. Morgan, shi ne na farko da ya ce, 'Zan tsaya, kuma na yarda da kai sosai.' Duk suka taru a kusa da kujerata. Wannan ƙaramin rukuni ba zai taɓa mantawa da wannan lokacin ba. Yanzu bayan ƙarfe tara ne. Mun ci gaba da jira a gaban Ubangiji. Lokaci-lokaci wani ko wani zai yi magana, tare da sharhi, nassin littafi mai tsarki mai daɗewa, ko kuma ya yi addu'a mai taƙaice. Ni kaina, ina cikin kwanciyar hankali, ina shan wahala, amma ina jin daɗin kasancewar Allah.

Yawancin lokaci kusan ban san abin da ke kewaye da ni ba, ina kuma shagaltuwa da Ubana na sama. Da misalin ƙarfe 11 na dare, sai na miƙa kaina ga Allah cikin sabuwar tsarkakewa, ina cewa: 'Ina sake ba wannan jiki - waɗannan idanu don gani, wadannan lebe don magana, wadannan kunnuwa don ji, kuma, idan nufinka ne, wadannan ƙafafun su yi tafiya - domin Yesu. Duk abin da ke nawa ne - duk naka ne, Uba ƙaunatacce. Sai dai a yi nufinka mai tamani.' Har zuwa wannan lokacin babu wani tsaiko daga wahala ko ƙaruwar ƙarfi, a gaskiya, na yi rauni fiye da yadda aka saba. Bayan dan shiru kadan sai kwatsam na ga wani haske mai haske game da warkar da busasshen hannun. A gare ni na ga an fitar da shi gaba daya.

A daidai lokacin nan Ruhu Mai Tsarki ya ba wa raina imani don neman irin wannan albarka. Da alama sama ta bude a lokacin, kuma na san baftisma mai ƙarfi, kamar yadda aka yi da hankali da kuma tabbatacce kamar wutar lantarki ta ratsa jikina. Na ji tabbas ƙarfin ya shigo bayana, kuma ya shiga gaɓoɓina marasa ƙarfi. Na dora hannuna a kan kujera, na daga kaina zuwa matsayin zama. 'Yan'uwan Garrigues, suna zaune a kowane gefen kujera, a zahiri sun yi tsalle gaba suka kama ni don su taimake ni. Duk da haka, wannan ba lallai ba ne.

Dr. Morgan, wanda ke zaune kusa, ya matsa gaba ya sauke allon ƙafa, kuma yayin da hannun abokaina ke kan kafaduna, na tashi na tsaya a ƙafafuna. Sister Fannie ba ta tuna da ganina tsaye ba. Ta firgita sosai har ta daga hannuwana biyu ta yi ihu, 'Kai, Jennie, Jennie!' Babu wata kalma da za ta iya bayyana yadda nake ji. Rayuwata ta yi matuƙar farin ciki da yabo yayin da nake magana game da wannan lokacin. Da na tsaya, Ɗan'uwa NV. HG ya dora hannunsa a kaina, yana cewa, 'Yabo ga Allah, wanda dukkan albarka ke fitowa daga gare shi.' Tunanina na farko shine 'Zan iya durƙusawa?' Na tambaya in yi haka, na durƙusa kamar na saba da shi.

Akwai kasancewar Allah sosai har ba a fadi ko kalma daya ba. Mun zubar da rayukanmu cikin godiya da yabo a hankali. Sai na tashi na yi tafiya a cikin dakin cikin sauƙi da yanayi;

babu wani irin jin zafi ko wani abu mara daɗi. Na zauna a kan kujera mai girgiza na ɗan lokaci. Ya yi kama da abin mamaki har ban koyi tafiya ba. Gaɓoɓina da jikina sun yi kama da an yi su sabo.
An ɗauko daga *"Ma'aikatar Warkarwa"* na AJ Gordon

RA Torrey – An Warkar da Nakasa ta Yaro

Akwai wani limamin coci a Dakota wanda ke da ɗa wanda bai yi daidai ba. Akwai wani lahani a cikin ƙashin bayanta wanda ya sa ƙaramin yaron ya lanƙwasa tare da ciki ya fito, yana haifar da ciwo akai-akai, kuma yaron bai iya barci ba. Iyayen sun kawo yaron zuwa Minneapolis don ganin abin da ƙwararru za su iya yi, amma ƙwararrun sun gaya musu cewa babu bege ga yaron, cewa za su iya sanya shi a cikin simintin filastik don ta rayu, ta nakasa, ba fiye da shekaru biyu ko uku ba. Duk da cewa iyayen Methodist ne, suna son lafiyar ɗansu har suka gwada "Kimiyyar Kirista," amma ba su sami taimako a cikin wannan tsarin kuskure ba. Sai limamin ya ce wa matarsa, "Bari mu kai ta wurin ɗan'uwana Torrey." Sun kawo ta gidana, ƙaramar yarinya 'yar kimanin shekara biyu, tana da mummunan siffar jiki da wahala sosai. Na ɗauki yarinyar a hannuna na yi mata addu'a. Allah ya ba ta bangaskiyar da ake buƙata kuma yaron ya warke. Nan da nan aka samu sauƙi. A daren ta yi barci yadda ya kamata a karon farko, har ma da ɓangaren jikinta da ya lalace an gyara shi.

Bayan shekaru goma sha takwas, ina gudanar da taro a Petoskey, Mich. A wani taron da rana, wani limamin Methodist daga ɗaya daga cikin garuruwan da ke makwabtaka ya shigo. Ya tashi a taron ya ba da wannan labarin, yana cewa shi ne mahaifin wannan 'yar kuma ta warke gaba ɗaya kuma 'yar takarar aikin wa'azi na ƙasashen waje ce. Ita da kanta ta shigo kwanaki kaɗan bayan haka, wata kyakkyawar budurwa mai kyau. Ta kasance a cikin babban ɗakin taro da ke Los Angeles a hidimarmu ta safiyar Lahadi 'yan makonni da suka gabata.

An ɗauko daga "Warkar da Allah" na RA Torrey

AC Valdez Sr. – An Kirƙiri Sabbin Idanu

Na san wani mutum mai suna "Mai Makaho Martin." Akwai wurare masu faɗi kawai inda ya kamata idanunsa su kasance. Kwararru mafi kyau a Amurka sun duba shi a Jami'ar Johns Hopkins. Waɗannan mutanen sun ce babu yadda zai taɓa gani. Mai Makaho Martin ya auri wata kyakkyawar mace wadda ta kula da shi sosai. Yayin da shi da matarsa suka halarci ibada kuma suka ji labarin mu'ujizai da ke faruwa a kusa da su, bangaskiyarsu ta ƙaru. Wata dare a lokacin hidima, na shaida wani abu da ya burge ni har zuwa yau - aikin Ubangiji wanda ba za a iya fahimta ba, wanda ba za a iya bayyana shi ba. Mai Makaho Martin ya miƙe tsaye. Bai san dalili ba. Ja ya fara bayyana a wuraren da idanu ya kamata su kasance. Waɗannan wurare sun fara kumbura da kumbura. Sai wani abu da ba gaskiya ba ya faru. Idanu, girman kaza, sun fara samuwa. A hankali, suka faɗaɗa zuwa girman da aka saba, "Ya Ubangiji, ina gani!" Martin ya yi ihu. Hawayen godiya suka fara kwararowa daga sabbin idanun Martin. Abin mamaki ne kawai na yi wa aikin Ubangiji. Idanun Martin ba su kaɗai ba ne suka jike!
An ɗauko daga *"Fire on Azusa Street"* na AC Valdez, Sr.

Brian Fenimore - Warkarwa Ba Zato Ba Tsaye Ta Fasto Na Baptist

Ina yin taro a Wisconsin. Wani mutum ya kawo wani mutum zuwa taron. Mutumin da aka kawo, fasto ne na Baptist a Kudancin Amurka kuma ya tsani tarurrukan Charismatic. Mutumin da ya kawo shi mai goyon bayansa ne; a zahiri shi ne ɗaya daga cikin manyan masu ba da gudummawa. Mutumin ya gaya wa faston cewa zai zo taron kuma faston bai ji kamar yana da zaɓi mai yawa ba. Yanzu ka yi tunanin halin faston a zuwa wannan taron da nake riƙewa inda nake addu'a ga marasa lafiya.

Ya yi fushi da ni. A gaskiya ma na lura yana fushi da ni kusan rabin taron. Babu murmushi a fuskarsa, maimakon haka akwai fushi mai ban mamaki da kallo da ke cewa, "Zan kashe ka." Na iya fahimta, duk da cewa shi ɗan'uwana ne cikin Almasihu, yana so in je sama a gabansa. Na fahimci cewa ya kamata in daina kallonsa domin yana lalata imanina. Don haka na daina kallon gefen ɗakin. Na kalli shi sau ɗaya kuma yana da wannan kallon da ya yi fushi sosai. Ina tunanin, "Ban san abin da zan yi ba amma zan fita daga wannan ɗakin kafin ya kama ni." A ƙarshen taron mun fara addu'a ga mutane. Akwai wata mata da ke da rashin lafiyan da ya sa rayuwarta cikin baƙin ciki kuma Ubangiji ya warkar da ita a can. Ya ba kowa mamaki a cikin ɗakin. Fasto ya ga hakan. Don haka na gayyaci ƙungiyar ma'aikata su zo su yi addu'a.

Mutane suna tashi suna yin addu'a lokacin da na lura da faston yana tashi. Yanzu ba ya kallon ƙofar, yana kallona yayin da yake tafiya. Na yi tunani a raina "a'a, ga shi nan. Yana zuwa ya doke ni." Na yi ƙoƙarin tsayawa a matsayina mafi tsarki yayin da yake tafiya. Ya tsaya a gabana ya ce, "Warkar da Ni." Na yi mamaki sosai na ce "Me?" Ya ce mini "Ina so in warke yanzu." Da na tambaye shi me ke damunsa, sai ya ce; "To, ina da matsalar ciki kuma gwiwata tana kashe ni, kuma ina son in warke yanzu." Bai ma tambaya ko zan yi masa addu'a ba. Yana son ya warke kawai.

Sai na gayyaci Ruhu Mai Tsarki ya zo. Na ce masa "ka san cewa ba zan iya warkar da kai ba, don haka bari mu jira Ubangiji ya yi." Mun zauna a wurin kawai sai na kalle shi na ɗan lokaci. Na ce masa "Ba zan yi komai ba sai Ubangiji ya bayyana." Ya tambaya, "Me hakan ke nufi?" Na ce kawai, "Za ka sani yayin da muke tafiya." Ubangiji ya fara yi masa hidima. Yana tsaye da hannuwansa a waje idanunsa a rufe. Hannunsa suka fara rawa. Na tambaye shi ko zai iya jin hakan. Ya ce "ji me?" Na ce masa ya buɗe idanunsa ya duba. Ya buɗe idanunsa ya kalli hannuwansa kamar ba nasa ba ne. Ya tambaya, "Ta yaya hakan ke faruwa?" Ya kalli hannuwansa kamar wani abu ne da ba a haɗa shi da shi ba. Na gaya masa yana jin Ruhu Mai Tsarki. Har yanzu bai danna ba, sai ya ce "amma ba ni da iko a kan hannayena kuma ba zan iya jin hakan ba." Na tabbatar masa da cewa lafiya lau na ce masa ya huta.

Ya kuma fashe da wannan gumi mai yawa. Yana zuba a fuskarsa yana taruwa a gefen haɓarsa biyu. Akwai abubuwa da yawa har yana yin ruwan da ke yin kududdufi a ƙirjinsa. Na tambaye shi ko yana jin zafi kuma amsarsa ita ce "A'a." Bai iya taɓa jikinsa ba. Abin mamaki lokacin da na tambaye shi ko yana jin wani abu sai ya ce, "Ban ji komai ba." Na fara tambayar Allah abin da yake yi kuma Allah ya ce mini "Brian, ina yi masa hidima, amma bai san da hakan ba. Ya rabu da kansa don haka kawai ka matsa ka yi abin da nake gaya maka ka yi." Allah ya gaya mini in sa hannuna kusa da cikinsa, don haka na nemi izininsa kuma faston ya yarda. Ubangiji ya ce "ka gaya masa zan warkar da shi sannan zan mai da shi mai bishara mai warkarwa in mayar da shi ƙasarsa." Na yi tunani "a'a, wannan abin ya dame ni" amma na yi abin da Allah ya umarce ni da in yi, na sa hannuna kusa da cikinsa na ce masa "Ubangiji zai warkar da kai kuma zai mai da kai mai bishara mai warkarwa, sannan zai mayar da kai ƙasarka a matsayin mai farfaɗowa."

Yana rawa kawai sai na roƙe shi ya gaya mini abin da yake bukatar warkarwa. Ya ce "cikina yana ciwo kuma gwiwata." Ubangiji ya ce in yi masa addu'a. Sai na ɗora hannuna a kan gwiwarsa na kama shi da sauri. Ubangiji ya ce in yi magana da gwiwa in kuma umarce shi da ya rage zafin. (Duba abu ne mai sauƙi idan Allah ya gaya maka abin da za ka yi.) Na ce, "Da sunan Yesu na umarci ciwon ya warke." Mutumin ya motsa ƙafarsa na ɗan lokaci ya ce, "hmm ba ya ciwo kuma." Sai Allah ya yi magana da ni ya ce, "Ba ya gaya maka ba, amma yana da matsalolin narkewar abinci da yawa a yanzu kuma kawai ka fara addu'a don wannan abu ya warke." Yayin da nake addu'a, sai na ga hotunan hanji da duk waɗannan abubuwan da suka kumbura. Na fara ba da umarnin kumburi ya warke kuma cikinsa ya fara motsi. Ubangiji ya warkar da shi nan take. Yanzu abin ya yi daɗi.

Rolland da Heidi Baker - Makafi Sun Gani, Kurame Sun Ji, da Mutane Da Yawa Sun Ceci

Yayin da fim ɗin ya ƙare kuma Yesu yana tashi sama yana komawa sama, mun kunna wasu fitilu masu haske kaɗan, Heidi ta tashi tsaye don tarbar taron tare da mai fassara Makua. Ta fara da Makua da kanta, wanda ya burge kowa. Ka yi tunanin wata yarinya 'yar Amurka mai launin fari tana magana da yaren ƙabilarsu mara kyau a wannan ƙauyen! Sai kuma "Mama Aida" ta faɗa cikin zuciyarta tana kwatanta wannan Yesu mai ban mamaki, mai rai wanda shine begensu na ceto ɗaya tilo, mutum ɗaya tilo da dole ne su same shi kuma su same shi har abada. Allah ne ya bayyana. Wa yake son Sa? Wa yake son gafarar Sa, Zuciyarsa, Rayuwarsa ta har abada? A wannan karon babu wanda ke jifan duwatsu da yashi. Babu wanda ke ihu, ba'a da kuma kawo cikas ga taron.

Kowa a cikin wannan taron yana da sha'awar bin wannan labari mai daɗi, wannan ceto da aka ba su a karon farko.

Amma jira. Akwai ƙari. Duk wanda ke buƙatar warkarwa, ku zo gaba! Musamman makafi da kurma! Yesu yana nan don warkarwa! Ƙaramin taron jama'a ya yi tururuwa zuwa gaba, ba tare da sanin abin da za a yi tsammani ba. Heidi ta sami wata makauniya ta fara yin addu'a a hankali da a hankali a gare ta. Minti sun shude. Bari bangaskiya da ƙauna su gudana. Ku yi gwagwarmaya don warkarwa. Ku tsaya da ƙarfi. Ku huta cikin ikonsa. Ba da daɗewa ba matar za ta iya gani, amma ta yaya? Ku ci gaba da addu'a. Ku riƙe maɓallai, yatsu, da sauran abubuwa. Ta gano su duka. Yanzu ta iya gani a sarari. Tana da farin ciki ƙwarai, kuma labarin ya bazu cikin taron. Muna jin daɗi sosai. Wani bebe ya bayyana. Heidi kuma duk muna addu'a. Haƙuri. Kada ku daina. Ku ci gaba da addu'a. Fara magana, yana ƙarfafawa. Zai iya ji? Zai iya maimaita kalmomi? Cikin 'yan mintuna kaɗan, zai iya! Sannan ya fara maimaita jimloli gaba ɗaya a sarari da sauƙi. Mutane sun gano kuma suka fashe da farin ciki. Shekaru sun shude tun lokacin da wani ya ji yana magana - ba za su iya tuna tsawon lokacin da ya ɗauka ba. Duk ƙauyen ya san waɗannan biyun da abin da Yesu ya yi musu yanzu. To, wa ke son bin Yesu? Kowa!! A yanzu haka! Ƙauyen ya rayu kuma ba zai taɓa zama iri ɗaya ba...

Muna yin addu'a tare da kowa. Muna yin biki. Masu wa'azinmu da ke ziyara da fastocin yankinmu suna yin biki suna ƙarfafa sabbin masu bi. Muna ci gaba da yin addu'a ga marasa lafiya. Mun riga mun fara tunanin yadda za mu kai fasto zuwa wannan ƙauyen da kuma haɗa abin da aka cimma a cikin dare ɗaya.

Daga wasiƙar labarai ta Iris Ministries 9 ga Nuwamba 2004. Kuna son ƙarin sani game da su ziyarci gidan yanar gizon su a: www.irismin.org

An Kai Charles Spurgeon - Wani Mahaukaci

Wani mutum, wanda baƙo ne a Landan daga Wales, wanda ya sha wahala a hankali sakamakon wata nakasa ta jiki ko cuta, ya roƙi iyalinsa da su kira Mista Spurgeon, domin ya yi addu'a a gefen gadonsa. Sun ɗauke shi a matsayin wauta ta mahaukacin hankali. Amma a ƙarshe suka yarda su roƙi Mista Spurgeon ya ziyarce shi. Addu'ar Mista Spurgeon a wannan ranar ta yi tasiri sosai ga talakan mahaukacin kuma ta bayyana a wani ɓangare don dawo da daidaiton hankalinsa. Iyalin sun yi mamaki da farin ciki da tasirin roƙon har, yayin da suka amince da shi gaba ɗaya ga dalilai na halitta, sun yi addu'a da gaske don dawowar Mista Spurgeon.
Ya zo gidan a wannan daren, bayan hidimar maraice, kuma ya zauna na ɗan lokaci, yana addu'a da dukkan zuciyarsa don samun waraka ga majiyyaci, wanda talakan da ba shi da lafiya ya shiga cikin tausayi. Mista Spurgeon da kansa, ya bayyana daga baya cewa yayin da yake addu'a da dukkan zuciyarsa kuma yana ƙoƙarin gaskata cewa majiyyacin zai warke, amma bai iya shawo kan kansa cewa ziyararsa ta kasance wani amfani ba sai kawai don kwantar da hankalin ma'aikatan jinya, waɗanda suka damu da kukan talakan. Duk da haka, a daren bayan an yi addu'o'in, majiyyacin ya farka da fara da kuka, wanda ya tsorata ma'aikatan jinyarsa. Amma an same shi yana cikin hankalinsa gaba ɗaya. Ya bayyana cewa ya yi mafarkin haɗuwa da Mai Ceto, kuma Mai Ceto ya tabbatar masa cewa an kori aljanu. Bayan 'yan kwanaki, ya sami damar fita daga gidan, kuma ba da daɗewa ba aka ƙaura zuwa Kanada, inda ya kasance ɗan kasuwa mai nasara, bayan an kai shi kabarinsa a 1882.

An ɗauko daga littafin "Life of Charles Haddon Spurgeon" na shekarar 1892 na Russell H. Conwell.

Francis MacNitt – Mata Masu Sanyi Kafafu Masu Sanyi An Warkar

Misali mafi ban mamaki na warkarwa ta hanyar addu'a mai dadi da na taɓa gani ya faru ne bayan wani biki da muka yi a Diocese na Sonson, Rionegro, Colombia, Kudancin Amurka, a watan Fabrairun 1975. Bishop Alphonso Uribe ya gayyace ni in yi biki ga firistoci a can, kuma ƙungiyarmu ta hada da Father Carlos Aldunate, SJ (na Chile), Sister Jeanne Hill, OP, Mrs. William Callaghan, da Alberto del Corral a matsayin mai fassara. Duk da cewa biki na firistoci ne, wasu mutane sun ji labarinsa kuma suka zo filin biki suna neman addu'a.

Don haka ba abin mamaki ba ne a gare ni da na ga, bayan taron ƙarshe (da misalin ƙarfe 4 na yamma) Mrs. Callaghan, Sister Jeanne da wasu suna addu'a ga wata matashiyar 'yar Colombia; sun kira ni don su nuna mini ƙafarta mai nakasa kuma suka gaya mini cewa wani abu ya riga ya faru - cewa ƙafar ta yi girma inci ɗaya ko fiye. Don haka na hadu da su cikin addu'arsu. Da na yi magana da matar mai shekaru 19, Teresa Patino, na ga ta taka wani abu mai kaifi a cikin fadama lokacin da take ɗan shekara biyar kacal. Saboda rashin kulawar likita mai kyau, kamuwa da cuta ya taso sannan ya kai ƙashinta ya zama osteomyelitis. Sakamakon haka, ƙafarta ta dama ta karkace, kamar yadda yake, daga gwiwa zuwa ƙasa. Ya fi guntu da ɗayan ƙafar kusan inci shida kuma ya karkace. Akwai kuma wani tabo mai zurfi inda aka yi ƙoƙarin dasa ƙashi wanda bai yi nasara ba.

Yayin da muke addu'a a hankali na tsawon awanni biyu, ƙafar ta yi kama da ta girma kusan inci ɗaya. Kimanin mu takwas muna addu'a, muna riƙe da ƙafarta (tunda durƙusawa na tsawon awanni da yawa na iya zama mai zafi). Bishop ɗin da kansa ya yi addu'a a matsayin ɓangare na ƙungiyar. Sai muka ɗauki hutu don cin abincin dare muka dawo don yin addu'a na wasu awanni biyu a wannan daren. Kuma, da alama ƙafarta ta ƙara girma inci ɗaya. Haka kuma, ƙafar da ta karkace tana miƙewa a hankali. Ba za ku iya ganin hakan ya faru ba, domin a hankali yake, amma ta hanyar kwatanta tsawon kowane minti 10 ko makamancin haka, za mu iya ganin canjin da ke faruwa.

Washegari muka taru a gidan Alberto del Corral da ke Medillin—kuma tare da Bishop Uribe—mun yi addu'a awanni biyu da safe da kuma ƙarfe biyu na rana, irin wannan addu'ar tana ɗauke muku abubuwa da yawa. A wannan rana ƙafar ta yi kama da ta ƙara girma inci ɗaya (ta yi girma kusan inci uku a ranar da ta gabata), don haka da yamma akwai kusan bambanci tsakanin ƙafafu biyu na inci biyu kawai. Mafi ban mamaki, duk da haka, ƙafar dama, wacce take da faɗi kuma ba ta da baka da za a yi magana a kai, ta girma ta canza siffar har sai da baka ya shigo kamar yadda yake a ƙafar yau da kullun. Yatsun ƙafar da ta lalace, waɗanda suka kai rabin girman waɗanda ke ɗaya ƙafar, suma sun girma har sai sun kai girman waɗanda ke kan ƙafarta ta yau da kullun. Cikin sa'o'i, yatsun ƙafarta na ƙafar dama sun kusan ninka girmansu!

Wasu abubuwa da dama da suka faru ba a saba gani ba sun faru waɗanda suka taimaka mana mu fahimci wasu abubuwan da muka riga muka koya game da warkarwa. Suna da alaƙa da alaƙar da ke tsakanin warkarwa ta jiki da warkarwa ta ruhaniya. Sau biyu mun fahimci cewa akwai buƙatar warkarwa a matakin ruhaniya; duka fahimta - ɗaya da safe, ɗaya da rana - sun zo ne saboda warkarwa da girma sun tsaya. Bayan dakatarwar farko mun gano cewa Teresa tana buƙatar yafe wa mahaifiyarta abin da ya faru bayan osteophyte ya bunƙasa. Saboda iyalinta talakawa ne, mahaifiyar Teresa ta ba da Teresa ta kuma ba ta wasu mutane waɗanda za su iya ba ta maganin da ya dace. Abu ɗaya tilo da za a iya yi a cikin wannan yanayi amma ga Teresa tun tana ƙarama ya zama kamar an ƙi ta. Bayan mun roƙi Teresa ta yafe wa mahaifiyarta kuma bayan ta yi addu'a don warkarwa ta ciki ta ji ƙin jininta, ƙafar Teresa ta sake miƙewa da girma.

Lamarin na biyu ya faru ne da rana lokacin da ƙafar ta sake tsayawa
tsayi (wannan abu ne mai wuya a tabbatar da shi, domin ana iya duba shi ne kawai ta hanyar aunawa a cikin kimanin rabin sa'a). A wannan karon mun gano cewa wani ɗan'uwan Teresa ya ji rauni mai tsanani a cikin hatsarin da ya faru shekaru da suka gabata kuma ta miƙa mata nakasa ga Allah idan da zai ceci rayuwar ɗan'uwanta. Don haka tana jin laifi game da warkarwar da ke faruwa, tunda a gare ta kamar komawa ga alƙawarin da ta yi wa Allah a baya. A nan Bishop Uribe ya shiga tsakani don taimakawa ta hanyar amfani da ikonsa, a matsayin wakilin Allah don 'yantar da ita daga tasirin kowace irin wannan alƙawarin. Kuma ƙafarta ta fara warkewa.

Yayin da ranar addu'ar ta ƙare, mun kuma lura da yadda tabon da ke kan ƙafarta ya yi kusa da saman, kuma ban da a wurare biyu, yanzu fari ne maimakon launin shuɗi da yake da shi a tsawon lokacin da muka fara ranar da ta gabata. Tunda a yanzu ƙafarta ta dama ta girma har ta isa ƙasa (tsawon shekaru tana buƙatar sanduna saboda ƙafarta ta dama ta yi gajarta don isa ƙasa), Teresa tana son gwada tafiya a karon farko tun tana ƙarama, amma mun gaya mata ta jira har sai ta duba ta da likita.

Alberto ta yi tayin kai ta wurin likita kuma ta kafa ƙungiyar da za ta ci gaba da yin addu'a tare da ita. Bishop Uribe shi ma ya yi alƙawarin zai tsaya a gidanta ya yi addu'a tare da ita sau ɗaya a mako. Tun daga lokacin ƙafarta ta ci gaba da girma har sai da bambancin rabin inci kawai. A wani zaman, ƙafarta ta juya har sai da tabon da ya yi karkace a ƙafarta ya zama layi madaidaiciya daga gwiwa zuwa ƙafa. Ƙungiyar ta duba likita wanda ya duba Teresa kuma ya ce ƙashin har yanzu yana da rauni kuma ya ba da shawara kada a yi tafiya tukuna. Alberto ta bayyana ƙarin abubuwan da suka faru: Ba da daɗewa ba bayan ziyararta ga likita, wata ƙungiya ta sake taruwa tare da Bishop Uribe don ƙarin addu'a. Yayin da muka ɗora wa Teresa hannu, mun lura cewa wurin da ƙashin ya karye yana da ɗumi sosai kuma ƙullin ya ragu sosai.

Mun yi addu'a na kimanin awanni biyu, daga ƙarshe Bishop Uribe ya roƙi Teresa ta miƙa ƙafarta da ƙafarta, wani abu da ke haifar da ciwo mai yawa. Cikin shakka, Teresa ta miƙa ƙafarta, yayin da take yin hakan, ƙashin ya tsaya a wurin a karon farko cikin shekaru. Ba ta ji zafi ko rashin jin daɗi ba yayin da take motsa ƙafarta.

Duk mun yi farin ciki da godiya, domin da alama kamar ƙashin ya yi walda. Duk da haka, mun shawarci Teresa da ta ga likita kafin ta yi amfani da ƙafarta. Bayan kwanaki da yawa ta ga likitoci biyu ba ɗaya ba, waɗanda dukansu suka tabbatar da cewa ƙashinta ya yi walda." Yanzu, a karon farko cikin shekaru 14, Teresa tana tafiya kuma. Ba zai yiwu a ƙididdige sa'o'i nawa na addu'a ta shiga cikin wannan warkarwa mai ban mamaki ba. Haka kuma mutane nawa ne suka yi addu'a. Kuma har yanzu akwai buƙatar ƙarin addu'a ga ƙafa har yanzu tana buƙatar ƙarin waraka. Amma yawancin warakar, wanda ya buƙaci ƙafarta da ƙafarta su girma su miƙe su kuma a gyara su—lokacin da likitoci suka daina fatan wani ƙarin ci gaba—yanzu ya faru. Kuma—ba zai yiwu a faɗi tabbas ba—ban yi tsammanin wata warkarwa daga Teresa za ta faru ba idan ba mu koyi wani abu game da lokacin da ake buƙata wajen yin addu'a don warkarwa ba, ko kuma idan ba a sami abokai da ke son yin sa'o'i da yawa suna taruwa a kusa da Teresa cikin addu'a ba.

Ganin canje-canje a ƙafar da ta lalace kamar ta Teresa abin birgewa ne; ganin hawayen godiya a idanunta yayin da take jin ƙafarta ta ƙarfafa shine duk ladan ɗan adam da kowa zai buƙata bayan ya shafe sa'o'i yana addu'a tare da ita. Amma lokacin da ka fara addu'a, ba ka taɓa sani ba—sai dai idan Allah ya bayyana shi—nawa zai iya faruwa, ko ba zai faru ba. Kuma aiki ne mai wahala—a wasu lokutan, yana gajiyarwa. Ba abin mamaki ba ne Yesu ya kira warkarwarsa da "ayyuka"—"Ayyukan da nake yi da sunan Ubana su ne shaidata" (Yahaya 10:25), maimakon "mu'ujizai." Ganin tasirin addu'a mai jiƙawa ya ba ni sabon hangen nesa game da warkarwa. A da, lokacin da na wuce gurgu zan yi mamakin ko addu'a za ta warkar da shi, amma a lokaci guda zan ji cewa damar samun magani - kodayake zai yiwu - kaɗan ne. Yanzu idan na ga gurgu kawai ina mamakin ko ba za a iya warkar da shi ba, ko aƙalla ya inganta sosai, ii akwai wanda zai iya ɗaukar lokaci ya zauna kusa da shi ya yi addu'a.

An ɗauko daga *"Ikon Warkarwa"* na Francis MacNutt. Francis MacNutt, a wannan lokacin, Firist ne na Katolika kuma yana da tasiri sosai ga Sabuntawar Charismatic a cikin Cocin Katolika. A cikin shekarun 1970s ya bar aikin firist, daga ƙarshe ya yi aure, ya shiga Episcopal Diocese of Florida kuma ya fara hidimar warkarwa ta Kirista. Kuna iya samun ƙarin bayani a gidan yanar gizon ma'aikatar: www.christianhealingmin.org

Heidi Baker da Supresa Sithole – Fasto Ya Warkar Da Sumbatar Mutuwa

3 GA AGUSTA, MAPUTO, MOZAMBIQUE — Surpresa Sithole, daraktanmu na ƙasa na Mozambique, da alama ba shi da ikon yin tunani mara kyau. Cike da Ruhu Mai Tsarki, ya yi murmushi sosai kuma yana dariya cikin sauƙi a kowane

yanayi. Shi abokina ne na dindindin a cikin daji, kuma muna zuwa ko'ina muna wa'azi tare. Yesu ya kira shi daga iyayensa masu sihiri na ƙauyen kuma ya mai da shi shugaba mai ƙarfi a tsakanin majami'unmu.

Amma a yau ya fi tsanani. Yana waya daga Afirka ta Kudu, kuma muna fuskantar gwajin imani. Simon Ndubani, ɗaya daga cikin manyan fastocinmu kuma memba na kwamitin jagoranci a Afirka ta Kudu, yana rashin lafiya. A gaskiya ma, ya kusa mutuwa. Tun daga tari da gudawa, ya yi ta raguwa tsawon shekara guda, amma ba tare da kuɗin likita ba, ba a gano shi ba. Mutane suna nuna cewa yana da cutar kansar ciki, ko AIDS - amma an gwada shi ba shi da cutar HIV. Yawanci mutum ne mai girma, ya yi rauni kamar yadda yake a da. A cikin kwanaki uku da suka gabata ya lalace sosai. Yana cikin tsananin ciwo. Ba zai iya cin abinci ba. Ba zai iya tafiya ba. A yau ma ba zai iya motsawa ko juyewa a kan gado ba. Ganinsa ya yi duhu, kuma a cikin 'yan awanni da suka gabata ya rasa magana da jin sa.

Yana da wuya a fahimta, amma Simon yana ɗaya daga cikin masu wa'azinmu mafi hazaka, kuma ya nuna babban bangaskiya. Yesu ya yi amfani da shi don warkar da makafi da nakasassu nan take. Mutane da yawa da ke cikin mawuyacin hali a cocinsa sun zo wurinsa don addu'a, kuma an cece su. An san shi da babban mutumin Allah. Amma yanzu yana bakin mutuwa, ba shi da kuɗi, ko fa'idodi na lafiya. Iyalinsa ba su da abin hawa. Matarsa tana kuka kuma a ƙarshenta.

Wannan labari ne mai ban tsoro. Yaya sunan Allah yake? Ta yaya majami'unmu za su magance irin wannan karayar zuciya? Me za mu ce? Ni da Surpresa muna addu'a ta waya, kuma muna ci gaba da addu'a, tare da wasu da yawa. Surpresa ya kai Simon asibiti ya kuma ɗauki siririn jikinsa mai ƙashi zuwa ɗakinsa. Simon yana cikin suma, kuma har yanzu Surpresa dole ne ya kai shi bayan gida duk bayan minti goma. Wannan abin ya zama kamar rikici. Likitan yana tsammanin Simon zai mutu a daren yau. Idan ya rayu kwana uku, zai zama abin al'ajabi. Matar Simon tana cikin tsoro da damuwa har ba za ta ma zo asibiti don ganinsa ba.

Ni da Surpresa, Heidi muna da manyan tarukan taro da za su zo nan da 'yan kwanaki a Mozambique. Dole ne mu yi wa dubban marasa lafiya da matalauta bishara ba tare da wani bege ba sai Yesu. Ba za mu iya kare sunan Ubangiji ba. Za mu ci gaba da ƙaunarsa. Saminu naka ne, Yesu. Kai ne Allahnsa kuma likita. Mu naka ne, kuma za mu ci gaba da rayuwa dominka.

Don haka cikin dare da washegari muna ci gaba da addu'a ga Simon - kuma muna shirin tarurrukanmu a Maputo da arewa. Wata dare ta zo, kuma Simon har yanzu yana da rai da kyar. Muna tafiya. Babu wata alkibla sai sama, cikin zuciyarsa. Asabar ta zo, kuma ana sa ran Surpresa zai buɗe taron yankinmu na lardunan kudancinmu a daren yau. Amma har yanzu yana asibiti tare da Simon. Ina sake kiransa, yana yaƙin imani mai kyau, domin yana buƙatar tuƙi nan da nan zuwa Mozambique.

Surpresa ya amsa da ƙaramin magana. "To, da alama wani babban abin al'ajabi ya faru. Na zauna a nan tare da Simon yau da safe, kuma mun shafe awanni muna hira da dariya. A gaskiya ma, Simon bai tuna zuwa asibiti ko ma dalilin da ya sa yake nan ba! Yana lafiya. Likitoci za su ba shi ƙarin jini, su yi wasu gwaje-gwaje, sannan su mayar da shi gida..."

Surpresa ya bar wa Simon kuɗi don abinci da sufuri, sannan ya tafi Maputo inda muka yi wani taro mai ban mamaki. Bayan 'yan kwanaki mun ji ta waya cewa Simon yana yin duk abin da yake yi a da... Yesu ne ke da ikon faɗi na ƙarshe!

Daga wasiƙar labarai ta Iris Ministries 14 ga Agusta 2002. Kuna son ƙarin bayani sannan ku je zuwa: www.irismin.org

James Moore Hickson - Mace da aka Warkar da Lupus

Ɗaya daga cikin kyawawan misalan warkar da Almasihu a zamaninmu shine na wata mata talaka da ke fama da cutar lupus. Ta sami kuɗinta ta hanyar wanke-wanke, amma da lokaci ya ci gaba mutane suka fara jin tsoron ɗaukarta aiki saboda cutarta. Sai ta ji kamar ba ta da aure, kuma ba ta san yadda za ta rayu ba. Wahalarta da damuwarta sun yi yawa har ta jarabce ta ta kashe kanta ta hanyar ɗaukar ranta. An kawo ta don yin addu'a da ɗora hannuwa, kuma ba zan taɓa mantawa da ganin wannan ƙaramar mace talaka ba, tana kallon cikin wahala, fuskarta cike da cuta. Kawai zan iya riƙe hannunta in sanya shi a Hannun Kristi. Yayin da muke addu'a tare, na san tausayinsa har ban iya hana hawaye ba. Na san cewa Yesu yana tare da mu, amma idanunta na ruhaniya sun buɗe don ganinsa, sai ta gaya mini daga baya, 'Na ga Ubangiji. Yana tsaye a gabana, Hannunsa kuma suna kan naka.' Ubangijinmu ya warkar da wannan matar, kuma za mu iya cewa da dukkan zukatanmu a yau, ko kuma gaskiya ne 'Ka yabi Ubangiji, raina, kada ka manta da dukkan fa'idodinsa: Wanda ke gafarta dukkan laifofinka, Wanda ke warkar da dukkan cututtukanka; Wanda ke fansar rayuwarka daga halaka; Wanda ke yi maka rawani da alheri da tausayi.'

An ɗauko daga littafin *"Angon Ya Zo"* na James Moore Hickson.

La'ana ta Karye Kuma Mace Ta Tafiya

A cikin Misalai 17:19 ya ce "Wanda ya mayar da mugunta da alheri, la'ana za ta same shi." Gaskiyar magana ita ce idan ka yi wa mutumin da ya yi maka alheri mugunta, za a sake ka. Wata kuma tana cikin Markus 11:12-14, 21 da 22. Wannan shine Yesu yana la'antar itacen ɓaure. A wannan yanayin ya la'anci itacen ɓaure amma sakamakon bai bayyana ba na kwana ɗaya. Mutane suna tunanin hakan saboda suna faɗin la'ana amma matsalar ba ta bayyana nan take ba to ba ta da wani tasiri. Yana da tasiri, ko kun gan shi a cikin ɗan lokaci ko sama da shekaru goma. Sakamakon zai faru da mutane.

Wani lokaci da nake ƙasar Mexico na yi wa wata mata addu'a mai rashin lafiya. Abu ɗaya da Ubangiji ya gaya mini shi ne cewa 'yan'uwanta maza da mata sun la'ance ta tun tana 'yar shekara uku. Kusan ta nakasa gaba ɗaya kuma dole ne mu yi tafiya mu nemi ta gafarta wa 'yan'uwanta maza da mata. Dole ne na karya ikon la'anar da ke kanta kuma lokacin da na yi, Ubangiji ya warkar da ita gaba ɗaya. Ta ɗauki abin tafiya ta jefar da shi gefe kuma Ubangiji ya warkar da ita nan take. Na yi mamakin cewa wata mu'ujiza za ta iya faruwa. Kun san sau nawa aka yi mata addu'a a coci kuma ba ta warke ba? Akwai tushen dalilin da ya sa hakan ke faruwa. Lokacin da kuke mu'amala da mutane a motsin rai, a ruhaniya, ko a zahiri kuma babu wani ci gaba to kuna buƙatar fara zurfafa bincike da kuma zurfafa bincike a rayuwar wannan mutumin.

Akwai dalilin da ya sa har yanzu haka yake. Shin ka san dalilin da ya sa cocin ta rikice game da warkarwa? Ba za mu iya fahimtar dalilin da ya sa Allah ya ce zai warkar da mutane ba sannan ba za su warke ba. Don Allah ka sani, cikin alheri, wannan ba ya faruwa ba tare da dalili ba. Babu wani abu a cikin wannan duniyar da ke faruwa ba tare da dalili ba.

Hakkin mallaka © 2004 ta Plumbline Ministries. Daga koyarwar *"Blessing and Curses"* ta
Brian Fenimore. An yi amfani da ita da izininsu. Don ƙarin bayani duba: http://plumblinem.com
http://healingandrevival.com/testimonies/?p=226

Manyan Abubuwan Ciki - 1- Hanyoyin Sadarwa na Sauti na Podcast

Babi na 1 Gabatarwa - https://anchor.fm/otakada.org/episodes/Introd–to-Enough-is-Enough-to-Captivity-of-Shaitan-and-Welcome-to-Freedom-in-Christ—light-baptism-eshkai

Babi na 2 Kashi na 1 - https://anchor.fm/otakada.org/episodes/Part-1-Enough-is-Enough-to-Captivity-of-Satan-welcome-to-freedom-powered-by-hunger-and-anger-part-1-esfrdk

Babi na 3 Kashi na 2 https://anchor.fm/otakada.org/episodes/Enough-is-Enough-to-Captivity-and-welcome-to-Freedom—Yadda ake warkarwa ko warkar da COVID–19–part-2-er35cm

Babi na 4 Kashi na 3 - https://anchor.fm/otakada.org/episodes/Enough-is-Enough-to-CAPTIVITY-of-the-devil–Barka da zuwa 'YANCI-cikin-Kristi-Yesu—Kunnawa-kashi-3-er5bu4

Babi na 5 Kashi na 4 - https://anchor.fm/otakada.org/episodes/Enough-to-Captivity-of-Satan–Welcome-to-the-Freedom-in-Christ-can-Christians-be-demonized–Part-4-errv2l

Babi na 6 da 7 - kashi na 5 da 6 - https://anchor.fm/otakada.org/episodes/Seven-7-critical-steps-to-deliverance--Yadda ake-identify-and-Expel-Demon-Groupings-part-5-6-esap4h

Babi na 8 Kashi na 7 - https://anchor.fm/otakada.org/episodes/The-Holy-Ghost-POWER-resident-in-YOU-in-words-transferred-through-the-air-into-RUWAN-and-OIL-part-7-esv324

Babi na 9 Kashi na 8 - Hadin Podcast: https://anchor.fm/otakada.org/episodes/Part-8—Inough-is-Enough-to-Captivity-of-Shaitan-and-Welcome-to-Freedom-in-Christ-Jesus—Where-on-et3d3

Babi na 10 Kashi na 9 - https://anchor.fm/otakada.org/episodes/Freedom-from-Schizophrenia--QA-and-Practical-guidelines-on-Healing--deliverance-and-restoration-etgret

Manyan Abubuwan Ciki - 1 - Hanyoyin Bidiyo na Youtube

Babi na 1 Gabatarwa - https://youtu.be/B-JVbeIMBDY
Babi na 2 Kashi na 1 - https://youtu.be/MrjLuZC8N1c
Babi na 3 Kashi na 2 - https://youtu.be/ydFE_lD8SqU
Babi na 4 Kashi na 3 - https://youtu.be/4A2heCj3B5I
Babi na 5 Kashi na 4 - https://youtu.be/ILEBjZeQAMs
Babi na 6 da 7 - kashi na 5 da 6 - https://youtu.be/mzXVmNH880Q
Babi na 8 Kashi na 7 - https://youtu.be/gUuO1IuRKnc
Babi na 9 Kashi na 8 - https://youtu.be/9wzp-2vYLDQ
Babi na 10 Kashi na 9 - https://youtu.be/f4NEJFp7A18

Manyan Amfani - 1 - Babi na 1 - Gabatarwar isassun bayanai ya isa ga kamawa da maraba da 'yanci cikin Almasihu

Haskaka hasken Allah a cikin wannan Duniyar da ba ta dace ba + Addu'ar Baftisma cikin Ruhu Mai Tsarki + Labarai 2 na Trevor Farrell na Trevor Place da Robert W. Schambach akan Rayuwar *Mutum* da aka Ajiye daga Kujerar Wutar Lantarki - Gabatarwa

Nassoshi daga Littafi Mai Tsarki:

Matiyu 5:14-16
Fassarar Sha'awa
14 "Rayuwarka tana haskaka duniya. Bari wasu su ga haskenka daga nesa, domin ta yaya za ka ɓoye birnin da ke tsaye a kan tudu? 15 Kuma wa zai kunna fitila sannan ya ɓoye shi a wani wuri mara duhu?[b] Madadin haka, an sanya shi inda kowa a cikin gida zai iya amfana daga haskensa. 16 Don haka kada ku ɓoye haskenku! Bari ya haskaka a gaban wasu, domin abubuwan yabo da kuke yi su haskaka su kamar haske, sa'an nan kuma za su yabi Ubanku da ke cikin sama."

Yayin da nake gabatar da wannan gabatarwar game da Enough is Enough to Caution of Shaidan da kuma Barka da zuwa 'Yanci cikin Almasihu – Haskaka hasken Allah a cikin wannan Duniyar da ba ta dace ba + Baftisma cikin Ruhu Mai Tsarki + Labarai 2, ina so mu lura, mu tuna kuma mu tura (Tashi) waɗannan halaye guda bakwai masu mahimmanci na *A, B, C, D, E* , F da G a cikin kanmu domin mu yi nasara wajen haskaka hasken Kristi ga duniyar da ke ƙarƙashin rinjayar da ikon mugun. 'Yanci cikin Almasihu za a iya bayyana shi ne kawai a cikin 'ya'yan da ke kewaye da rayuwarmu. Waɗannan halaye guda bakwai suna da matuƙar muhimmanci a matsayin sinadaran da za su taimaka mana mu zama duk abin da muke buƙatar zama da kuma yi. Su ne:

1- A: Samuwa

2- B: Ƙarfin hali

3- C: Tausayi

4- D: Ƙuduri

5- E: Soyayya Mai Kyau

6-F: Fushi Mai Zafi

7-G: Babban Yunwa

Muna buƙatar roƙon Ruhu Mai Tsarki cikin addu'a ya taimake mu mu motsa waɗannan halaye a matakai daban-daban a cikin kanmu yayin da damammaki ke bayyana kansu ko kuma muna ƙirƙirar damammaki ta hanyar wahayi na Ruhu Mai Tsarki.

Babban kuskuren da za mu iya yi idan aka gabatar mana ko aka fuskanci yanayi da yanayi masu ban tsoro a duniyarmu shine mu fara tunanin baiwa da iyawar da Allah ya sanya a cikin kowannenmu don ya haskaka shi zuwa duniyarmu mai duhu. Abin da ba ma son yi shi ne mu binne baiwar ba tare da yin komai ba. Duk za mu iya tabbata cewa Allah zai kira mu mu yi mana bayani game da yadda muka yi amfani da taskar da ke cikinmu don ɗaukakarsa.

A cikin la'akari da nassi da ke sama, Tambayoyin da za su iya tasowa su ne? Menene wannan haske? Ta yaya hakan ke fassara zuwa ga baiwar da Allah ya tsara mini kuma me ya kamata in yi don in bayyana wannan haske a cikina kuma in bayyana shi a cikin duniyar duhu don ɗaukakar Allah?

Wurin da za a fara shine a kalli Yesu domin Yesu ne hasken duniya. Mu ne za mu haskaka shi ga wasu a duniyarmu. Bari mu dubi Luka 4:18,19 a cikin wahayi da bayanin manufa na Yesu domin manufarsa da bayanin hangen nesansa shine manufarmu da bayanin hangen nesa ta hanyar fadadawa:

Luka 4:18-21

Fassarar Sha'awa

18–19 "Ruhun Ubangiji yana tare da ni, ya kuma shafe ni in zama bege ga matalauta, 'yanci ga waɗanda suka karaya a zuciya, da sabbin idanu ga makafi, da kuma wa'azi ga fursunoni, 'An 'yantar da ku!' Na zo ne in raba saƙon Jubilee, domin lokacin karɓar Allah ya fara."

20 Bayan ya karanta wannan, sai ya naɗe littafin, ya mayar wa mai hidima, ya zauna. Kowa ya zuba wa Yesu ido, yana

mamakin abin da zai faɗa. 21 Sai ya ƙara da cewa, "Waɗannan Littattafai sun cika a gabanka yau."

Yesu, wajen tabbatar da cewa ba a bar mutane cikin shakka game da wannan manufa da wahayi ba, ya yi daidai abin da wannan annabcin ya faɗa game da Shi kuma ya cika shi. Kun karanta labarin a cikin:

Matiyu 4:23-25

Fassarar Sha'awa

Hidimar Yesu ta Warkarwa

23 Yesu ya yi hidima daga wuri zuwa wuri a duk faɗin lardin Galili. Ya koyar a majami'u, yana wa'azin begen mulkin[b] kuma yana warkar da kowace irin cuta da cuta a tsakanin mutane. 24 Sunansa ya bazu ko'ina! Mutane da yawa waɗanda ke cikin wahala da wahala tare da kowace irin cuta aka kawo su wurin Yesu don warkar da su - masu farfadiya, masu shanyayye, da waɗanda aljanu ke azabtar da su duk an 'yantar da su. Duk wanda aka kawo wa Yesu ya warke!

25 Wannan ya haifar da taron jama'a masu yawa da suka bi shi, ciki har da mutane daga Galili, Urushalima, ƙasar Yahuda, yankin Birane Goma da aka sani da Dekapolis, da kuma bayan Kogin Urdun.

Kuma bayan ya horar da almajiransa na tsawon shekaru 3, ya sa su saki jiki su aiwatar da wannan manufa da bayanin hangen nesa. Za mu iya ganin hoton hakan a cikin

Ayyukan Manzanni 5:12-16

Fassarar Sha'awa

Manzanni Sun Yi Mu'ujizai, Alamu, da Al'ajibai

12 Manzannin sun yi alamu da abubuwan al'ajabi da yawa, da mu'ujizai, da yawa a tsakanin mutane. 13 Kuma masu bi sun kasance cikin haɗin kai mai ban mamaki yayin da suke taruwa akai-akai a cikin farfajiyar Haikali a yankin da ake kira Furotin Sulemanu . Babu wanda ya yi ƙarfin halin cutar da su, gama kowa yana girmama su.

14 Mutane da yawa suka yi imani da Ubangiji, aka ƙara musu yawansu, wato taron mutane masu yawa, maza da mata. 15 Hakika, lokacin da mutane suka san Bitrus zai wuce, suka kai marasa lafiya zuwa tituna suka kwantar da su a kan gadaje da tabarmi, suna sane da cewa ikon da ke fitowa daga gare shi zai rufe su ya kuma warkar da su. 16 Mutane da yawa suka yi ta taruwa a Urushalima daga ƙauyukan da ke kusa. Suka kawo marasa lafiya da waɗanda aljanu ke wahal da su tare da su—kuma kowa ya warke!

To, me ya sa waɗannan mutane na yau da kullun suka zama manyan mutane na Allah mai ban mamaki? Me zai iya taimaka muku da halayen ABCDEFG da muka tattauna a sama a baya. Amsar tana cikin maganar Yesu ta ƙarshe a cikin

Ayyukan Manzanni 1:3-8

Fassarar Sha'awa

3 Bayan shan wahalar gicciyensa, Yesu ya bayyana da rai sau da yawa ga waɗannan manzannin a tsawon kwanaki

arba'in. Yesu ya tabbatar musu da alamu masu yawa masu gamsarwa cewa an tashe shi daga matattu.

A lokacin wadannan tarurrukan, ya koya musu gaskiyar mulkin Allah 4 kuma ya ci abinci tare da su. Yesu ya umarce su, "Kada ku bar Urushalima, amma ku jira a nan har sai kun karbi kyautar da na fada muku, kyautar da Uba ya yi alkawari. 5 Gama Yahaya ya yi muku baftisma da ruwa, amma nan da 'yan kwanaki kadan, za a yi muku baftisma da Ruhu Mai Tsarki!"

6 Duk lokacin da suka taru, sukan tambayi Yesu, "Ya Ubangiji, shin lokaci ya yi da za ka 'yantar da Isra'ila ka kuma maido da mulkinmu?"

7 Ya amsa, "Uba ne wanda ke sanya ranakun da aka kayyade da kuma lokutan cikarsu. Ba a ba ku izinin sanin lokacin da duk abin da ya shirya ta wurin ikonsa ba. 8 Amma ina yi muku alkawari - Ruhu Mai Tsarki zai sauko muku, za ku cika da iko. Za ku zama manzannina zuwa Urushalima, da ko'ina cikin Yahudiya, da larduna masu nisa - har zuwa wurare mafi nisa a duniya!"

Yohanna ya nuna gaskiyar cewa shaidan yana yin harbi a duniyarmu kuma ya sake jaddada aikin da Yesu ya zo duniya don ya aiwatar a cikin 1 Yohanna 5:19 da 1 Yohanna 3:8 kuma na karanta:

1 Yohanna 5:19

Fassarar Sha'awa

19 Mun san cewa mu 'ya'yan Allah ne kuma duniya duka tana karkashin wahala da tasirin Mugun.

Kuma **1 Yohanna 3:8**

Fassarar Sha'awa

8 Amma wanda ke aikata zunubi na Shaiɗan ne, domin Shaiɗan yana yin zunubi tun daga farko. Dalilin da ya sa aka bayyana Ɗan Allah shi ne domin ya kawar da ayyukan Shaiɗan da kuma halaka su.

Yesu ya faɗi a cikin Matta 12:29 – "Ba wanda zai iya shiga gidan ƙaƙƙarfan mutum ya washe kayansa sai dai idan ya fara ɗaure ƙaƙƙarfan mutum; sa'an nan ya iya washe gidansa."

Ba za mu iya kama birnin da ƙarfinmu ba sai ta wurin ikon Ruhu Mai Tsarki:

Ka ji Yahaya Maibaftisma a cikin **Luka 3:16**

Fassarar Sha'awa

16 Amma Yahaya ya bayyana a sarari ta wurin gaya musu, "Akwai wanda ke zuwa wanda ya fi ni ƙarfi. Shi ne mafi girma. Hakika, ban cancanci zama bawansa ba. Zan iya yi muku baftisma a cikin wannan kogin kawai, amma shi zai yi muku baftisma cikin Ruhu Mai Tsarki da kuma cikin wutarsa mai zafi.

Ruhu Mai Tsarki shine mataimaki wanda zai taimaka mana wajen ciyar da mulkin gaba a cikin duniyar duhu ta hanyar haskaka hasken Kristi bayan ya kawar da sansanin maƙiyi, shaidan. Yadda muke samun kayan aiki shine ta hanyar Baftisma cikin Ruhu Mai Tsarki.

Baftisma cikin Ruhu Mai Tsarki wata kwarewa ce mai ƙarfafawa, tana ba wa masu bi da ke cike da Ruhu damar shaida da hidima inda za mu iya bayyana halaye 7 da ke sama cikin sauƙi cikin sauƙi.

Za ka iya samun baftismar Ruhu Mai Tsarki ta hanyar yin wannan addu'a domin daga cikinka kogunan ruwan rai za su gudana, waɗanda ke wartsake ka, kuma suna ba ka iko don hidimar haskaka haskensa ga duniya duk da tsananin adawa:

Bari mu yi addu'a:

Ya Ubangiji, ka sanya ni jirgin ikonka, cikin sunan Yesu, Bari sammai su buɗe, ɗaukakarka ta faɗo a kaina, cikin sunan Yesu. Ya Allah, ka yi mini baftisma, idanuna, kunnuwana, da bakina su karɓa, su ji, su faɗi abubuwa masu ban mamaki. Ina karɓar wuta mai daɗi da kuma shafa mai sabo, cikin sunan Yesu. Bari wutar Allah ta cinye dukkan ayyukan duhu a rayuwata.

Bari ruhun Allah ya tsarkake hankalina, nufina da motsin raina, cikin sunan Yesu

Bari ruhun Allah ya tsarkake raina, ruhuna da jikina, cikin sunan Yesu

Ka yi mini baftisma da Ruhu Mai Tsarki da wuta bisa ga alkawarinka a cikin Luka 3:16.

Ya Ubangiji, bari a sami sabon zubowar Ruhunka a kan Jikin Kristi a duk duniya Uba cikin sunan Yesu Ina son duk abin da kake da shi a gare ni.

Ina son cikar Ruhu Mai Tsarki tare da dukkan baiwar Ruhu da ke aiki a rayuwata. Don haka ina ƙasƙantar da kaina a gabanka yanzu kuma ina roƙonka bisa ga maganarka, ka yi mini baftisma cikin Ruhu Mai Tsarki yanzu. Ina mika kaina don in gudana cikin baiwar da Ruhu Mai Tsarki zai nuna ko ya haskaka ta wurina.

Bari shafaffe, ɗaukaka, da ikon Allah su zo mini da kuma cikin rayuwata a yanzu.

Bari in sami ƙarfin yin hidima tun daga yau har zuwa gaba tare da dukkan halaye bakwai da aka gano a sama - Samuwa, Jarumtaka, Tausayi, Ƙuduri da Ƙauna Mai Kyau .

Na gode, Ubangiji Yesu, domin yi mini baftisma cikin Ruhu Mai Tsarkinka. Amin."

Ina mika harshena domin Ruhu Mai Tsarki ya ba ni magana domin ya yi magana ta wurina. Ina karɓar baftismar Ruhu Mai Tsarki ta wurin bangaskiya, nawa ne kuma yanzu ina da shi.

Yanzu, kawai ka fara yabon Allah ka bar kalmomin da ke fitowa a cikinka su fito daga bakinka. Dole ne ka yi magana, Ruhu Mai Tsarki zai ba ka kalmomin.

Za ka iya yin duk wannan a gida, a cikin mota, a ofis, ko a duk inda aka jagorance ka ko kuma a ba ka shawara ka yi addu'a.

Domin tabbatar da wa'azinmu, a nan akwai labarai guda biyu na gaskiya tare da amfani da halaye 7 da muka koya a yau.

An kira mu duka mu yi wa'azin bishara da kuma nuna kasancewar Allah ta hanyar warkar da marasa lafiya. Dukanmu mun shirya don yin abubuwan yau da kullun ba kowa ne ke da babban aiki ko ofishi a wannan fanni na hidima na warkarwa da ceto ba.

Babban aikinmu na iya zama shugabanci, wanda Ruhu Mai Tsarki ya ɗora mana. Muna iya kasancewa a matsayin Firayim Minista a gwamnati kuma za mu iya canza makomar al'umma zuwa adalci ta hanyar aiwatar da dokoki waɗanda ke goyon bayan manufar Allah. Wasu na iya zama likitoci a asibiti suna hidimar warkar da marasa lafiya ta hanyar wahayi da magani daga Allah.

Mun gabatar da waɗannan labarai guda biyu a yau kuma ina ƙarfafa ku da ku kula da halaye 7 da ke sama a cikin waɗannan labaran:

Ɗaya daga Trevor, wani yaro ɗan shekara goma sha uku wanda ya ɗauki matakin jarumtaka wajen magance matsalolin da ke cikin al'umma ga marasa gidaje, kuma labari na biyu yana game da rikicin da ya faru tsakanin wata mata da za a kashe ɗanta a kan kujera mai amfani da wutar lantarki da kuma addu'ar mai wa'azin a mintuna na ƙarshe ta hana kisan:

Trevor Farrell

Trevor Ferrell (an haife shi a shekara ta 1972) ɗan ƙasar Amurka ne wanda, tun yana ƙarami, ya jawo hankalin jama'a game da ƙoƙarinsa na taimaka wa marasa gidaje. Ya fara kamfen ɗin Trevor don marasa gidaje a shekara ta 1983, lokacin yana ɗan shekara 11. A ranar 8 ga Disamba, 1983, ya kalli wani shirin labarai game da mutanen da ke kan tituna. Wannan ya sa ya tambayi iyayensa, Frank da Janet Ferrell, yadda zai iya taimakawa. Sun tuka ɗansu zuwa Philadelphia a daren don ba wa wani mutum mara gida kayan gado wanda ke barci a kan titin Union League a Cibiyar City. Daga baya shi da iyayensa suka kafa matsugunin marasa gida, Trevor's Place. Iyayensa kuma sun rubuta wani littafi, wanda kuma ake kira Trevor's Place, don ƙarin bayani game da ayyukan da aka cimma, tare da roƙon ƙarin mataki. An buga shi a shekara ta 1985.

Shugaba Ronald Reagan ya yaba wa ayyukan Trevor Farrell a jawabin Shugaban Kasa na shekarar 1986 na Jihar Tarayyar. An nuna wani fim a talabijin wanda ya nuna ayyukan matsugunin, mai taken Kirsimeti a kan titin Division Street, a shekarar 1991. Ya nuna jarumi Fred Savage a matsayin Trevor. Wani shiri na shekarar 1994 na jerin labaran Lifestories: Families in Crisis, mai taken Brotherly Love: The Trevor Ferrell Story, shi ma ya bayyana kokarinsa.
Lokacin da Farrell ke da shekaru 18, iyalin sun daina ƙoƙarinsu a kamfen ɗin. Farrell a halin yanzu yana aiki da United Parcel Service kuma yana gudanar da shagon sayar da kayayyaki a Lancaster Avenue da ke Philadelphia. A shekarar 1985, Ferrell ya sami kyautar Samuel S. Beard Award don Mafi Kyawun Ayyukan Jama'a ta Mutum Mai Shekaru 35 ko Ƙasa da haka, kyautar da Jefferson Awards ke bayarwa kowace shekara.
Cikakken labari:

Labari na 1: Labarin Trevor wajen haskaka ƙaunar Kristi ga duniya mai rashin kulawa da ƙauna.

Labari na gaskiya, game da wani yaro mai suna Trevor. Ya nuna cewa akwai ƙananan abubuwa da yara za su iya yi waɗanda ke kawo babban canji. Wata rana Trevor yana yin abin da sauran yara 'yan shekara 13 da yawa za su yi: Yana kallon talabijin. A cikin labarai, ya ga wani labari game da wasu marasa gida suna barci a cikin sanyi a kan tituna, a wani yanki na tsakiyar birnin Philadelphia inda yake zaune. Trevor bai taɓa tsayawa ya yi tunanin yadda ya yi sa'a da zama a cikin unguwa mai wadata a cikin wannan birni ba. Labarin mutanen da ba su da gidaje ya taɓa zuciyarsa kuma ya fara tunanin abin da zai iya yi don taimaka wa waɗannan mutanen. Watakila Trevor ya manta da shi da sauƙi. Akwai labarai masu ban tausayi da yawa da kuke gani a talabijin a wasu lokutan. Wannan zai iya zama wani abu da ya yi watsi da shi. Trevor ma yana iya tunanin, To, me zan iya yi game da shi? Ni yaro ne kawai, amma bai yi ba. Madadin haka, ya fara mamakin yadda zai iya taimakawa kuma hakan ya sa ya tuna akwai wasu barguna marasa amfani a garejin su. Don haka, ya je wurin mahaifinsa ya tambaye shi ko zai iya kai su ga mutanen da ke cikin gari waɗanda ba su da gidaje da za su je su kwana.

Mahaifin Trevor watakila ya yi tunanin buƙatar a matsayin abin mamaki. Yana da sauƙi mu so mu riƙe abubuwan da muke da su, manya za su yi tunanin cewa sun yi aiki tuƙuru don samun abin da suka mallaka, don haka me ya sa za su bayar da shi? Ina tsammanin yana kama da tunanin yaro, Ya ɗauki lokaci mai tsawo kafin in tara kuɗin aljihuna don in taimaka wajen siyan wannan sabon keken, don haka me ya sa zan ba da shi ga abokina wanda ke buƙatar komawa gida cikin gaggawa?

To, mahaifin Trevor mutum ne mai kirki. Ya tuka motarsa zuwa cikin gari don raba barguna kaɗan da suka rage ga wasu mutane a kan tituna. Ina tsammanin lokacin da ya yi da za su kwanta su yi barci a wannan daren, mutane sun yi matuƙar farin ciki da ƙarin ɗumin sabbin barguna.

Trevor ma ya yi farin ciki. Ya ji daɗin raba barguna. Ya ji wani irin ɗumi a ciki, kamar an lulluɓe shi da bargo mai motsin rai. Amma ya fahimci cewa akwai haɗari—yana iya jin daɗi sosai har za ka so ka sake yin hakan.

Washegari Trevor ya je shagon kayan abinci na yankinsa da sauran wuraren jama'a a unguwarsa inda akwai allunan sanarwa. Ya sanya alamu yana roƙon mutane su ba da gudummawar duk wani bargo ko abincin da ba sa buƙata. Sakamakon ya ba da mamaki. Alheri yana yaduwa. Trevor ya ga mutane da yawa suna son taimakawa har cikin mako guda ya cika garejin mahaifinsa da abinci da barguna. Abin da Trevor ya fara da alherinsa ya ƙaru kuma ya bazu a cikin al'umma. Ba da daɗewa ba karimcin mutane ya cika daga garejin mahaifinsa kuma Trevor da mahaifinsa dole ne su nemi babban gini don ɗaukar duk kyaututtukan da aka bayar. Shin za ku yi imani yanzu akwai wasu rumbunan ajiya na musamman a duk faɗin Philadelphia waɗanda ke adana abinci da barguna don ciyar da marasa gidaje da ɗumama su? Duk ana kiran su "Wurin Trevor."

Amfani da labari na 1 don la'akari a cikin da'awarmu :

"Shin Allah zai iya kiran wani don magance matsalar Almajari a Najeriya ta hanyar samar da wurin kwana, ciyarwa da kuma ilimin Kirista don tayar da tsararraki masu adalci a ƙasarmu? Idan ba mu yi ba, shaidan zai sace su don manufarsa ta kashewa, sata da lalatawa. Za mu iya magana duk abin da muke so amma aikinmu shine mu haskaka haske da ƙaunar Kristi duk da komai kuma hakan zai buɗe su su so su saurari abin da za mu faɗa game da wannan Yesu namu." Karanta Matiyu 25:1-46

Labari na 2: Rayuwar Mutum da aka Ajiye daga Kujerar Wutar Lantarki - Labarin da 'yar fasto ta bayar - Ikon addu'ar roƙo wajen haskaka hasken Kristi ga duniya mara adalci .

Yana wa'azi a Newark, New Jersey, a shekarar 1960. Lokaci: 9:30 na dare Wata mata ta zo tana tafiya a tsakiyar hanya, kuma mahaifina, RW Schambach, ya san ma'anar hakan. Yana nufin wani zai katse saƙonsa. Ta yi tafiya a tsakiyar hanya ta tsaya a gaban mai wa'azin a daren. Yana riƙe da Littafi Mai Tsarkinsa a hannunsa kuma yana wa'azin wani babban aiki! Ta yaya wani zai iya katse wani mutumin Allah?

A gaskiya ma, wannan matar mai daraja tana katse masa tunani da irin wannan bangaskiya mai tsanani, kamar yadda maza huɗu suka tsage rufin wurin da Yesu yake koyarwa domin abokinsu ya sami mu'ujiza. Bangaskiyarsu ta motsa Ubangiji, kuma wannan shine abin da bangaskiya ta gaske take yi.

Lokacin da wannan matar da ke Newark ta je wurin mahaifina, ta ce, "Ɗan'uwa Schambach, don Allah ka yafe min. Ban taɓa dakatar da mai wa'azi a rayuwata ba. Amma wannan gaggawa ce. Ɗana zai mutu a kan kujera mai amfani da wutar lantarki da ƙarfe goma."

Da ikirari nasa , Ɗan'uwa Schambach ya yi tunani, "Ya Allahna!" Ta kawar da wa'azin daga zuciyarsa. Da ya ji haka, bai iya yin wata magana ba.

Ya yi wa mutanen da ke mutuwa a asibitoci addu'a, amma bai taɓa yin addu'a ga kowa da zai mutu a kan kujera mai amfani da wutar lantarki ba. An yanke wa wannan mutumin hukunci a hannun alkalan alkalai na abokan aikinsa. An same shi da laifi. Zai mutu ne domin ya biya kuɗin kisan da suka ce ya yi—kuma zai faru cikin mintuna talatin. Ɗan'uwa Schambach bai iya wa'azi ba! Ya rufe littafin. Bai ma iya yin addu'a ba! Ya roƙi kowa a cocin ya tsaya.

Mutane sun saba tambayar mahaifina, "Ina buƙatar Ruhu Mai Tsarki?" Idan muka gamu da buƙatu kamar yadda wannan matar ta gabatar, mutum ba shi da masaniyar yadda zai yi addu'a. Shi ya sa dukanmu muke buƙatar cikar Ruhu Mai Tsarki!

Ruhu Mai Tsarki ya fara yin addu'a ta wurin mahaifina. Ya ce yana jin kamar wani ya saka masa riga—ita ce rigar shafa mai domin mu'ujizai, kuma yana iya jin shafa mai. Rabo biyu ya sauka a kansa yayin da yake yin addu'a cikin harsuna. Sai, kamar yadda ya faɗa, ya fara sauraron Ruhu Mai Tsarki ta hanyar yin addu'a da Turanci. Lokacin da ya fara yin addu'a da Turanci, abin da yake faɗa ya ba shi mamaki:

"Ya Ubangiji, cikin sunan Yesu, ka hukunta mai kisan kai na gaske ta wurin Ruhu Mai Tsarki. Ka sa shi ya furta laifin."

A ciki, mahaifina yana dukan kansa. Ya yi tunani, "Yi shiru, wawa." An riga an yanke wa mutumin hukunci. Yana roƙon Allah ya kama ainihin mai kisan. Bai sani ba, amma Ruhu Mai Tsarki ya san ɗan wannan matar bai aikata laifin ba. Ruhu Mai Tsarki yana addu'a ta bakin mahaifina yana cewa, "Ka kama ainihin mai kisan ka sa shi ya furta."

Bayan Baba ya gama addu'a, sai ya kalli matar ya ce, "Ki je gida, ki kwanta—ki yi barci! Ɗanki ba zai mutu a kan kujera mai amfani da wutar lantarki ba!" Ya sake tsawatar wa kansa, yana tunani, "Yi shiru, wawa mai wa'azi! Ka tuna, dole ne ka dawo nan gobe da daddare ka yi wa'azi!

Wani lokaci Ruhu Mai Tsarki zai faɗi abubuwan da suke da wuya ka yarda da su. Wani lokaci idan kana wa'azi, kana faɗin abubuwan da ke firgita ka. Amma ba kai kake magana ba, Ruhu Mai Tsarki ne.

Shin kun shirya don sakamakon wannan labarin?

Baba ya koma otal ɗinsa ya kwanta. Ya tashi washegari da safe ya tafi gidan cin abinci wani yanki. A kan hanyarsa ta shiga, ya sayi Jaridar New York Daily News. Tsarki! Shin ka taɓa yin ihu yana kallon jarida? To, ya yi. Ka san abin da kanun labarai suka ce? "Rayuwar Mutum da Aka Ajiye Daga Kujerar Wutar Lantarki—Labari a shafi na 3." Bai ci karin kumallo ba. Kai, a'a. Ya zauna a kan wannan gefen kuma ya buɗe takardar zuwa shafi na uku. Baba ya tuna abin da jaridar ta faɗa a fili. Ya iya gaya maka sunan lauyan gundumar. Sunansa Mista Hogan. Labarin ya ce, "Jiya da daddare da ƙarfe 9:40, Mista Hogan ya sami kiran waya daga wani mutum." (Ka tuna, ƙarfe 9:30 ne matar ta dame hidimar. Da ƙarfe 9:40, Allah ya amsa addu'ar matar. Kai, hallelujah!) Mutumin da ke ɗayan gefen ya ce, "Kana ƙone mutumin da bai dace ba."

"Me kake nufi? Wanene wannan?" in ji Mr. Hogan.

"Kada ku damu ko wanene shi. Amma kuna da wani mutum da aka shirya zai mutu a kan kujera mai amfani da wutar lantarki saboda kisan wani mutum a babban Bronx. Kun sami gawarsa a wani gida mai hawa na biyu, fuskarsa a ƙasa da raunukan wuka."

Mista Hogan ya ce, "Ta yaya ka san wannan?"

Ya ce, "Ni ne wanda ya aikata laifin."

"Ina kake?" Mr. Hogan ya tambaya.

Ya amsa, "Ina da tubalan biyu daga wani yanki. Kuma ina kan hanyar zuwa in miƙa kaina."

Mista Hogan ya dakatar da kisan. Ya je wurin da ake tsare da shi ya yi wa sabon wanda ake zargi tambayoyi har zuwa ƙarfe uku na safe, yana tambayarsa wannan tambayar. "Me ya sa ka miƙa wuya?"

Sau da yawa amsar iri ɗaya ta zo, "Kai, ban taɓa da niyyar miƙa kaina ba. Amma lokacin da na kira ka jiya da daddare, wani abu ya same ni ya sa ni furta."

Ina fatan kun fito da halaye 7 a cikin labaran da ke sama?

Je ka yi haka nan a cikin da'irar da Allah ya kira ka. Ka bi zuciyarka!

Ubangiji ya faɗaɗa rayuwarka har sai baiwarka ta haskaka zuwa ga duniya mai duhu cikin sunan Yesu, Amin

Manyan Abubuwan Ciwo - 1 - Babi na 2 - Labarai Biyu (2) - Labari na Daya: na Norvel Hayes:

Aikin Mu'ujiza – Mu'ujizar ƙirƙira a hannun 'yarsa da Robert Schambach ta yi amfani da ita a Indiya + Rubutun Addu'ar Ceto Kai + Addu'ar Waraka, Ceto da Yarjejeniyar Maidowa Kashi na 1

Abokai na ku,

Barka da zuwa jerin shirye-shiryenmu na shiryarwa don CIKAKKEN Ceto - Waraka, Ceto da Maidowa - Ruhu, Rai, da Jiki a gare ku, ga abokanka da kuma duk wanda ke buƙatar taɓawar Allah da gaske.

Ina kawo muku labarai guda biyu masu kayatarwa a yau domin gina imaninku ta yadda za ku iya haɗuwa cikin bangaskiya don karɓar mu'ujizar ku ko kuma ga wani a yau. A ƙarshen wannan saƙon, akwai addu'a da wurin tuntuɓar don haɗawa da ikon Allah ta wannan hanyar sadarwa don warkarwa, ceto, da gyarawa - Ruhu, Rai, da Jiki cikin sunan Yesu, Amin. Don haka, a jira!

Waɗannan jerin sunaye masu taken "Ya isa ga rashin lafiya, talauci da mutuwar ruhaniya kuma maraba da zuwa ga Warkarwa, Ceto, da Maido da **jerin ruhinka, rai da**

jikinka" ya dace da kai idan ka amsa eh ga ɗaya daga cikin waɗannan tambayoyin:

1) Shin ka rasa wani abu ko wani ko kuma kana rasa wani abu ko kuma kana cikin azaba da tsoron rasa wani abu ko wani?

2) Shin wani a cikin zagayowar ku yana fuskantar asara a wannan lokacin?

To, waɗannan jerin kayan aiki naku ne, na 'ya'yanku maza da mata ne; na ubanku ne da uwayenku ne, na kawunku ne da goggonninku ne, na 'yan'uwanku maza da mata ne, na abokanka ne da maƙiyanka. Na duk wanda ke da numfashin Allah mai rai a cikinsu.

A wani abin ƙarfafa gwiwa, ina so in gode muku duka saboda dukkan taya murna da aka yi mana kan suturar firistoci da ke nuna matsayin jakadana a cikin Kristi. Ya kamata mu duka mu fahimci cewa mu jakadu ne kuma an kira mu zuwa ofishin firistoci. Muna buƙatar amfani da hotuna da nunin gani don ba da damar kalmomin da aka rubuta su hadu da gogewarmu ta yau da kullun don mu iya tunatar da kanmu game da wannan babban nauyi na yi wa ɗan adam hidima - duka waɗanda aka fanshe su da waɗanda ba a fanshe su ba - Kuma mu ci gaba da yin aikin - Dole ne mu yi aiki tuƙuru. Dole ne mu zama masu samar da shaida.

Ya kasance jagora a lokutan jira na na yi hidima a wannan matsayin da kuma yin ado mai kyau don aikin da Ya kira ni zuwa gare shi da kuma zuwa gare shi. Dukanmu firistocin sarauta ne - Dukanmu, duk masu bi ga Almasihu muna cikin ajin sarauta mu kaɗai. Mu 'ya'ya maza da mata ne na mahaliccin duniya, Yesu Kiristi ɗan'uwanmu ne kuma an kira mu mu yi wa wasu hidima cikin sunan Yesu, Amin.

Domin tabbatar da gaskiyar da ke sama, ina kiran Manzo **Bitrus, Yahaya da Bulus** zuwa wurin shaida a yau:

1 Bitrus 2:9

Littafi Mai Tsarki Mai Girma

[9] Amma ku kabila ce da aka zaɓa, firistocin sarki, al'umma mai tsarki, jama'a ta musamman don mallakar Allah , domin ku yi shelar kyawawan ayyukansa [ayyuka masu ban mamaki da nagarta da cikar] wanda ya kira ku daga duhu zuwa ga haskensa mai ban mamaki.

Ru'ya ta Yohanna 1:5-6

Littafi Mai Tsarki Mai Girma

5 kuma daga Yesu Kiristi, amintaccen Mashaidi mai aminci, [b] ɗan fari na matattu, kuma Mai mulkin sarakunan duniya. Ga wanda [koyaushe] yake ƙaunarmu kuma wanda [ya sau ɗaya] [c] ya ' yantar da mu [ko ya wanke mu] daga zunubanmu ta wurin jininsa (mutuwarsa ta hadaya)— [6] kuma ya sanya mu mu zama mulki [a matsayin talakawansa], [d] firistoci ga Allahnsa da Ubansa — ɗaukaka da iko da ɗaukaka da mulki su tabbata a gare shi har abada abadin. Amin.

2 Korintiyawa 5:20

Littafi Mai Tsarki Mai Girma

[20] Don haka mu jakadu ne na Almasihu, kamar Allah yana roƙo ta wurinmu; mu [a matsayinmu na wakilan Almasihu] muna roƙonku a madadin Almasihu ku sulhunta da Allah.

Babu wata ƙungiya ta musamman ta mutane a gidan Allah domin dukanmu 'yan'uwa ne. Yesu ya zo ne don ya kawo cikas ga matsayin zamaninsa, kuma a matsayin faɗaɗa Almasihu, dole ne mu ci gaba da wannan katsewa domin aikinsa ya tafi ba tare da wata matsala ba ta hanyar al'adar mutane.

Ina kiran Markus zuwa wurin shaida, yana shaida abin da Yesu ya faɗa game da dokokinsa da al'adun mutane:

Markus 7:8

Littafi Mai Tsarki Mai Girma

[8] ***Kuna raina umarnin Allah, kuna kuma riƙe al'adar mutane da aminci."***

Don haka, idan umarnin da ke cikin Markus 16:15-18 ba ya aiki a cikin majami'unmu, yana nufin al'adar mutane sun maye gurbin umarnin Allah na fita, yin almajirai yayin da suke nuna ikonsa ga marasa imani.

Idan Allah ya halicce mu, menene naɗin mutum? Sai dai don yaɗa al'adar mutane. Bari Allah ya zama Allah kuma bari kowane namiji ko mace ko ƙungiya ya zama maƙaryaci!!!

Matsayinmu ba kamar matsayin duniya na alhakin ba ne. Ya kamata mu zama shugabanni masu hidima a kowane fanni. Karanta kalaman Yesu a cikin

Markus 9:35

Littafi Mai Tsarki Mai Girma

[35] ***Da ya zauna yana koyarwa, sai ya kira almajiran nan goma sha biyu, ya ce musu, "Duk wanda yake son zama na farko, dole ne ya zama na ƙarshe a cikin kowa, kuma bawa ga kowa."***

Yanzu, HIDIMA: **Ya isa ga rashin lafiya, talauci da mutuwar ruhaniya kuma maraba da warkarwa, ceto da kuma dawo da ruhinku da jikinku na ruhaniya.**

Shirin yau ya isa ya isa ya isa ya sami ƙarfi daga Yunwa don ya KARƁA daga Allah da Fushi da Shaidan saboda ya yi mana fashi da makafi daga gadonmu! – Kashi na 1

A ƙarshen wannan saƙon, zan gayyace ku ta hanyar tuntuɓar waɗannan kafofin watsa labarai don ku shiga dangantaka da Yesu mai rai don ceton ruhunku, sannan ku sami ceto don ceton ranku da warkarwa da kuma gyarawa don ceton jikinku da duk wani abu da kuka rasa cikin sunan Yesu Kiristi. Ina yin addu'a ta yarjejeniya a can, kawai kuna buƙatar taɓawa kuma za ku warke. Amma da farko, muna buƙatar yin magana don ku kasance cikin kyakkyawan yanayin tunani don karɓa daga Allah.

Yesu ya bayyana a sarari game da aikinsa da hangen nesansa, wanda yake kuma yana nan kuma zai kasance har abada don samun ceto - 'YANCI ga dukkan bil'adama, ko da kuwa baƙaƙe ne, fari, launin ruwan kasa, gajere, dogaye da sauransu a cikin Luka 4:17-21

Luka 4:17-21

Fassarar Sha'awa

[16–17] ***Da ya zo Nazarat,*** [a] ***inda aka rene shi, ya shiga majami'a, kamar yadda ya saba yi a ranar Asabar. Da Yesu ya zo gaba don ya karanta Littattafai,*** [b] ***suka ba shi***

littafin annabi Ishaya. Ya buɗe littafin ya karanta inda
aka rubuta, 18–19 "Ruhun Ubangiji yana tare da ni, ya
kuma shafe ni in zama bege [c] ga matalauta, 'yanci ga
masu karyayyen zuciya, da sabbin idanu [d] ga makafi, da
kuma wa'azi ga fursunoni, [e] 'An 'yantar da ku!' Na zo
ne in raba saƙon Jubilee , [f] domin lokacin karɓar Allah
mai girma [g] ya fara." [h]

20 Bayan ya karanta wannan, sai ya naɗe littafin, ya
mayar wa mai hidima , ya zauna. Kowa ya zuba wa Yesu
ido, yana mamakin abin da zai faɗa. 21 Sai ya ƙara da
cewa, "Waɗannan Littattafai sun cika a gabanka yau."

Yesu ya nuna hakan, kuma ya bar mana umarni mu je mu yi haka - mu 'yantar da waɗanda aka kama. Karanta wannan a cikin **Markus 16:15-19**

Fassarar Sha'awa

15 Ya ce musu, "Yayin da kuke shiga duniya duka, ku yi wa
dukkan bil'adama wa'azin bishara mai ban mamaki! 16
Duk wanda ya gaskata bishara kuma aka yi masa baftisma
zai sami ceto, duk wanda bai yarda da bishara ba za a
hukunta shi. 17 Waɗannan alamu na mu'ujizai za su
kasance tare da waɗanda suka yi imani: Za su fitar da
aljanu da ikon sunana. Za su yi magana da harsuna. 18 Za
a kare su daga macizai da shan duk wani abu mai guba. [a]
Za su ɗora wa marasa lafiya hannu su warkar da su."

19 Bayan ya faɗi waɗannan abubuwa, aka ɗaga Yesu zuwa
sama ya zauna a wurin girmamawa a hannun dama na
Allah!

Idan ka duba nassin da ke sama da kyau, a cikin aya ta 16 mun ga ceto ga ruhohinmu; a cikin aya ta 17, mun ga ceto ga rayukanmu kuma a aya ta 18, mun ga ceto ga jikinmu.

Da yawa daga cikinmu sun yarda da aya ta 16 - ceton ruhinmu ga cutar da rayukanmu da jikinmu. Mun bar biyu na ƙarshe waɗanda suke da mahimmanci a gare mu don jin daɗin cikakken 'yanci. Abin sha'awa, duk ayoyi 3 suna buƙatar mu yi imani da bangaskiya don mu samu. Ba mu da matsala wajen furta Yesu. Muna da matsala wajen furta warkarwa da ceto da kuma gabatar da iƙirarin nasarar da Yesu ya samar mana da jininsa. Don haka, saboda jahilci, muna shan wahala kuma kwanakinmu sun gajarta. Hakanan mun kasa haskaka hasken Kristi ga duniya ta hanyar nuna shi a aikace. Muna magana, muna magana kuma muna magana amma babu tabbacin saƙon.

Yesu bai taɓa aika kowa ba tare da alamu da abubuwan al'ajabi da ke tare da shi ba domin zurfin dole ne ya kira zuwa zurfi. Mutane halittu ne na ruhaniya kuma ruhohinsu suna jin daɗin abubuwan da suka faru na al'ajabi. Tunda mafi yawan cocin sun rage darajar al'ajabi, wasu madadin da ba su da kyau suna samun hanyar shiga jikin Kristi. Abin takaici ne, abin kunya ne kuma ya kamata ya sa mu fusata da ƙaryar da muka saya daga maƙiyin rayukanmu kuma muna jin yunwar samun duk abin da Allah yake da shi a gare mu.

Ba za mu iya zana daga duniyar ruhohi da zuciya mai ɗumi ba, ina da halin kirki kuma har yanzu ina tsammanin mafi kyawun Allah.

Yesu ya faɗi a wurare biyu masu mahimmanci a cikin nassosi game da buƙatar yunwa don samun dukkan Allah. Ina kira ga wurin shaida a yau **Matiyu 5:3,6 Fassarar Soyayya**

3 "Wace dukiya aka ba ku [a] idan kun ji talaucin ruhaniya! [b] Domin babu wani kuɗi da za ku biya don shiga mulkin sama.

[6] ***"Yaya kake wadata idan kana sha'awar adalci!*** [a] ***Gama za a kewaye ka da 'ya'ya masu amfani*** .

Idan ka duba aya ta 3, tana magana game da talauci - Jin talauci, an ba ka ceto. Kada ka yi ƙoƙarin tilasta wa mutane su ba da ransu ga Almasihu. Dole ne su kai ga inda za su fahimci yadda suke cikin talauci ba tare da Almasihu ba ta hanyar rayuwarmu a matsayin misali ga marasa imani. A gaskiya ma, an gaya mana cewa warkarwa, ceto da dawowa ya kamata su zama alama ga marasa imani. Domin ba mu da alamu, mutane suna rataye a kan shinge, har ma a cikin coci - ba tare da la'akari da abubuwan Allah ba. Nuna alamun kuma ka ga ceton Ubangiji

Aya ta biyu a aya ta 6 ta yi amfani da kalmar "kishin" adalci. Wata kalma ta adalci ita ce "nagarta" ko "adalci". Yesu yana cewa idan ba kwa son nagarta ko adalci, to samun 'ya'ya ba zai kasance a cikin rayuwarku da tawa ba.

Ta yaya kuma zan iya sanya wannan domin ku fahimci cewa idan mahaliccin duniya ya ba ni duk abin da nake buƙata don rayuwa da ibada kuma ban yi sha'awar hakan ba, wannan nagarta, ko wannan adalci, to wannan babban rashin adalci ne da mummuna a cikin abin da muke fuskanta a yau da kullum.

Yesu ya kuma yi magana game da sakamakon rashin ɗumi - Ina kira ga wurin shaida:

Ru'ya ta Yohanna 3:16

Littafi Mai Tsarki Mai Girma

[16] ***Saboda haka, saboda kai mai ɗumi ne (ba ka da amfani a ruhaniya), kuma ba ka da zafi ko sanyi, zan amayar da kai daga bakina [ina ƙin ka da ƙyama]*** .

Allah yana da sha'awar rayuka. Har zuwa lokacin da ya aiko Ɗansa ya zo ya mutu dominmu domin mu iya ɗaukar duk abin da aka sace. Yana gaya mana mu kai yaƙi zuwa ƙofofin abokan gaba mu kwato rayuka. Nuna cewa kuna karɓar ganima ta hanyar alamu domin wasu da ke kan shinge su shigo: Karanta wani shaida: **1 Yohanna 3:8**

Littafi Mai Tsarki Mai Girma

8 Wanda ke aikata zunubi [yana raba kansa da Allah, kuma yana ɓata masa rai ta hanyar rashin biyayya, rashin kulawa, ko tawaye] na Shaiɗan ne [kuma yana ɗaukar halinsa na ciki da ɗabi'un ɗabi'a daga gare shi, ba Allah ba]; gama Shaiɗan ya yi zunubi kuma ya karya dokar Allah tun daga farko. Ɗan Allah ya bayyana saboda wannan dalili, domin ya lalata ayyukan Shaiɗan .

Kuma Yesu yana kiranka ka yi haka kuma ka yi da'a. Ka yi haƙuri ka kuma ɗauki duk abin da maƙiyi ya sata, ba wasu ba, kuma ka ji yunwa game da duk abin da yake da shi a gare ka.

Ina da labarai guda biyu (2) da zan ƙarfafa saƙon yau, domin in gina bangaskiyarku sannan za mu yi addu'a don ceton ruhu, rai da jiki cikin sunan Yesu Kiristi.

Yayin da kake karanta waɗannan labaran, sami **A, B, C, D, E, An ƙarfafa ta F da G** - Godiya: **A - Samuwa** ; B - **Ƙarfin hali** ; C - **Tausayi** ; D - **Ƙuduri;** E - **Ƙauna ta Ernest** ; An ƙarfafa ta **F: Fushi Mai Zafi** da G: **Babban Yunwa**

Labari na ɗaya: na Norvel Hayes: Aikin Mu'ujiza – Mu'ujizar ƙirƙira a hannun 'ya'yansa mata

Na ziyarci kowace irin majami'u a faɗin ƙasar, kuma gabaɗaya, Cocin ba ta san komai game da baiwar aikin mu'ujizai ba fiye da kowace baiwa ta Ruhu Mai Tsarki.

Allah yana da baiwa da aka bai wa Ikilisiya da ake kira aikin mu'ujizai.

Menene aikin mu'ujizai? Kyauta ce ta iko, inda ake aika iko daga Allah daga sama zuwa duniya don yin wani abu da ya fi tunanin ɗan adam. Idan Allah ya yi mu'ujiza , wata mu'ujiza ta allahntaka, yana da wuya ga ɗan adam ya yarda da hakan.

'Yata ta fara samun ƙulli a kanta, musamman a hannunta.

Menene kullin Muscle?

Kulle-kullen tsokoki wurare ne masu tauri, masu saurin kamuwa da cututtuka, waɗanda ke matsewa da kuma matsewa koda lokacin da tsokar take hutawa. Waɗannan zare-zaren tsoka masu tsauri na iya haifar da ciwo a wasu sassan jiki idan aka taɓa su. Ana kuma san su da wuraren da ke haifar da matsala.

Ban iya yin komai a kai ba. Na yi addu'a na yi addu'a. Sai na sa likitan tiyata ya yanke musu hukunci. Amma suka dawo suka kawo dukkan 'yan uwansu da 'yan'uwansu. Na yi addu'a kaɗan, sai suka yi girma. Na yi addu'a sosai, suka faɗaɗa. Ban san abin da zan yi ba.

Ina da labari a gare ku: Yesu ya san abin da zai yi.

Ina tafiya a falona wata dare, ina kula da harkokina, sai kwatsam na shiga wata duniya. Ban sake shiga falona ba. Ina cikin duniyar da Allah yake zaune. Ya fara yi mini magana.

Ya ce, "Har yaushe za ku jure wa wadannan ci gaban da ke jikin 'yarku?"

"Har yaushe zan jure musu? Ba su da hannu a kaina, Yesu."

Ya ce, "Kai ne shugaban wannan gidan."

Wasu maza ba su san cewa abin da ke faruwa a gidansu laifinsu ne—nasu ne kuma na Shaidan. Ubangiji ya fada mini a sarari ba tare da wata shakka ba cewa laifina ne domin 'yata tana da kulli 42 a jikinta.

Ta yaya laifina zai zama? Shaidan ya sanya su a can. Na sani, amma ina da ikon, iko, da sunan Yesu na karya ikonsa na jefar da shi, don in yi ikirarin wata mu'ujiza daga Allah ga 'yata. Abin bakin cikin shine, ban yi ba. Don haka yayin da kwanaki, makonni da watanni ke tafiya, karamin jikinta ya zama kara lullube da kulli. Saboda rashin sanin baiwar yin mu'ujizai da kuma rashin daukar iko akan Shaidan a gidana, 'yata tana da mafi munin hannaye a makarantar sakandare.

Allah ya gaya mini in la'anci wadannan abubuwa da sunansa, za su bace. Amma ya gaya mini dole ne in yi imani kuma kada in yi shakka.

Da zarar ya fadi haka, sai na fara dawowa cikin jikina. A tsaye a falona, sai na sake komawa cikin Norvel Hayes. Na tsinci kaina a tsaye ina kuka da rawar jiki.

Na shiga mawuyacin hali. 'Yata tana rokona in taimake ta. Hannunta sun yi muni sosai har ma ta ji kunyar yin soyayya.

Da na dawo daga magana da Allah, sai na shiga na la'ance su da sunan Yesu, na ce su mutu su ɓace. Na yi iƙirarin nasarar ikon Allah ya zo ya ba 'yata sabbin hannaye, don ta yi mata mu'ujiza.

Dole ne ka faɗi abin da kake nufi. Muddin ka yi fushi ka kuma yi watsi da nauyin da ke kanka na tsayawa tsayin daka kan Kalmar Allah, ina da labari a gare ka: ba za ka samu komai ba. Abin da kawai za ka yi shi ne yin addu'a.

Za ka iya zama malamin Littafi Mai Tsarki, mai wa'azin Littafi Mai Tsarki, mai wa'azin bishara, ko duk wani abu da kake so, amma idan ba ka tsaya kan Kalmar Allah don gidanka ba, Shaiɗan zai shigo ya kai wa iyalinka hari. Dole ne ka kori Shaiɗan.

Dole ne ka yi fushi da Iblis ka kuma yi iƙirarin ikon Allah ta wurin bangaskiya.

Wata rana da rana, na ji hayaniya a ɗakin Zona, kamar yadda aka yi wa katifa juyewa. Ta zo da gudu daga barandar, tana riƙe da hannunta a gabanta, tana kuka, "Baba! Baba! Wannan yana tsorata ni. Wannan abin tsoro ne. Duba hannuna. Ina da sabbin hannaye! Ina da sabbin hannaye!"

Na duba, hannayenta biyu suna sheƙi. Su ne mafi kyawun hannaye da na taɓa gani a kan wata yarinya 'yar shekara 16. Na ɗauki ƙananan hannayenta na ɗaga su. Sun yi kama da suna da fatar jariri a kansu, suna da kyau da kyau, kamar fatar jariri bayan na yi wanka.

Ta ce, "Ina tsaye a wurin, Baba, kuma na kalli baya na ɗan lokaci. Da na waiwaya baya, ina da sabbin hannaye! Ina da sabbin hannaye! Na fahimci cewa Yesu yana yi maka wani abu domin kana yi masa aiki, Baba. Shin kana nufin ka gaya min cewa Yesu yana son yarinya 'yar shekara 16 da ta isa ta ba ta sabbin hannaye?"

Na je wurinta na sake kama hannunta. Na ce, "Eh, masoyiyata, Yesu yana son 'yan mata 'yan shekara 16 har su zo gidansu su ba su cikakkiyar mu'ujiza ta sabbin hannuwa."

Ina so ku sani cewa ina shaida game da hannun 'yata a kowane lokaci. Ina raba shi duk lokacin da na samu dama. Na raba shi a talabijin sau da yawa, kuma lokacin da na raba shi a talabijin a Los Angeles, maigidan ya fara kuka sosai har ya kasa yin komai. Duk inda na fada, Ruhun Allah yana shafa min mai kuma yana shawagi a kaina yayin da nake ba da labarin mu'ujizar Allah ga 'yata.

Ka gani, Allah yana so ka sani kuma ka yi imani da cewa Shi Allah ne mai yin mu'ujiza.

Ina so ka sani cewa za ka iya zuwa wurin da ka yarda da Littafi Mai Tsarki da kanka. Za ka iya gaskatawa da mu'ujizai na kanka. Idan abubuwa suka yi kama da ba za su yiwu ba, ka dogara ga Allah ka gaskata da shi da kanka. Kawai ka tsaya a wurin domin kai ɗan Allah ne, kana cewa, "Na yarda da Allah," kuma zai saki ikonsa a gare ka. Wani fashewa ne na iko wanda ya isa ya rufe bishiyoyin lemu. Wani fashewa ne na iko wanda zai iya sa kan gatari ya yi iyo. Ya isa iko don yin magana da jaki. Ya isa iko don ƙirƙirar sabbin hannaye. Wani fashewa ne na iko don ba ka duk abin da kake so, kuma Allah yana yin sa cikin sauƙi.

Wani irin ƙarfi ya zo gidana don ya ba wa 'yata sabbin hannaye. Duk lokacin da na kira ta a waya na ce, "To, masoyi, Ruhu Mai Tsarki ya ce in gaya musu game da mu'ujizar da Yesu ya yi wa hannuwanku," tana tambaya koyaushe, "Shin kun gaya musu, Baba, cewa lokacin da Yesu ya ba ni mu'ujiza babu ɗayan waɗannan kulli da ya taɓa dawowa?" Babu abin da ya taɓa dawowa. Allah Allah ne mai yin mu'ujiza.

Mu'ujiza kyauta ce. Kyautar yin mu'ujizai a gare ku ne, kamar yadda Ruhu ya so. Amma ku kula. Ruhu Mai Tsarki koyaushe yana so ga waɗannan mutanen da suka yi imani da sura ta 12 ta Korintiyawa. Kun gani, wannan shine kyakkyawan ɓangaren. Ruhu koyaushe yana so ga masu imani da Littafi Mai Tsarki! Tsarki ya tabbata ga Allah har abada.

Addu'a Don Mu'ujizai

Idan kana buƙatar mu'ujiza daga Allah, kuma kana son mu'ujiza daga Allah, kuma ka yi imani cewa Yesu mai aikin mu'ujiza ne, to ka karɓi mu'ujizarka yanzu. Ba ta da wani bambanci ko menene. Yesu zai ba ka mu'ujizar da kake buƙata. Ruhun Allah ne ke bayarwa, kamar yadda Ruhu ya so.

Ka ce: "Na gode, Yesu. Kai mai aikin mu'ujiza ne. Kalmar gaskiya ce. Gaskiya za ta kawo mini mu'ujiza, idan na yarda da ita. Kuma na yarda da ita. Kyauta ce, 'yantacce daga sama, ga mai bi. Ƙarfi ne mai yawa wanda ke fashewa kuma yana zuwa kuma yana aikata abin da ba zai yiwu ba.

"Na gode, Yesu, don babi na goma sha biyu na Korintiyawa ta Farko. Na karɓi mu'ujizata cikin sunan Yesu. Na gode, Yesu, saboda mu'ujizata."

Labari na 2: Indiya ta Schambach

Lokacin da na yi wa coci hidima a farkon shekarun 1950, mun ɗauki nauyin wani mai wa'azi a Indiya ta hanyar biyan albashinsa. Ya yi shekaru talatin a can - shekaru talatin.

A wani lokaci, ya gaya mini wani abu da ya hana ni goyon bayansa. Ya ce ya yi shekaru talatin a Indiya kuma bai taɓa ganin an sake haifan wani Ba'amurke ba. Na ce, "Wane irin jari nake yi? Muna saka kuɗi muna ajiye wannan mutumin a Indiya don yin wa'azin Bishara kuma babu rai ɗaya da aka cece shi. Lokaci ya yi da za mu sake tsara abubuwan da muka fi mayar da hankali a kansu." Don haka na tafi Indiya don in gano abin da ke faruwa.

A karo na farko da na ziyarta a shekarar 1956, na yi wa mutane 50,000 wa'azi. Na ziyarci dukkan kasuwannin. Na ga mabarata, makafi, da mutanen da ba sa iya tafiya. Ban taɓa ganin marasa lafiya da yawa haka ba . Indiya tana ɗaya daga cikin ƙasashe mafi talauci a duniya tare da mutane da yawa marasa matsuguni da marasa kuɗi.

Mun zuba dubban daloli don gina wani gini da ke kare mutane daga zafin rana domin su ji Bishara. A wannan ranar buɗewa, na yi matuƙar farin ciki. Na yi wa'azi na tsawon awanni biyu, kuma mai fassarata ya fassara na tsawon awanni biyu—na tsawon awanni huɗu. Sun so in ci gaba. Lokacin da na yi kiran bagadi, na yi takaici sosai. Na yi wa mutane 50,000 wa'azi, kuma babu wani rai da ya karɓi Yesu.

Hankalina ya koma kan mai wa'azin bishara sai na ce, "Ya Ubangiji." Amma na san Allah ya kira mu mu yi fiye da wa'azin Kalmar kawai. Ya kira mu mu nuna Linjila.

Ko da yake babu wanda ya zo ya karɓi Almasihu, kuma taron jama'a a bayyane yake a shirye suke don yin salati, na ce, "Ban gama ba yanzu. Allah yana cewa alamu suna bin Kalmarsa. Na yi abin da Allah ya kira ni in yi; yanzu zan bar Allah ya yi abin da Ya ce zai yi." Na gayyaci mutane uku daga cikin masu sauraro su zo gaba—mabarata ne. Na san su wanene. Ɗaya makaho ce, ɗaya kurma ce kuma bebaye, ɗayan kuma gurguwa ce wadda ba ta taɓa tafiya a tsaye ba.

Ta yi tafiya a kwance a kan diddigin ƙafafunta da diddigin hannunta. Tana da wata cuta da ta hana ta tsayawa a tsaye.

Da mutane 50,000 ke kallo, sai na fara ɗora wa makauniyar hannu. Na ce, "Da sunan Yesu, ina umurtar waɗannan makafi su gani." Nan take, Allah ya buɗe idanunta, ta yi ta gudu a cikin masu sauraro, tana ihu da harshenta, "Ina gani! Ina gani!"

Na gaba na je wurin bebe na saka yatsuna a cikin kunnuwansa da babban yatsana a kan harshensa. Na ce, "Da sunan Yesu, na umarci wannan ruhun bebe ya fito!" Nan take, ruhun ya amsa kuma mutumin ya fara magana da Turanci cikin 'yan mintuna kaɗan. Bai san harshensa ba. Shi bebe ne, amma Allah ya buɗe kunnuwansa ya sassauta harshensa.

Da lokacin yin addu'a ga gurguwar matar, sai na ce, "Yanzu zan kama wannan matar da sunan Muhammadu. Zan ba shi lokaci daidai." Mai fassarata bai so ya fassara wannan maganar ba. "Don Allah ka yi abin da na roƙe ka ka yi Yallaɓai—ka amince da jagorancin Ruhu a kan wannan." Wanda ya fi dacewa da yadda ya ba da labarin a shekarun baya. Da farko dai "Ka yi abin da na gaya maka ka yi. Kai ne mai fassara ta; ni ne mutumin Allah."

Babu wani mutum ɗaya a cikin masu sauraro da ya yi tsammanin ta tashi, domin sun san cewa Muhammadu ya mutu. Na ce, "Yanzu, wannan shine bambanci tsakanin allahn da kuke bauta wa da Allahn da nake bauta wa. Ban zo nan don in saukar da allahn ku ba; na zo ne don in ɗaga nawa sama. Kuna ziyartar wurin ibadarku. Ina ziyartar nawa, amma nawa babu komai domin ba ya nan. Wannan shine bambanci tsakanin kaburbura. Na zo ne don in sanar da ku cewa Yesu na bai mutu ba - Yana da rai, kuma yana iri ɗaya a yau kamar yadda yake jiya."

Na ɗora wa matar hannu da sunan Mohammed na ce, "Tashi ki yi tafiya cikin sunan Mohammed." Wani ya tambaye ni abin da zan yi idan ta tashi. Ina tsammanin da na tuba. Amma ba ta tashi ba.

Sai na ce, "Zan yi amfani da sunan da ya fi kowane suna, sunan Yesu—Ɗan Rago da aka yanka domin duniya. Yesu ya mutu domin mutanen Indiya da kuma duniya baki ɗaya." Matar ba ta ɗauki mataki mai kyau ba cikin shekaru hamsin da takwas. Na ɗora mata hannu cikin sunan Yesu Banazare na ce, "Da sunan Yesu, tashi ki yi tafiya." Ta tsaya a tsaye ta yi tafiya a karon farko a rayuwarta, domin Yesu Kiristi Allah ne!

Ka san abin da ya faru? Mutanen da ke cikin wannan taron sun fara tsalle daga bishiyoyi, sai wani taron jama'a ya zo ya tarye ni. Na yi tsalle a bayan mai fassara ta. Na yi tunanin za su yi mini kwalta su kore ni daga ƙasarsu. Ban taɓa ganin irin wannan harin mutane ba. Suna ihu da ƙarfi. Na tambayi mai fassara ta, "Me suke faɗa?"

Ya ce, "Suna ihu, 'Yesu yana da rai! Yesu shine Almasihu! Yesu shine Allah!' Suna zuwa ne don su sami ceto." Abin farin ciki ne! Babu ɗaya daga cikinsu da ya zo lokacin da na yi wa'azi, amma lokacin da suka ga yadda aka nuna Linjila, sai suka zo.

Allah ya kira Ikilisiya domin ya nuna ikonsa. Ba ka farin ciki da cewa yana raye a yau ba?

Sai Filibus ya tafi birnin Samariya ya yi musu wa'azin Almasihu. Jama'a suka saurari abin da Filibus ya faɗa da zuciya ɗaya, suna jin kuma suna ganin mu'ujizai da ya yi.

(Ayyukan Manzanni 8:5-6).

Ceto ga ruhunka:

Addu'ar Ceto - Faɗi Shi Kuma Ka Yi Nufinsa Yanzu!

Shin ka yarda da duk abin da ka karanta zuwa yanzu? Idan ka yarda, kada ka jira ɗan lokaci kaɗan don fara sabuwar rayuwarka cikin Yesu Kiristi. Ka tuna, wannan addu'ar ba dabarar sihiri ba ce. Kawai kana bayyana zuciyarka ga Allah. Yi addu'a tare da mu:

"Ya Uba, na san na karya dokokinka kuma zunubaina sun raba ni da kai. Ina matukar nadama, kuma yanzu ina so in juya daga rayuwata ta zunubi zuwa gare ka. Don Allah ka gafarta mini, ka taimake ni in guji sake yin zunubi. Na yi imani cewa ɗanka, Yesu Kiristi, ya mutu saboda zunubaina, an tashe shi daga matattu, yana da rai, kuma yana jin addu'ata. Ina gayyatar Yesu ya zama Ubangijin rayuwata, ya yi mulki da mulki a zuciyata tun daga yau. Don Allah ka aiko da Ruhu Mai Tsarkinka don ya taimake ni in yi biyayya da kai, kuma in yi nufinka har tsawon rayuwata. Cikin sunan Yesu ina addu'a, Amin."

Za ku iya fara tafiya ta kwanaki 40 bisa ga saurin ku ta yanar gizo ta wannan hanyar haɗin yanar gizon https://www.otakada.org/get-free-40-days-online-discipleship-course-in-a-journey-with-jesus/

Kana rashin lafiya ko kana buƙatar Ceto ko gyara?

Ga waɗanda ba su da lafiya ko marasa lafiya a kowace siffa ko tsari, ko kuma waɗanda ke buƙatar ceto? Ko kuma waɗanda ke buƙatar ceto, a yi amfani da bangaskiya wajen taɓa alamar da ke ƙasa ***(Bangaskiya ita ce ganin*** *kyakkyawan sakamako na halin da kuke ciki a yanzu, sanin cewa Yesu ya yi aikinsa fiye da shekaru 2000 da suka gabata don tabbatar da warkarwarku da ceto, gyarawa a matsayin biyan kuɗi na farko, da amincewa cewa wannan biyan kuɗi na farko yana nan a gare ku don cirewa daga, kamar ma'auni mai kyau a cikin asusun ajiyar ku da banki, babu tambayoyi da aka yi kamar yadda muka yarda da ku kuma muka furta BE WALLAKE cikin sunan Yesu Kiristi, Amin)*

Da ikon da ka ba ni da su, ina amfani da wannan ikon yanzu cikin bangaskiya da fushinsu a kan maƙiyi da yunwa don samun abin da ka ba mu duka cikin yardar rai, Ina la'antar kowace cuta, kowace cuta, ko ciwon daji, COVID 19, ko ruhin rashin lafiya, ko mallakar aljanu ko zalunci, ko ruhin talauci, koma-baya, jinkirin cika abin da Allah ya riga ya ƙaddara kuma ya saki.

Mun fuskanci rashin tabbas, na ɗaure su, mun la'ance su har zuwa tushensu kuma mun kore su da iko cikin sunan Yesu Kiristi. Amin. Muna kira da a saki warkarwa, ceto da kuma gyara rayuwarsu cikin sunan Yesu Kiristi mai girma. Na gode Ubangiji saboda shaidar da ke kiyaye ɗaukakarka da darajarka da kuma girmamawarka. Na gode da rayukan da ake ƙarawa cikin mulkinka sakamakon wannan saƙon, mu'ujizai da muke gani a yanzu kuma muke bayyanawa don ɗaukakarka cikin sunan Yesu, Amin. An gama! Yi farin ciki!

Taɓa wannan wuri da aka nuna a matsayin wurin taɓawa kuma ka furta da bakinka - NA WARKE, AN CECE NI, kuma AN MAYAR DA NI A cikin Ruhuna, Raina, Jikina da kuma duk kewaye da ni cikin sunan YESU KRISTI, Amin!!!

Ka fara yin abin da ba za ka iya yi a da ba, ka fara furtawa har sai cikakken waraka, maido da ceto ya zama 'ya'ya a rayuwarka cikin sunan Yesu, amin. Ka ci gaba da jin yunwa ga Allah duka, ka yi fushi ka kuma mayar da duk abin da maƙiyi ya riƙe a cikin sunan Yesu, amin

Lura:
Ku shaida warkarwa don ɗaukakar Allah da kuma kunyatar maƙiyi! Aiko mana da imel ko whatsapp idan har yanzu kuna buƙatar mu yarda da ku kan batun. Kuma ku haɗu a jerin kayan aiki da za a fara daga mako mai zuwa Alhamis. Nemo cikakken bayani nan ba da jimawa ba a gidan yanar gizon mu!

Manyan Abubuwan Ci Gaba - 1 - Babi na 3 - Gano Yadda Daga Manyan a Kashi na 2

Ya isa a yi zaman fursuna kuma maraba da zuwa 'Yanci - Yadda ake warkarwa ko a warkar da COVID-19, Ciwon daji da Sauransu - Kashi na 2

Wannan Jerin Kayan Aiki ne don Warkarwa, Ceto, da Maidowa ga Kai da Wasu!

Horarwa Mai Amfani Don Warkarwa da Maidowa

Nemo hanyar hadin podcast wanda ke bayani dalla-dalla kan zaman warkarwa da ceto

a nan https://anchor.fm/otakada.org/episodes/Enough-is-Enough-to-Captivity-and-welcome-to-Freedom—Yadda ake warkar da cutar COVID–19–part-2-er35cm Duba hanyar hadin Youtube: https://youtu.be/ydFE_lD8SqU Za ku samu a cikin wannan bidiyon Yadda ake warkarwa ko warkewa daga COVID -19, Yadda ake warkarwa ko warkewa daga cutar daji; Yadda ake warkarwa ko warkewa daga hawan jini, da sauransu. Tsarin aiki mai sauki ta hanyar hidima a warkarwa, ceto, da kuma maidowa a cikin Ruhu, Ruhi, Jiki, da duk abin da ke kewaye da ku.
Ku ji dadi!

Manyan Abubuwan Ci Gaba - 1 - Babi na 4 - Gano Yadda Daga Manyan - kashi na 3

Ya isa ya isa ya zama KARYA daga shaidan kuma Maraba da 'YANCI cikin Almasihu Yesu - Kunnawa cikin Yaƙin Yau da Kullum - Sanarwa ta Yau da Kullum Addu'o'i don hannu-da-hannu Shiryawa a wurin Addu'a - Kashi na 3 - Rubutu daga Cindy Trimm

Abokai na ku ƙaunatattu, ƙaura da kai ko mutane daga ƙasar bauta ta shaidan zuwa yankin 'yanci aiki ne na yaƙi. Sanarwar yaƙi. Ba ga mutane ba amma ga maƙiyan rayukanmu. Bulus A cikin gargaɗin Korintiyawa a cikin **2 Korintiyawa 10:2-6**

Littafi Mai Tsarki Mai Girma

[2] Ina roƙon ku cewa idan na zo, kada a tilasta mini in nuna ƙarfin halin da nake so in nuna wa waɗancan ƙalilan waɗanda suke ɗaukar mu kamar muna tafiya bisa ga jiki [kamar mutane ba tare da Ruhu ba]. [3] Gama ko da yake muna tafiya bisa ga jiki [kamar mutane masu rai], ba ma yin yaƙinmu na ruhaniya bisa ga jiki da kuma amfani da makaman mutane. [4] Makaman yaƙinmu ba na jiki ba ne [makaman jiki da jini]. Makamanmu suna da ƙarfi daga Allah don rushe kagara. [5] Muna lalata muhawara mai zurfi da kowane abu mai ɗaukaka da girman kai wanda ke adawa da sanin Allah na gaskiya, kuma muna ɗaukar kowane tunani da manufa a matsayin bayi ga biyayyar

Almasihu, [6] muna shirye mu hukunta kowane aikin rashin biyayya, lokacin da biyayyarku [a matsayin coci] ta cika.

Yesu ya ce zan gina cocina kuma ƙofar jahannama ba za ta yi nasara a kanta ba. Ya bayar shine mabuɗin kyautar Ruhu kamar yadda Bulus ya gargaɗi Korintiyawa a cikin 1 Korintiyawa 12. Waɗannan baiwar duk don yaƙi ne. Idan ba mu yi amfani da baiwar ba, muna ɗaukar waɗanda suka mutu a matsayin Kiristoci.

Yayin da muke yaƙi da abokan gaba a wannan shekarar, shelar isa ta isa ga kamawa, dole ne mu kasance a shirye mu yi amfani da baiwar ruhu mai cikakken ƙarfi! Waɗannan sulke na ruhaniya ne kuma ana iya tilasta su ta hanyar ruhaniya. Ba za mu iya yaƙi da abokan gaba da ilimi ko hankali, jayayya ko tattaunawa ko tawali'u ba. Ba za mu iya tilasta ko sanya dukkan sulke ta amfani da makamai masu nama, waɗanda aka ɗaure a duniya ba. Afisawa 6:11-18 za a iya aiwatar da su ta hanyar amfani da baiwar ruhaniya 9 (tara) a cikin 1 Korintiyawa 12. Shi ya sa ba za mu iya jahiltar wannan ba. Idan muna haka, babu wata hanya a duniya idan za mu iya fitar da kanmu ko mutane ta hanyar aiwatar da su, inda za mu iya ganin sakamakon zahiri a nan duniya.

Injin Isasshe Ya Isa a Kama daga Shaidan kuma maraba da 'yanci cikin Almasihu

Na hada a cikin wannan shirin rediyo da bidiyon YouTube na minti 50 na addu'o'in shelar yau da kullun 100 waɗanda za su taimaka muku yaƙin bangaskiya mai kyau ta hanyar kai hari domin shi ne dalilin da ya sa Almasihu ya zo, don ya lalata aikin mugun (1 Yahaya 3:8). Wannan shine ainihin hidimarmu. Yin yaƙi da kuma sadar da mutane cikin mulkin Allah. Wannan shine injin yau da kullun wanda idan aka yi shi da gaske, zai tabbatar da nasara a kowane lokaci. Addu'a ba tare da gushewa ba ita ce wurin tsaro don nasarar aiwatar da mulkin Allah a duniya - Yesu ya jagorance shi ta hanyar misali wajen yin addu'a ba tare da gushewa ba, haka nan dole mu ma mu yi.

Ji dađin podcast/bidiyo kuma ƙara kalmominka yadda kake so, amma ka mai da shi abin da ya zama ruwan dare a kullum. Ina kuma hađa da zaɓin rubutu/PDF akan gidan yanar gizon mu don saukewa ta hanyar hađin yanar gizo. Da fatan za a sami lokaci don keɓe aƙalla sa'a ɗaya a wurin addu'a. Wannan shine kawai farkon.

PS: Idan aka kai mana hari ko aka kai wa wasu hari, sa'a ɗaya da muka kasa yin addu'a a cikin ɓoye ta zama sa'o'i na wahala a cikin kamawar Shaiđan. Shaiđan mai taurin kai ne kuma bai kamata mu bar buđewa ba. Dole ne mu ci gaba da kai hari cikin sunan Yesu Kiristi, Amin

Addu'o'in Sanarwa Minti 50 na Sanarwa 100:

Kunnawa cikin Yaƙi - Sanarwa ta Yau da Kullum

Na tattara jerin umarni guda 92 a nan da kuma guda 100 a sigar sauti wadda za ta zama ƙarfin aiki wanda ke sanar da kasancewarka da matsayinka na aiki cikin ruhi. An sanya sanarwar da aka yi a cikin nau'in addu'a, kamar yadda aka yi da rantsuwar jami'i. Kowanne daga cikinsu an yi shi ne bisa ga nassi. Na yi nuni ga nassi wanda aka gina kowanne sashe daga gare shi.

Yi amfani da wannan addu'ar kowace rana, kuma ka yi addu'a daga zuciyarka. Ka haddace ta. Yi amfani da nassoshi na Littafi Mai Tsarki a cikin ibadarka ta yau da kullun. Ka yi nazarin su. Za su ba ka ƙarfin yin yaƙin imani mai kyau. Ka lura da yanayi da yanayi suna canzawa zuwa mafi kyau. Ka tuna, sai lokacin da aka sanya ka a tsakiyar yaƙi ko wani yanayi da ba zai yiwu ba, kuma lokacin da babu wani ko komai da zai iya cetonka ko ya cece ka sai Allah, ne za a haifi jarumi na gaskiya. Maimakon ka daina, ka miƙa wuya, ko faɗawa tarkon dabarun maƙiyi, ka ɗauki lokutan gwagwarmaya, gwaji, da jaraba a matsayin damar da Allah ya ba ka don a horar da kai a fannin addu'a da yaƙin ruhaniya. Ka tabbata cewa waɗannan lokutan suna da ingantattun wuraren horo da Allah ya zaɓa don ya kawo ka cikin mulkin gaskiya. Kamar yadda yake ga Dauda, suna iya zama ainihin tushen da Allah yake amfani da shi don horar da kai don babban abin da zai faru: **haɓaka iyawa da cikar manufa a cikin dukkan duniyoyi biyar.**

Littafi Mai Tsarki ya ce a cikin Ayuba 22:27–28 cewa ya kamata ka "yi addu'arka gare shi, shi kuwa zai ji ka." Kalmar *make* tana nufin "ƙirƙira, ginawa, ko tsara." Kowanne daga cikin waɗannan furuci an rubuta shi, an gina shi, kuma an tsara shi bisa ga Nassi. Ana ba da nassoshi na Nassosi a ƙarshen kowace furuci. Yayin da kake addu'a, yi addu'a da tabbacin cewa "ƙofofin Jahannama ba za su yi nasara ba" (Matta 16:18). Ka tuna, waɗannan furuci an yi su ne don yaƙi da ruhohi ba mutane ba. Kada ka nuna tausayi; kada ka yi garkuwa da mutane! Ka tuna ka zama gabaɗaya gwargwadon iyawa kuma takamaiman lokacin da kake da cikakkun bayanai waɗanda suka maye gurbin I a gare ka ko shi a gare ta ko mu a gare su da sauransu.

Addu'o'in Kunnawa don yaƙin ruhaniya

A matsayinka na mai gabatar da doka na Allah **kuma wakilin aiwatar da doka** :

1. **Na zo** da sunan Yesu da aka tashe shi daga matattu, wanda ni ne kuma nake bauta masa, "domin kowace gwiwa ta durƙusa cikin sunan Yesu, na abubuwan da ke sama, da na ƙasa, da na ƙarƙashin ƙasa, kuma kowace harshe ta furta cewa Yesu Almasihu

Ubangiji ne" (Filibiyawa 2:10–11; duba kuma Zabura 82).

2. **Ina shafar** kuma ina aiwatar da shirye-shiryen Allah da manufofinsa na asali a kan shirye-shiryen Shaiɗan (Dan. 6).
3. **Na yi umarni** kuma na bayyana cewa a cikin wannan yaƙin babu wani makami na ciki (na ciki) ko na waje (na waje), ko na motsin rai, na kuɗi, na zamantakewa, na jiki, na tunani, na hulɗa da mutane, na ruhaniya, ko na ƙungiya, da aka ƙirƙira a kaina da zai yi nasara (1 Sam. 17:47; Ishaya 54:17; Irmiya 51:20; Yohanna 14:30; 2 Kor. 7:5; Afisawa 4:27).
4. **Ina ɗora** wa kaina sulken haske da na Ubangiji (Romawa 13:12; Afisawa 6:13–17):

• Gaskiya ta rufe mini ƙugu (Zabura 51:6)

• Sulke na adalci don rufe zuciyata da kuma ƙirjina (Zabura 5:12; 2 Kor. 6:7)

• Bisharar salama don ta rufe ƙafafuna (Isha. 52:7)

• Garkuwar bangaskiya don rufe jikina ta hanyar kariya da kuma kai hari (Ibran. 10:38; 11:1, 6)

• Kwalkwalin ceto don rufe kaina (Isha. 59:17; 1 Tas. 5:8)

• Takobin Ruhu, wanda shine Kalmar Allah (Afisawa 6:17; Ru'ya ta Yohanna 1:16)

• Ubangiji Yesu Kiristi (Romawa 13:14)

- **Rigar adalci (Isha. 61:10)**
- **Daukakar Allah ita ce lada ta (Isha. 58:8).**
- **Ina ba da umarni** kuma ina shelanta cewa makaman yaƙina ba na jiki ba ne amma suna da ƙarfi ta wurin

Allah (1 Sam. 17:45; Rom. 13:12; 2 Kor. 10:3–6; Afisawa 6:13–18).

- **Ina rushe** kagara masu ƙarfi, ina kuma rushe tunanin banza, da kowace babbar abu da ke ɗaukaka kansa ga sanin Yesu Kiristi. Tunanina yanzu yana ƙarƙashin ikon Almasihu (Isha. 14:13–14; Ezek. 28:2; 2 Kor. 10:5).
- **Ina magana ne** cewa shafaffen Allah yana lalata kowace karkiya a rayuwata kuma raina, ruhuna, da jikina yanzu suna aiki bisa ga tsarin Allah na tsari (1 Kor. 9:27; 14:40).
- **Ina ba da umarni** kuma ina shelar cewa na warke kuma Ruhu ya cika ni; rashin lafiya da cuta sun yi nisa da ni (Isha. 53:5).
- **Ina kafa** sigogi na allahntaka, iyakoki, da iyakoki, ina kuma kafa dokoki da kuma kafa dokokin mulkin sama don su jagoranci dukkan ayyukan da ke cikin (1 Labarbaru 4:10; Zabura 147:14; Isa. 60:18).
- **Ina soke** (ƙin yarda da kuma kin amincewa) duk wani hukunci na shaidan, ayyukan da ke kawo cikas, umarni, umarni, umarni, ko umarni da ke saɓa wa nufin Ubangiji game da rayuwata, hidimata, da iyalina (Matta 18:18).
- **Ina soke** hukunce-hukuncen shaidan da hukunce-hukuncen da suka shafi hidimata, rayuwata, da rayuwar 'yan uwa, abokai, da abokan tarayya (Isha. 38:1–5; 39:6–8; Matta. 16:19).
- **Ina karɓar iko** a kan hanyoyin iska, taurari, tsarin, ƙwallo, stratospheres, hemispheres, yanayi, duniyoyi, yankuna, da yankuna (Irmiya 1:10; Matta 16:19; 18:18; 1 Kor. 6:2–3; Afisawa 2:6; Wahayin Yahaya 5:10; 11:12).
- **Ina korar** manyan ruhohi kuma ina amfani da Mika'ilu, sauran mala'iku, da rundunar mala'iku don magance duk wata jayayya ta shaidan, jayayya,

gwagwarmaya, da juriya game da wannan umarni (2 Sarakuna 7:5–7; 2 Labarbaru 32:21; Dan. 3:24–25; 6:22; 10:13; Zabura 91:11; 103:20; Ibran. 1:14).

- **Ina shelar** nasarar ayyukan allahntaka da na mala'iku, na gina ginshiƙai, ƙarfafawa, da taimako. Bisa ga Kalmarka a cikin Zabura 103:20, mala'iku yanzu suna "fifita cikin ƙarfi" don shirya da kuma kare halayena, dukiyata, da dukiyata (2 Sarakuna 6:17; Dan. 3:15-30; Ayukan Manzanni 12:1-10).
- **Yahweh-Gibbor** , ka yi faɗa da waɗanda ke faɗa da ni; ka yi faɗa da waɗanda ke yaƙi da ni. Ka kama garkuwa da mashi, ka tsaya don taimakona! Ka kuma zare mashi da mashi, ka rufe hanyar waɗanda ke bina da tsananta mini. Ka sa tufafin yaƙinka. Ka tattara kayanka; ka tattara makamanka da harsasai daga cikin rumbunan yaƙinka na allahntaka. Ka haskaka kibanka, ka tattara garkuwarka, kuma ka bar ɗaukar fansa ta zama babban burinka yayin da kake kawar da karusai, dawakai, da mahaya. Bari tsoro ya bugi zukatan maƙiyana ya sa zukatansu su gaza.
- **Ina umartar ku** kuma ina shelanta cewa da Kai nake gudu ta cikin rundunonin sojoji ina tsalle a kan garu. Kai ne Allahna: Allah wanda ke ɗaure ni da ƙarfi kuma yana sa hanyata ta zama cikakke. Kai ne wanda ke sa ƙafafuna su zama kamar ƙafafun barewa, yana ba ni kwanciyar hankali don in iya tsayawa da ƙarfi in ci gaba a kan manyan gwaje-gwaje da wahala. Ka sanya ni lafiya a kan wurarena masu tsayi. Ka koya mini yaƙi da yatsuna don yaƙi, kana ba ni ƙarfi da iyawa na allahntaka don hannuna su karya baka na ƙarfe. Kai ne Dutsena, Garkuwata, da Hasumiyar Ƙarfina. Ka shirya mini garkuwar cetonka, kuma hannun damanka ya tabbatar da ni a matsayin mai nasara a wannan yaƙi. Ka kayar da maƙiyi. Ka ba ni wuyansa. Ka sa ni in bi su in cim musu har sai sun ji rauni suka cinye su, suna faɗuwa a ƙafafuna, ba za su

sake tashi ba. Ka kafa sunana a sama. Bari waɗanda suka ji labarina su miƙa wuya su yi mini biyayya.

- **Ina sanar** da cewa Kai ne ka albarkace ni. Kai ne ka ba ni iko. Ba da ƙarfina ba ne ko da ƙarfina, amma ta wurin Ruhun Ubangiji. Domin lokacin da maƙiyi zai zo kamar ambaliyar ruwa, Ruhunka zai ɗaga masa tuta (Fitowa 15:3; Kubawar Shari'a 32:41–42; Zabura 7:13; 18:29–50; 35:1–8; 144:5–7; Isa. 42:13–14; 59:16–19; Hag. 2:22).
- **Ina hana** kuma ina hana ƙarin ayyukan adawa na duk wani mutum na shaidan da ke da ayyukan shaidan game da rayuwata, hidimata, da iyalina, kuma ina yaƙi da su (Neh. 4:14).
- **Ina ƙin amincewa** kuma ina hana duk wani kutse da tsangwama ko juriya daga aljanu (Dan. 10:1–13).
- **Ina tsayayya da** jayayya, niyya, tsokana, da tattaunawa game da rayuwata da raina, kuma ina ɗora manufar annabci da ƙaddarar Allah a kan dukkan ayyuka da ƙarfin da ke gaba da su waɗanda suka saɓa wa nufin Allah cikin Almasihu Yesu game da rayuwata (1 Sam. 1:1–8; 1 Sarakuna 22:1–23; 1 Labarbaru 21:1–2; Ayuba 1:7–12; 3:25; Yahuda 9).
- **Ina ɗaure** cin zarafin Shaiɗan kuma ina tsawatar da yawan Shaiɗan (2 Sam. 11:1–2). Na dakatar kuma na hana duk wani sa ido na Shaiɗan (1 Sam. 18; Matta. 26:4; Markus 11:18; Luka 6:11; Ayukan Manzanni 16:16–19).
- **Ina ɗaga** nauyin ƙarya kuma ina cire ji na nauyi, zalunci, da baƙin ciki. Na ɗora su a kan Ubangiji wanda yake tallafa mini. Ba zan jijjigu ba (Zabura 12:5; 54:2; 55:22; Isa. 10:27; 61:3; Matta. 11:28–30; Yahaya 14:1).
- **Ina ba da umarni** kuma ina shelanta cewa ta hanyar shafaffe, duk wani alkawari, kwangila, sarƙoƙi, sarƙoƙi, ɗaurewa, ɗaurin aure, da kuma kama mutane waɗanda suka saba wa, suka, ko hana cikar shirin

Allah na asali da manufarsa za a karya su. Na 'yantu daga kawancen tsara/shaidan/aljanu, aminci, ɗaure rai, ruhohin gado, da la'ana. Ina yanke su da takobin Ubangiji, jini, da Ruhu. Ina magana da DNA dina kuma ina shelanta cewa ina da 'yanci daga duk wani tasiri da aka samu daga tsara zuwa tsara - ta fannin halitta, zamantakewa, motsin rai, ilimin halittar jiki, ilimin halayyar ɗan adam, ruhaniya, ko ta kowace hanya da ba ni da ita amma Allah ya sani. Ina tsayayya da kowace ruhi da ke aiki a matsayin mai tsaron ƙofa ko mai tsaron ƙofa ga raina, kuma na yi watsi da duk wani haɗin gwiwa, haɗin kai, aminci, ko alkawari. Ina buɗe kaina ga ceton Allah. Uba, ka sami hanyarka yanzu! Ka cika waɗannan abubuwan da suka shafe ni (Kubawar Shari'a 5:9; 7:8–9; Mai-Wa'azi 7:26; Ishaya 61:1; Ayyukan Manzanni 8:9–13; Gal. 5:1; 1 Tas. 5:23–24; 2 Tim. 2:25).

- **Na yi umarni** kuma na ayyana cewa garkuwar addu'a, shafaffe, bangon wuta, mayafin hayaki, da kuma layin *jini* suna samar da shingen kariya a kusa da ni kuma suna ɓoye ni daga annobar maƙiyi, ruhohin da aka saba da su, da duk wani mutum mai aljanu, wanda hakan ke sa ya yi wahala, idan ba zai yiwu ba, su bi diddigin ni yadda ya kamata a cikin duniyar ruhu. Ba za a sami ramuka ko shiga cikin waɗannan shingen kariya ba (Fitowa 12:13; Ayuba 1:7-10; Zabura 91; Zak. 2:5).
- **Ina sakin** sunana cikin sararin samaniya kuma ina shelanta cewa mayaƙan addu'a, masu roƙo, da masu tsaro na annabci suna ɗauke ni a cikin duniyar ruhu. Ina magana cewa ba za su daina ko saukowa daga hasumiyarsu ba har sai an kammala ayyukansu. Ina ba da umarni kuma ina shelanta cewa za su gudanar da ayyukansu na roƙo a ƙarƙashin jagorancin Ruhu Mai Tsarki da Yesu Kiristi, wanda shi ne babban mai

roƙona (Irmiya 27:18; Ezekiyel 3:17; Luka 18:7; Yahaya 16:13; Rom. 8:26–27, 34; Ibran. 7:25).

- **Ina yin umarni** kuma ina shelanta cewa Ruhun Ubangiji yana tare da ni—ruhun hikima, fahimta, shawara ta allahntaka, ƙarfin allahntaka, ilimi, da kuma tsoron Ubangiji mafi girma. Yayin da nake ci gaba, ina samun ƙarfi daga allahntaka kuma ina ƙaruwa cikin ƙwarewa da fahimta (Isha. 11:2–3; Afisawa 1:17–18; Kol. 1:9–11; 3:10).
- **Ina sharewa** da kuma kawar da ra'ayoyin shaidan, ruɗu, hasashe, fahimta, shawarwari, zato, da yaudara da aka kafa a matsayin yaudara ko kuma yin kwanton bauna ga raina, kuma waɗanda aka ba su su yi addu'a tare da ni, a gare ni, a madadina, da waɗanda ke aiki tare da ni, an ba su su, kuma suna hulɗa da ni kowace rana (1 Sarakuna 22:5–40; Ayukan Manzanni 13:50; 2 Tas. 2).
- **Ina tsayayya da** dabarun shaidan da ƙarfi kuma ina hana satar tunanin allahntaka, wahayi, wahayi, fahimta, hikima, ilimi, da fahimta da ke fitowa daga ɗakin kursiyin Ubana na sama, musamman waɗanda suka fara, ƙarfafa, tallafawa, da ƙarfafa ikon mulkina a cikin duniya da kuma cikin sammai, kuma waɗanda suka sauƙaƙa manufar fansar Allah (Mat. 13:19; Afisawa 6:11).
- **Na dakatar** da duk wani abu mai ɗauke hankali, mai tayar da hankali, da kuma mai lalatarwa. Saboda wannan dalili ne aka bayyana Ɗan Allah, cewa zai lalata ayyukan maƙiyi (Yahaya 2:15–17; Ayukan Manzanni 16:16–19; 1 Yahaya 3:8).
- **Ina cin nasara** a kan hanawa, hani, da duk wani ƙuntatawa na Shaiɗan. Ina ba da umarni kuma ina shelanta cewa duk ganuwar da ba a iya gani da waɗanda ba za a iya cin nasara da su za a lalata su (Josh. 6:1; Kol. 1:16).

- **Ina zartar da** hukuncin Allah a kan ayyukan shaidan/aljanu, kuma ina yaƙi cikin ruhun Iliya da Yehu (1 Sarakuna 18; 2 Sarakuna 9:1–10:28).
- **Ina ƙin amincewa** , na soke, na wargaza, na soke, kuma ina adawa da duk wani aiki na shaidan, dabaru, dabaru, dabaru, da dabaru da aka tsara don hana, hana, hana, wargaza, hana, musantawa, ko jinkirta shirye-shiryen Allah na asali daga bayyanarsu cikin sauri, sauri, da sauri, musamman a daidai lokacinsu da lokacinsu (Dan. 7:25).
- **Na hana** sauye-sauye da canza kowace lokaci ko dokoki da suka shafi rayuwata da hidimata ko rayuwar iyalina. Ina tafiya daidai kuma ina daidaitawa zuwa ga ayyukan choreographic, symphonic, da kuma wadanda aka tsara na Allah (Farawa 1:1-5; Dan. 6:1-15; 7:15-27).
- **Na tabbatar** da cewa idan aka canza dokoki, ƙa'idodi, tsare-tsare, kudaden doka, sharuɗɗa, da tsarin mulki, za a canza su don amfanin kaina domin in sami nasara a wurin da aka ba ni aiki da kuma ƙasar da nake zaune a ciki (Dan. 6:25–28).
- **Ina umartar** kuma ina shelanta cewa lokatai da lokutana suna hannun Ubangiji kuma ba za a canza su ko a daidaita su da kowa ko wani abu ba. Ina aiki a ƙarƙashin shafaffen 'ya'yan Issaka, kuma Allah yana ba ni ikon allahntaka na gane lokatai da lokutana daidai (1 Labarbaru 12:32; Zabura 31:15; Mai-Wa'azi 3:1–8; Daniyel 2:21–22).
- **Ina ba da umarni** kuma ina shelanta cewa idanun ruhuna suna aiki da hangen nesa na 20/20 don fahimtar da fassara motsin Allah daidai. Kunnuwana suna daidai da mizanin Ruhu daidai, kuma ina da isarwa bayyananne (2 Sarakuna 6:17; Ayuba 42:5; Zabura 119:18; Isa. 29:18; Irmiya 1:11–16; 2 Kor. 4:4; 7:2; Afisawa 4:18; Wahayi 4:1).

- **Na yi umarni** cewa a yau ina aiki bisa ga jadawalin/kalandar Allah na allahntaka. Na yi umarni cewa tsarin Allah shine ajanda ta. Ni ba nawa ba ne; an saya ni da farashi. Saboda haka ina miƙa kaina gare Shi kaɗai. Ina shelar cewa, kamar Yesu, "Na zo: a cikin littafin an rubuta game da ni" (Zabura 40:7; duba kuma Zabura 139:16; 1 Kor. 7:23; Yaƙub 4:7).
- **Ya Uba, ka kawar da** shirin masu tayar da hankali, masu ba'a, masu ba'a, masu tsananta wa mutane, da masu kisan kai. Ka fallasa wakilan shaidan ka kuma ba ni dabaru da dabarun allahntaka don gano, tsayayya, da kuma shawo kan makirci da tsare-tsaren da aka tsara don halaka ta (Esth. 9:25; Zabura 5:10; 7:14–16; 34:21; 35:1–8; 52:5; 83:13–17; 141:10; Misalai 26:27; 28:10; Dan. 3, 6; Matta. 7:15–23; 2 Kor. 11:14–15):
- **Zare mashin ka ka dakatar da su a kan hanyarsu.**
- **Bari su kunyata su kuma kunyata.**
- **Bari su faɗi bisa ga shawarwarinsu.**
- **A mayar da su baya a ruɗe su.**
- **Bari su zama kamar ƙura da iska ke korarwa.**
- **Bari mala'ikan Ubangiji ya tsananta musu.**
- **Bari hanyarsu ta kasance ta cikin wurare masu duhu da santsi, tare da mala'ikan Ubangiji yana binsu yana kuma wahalar da su.**
- **Bari a kunyata su, a wulakanta su, waɗanda ke neman raina, kuma suna buƙatar raina.**
- **Bari su koma baya su ruɗe waɗanda suka shirya mini azaba.**
- **Bari halaka ta zo musu ba zato ba tsammani.**
- **Bari su faɗi ga halakarsu.**
- **Bari halaka ta zo musu ba tare da sun sani ba.**

- **Bari su yi tuntuɓe su faɗa cikin halakar da suka shirya mini.**
- **Bari a raunata su a kuma lalata su da makaman da suka tsara mini.**
- **Bari a kama su a cikin ragar da suka sanya mini.**
- **Bari su faɗa cikin ramin da suka haƙa mini.**
- **Bari a rataye su da igiyar da suka gina mini.**
- **A ƙone su a cikin wutar da suka kunna mini.**
- **Bari dabbobin da suka shirya mini su cinye su.**
- **Ka buge su da mugunyar muguntarsu.**
- **Bari sharrinsu ya dawo musu da biyu.**
- **Fitar da su daga gidajensu.**
- **Kawar da su daga ƙasar masu rai.**
- **Mugunta ta kashe su, halaka kuma ta zama rabonsu.**
- **Ka yi musu kamar keken da ke juyawa cikin rudani.**
- **Ka yi su kamar ciyawar da ke gaban iska.**
- **Ka yi su kamar itacen da aka ƙone da wuta.**
- **Ka tsananta musu da guguwarka.**
- **Ka sa tsoro da tsoro su mamaye zukatansu.**
- **Bari su ruɗe su kuma su damu har abada.**
- **Ina amfani da** rundunar sama don yaƙi da rundunar duhu (1 Sam. 17). Na karɓi umarni, na dakatar da su, sannan na dakatar da ƙarin motsin aljanu da ayyukan shaidan da suka fito daga:
- **Duniyar ƙarƙashin ƙasa da yankuna shida (Isha. 14:9, 15; 38:18; Dan. 7:1–28; Wahayin Yahaya 20:13–14)**
- **Mutuwa (Ayuba 34:22; 1 Kor. 15:55)**
- **Jahannama/Sheol/Hades (Isha. 14:19)**
- **Kabari (Isha. 38:10; Ezek. 31:15)**
- **Ramin (Ezek. 32:23)**

- **Ramin rami, yankin ƙasan ramin (Isha. 38:17; Zabura 30:3)**
- **Yankunan teku (Ayuba 41:1–31; Ezekiyel 26:16)**
- **Sammai (Afisawa 2:6; 6:12; Wahayin Yahaya 12:7)**
- **Sarakunan duniya, na ƙarƙashin ƙasa, da na sama (Isha. 14:12–14; Irmiya 1:10; Luka 11:16–26; Rom. 8:14–23; Filibiyawa 2:10)**
- **Ina fifita** kalmar annabci a kan dukkan matakan zubar da ciki, dabaru, da dabarun abokan gaba (1 Tim. 1:18–20).
- **Ina murƙushe mulki** da kuma rushewa, bisa ga Ishaya 54:17, munanan maganganu, munanan fata, sihiri, duba, sihiri, la'ana, addu'o'in sihiri, da kowace kalma ta banza da aka faɗa sabanin shirye-shiryen Allah da manufofinsa na asali.
- **Na soke** la'anar da ke tattare da waɗannan kalamai da umarni kuma na ayyana cewa ba za su tsaya ba, ba za su faru ba, ba za su yi tushe ba, kuma za a mayar musu da mu'amalarsu ta mugunta sau biyu.
- **Ina shelar** cewa kowace harshe mai ƙarya ba daidai ba ne kuma gaskiya tana rinjaye. Sanya ƙugiya a hancinsu, ka ɗaure leɓunansu, ka ɓoye ni daga bugun harsunansu (Ayuba 5:21; Zabura 5:6–10; Ishaya 37:29).
- **Ina** adawa da ƙarya, ɓata suna, zato, zargi, ɓata suna, da kuma kisan kai. Ya Uba, ka sa sammai su durƙusa da hukuncin Allah; ka watsar da walƙiya don ta wargaza su; ka harba kibanka don ka hallaka su; ka aika da hannunka daga sama ka kawar da ni daga gare su. Ba zan rasa ƙasa ko yanki ba ta hanyar ƙoƙarinsu ko yunƙurinsu na lalata (1 Sarakuna 21:1-16; Zabura 144:5-7).

- **Ina hana** mai zargin 'yan'uwa yin aiki ko rinjayar rai ko tunanin duk wanda ya sadu da ni (Ru'ya ta Yohanna 12:10).
- **Ina sauya** tasirin duk wani abin kyama kuma ina shelanta cewa alherin Allah, alheri, girmamawa, da fatan alheri yanzu sun maye gurbin duk wani mummunan ji, fahimta, da tunani game da ni, iyalina, da aikin/hidima da aka kira ni in cim ma.
- **Ina ba da umarni** kuma ina shelanta cewa girma da girma su ne rabona (Farawa 12:1–3; Zabura 5:12).
- **Ya Uba** , ka wargaza alamun mayu da mayu wadanda suka jure wa shafaffu kamar yadda ka yi da Jannes da Jambres a zamanin Musa. Ka rude alamun makaryata, masu ilmin taurari, masu sihiri, masu hasashen abubuwa, masu sihiri, da makamantansu. Ka yi wa masu duba wauta, ka mai da iliminsu na duhu wauta (Isha. 44:25; 2 Tim. 3:8).
- **Ka tsawata** kuma ka wargaza kawancen shaidan, ka kuma kama su da Ruhu. Bari duk wani yunkuri da kokarin boye ko boye ya gaza (2 Labarbaru 20:35; Neh. 4:7–8; Esta. 3–9; Ayuba 5:12–14; Zabura 35:4; 55:9; 70:2; 83:17; 129:5).
- **Ka yi watsi da na'urorin da suka kera ta yadda hannayensu ba za su iya aiwatar da ayyukansu ba.**
- **Ka dauke su ta hanyar dabarunsu na yaudara da makirci.**
- **Bari su hadu da duhu da rana, su kuma yi ta lalube da tsakar rana kamar yadda suke yi da dare.**
- **Saki kwayoyin cuta na allahntaka don mamaye rumbun adana bayanai na shaidan, kuma ka yi umarni a cinye su a kuma lalata su.**

- **Bari duk wata hulɗa ta shaidan da kuma hanyar sadarwa ta gaba ta gaza. Duk wani yunƙuri zai haifar da rashin jituwa da rashin fahimta kawai.**
- **Aiko musu da ruhin ruɗani.**
- **Bari harsunansu su rabu.**
- **Kawar da kuma kawar da ɓarna, rugujewa, da koma-baya.**
- **Bari kowace hari ta ramawa ta gaza.**
- **Ka tabbatar da** maganar bawanka a tsakaninsu, Ka kuma yi wa manzanninka gargaɗi (Isha. 44:26).
- **Aika** hare-haren mala'iku, annabci da dabarun yaƙi da wayo na shaidan (Josh. 5:13–14; Zabura 103:20–22).
- **Kame** waɗanda ke aiki cikin ruhin Jezebel ko Belial. Kada su yi tsayayya da shafaffe, su yi amfani da ikonsu, ko kuma su sami wani tushe a cikin yanayin halitta ko a cikin duniyar ruhu (1 Sam. 10:27; 1 Sarakuna 19:1–5; 21:1–16).
- **Ina hana** bayyanar shaidan kuma ina cewa matakan "zubar da ciki" na allahntaka da "ɓarna" suna faruwa a cikin mahaifar shaidan da incubators (2 Kor. 10:5).
- Yanzu Uba, Ka ba ni babban aiki da zan yi. Ina yaƙi don sakin kuɗi da duk albarkatun da suke nawa. Duk abin da aka shirya mini kafin kafawar duniya, wanda ya shafi rayuwata (hidima, kira) da kuma ibada yana zuwa gare ni yanzu. Ba zan/ba za a hana ni ba. Ba zan/ba zan karɓi madadin ba. Ina kiran albarkatu daga arewa, kudu, gabas, da yamma. Ina ba da umarni kuma ina shelanta cewa kowace albarkatu da ake buƙata don cika shirye-shiryen Allah da manufofinsa na asali suna zuwa gare ni ba tare da ɓata lokaci ba yanzu (2 Bit. 1:3).
- **Ina ba da umarni** kuma ina shelanta cewa dukiyar miyagu ba ta tara mini kuɗi ba, amma yanzu an sake ta. Bari waɗanda suka riƙe dukiyara fiye da yadda ya

kamata su sha wahala su kuma sha azaba ba tare da wata sauƙi ba har sai sun saki abin da ya dace da ni. Ina umurtar Shaiɗan ya "yi tari," ya tofa, ya kwance shi, ya sake shi, ya sake shi (Ayuba 20:15–18; Zabura 66:12; Mai-Wa'azi 2:26).

- **Yahweh-Jireh** , ka kwance ƙugun sarakuna! Da sunan Yesu, ka yi umarni a buɗe ƙofofin biyu masu ganye. Ka yi gabana ka miƙe wuraren da ba su da kyau. Ka karya ƙofofin tagulla, ka yanke sandunan ƙarfe. Ka ba ni, bisa ga wadatarka cikin ɗaukaka, jinƙanka mai tausasawa da alherinka mai yawa, taskokin duhu, da ɓoyayyun dukiya na wurare masu ɓoye (Isha. 45:1–3). Ina shelar cewa shafan Cyrus yana gudana ba tare da wata matsala ba kuma ba tare da ƙazanta ba a rayuwata (Isha. 60:10–17; Filibiyawa 4:19).
- **Ku ɗaga** kawunanku, ku ƙofofi (masu tsaron ƙofofi), ku ɗaga har abada, ku ƙofofi masu dawwama (masu tsaron ƙofofi) domin Sarkin ɗaukaka, Ubangiji mai ƙarfi da iko, Ubangiji Mai Runduna, ya shigo (Zabura 24:7-10). Ina sanar da sanin da ba zai iya hana shi shiga ba. Saboda haḳa, ba zan iya hana shi abin da ya dace da ni ba!
- **Na yi umarni** kuma na sanar da sakin sojojin Al'ummai, zinariya da azurfa daga Tarsḥish ta annabci, da sarauniyata ta annabci ta Sheba da za ta zo ɗauke da kowace dukiya/albarka/kyautar da ta dace da 'ya'ya maza da mata na Sarkin sarakuna.
- **Na yi umarni** kuma na yi shelar cewa zan sha madarar al'ummai a ƙirjin sarakuna (Isha. 60:16). Zan faɗaɗa kamar yadda yalwar teku ta koma gare ni (Isha. 60:5). 'Ya'yan baƙi za su gina ganuwara, sarakunansu kuma za su yi mini hidima (Ayuba 27:16–17; Isha. 60).
- **Ina yin doka** kuma ina shelanta cewa Allahna ya kawo ni cikin wurina mai wadata, kuma ina zaune a

cikin Goshen annabcina. Ina ƙara yawan wadata kuma ina bunƙasa a ƙasar da nake zama kuma an aiko ni a matsayin jakadan Allah. A matsayina na wakilinsa na hukuma, duk haƙƙoƙin diflomasiyya da na masu mulki, gata, girmamawa, da girmamawa an miƙa mini su. Alheri, gaskiya, alheri, da jinƙai su ne masu tsarona.

- **Ina yin umarni** kuma ina shelar hikima ita ce mai ba ni shawara; Ruhu Mai Tsarki shine mai ba ni shawara; Yesu Kiristi shine mai ba ni shawara. Allah, El Elyon, alƙalina kaɗai ya bayyana kuma saboda haka na tabbatar da cewa jami'ana su ne zaman lafiya, masu tilasta mini adalci, garuna su ne ceto, kuma ƙofofi su ne yabo (Farawa 47:27; Ishaya 60:17-18).
- **Ina umarta** kuma ina shelanta cewa lokacin alherina ba zai yi mini ba (Zabura 102:13).
- **Ina sakin** waɗannan shafaffu ga rayuwata, hidimata, rayuwar kowane ɗan uwana, abokin tarayya, da abokina domin wadata da wadata domin a ɗaukaka Allah da sunan Allah kaɗai:
- **Shafawa Jabez (1 Labarbaru 4:10)**
- **Shafawa ta Ibrahim (Farawa 12:1–3)**
- **Shafawa Melchizedek (Farawa 14:18; Ibraniyawa 5:6–10)**
- **Shafawa Yusufu (Zabura 105:21)**
- **Shafawa ta Yakubu (Farawa 28:1; 30:43)**
- **Shafawa Ishaku (Farawa 26:1–14)**
- **Shafawa Almasihu (Luka 8:1–3)**
- **Shafawa ta Soloma (1 Labarbaru 29; 2 Labarbaru 9)**
- **Shafawa sau bakwai a Adnin (Farawa 1:28, 30; 2:15)**
- **Shafawa Azariya (2 Laba. 26:5–15)**
- **Shafawa Joshua (Josh. 6:1–3)**

- **Kullum** ina cike da fa'idodi (Zabura 68:19).
- **Ina** fuskantar ruhin talauci. Ubangiji yana wadata aikin hannuwana. Da shi da kuma ta wurinsa nake yin manyan ayyuka. Na sake nanata cewa, ba za a hana ni ba (Dan. 11:32)!
- **Ina shelar** nasara da ci gaba cikin sunan Yesu (2 Kor. 2:14). **Ina ba da umarni** kuma ina shelanta cewa mulkin sama yana mulki kuma yana mulki (Ru'ya ta Yohanna 11:15).
- **Ina aika** waɗannan kalmomi kamar yadda iskar Euroclydon ke cikin sararin ruhu don rushewa da lalata sansanonin abokan gaba. Bari iska huɗu ta Ruhu da ta sama su yi ta busawa kamar iska mai hallakarwa da nasara (Irmiya 51:1; Ayukan Manzanni 27:14).
- **Ina ba da umarni** kuma ina shelanta cewa wannan addu'a da duk addu'o'in da za su zo nan gaba suna ɗaukar halayen abubuwan da ke cikin ruhi kuma suna bugun idon bijimi (Zabura 57:4).
- **Na yi umarni** cewa dokokin da ke jagorantar wannan addu'a da duk dabarun yaƙi na ruhaniya da dabarun yaƙi suna da alaƙa da Kalmar, jini, da kuma Ruhu (1 Yahaya 5:7-8).
- **Na ba da umarni** cewa kowane ruhu da aka saki daga aikinsu na shaidan yanzu ya zama ɓangare na matashin ƙafafun Yesu (Zabura 110:1). *Na rufe wannan addu'ar cikin sunan Yesu...amin!*
- **Ya Uba, ka bayyana mana wadatar ɗaukakarka da tagomashinka marasa iyaka a cikinmu har sai ƙarfin allahntaka ya mamaye zuciyarmu da ƙarfin ikonka na allahntaka da ikon fashewa cikin sunan Yesu Kiristi, Amin Afisawa 3:16-21**
- **Ruhu Mai Tsarki, yayin da muke motsa ruhunka a cikinmu koyaushe kuma muna bayyana shi ta wurin bangaskiya a cikin rayuwar wasu, bari**

rayuwar Almasihu ta sake fitowa a cikinmu yayin da ƙaunar Almasihu ta zama tushen rayuwarmu cikin sunan Yesu Kiristi, amin Afisawa 3:16-21

- Muna samun ikon Allah da kuma ƙarfafawa don mu fuskanci babban taron ƙaunar Kristi mai ban mamaki a cikin dukkan fannoni cikin sunan Yesu Kiristi amin Afisawa 3:16-21
- Muna karɓar kwararar ƙaunarku a rayuwarmu har sai mun cika da cikar Allah cikin sunan Yesu Kiristi, Amin Afisawa 3:16-21
- Muna samun ƙarfin hali da kuma hankali mai kyau don bayyana ikon Allah mai girma da ke aiki a cikinmu don cimmawa da cimmawa fiye da buƙatarmu, mafarkinmu mafi ban mamaki, kuma ya wuce tunaninmu mafi ban mamaki cikin sunan Yesu Kiristi, Amin Afisawa 3:16-21
- Ya Uba, muna kira da ikonka mai ban al'ajabi a cikinmu don ya ci gaba da ba mu ƙarfi a lokacin da ya dace da kuma lokacin da bai dace ba don cin nasara cikin sunan Yesu, amin Afisawa 3:16-21
- Ka sa alheri da hikima su ƙaru a gabanka Ubangiji Allah da kuma a gaban mutane cikin sunan Yesu Kiristi, Amin Afisawa 3:16-21
- Ku karɓi duk yabo mai ɗaukaka da ke tashi koyaushe sakamakon ayyukan da suka gabata, na yanzu da na gaba cikin sunan Yesu, Amin Afisawa 3:16-21
- Waɗannan kalmomi da suka fito, ba za su dawo mana da komai ba, amma za su cika manufar da aka aiko su, su kuma dawo da shaida ga ɗaukakar Allahnmu Ishaya 55:11.

- Ina umurta da kuma bayyana aikina kuma ina tafiya da kalmar Allah da aka rubuta, wayewa da kuma jagorancin Ruhu Mai Tsarki suna sa ni in daidaita da kalmar kowace rana cikin sunan Yesu Almasihu, Amin. Yahaya 16:13, 2 Timothawus 3:15-16

- Ina ba da umarni kuma ina shelanta cewa daga yau cewa yayin da nake ɗora wa marasa lafiya hannu, za su warke, zan yi magana da sabbin harsuna. Zan sami fassarori, marasa lafiya za su warke nan take kuma ina rufe kaina, iyalina da duk wanda ke kewaye da ni da jinin Yesu Kiristi mai tamani daga alamu da cututtukan waɗanda muke yi wa addu'a a gare su ko dai a ruhaniya, a ruhaniya ko a zahiri cikin sunan Yesu Kiristi. Markus 16:15-18, Yahaya 7:38, Luka 10:19

- Ina ba da umarni kuma ina shelanta cewa daga yau zuwa gaba, zan shiga aƙalla awa 1 ko fiye na magana da harsuna don in gina kaina cikin Ruhu Mai Tsarki domin in iya yin tasiri a cikin hidimar da Allah ya kira ni. Yahuda 1:20, Markus 16:17, Ishaya 28:11, 1 Korintiyawa 14:39, 1 Korintiyawa 14:18

- Ina ba da umarni kuma ina shelanta cewa daga yau zuwa gaba, ina aiki a cikin sararin samaniya na warkarwa, ceto, mu'ujizai da wadata zuwa ga ɗaukakar Allah mai iko duka. Markus 16:15-18; Matta 28:17-20; Ru'ya ta Yohanna 5:12; 1 Timothawus 5:18; Filibiyawa 4:19; Karin Magana 8:18; 1 Sarakuna 10:23; Farawa 49:25; Kubawar Shari'a 18:1-14

- Ina umarta kuma ina shelanta cewa zan tayar da baiwata cikin Ruhu Mai Tsarki domin in kawo baiwar da Ruhu Mai Tsarki ya ba ni. Zabura

80:2, Zabura 35:23, 2 Timothawus 1:6, 2 Bitrus 1:13

- Ina umarni kuma ina shelanta tun daga yau cewa ina aiki a cikin ikon baiwar annabci - Kalmar ilimi, Kalmar hikima, fassarar harsuna da nau'ikan harshe daban-daban don ginawa, jagora da bayyanar kalmar Allah da kuma yaƙi Romawa 15:12; Romawa 14:19; Afisawa 4:29,12,16; 1 Korintiyawa 14:12,3,26 2 Korintiyawa 12:19; Yahuda 1:20

- Ina ba da umarni kuma ina shelanta cewa ina aiki da kuma tafiya da sanin cewa Allah Uba, Ɗa, da Ruhu Mai Tsarki suna zaune a cikina kuma ni ne jakadansu, ina kawo gaskiyar sama zuwa duniya a kusa da ni kuma ina sanar da duniya abin da tunanin mulkin Allah yake a kan dukkan al'amura. Misalai 13:14; Afisawa 6:20; 2 Korintiyawa 5:20; 2 Korintiyawa 6:1,16 Yahaya 17:10,23,26

- Ina ba da umarni kuma ina shelanta cewa daga yau zuwa gaba, warkarwa, ceto, mu'ujizai, halitta da rarraba dukiya salon rayuwa ne a rayuwata ba abin da ya faru cikin sunan Yesu Kiristi ba. Zaman warkarwa ya isa. Matiyu 4:23; Matiyu 16:10; Matiyu 14:21; Luka 6:35; Ayyukan Manzanni 10:38; Afisawa 6:7; Filibiyawa 2:13; Yaƙub 2:26 Joshua 1:8 Yaƙub 1:27; Yaƙub 4:17

- Ina ba da umarni kuma ina shelanta cewa daga yau zuwa gaba, ina mutuwa zuwa ga rayuwata kowace rana, ina ɗaukar gicciyena ina bin wahayi da jagorancin Ruhu Mai Tsarki a cikina domin ayyukan ikon Ruhu Mai Tsarki a cikina su zama mafi girma a rayuwata. Markus 10:21; Matta 16:24, Luka 9:23; Markus 8:34; 2 Korintiyawa 4:16; 1 Korintiyawa 15:34

- Ina ba da umarni kuma ina shelanta cewa 'ya'yan ruhu - ƙaunar allahntaka da aka ɗumama a cikin dukkan bayyanarsa - Farin ciki da ke cika; Zaman lafiya da ke ƙarƙashina; haƙuri da ke dawwama; alheri a cikin aiki; rayuwa mai cike da kyawawan halaye; bangaskiya da ke rinjaye; tawali'u na zuciya; ƙarfin ruhu ba shi da iyaka a cikin sunan Yesu, amin Matiyu 7:20-23; Galatiyawa 5:19-21

- Ina ba da umarni kuma ina shelanta, zan jagoranci mutane zuwa ga Almasihu in yi musu baftisma cikin Ruhu da shaidar magana da harsuna da kuma shirya su su yi biyayya ga duk abin da Yesu ya koya mini a cikin maganarsa. Matiyu 28:18-20; Markus 16:15-18

- Ina umartar kuma ina shelanta, zan ƙaunaci Allah da dukkan zuciyata, raina, da ƙarfina, kuma in ƙaunaci wasu kamar kaina kamar yadda nake mu'amala da dukkan girmamawa da aminci ga waɗanda ke hulɗa da ni. Matiyu 22:37

- Na sami ƙaunar Allah, alherin Ubangijinmu Yesu Kiristi da kuma kasancewar Ruhu Mai Tsarki na dindindin don in sanya duk waɗannan alƙawarin su zama 'ya'yan itatuwa da ke madawwama cikin sunan Yesu, Amin

Manyan Abubuwan Ci Gaba - 1 - Babi na 5 - Gano Yadda Daga Manyan - kashi na 4

Ya Isa a Kama Shaidan da Maraba da 'Yanci a Cikin Almasihu - Shin Kiristoci za su iya zama masu aljanu? Karya Mai Kama, Shaidan Yana Sayarwa don rike Kiristoci da yawa a cikin bauta ta hanyar Jahilci. Yadda ake gano kasancewarsu a rayuwarka da kuma kore su + Gaskiya daga babban majalisa yana taimakawa shaidar ceto kai da aka shirya kamar yadda Derek Prince ya faɗa Kashi na 4 + Rubutu na Addu'ar Ceton Kai + Addu'ar Yarjejeniyar Warkarwa, Ceto da Maidowa

Ya ku 'yan'uwa maza da mata, wannan kashi na 4 ne na Isasshe Ya isa a kama Shaiɗan kuma a maraba da shi zuwa ga 'yanci cikin Almasihu Yesu.

A cikin wannan jerin, muna tada rundunar mayaka domin mu fuskanci abokan gaba a fagen daga da kuma isar da fursunoni zuwa 'yanci cikin Almasihu a matakai uku - Ceton ruhu wanda ake kira sake haihuwa, Ceton rai, wanda ake kira ceto da ceton jikinmu wanda ake kira warkarwa.

Dabara ce ta yin da kanka a cikin tsarin da aka rarraba kuma Ubangiji Yesu Kiristi shine Babban Kwamandanmu.

Aikinmu shine mu shirya maka don shiga tsakani. Don 'yantar da kanka, ƙaunatattunka da sauran waɗanda ke cikin da'irarka. Manufarmu ita ce mu tashe wannan babban mutum mai barci a cikin kowane mai bi kuma mu sa ka koyi tunanin mayaƙi a fagen daga kuma ka shiga yaƙi mai nasara ba tare da shan wahala ba cikin sunan Yesu.
Dole ne ku fahimci cewa " **Mafi kyawun kariya** ita ce kyakkyawan hari", karin magana da aka yi amfani da ita ga fannoni da dama na aiki, ciki har da wasanni da yaƙin soja. Haka kuma an san ta da ƙa'idar yaƙi ta dabarun yaƙi.

Idan ka yi la'akari da Afisawa 6 da kyau tun daga aya ta 12, za ka ga da sauri cewa Allah bai ba ka wani sulke ba domin yana tsammanin mu yi faɗa kuma kada mu rabu a kowane lokaci. Babu wurin runway runway ko gudu don sake yin faɗa domin an riga an yi nasara a yaƙin a cikin sammai. Namu shine mu yi amfani da ikonmu da ikon da aka ba mu ta wurin Ruhu Mai Tsarki mai rai don tilasta wannan nasarar domin maƙiyi zai so ya taka iyakarsa koyaushe. Gwada ruwa don ganin ko ba mu da jahilci. Abin takaici, da yawa daga cikinmu ba su san dabarun mugun ba.
Karanta wannan:

1 Bitrus 5:7-9
Littafi Mai Tsarki Mai Girma
7 Ku zuba masa dukkan damuwarku [duk damuwarku, duk damuwarku, da duk damuwarku, sau ɗaya tak] domin yana kula da ku [da matuƙar ƙauna, kuma yana kula da ku sosai]. 8 Ku yi hankali [daidaito], ku yi tsaro a kowane lokaci, ku yi hankali. Maƙiyinku Shaiɗan, yana yawo kamar zaki mai ruri [yana jin yunwa mai tsanani], yana neman wanda zai cinye. 9 Amma ku yi tsayayya da shi, ku dage a cikin bangaskiyarku [game da harinsa], kafe, ba za a iya motsa shi ba], kuna sane cewa 'yan'uwanku maza da mata a ko'ina cikin duniya suna fuskantar irin wannan wahalar . [Ba kai kaɗai ba ne ke shan wahala.]

Za ka iya gani a cikin waɗannan ayoyin cewa Shaiɗan yana jin yunwa ƙwarai don ya cinye mu, ya cinye mu da rai don cin abincin rana, abincin dare, da kuma abincin dare. Don fuskantar wannan nau'in abokin gaba, kana buƙatar waɗannan kamar yadda muka nuna a baya kamar yadda yake a cikin **A, B, C, D, E, F da G. Dole ne in jaddada cewa wannan addu'ar ba ta kowa ba ce. Zaɓaɓɓun mutane kaɗan za su cancanci kansu don yin rajista ta waɗannan halaye 7.**

Ga su kamar haka :

A. **Samuwa (Ruhu, rai da jiki)**
B. **Ƙarfin Zuciya**
C. **Tausayi ga wasu**
D. **Ƙaddara**
E. **Soyayya Mai Kyau**
F. **Fushi Mai Zafi**
G. **Babban Yunwa**

Idan ba ka da waɗannan siffofi a matsayin ƙananan sinadaran, ba zai yiwu ka yi nasara a kamfen ba domin duk sinadaran da ke sama suna buƙatar a haɗa su wuri ɗaya don samar da irin bangaskiyar iri ta mustard don kawo sauyi domin Allah yana ciyar da mutane masu jin yunwa, ba yara masu sanyi ko ɗumi ba, ko da kuwa a cikin warkarwa, ceto da kuma gyarawa a ciki da waje.
Garin ya shirya don tattarawa amma ana buƙatar irin mustard, bangaskiya mai ƙarfi don tattara su cikin ƙwarewarmu.

A yau, muna duban **Enough Is To Caution of Shaidan and Barka da zuwa 'Yanci a cikin Almasihu - Shin Kiristoci za su iya zama masu aljanu? Ƙarya Mai Kama, Shaidan yana sayar da shi don ya riƙe Kiristoci da yawa a cikin Fursunoni ta hanyar Jahilci. Yadda za a gano**

kasancewarsu a rayuwarka kuma a Kore su + Gaskiya labari daga babban ɗan majalisa yana taimakawa shaidar ceto kai tsaye kashi na 4. Za mu duba ƙaryar da shaitan ke sayarwa don ɗaure mutane da yawa ta hanyar fallasa shi.
A fahimtata, miyagun ruhohi ko aljanu su ne ƙananan rukunan "rundunan mugunta na ruhaniya" (Afisawa 6:12) da Shaiɗan ke jagoranta a kan bil'adama. Suna da manyan manufofi guda uku da Shaiɗan ya ɗora musu:

1. da farko don azabtar da mu da kuma wahalar da mu;
2. na biyu, don hana mu sanin Almasihu a matsayin Mai Ceto;
kuma idan aka kasa yin hakan, na uku,
3. domin hana mu bauta wa Kristi yadda ya kamata.

A wajen amsa tambayar kan ko Kiristoci za su iya zama masu aljanu? Haka ne, Kiristoci za su iya zama masu aljanu tun daga tasirin waje a kan tunani, mallakar wani ɓangare inda suke ɗaukar hankali da cikakken iko inda mutumin da ke da shi ya rasa 'yancin zaɓe.
Samun damar shiga gare mu lokacin da muka buɗe ƙofar Ɗaci, Rashin Gafara, Fushi, Alfahari da Tawaye da sauransu, waɗanda ke addabar Kiristoci da yawa, suna ba wa maƙiyi mafaka da ɗaki, wurin zama a cikin zukatanmu.

Ruhu Mai Tsarki zai zauna a cikin wani akwati wanda ba shi da cikakken tsabta, muddin an ba shi damar shiga tsakiyar ɓangaren halayen ɗan adam: zuciya.
Koyarwar cewa kowane fanni na rayuwar mutum dole ne ya kasance mai tsabta gaba ɗaya kafin Ruhu Mai Tsarki ya shiga cikinsa na iya haifar da ɗaya daga cikin sakamako biyu marasa kyau. Yana iya hana wasu masu bi na gaskiya neman cikar Ruhu Mai Tsarki, tunda suna cewa a ransu, ba zan taɓa iya isa ga wannan mizanin ba. Ko kuma irin wannan

koyarwar na iya matsa wa wasu wadanda suka sami baftismar Ruhu Mai Tsarki zuwa wani nau'in munafunci na adalci. Tunaninsu yana kama da haka: Dole ne na zama cikakke da na karɓi Ruhu Mai Tsarki, don haka yanzu dole ne in ci gaba da zama cikakke a kowane lokaci. Sakamakon shine salon rayuwa na Kirista na kama-karya. Irin wadannan mutane har yanzu suna rasa fushinsu amma yanzu suna kiransa fushi na adalci. Har yanzu suna sukar malaminsu ko 'yan'uwansu Kiristoci amma suna kiransa fahimta. Har yanzu suna sha'awar abin da suke so na zahiri amma suna ba da hujja ta cewa, "Kowane abu halal ne."

Magance zunubi gwagwarmaya ce ta rayuwa da mutuwa. Ba abin kunya ba ne a yarda cewa zunubi har yanzu yana aiki a rayuwarmu. Akasin haka, babban hadarinmu yana cikin ƙin yarda da shi, wanda hakan ke sa mu kasa shirya don tsayayya da jarabawa idan suka zo. Idan Ruhu Mai Tsarki zai jira har sai mun zama cikakke don ya zauna a cikinmu, zai zama kamar farfesa yana gaya wa dalibansa, "Zan fara koya muku lokacin da kuka ci jarrabawarku." Dalibansa za su amsa, "Amma farfesa, ba abin da muke buƙata ba kenan! Muna buƙatar ka fara koya mana yanzu, don mu koyi abin da muke buƙata don cin jarrabawarmu." Yanzu ne muke buƙatar Ruhu Mai Tsarki, domin mu sami taimakonsa a gare mu akai-akai don mu shawo kan ikon mugunta da kuma isa ga mizanin tsarkin Allah. Wani yanki na musamman na rikici wanda muke buƙatar taimakon Ruhu Mai Tsarki shine wajen mu'amala da aljanu.

Ruhu Mai Tsarki ba ya hana taimakonsa idan Ya gane cewa akwai aljanu a cikinmu. Akasin haka, Yana ganin buƙatarmu a sarari fiye da yadda muke ganin kanmu, kuma Yana ba mu iko mu kore su. Domin yana tausaya mana, yana son ya zauna a cikinmu, kuma ya yi aiki tare da mu don tabbatar da nasarar Kristi akan dukkan ikon maƙiyi. Ci gabanmu ya dogara ne da yadda muke hadin gwiwa da Ruhu Mai Tsarki a cikinmu.

Bari in sake jaddadawa: Ruhu Mai Tsarki bai zo ya zauna a cikinmu ba domin mun riga mun zama cikakke. Yana zuwa ya taimake mu domin mu zama cikakke. Hakika, Ruhu Mai Tsarki ba zai taimake mu a gwagwarmayarmu da aljanu ba idan muka yi niyyar ci gaba da rayuwa cikin zunubi. Amma idan muka gane zunubanmu kuma muka tuba da gaske, zai yi yaƙi da mu da aljanu waɗanda ke bautar da mu. Da taimakonsa za mu iya korar su kuma mu 'yantar da su.

Bari mu kalli labarin da ke ƙasa don mu ba da gaskiya ga gaskiyar cewa Kiristocin da aka sake haifuwa, waɗanda suka cika da ruhu na iya zama wurin zama ga aljanu yayin da muke ba su wuri a rayuwarmu ta hanyar buɗewa da muka ƙirƙira da gangan.

Labarin Gaskiya Shaidar Babban Taimakon Majalisa da aka isar daga aljanu ta hanyar ceton kai kamar yadda Derek Prince ya faɗa:

A cikin shaidar da ke tafe, wata mataimakiyar majalisar dokoki a Washington, DC, ta yi magana a fili game da gwagwarmayarta ta kashin kanta:

An yi mini baftisma cikin Ruhu kimanin shekaru bakwai da suka gabata. A ƙarshen watan Yuni na bara, a wata coci da ke Washington, DC, na sami waraka nan take ta rashin jin jijiyar jiki. Sai a watan Agusta likitana ya tabbatar da cewa na warke daga kuraje da ƙari a cikin ƙirji. Ni babban ma'aikaci ne na ɗan Majalisa kuma, duk da cewa shi da kansa ya yi farin ciki da gogewata ta warkarwa, shaidar da na bayar ba ta yi kyau ba a cikin da'irar siyasa da na ƙaura. A watan Satumba na yi murabus daga aikina kuma na yi watanni kaɗan masu zuwa ina hutawa ina ɗaukar lokaci tare da Ubangiji.

Sai a tsakiyar Disamba na fara baƙin ciki da damuwa. Mako na farko na Janairu abin tsoro ne! Wata rana na yi fushi. Ni kaɗai nake nan, kuma yana da alaƙa da wani abu mai sauƙi. Nan take na fahimci zunubin da na aikata - fushi. Kuma yayin da nake ƙoƙarin yin addu'ar gafara da Turanci, na ji kamar an shaƙe ni ... ba daga motsin rai ba, amma matsin lamba a makogwarona - ƙarfin jiki na gaske. Wani abokina ya ba da shawarar cewa ina iya buƙatar ceto. Don haka na sayi kaset ɗinka da ke magana game da ceto da aljanu.

Kullum ina guje wa duk wani abu game da ruhohi, aljanu, fatalwowi da kuma abin da kuke da shi, ina tsammanin idan na bar su su kaɗai, tabbas za su bar ni ni kaɗai. Ban so wata babbar mota mai ɗauke da ruhohi da aljanu ba! Duk da haka, na saurari kaset ɗin ku na ceto. Na ajiye Littafi Mai Tsarki na a kan teburi kuma na ci gaba da tafiya yayin da kuke bin Nassosi. A ƙarshen kaset ɗin, lokacin da kuka ba wa ajin ku umarni, na yanke shawarar bin sa. Sai kuka fara addu'ar ceto, amma kaset ɗin ya ƙare ba zato ba tsammani - kuma kusan abu na ƙarshe da kuka faɗa a kaset ɗin shine, "Ku tuna, Yesu shine Mai Ceto na. "Ban san abin da zan yi tsammani ko abin da zan yi ba. Don haka addu'ata ga Ubangiji ita ce ban san abin da zan yi ba, amma tunda Shi ne Mai Ceto na, na miƙa kaina gaba ɗaya gare Shi.

Na sanya wa waɗannan abubuwan da ba na Ubangiji ba waɗanda na ji suna da mugunta da zunubi kuma ban so su zama ɓangare na ni ba - fushi, rashin yafewa, shakku, damuwa, tsoro, da sauransu. Kamar yadda na faɗa, ban san abin da zan zata ba. Cikin 'yan mintuna kaɗan, ba fiye da biyu ko uku ba, na fara yin ihu da kuma yin gunaguni a cikin irin wannan yanayi mafi wahala. Bayan kimanin mintuna goma ko makamancin haka, na ji cewa yankin cikina ba zai taɓa zama iri ɗaya ba! Amma ban ji ko yarda cewa an sake ni gaba ɗaya ba.

Sai na roƙi aljanu ko ruhohi su ambaci kansu, na kuma umarce su da su fito. Wannan bai faru ba. Me ya sa, ban sani ba. Sai na roƙi Ubangiji ya gaya mini ko akwai ƙarin, da kuma sunayen, don in nemi ceto daga gare su. Na farko kashe kai ne, kuma ƙarfin wani abu ne mai ban mamaki. Na ji har zuwa saman kaina. Na ji ɗan saki, amma ba gaba ɗaya ba. Na roƙi Ubangiji ya gaya mini idan akwai ƙarin - kuma aka gaya mini cewa ruhun kurma ne. Ceton hakan abin mamaki ne! Ya daɗe fiye da komai, kuma ƙarfin ya jawo cikina zuwa bayana, kuma na ji ƙarfin da ke tashi a jikina, kuma a cikin wannan ma na ji matsin lamba a kaina. An sake ni gaba ɗaya, kuma tun daga lokacin na san irin wannan kwanciyar hankali mai ban mamaki.

Waɗanne halaye ne Ayyuka da za su taimaka mana mu gane su a rayuwa?

Mun riga mun bayyana cewa suna da manyan manufofi guda uku da Shaiɗan ya ba su: ***na farko su azabtar da mu kuma su wahalar da mu; na biyu, su hana mu sanin Almasihu a matsayin Mai Ceto; kuma idan ba haka ba, na uku, su hana mu bauta wa Kristi yadda ya kamata.*** Wajen cimma waɗannan manufofi, aljanu ba a iya ganinsu. Idanun mutane ba za su iya gane su ba. Duk da haka, za mu iya gane kasancewarsu da ayyukansu kamar yadda muka gane kasancewar iska. A gaskiya, wannan kwatancen ya dace domin a cikin Ibrananci da Girkanci, kalmar ruhu ita ce kalmar iska. Ba ma ganin iska a zahiri, amma muna ganin tasirin da iska ke samarwa: ƙura tana tashi a kan tituna, gajimare suna shawagi a sararin sama, bishiyoyi duk suna lanƙwasa a hanya ɗaya, ruwan sama yana korar su a faɗin filin hangen nesanmu. Duk waɗannan **"alamu"** suna bayyana kasancewar da ayyukan iska. Haka yake ga aljanu. Ba ma ganin su akai-akai, amma muna gane kasancewarsu ta wasu ayyuka na musamman. A ƙasa akwai wasu daga cikin ayyukan da suka fi dacewa: **1. Aljanu suna jan hankali. 2. Aljanu suna tursasawa. 3. Aljanu suna azabtarwa. 4. Aljanu suna tilastawa. 5. Aljanu suna** bautar da mutane. 6. Aljanu suna haifar da jaraba. 7. Aljanu suna ƙazantar da mutane. 8. Aljanu suna yaudara. 9. Aljanu suna kai hari ga jiki na zahiri. Za mu faɗaɗa waɗannan a cikin kashi na 5 na jerin. Amma a yanzu, bari mu dubi alamun gargaɗi da za su nuna mana mu ɗauki mataki.

SIGNAR GARGAƊI - ABUBUWAN DA ZA A IYA BUKATA DON CETON - ABUBUWAN DA ZA A IYA KIYAYEWA A MATSAYIN SIGNAL:

Waɗannan halaye sun cancanci a duba su sosai idan sun bayyana, sun daɗe ko kuma sun sake faruwa a wani lokaci, ko kuma suna ci gaba - suna iya zama mafi muni, maimakon ƙasa da haka. Ka yi ƙoƙarin kauce wa waɗannan gargaɗin. Bayanan ɗan gajeren hoto na ɗabi'a na iya zama neman taimako:

1. Rikici ko rashin tunani: rashin kusanci da gaskiya - ruɗani (dagewar imani na kuskure idan aka fuskanci shaida mai akasin haka) - mafarki; magana mara tushe.
2. Abubuwan da suka shafi sha'awa: sha'awar wani batu ko ra'ayi har sai an cire wasu, tilas, sha'awar da ba za a iya sarrafa ta ba.
3. Rashin iya jurewa: tare da ƙananan matsaloli, tare da ayyukan yau da kullun.
4. Wahala wajen yin/riƙe abokai: ƙarancin ƙwarewar zamantakewa, kaɗaici, janyewa daga al'umma, salon rayuwa na Toner.
5. Tsarin gazawa a duk faɗin duniya: a makaranta, a wurin aiki, a wasanni, a cikin dangantaka ta sirri.
6. Baƙin ciki mai tsawo ko mai tsanani: barazanar/yunkurin kashe kai.
7. Rashin girma: ɗabi'ar jarirai (kamar jika gado), dogaro da uwa fiye da kima (mannewa da yawa

tun tana ƙarama, ci gaba da dogaro da ita a tsakanin matasa da shekaru ashirin), gazawar bin ƙungiyar takwarorinta.

8. **Jerin cututtuka na jiki waɗanda ba sa yin wani tsari na yau da kullun kuma/ko kuma ba sa amsawa ga magani.**
9. **Sakaci ga tsaftar jiki (wurin da ba shi da tsafta da kuma muhalli mara tsafta) ko kuma yawan damuwa game da tsari da kuma tsafta.**
10. **Wahala wajen daidaitawa da sabbin mutane da wurare.**
11. **Damuwa da damuwa mara misaltuwa: tsoro, jin cewa ana tsananta musu.**
12. **Barci mai yawa ko kuma rashin isasshen barci.**
13. **Yawan son kai: rashin kulawa ga yadda wasu mutane ke ji, ayyukansu, ra'ayoyinsu, rashin tausayin azaba ko buƙatar wani.**
14. **Ƙara ko rage nauyi cikin sauri.**
15. **Motsin rai mai shiru, "babu fushi, farin ciki, martanin baƙin ciki ga abubuwan da ke motsa mutum) ko motsin rai marasa dacewa (canjin yanayi mai kaifi, wanda ba za a iya bayyana shi ba, wauta a lokuta masu tsanani, hawaye marasa tabbas).**
16. **Mummunan yanayin kai da hangen nesa: hadaddun "ƙasƙanci", jin rashin amfani.**
17. **Sau da yawa ana samun canje-canje a tsare-tsare: rashin iya aiki, shirin makaranta, tsarin rayuwa, rashin cika alƙawari, da kuma bin shawarwari.**
18. **Tsananin tashin hankali (faɗa, ƙiyayya, tashin hankali, fushi) ko kuma wuce gona da iri a kan ladabi (rashin gasa da kuma tabbatar da kai, ƙin fuskantar juna, da kuma guje wa jayayya).**
19. **Rashin ɗaukar kasada ko kuma ɗaukar haɗari mara dalili.**

20. **Rashin sha'awa da sha'awa: rashin gajiya, baƙin ciki, yanayi wanda ya saba "rashin ƙarfi", iyakance ko rashin jin daɗin wasa.**

MATAKAN DA SUKA FI MUHIMMANCI SHIDA ZUWA GA CETONKA SUNE:

1. **Gano matsalolinka.**
2. **Ka gafarta, ka yi addu'a kuma ka yi adalci ga Allah.**
3. **Ka karya la'ana da alaƙar rai a kanka da zuriyarka.**
4. **Ka fitar da aljanunka.**
5. **Yi addu'a don warkar da ranka da jikinka.**
6. **Yi wa rayuwarka ladabi ta hanyar canza tunaninka da ayyukanka.**

Addu'ar Gajere Don Ceto Kai.

"Ya Ubangiji Yesu Almasihu, na yi imani ka mutu a kan gicciye saboda zunubaina kuma ka tashi daga matattu. Ka fanshe ni da jininka kuma ni naka ne, kuma ina so in rayu dominka. Ina furta dukkan zunubaina - waɗanda aka sani da waɗanda ba a sani ba - Ina yi musu haƙuri da su duka. Ina watsi da su duka. Ina gafarta wa duk wasu kamar yadda nake so Ka gafarta mini. Ka gafarta mini yanzu ka tsarkake ni da jininka. Ina gode maka saboda jinin Yesu Almasihu wanda ke tsarkake ni yanzu daga dukkan zunuba. Kuma ina zuwa gare ka yanzu a matsayin mai cetona. Ka san buƙatu na musamman - abin da ke ɗaure, wanda ke azabtarwa, wanda ke ƙazantar da shi; wannan mugun ruhu, wannan mugun ruhu - ina da'awar alƙawarin kalmarka, "Duk wanda ya kira sunan Ubangiji za a cece shi." Ina kira gare ka yanzu. Da sunan Ubangiji Yesu Kiristi, ka 'yantar da ni. Shaiɗan, na ƙi ka da dukkan ayyukanka. Na 'yantar da kaina daga gare ka, cikin sunan

Yesu, kuma ina umurtar ka ka bar ni yanzu cikin sunan Yesu. Amin!"

Bari ya fito daga zuciyarka ka ga ceton Ubangiji!

Kana rashin lafiya ko kuma kana buƙatar gyara?

Ga waɗanda ba su da lafiya ko marasa lafiya a kowace siffa ko tsari, ko kuma waɗanda ke buƙatar ceto? Ko kuma waɗanda ke buƙatar ceto, a yi amfani da bangaskiya wajen taɓa alamar da ke ƙasa (Bangaskiya ita ce ganin kyakkyawan sakamako na halin da kuke ciki a yanzu, sanin cewa Yesu ya yi aikinsa fiye da shekaru 2000 da suka gabata don tabbatar da warkarwarku da ceto, gyarawa a matsayin biyan kuɗi na farko, da amincewa cewa wannan biyan kuɗi na farko yana nan a gare ku don cirewa daga, kamar ma'auni mai kyau a cikin asusun ajiyar ku da banki, babu tambayoyi da aka yi kamar yadda muka yarda da ku kuma muka furta BE WALLAKE cikin sunan Yesu Kiristi, Amin)

Da ikon da ka ba ni da su, ina amfani da wannan ikon yanzu cikin bangaskiya da fushinsu a kan maƙiyi da yunwa don samun abin da ka ba su kyauta, Ina la'antar kowace cuta, kowace cuta, ko ciwon daji, COVID 19, ko ruhin rashin lafiya, ko mallakar aljanu ko zalunci, ko ruhin talauci, koma-baya, jinkirin cikar abin da Allah ya riga ya ƙaddara kuma ya saki. Mun zo kan rashin tabbas, ina ɗaure su, muna la'antar su zuwa tushensu kuma muna kore su da iko cikin sunan Yesu Kiristi. Amin. Muna kira da a saki warkarwa, ceto da kuma gyara rayuwarsu cikin sunan Yesu Kiristi mai girma. Na gode Ubangiji saboda shaidar da ke kiyaye ɗaukakarka da girmamawarka da yabonka. Na gode da rayukan da ake ƙarawa cikin mulkinka sakamakon wannan saƙon, mu'ujizai da muke

gani a yanzu kuma suna bayyana don ɗaukakarka cikin sunan Yesu, Amin. An gama! Yi farin ciki!

Taɓa wannan wurin da aka yi wa alama a matsayin wurin hulɗa kuma ka furta da bakinka - NI NE AN WARKE, AN CECE NI, AN MAYAR DA NI A CIKIN RAHUNA, RAYUWA, JIKINA DA KOWANNEN WURIN DAKE CIKI DA SU A CIKIN SUNAN YESU KRISTI, AMIN!!!

Ka fara yin abin da ba za ka iya yi a da ba, ka fara furtawa har sai cikakken waraka, maido da ceto ya zama 'ya'ya a rayuwarka cikin sunan Yesu, amin. Ka ci gaba da jin yunwa ga Allah duka, ka yi fushi ka kuma mayar da duk abin da maƙiyi ya riƙe a cikin sunan Yesu, amin
Lura:
Ku shaida warkarwa don ɗaukakar Allah da kuma kunyatar maƙiyi! Aiko mana da imel ko whatsapp idan har yanzu kuna buƙatar mu yarda da ku kan batun. Kuma ku haɗu a jerin kayan aiki da za a fara daga mako mai zuwa Alhamis. Nemo cikakken bayani nan ba da jimawa ba a gidan yanar gizon mu!

Manyan Amfani - Babi na 1 Babi na 6 & 7 - Matakai bakwai (7) masu mahimmanci don ceto +

Yadda Ake Gano da Korar Rukunonin Aljanu da Hangen Nesa na Rikicin Karshe da Yadda Ake Cin Nasara A Dabaru a kan Jigogi Huɗu (4) na Hulɗa kamar yadda Frank da Ida Mae Hammond suka faɗa – Kashi na 5 & Kashi na 6 + Rubutu na Addu'ar Ceto Kai + Addu'ar Waraka, Ceto da Yarjejeniyar Maidowa

'Yan'uwa maza da mata, a yau, za mu kawo muku kashi na 5 da kuma kashi na 6 na jerin shirye-shiryenmu kan isassun bayanai da za a iya yi wa 'yanci maraba da zuwa ga 'yanci cikin Almasihu.

Lokacin da ni da kai muka shafe lokaci mai tsawo muna addu'a kan batutuwan da suka shafi kanmu, iyali, coci, ƙasashenmu da ƙasashen duniya tsawon kwanaki 90 kamar yadda muka yi a bara - daga 1 ga Oktoba zuwa 29 ga Disamba, 2020, muna roƙon Allah don mulkinsa da nufinsa a kan waɗannan duniyoyi biyar, akwai hanyar da

Ubangiji yake yi wa mutum ciki da abin da ke cikin zuciyarsa ga kowane ɗayan yara a cikin waɗannan duniyoyi biyar.

Ina da yakinin gaske, a wannan lokacin, yana da alaƙa da 'yantar da kai daga kangin shaidan zuwa cikin 'yancin da ya mutu ya ba mu. Mutane da yawa suna ba da rayukansu ga Kristi kowace rana amma idan ni da kai muka kalli rayuwarmu da idon Ruhu Mai Tsarki - Za mu gane cewa akwai wurare a rayuwarmu waɗanda suke ƙarƙashin kangin Shaiɗan waɗanda addu'a ba ta iya mu'amala da su a cikin ruhunmu, a cikin rayukanmu ko a cikin jikinmu da kuma kewaye da mu. Yana buƙatar yaƙi kai tsaye da abokin gaban ranmu - Aiwatar da umarnin masarautar da muka bari a kan ɗakunan ajiyar ƙura na kabad ɗinmu. Roƙon Allah ya zo ya yaƙi yaƙin da ya riga ya ci nasara a gare mu da kuma ba mu mabuɗin yin yaƙi..mu mamaye har sai Ya dawo ba daidai ba ne na alhakin da fifiko. Layin umarni mara kyau da aka karkatar da shi.

Wannan aikin yaƙi mai kyau, ina tsammanin shine inda ma'aikata kaɗan ne. A fagen fama da abokan gaba.

Ina cewa, ya kamata mu ci nasara a kan rayuka, da yawa daga cikinsu, mu kuma shirya musu don yaƙin bangaskiya mai kyau domin su iya dandana wannan 'yancin da Almasihu ya mutu ya kuma tashi ya ba mu duka. Yankin da za mu mamaye yana cikin zukatanmu da jikinmu don ba tare da yin magana mai yawa ba, waɗanda suka ɓace za su iya ganin abin da muke fuskanta a kullum - 'Yanci a cikin Almasihu - Cikakken da'ira. Ba wai kawai a cikin ruhu ba, har ma a cikin rayukanmu da jikinmu.

Ina so in gode wa **Dr. John Lake; Derek Prince, Frank Hammon, Ida Mae** da wasu da dama da ba sa nan, waɗanda suka ci gaba da kasancewa tare da Ubangiji, har na sami almajiranci ta hanyar rubuce-rubucensu a lokacin da nake neman nasarorin da na samu a cikin shekaru 100 da suka gabata na ayyukan da Waliyyai suka yi, kuma dalilin da ya sa da yawa daga cikinmu, ni da Kiristoci na zamani, ba mu da iko da iko kamar yadda Yesu Kiristi ya ba mu a Markus 16:15-19 don fuskantar yaƙin yaƙi mai nasara a kan sojojin duhu. Ku aiwatar da abin da ya riga ya ci nasara a duniya.

Waɗannan takardu sun tabbatar da dacewa da kuma cikakken bayani game da wannan batu na iko da ikon mai bi cikin Almasihu a kan duniyar mugunta wadda a koyaushe ake ɓoye ta cikin sirri ta hanyar wasu kaɗan ba tare da wata nasara ba saboda sun kasa haifar da kansu. Ya zama abu na aji, abin alfahari da ke ga dukkan masu bi.

Na san wannan dabarar maƙiyi ce don ya ɗaure mutane da yawa ta hanyar jahilci ta hanyar dabarunsa. Da iko a cikin sunan da ke sama da kowane suna, sunan Yesu Kiristi mai albarka da kuma wanda aka haifa, ina cewa "Ya isa ga kamawar shaidan." Wannan ya riga ya zama dama ce kawai Idan mun yarda, za mu ci 'ya'yan cetonmu - na fassara shi. Bari mu karanta

Ishaya 1:19 (NAKJV):

Idan kun yarda kuma kun yi biyayya , za ku ci amfanin ƙasar;

Domin mu **ci abinci** mai kyau, **dole ne mu** kasance **masu son rai da biyayya don mu bi duk waɗannan umarni a cikin maganarsa ta hanyar tunani, kalmomi da aiki** . Wani lokaci Ubangiji **zai** gaya mana mu **yi** wani abu kuma **mu yi** masa biyayya, amma **muna iya yin** hakan da rashin son rai ko kuma da halin rashin ƙauna.
Wannan ba rabonmu bane a cikin sunan Yesu. Muna son mu kuma muna biyayya ga dukkan umarnin da Yesu ya ba mu a

Markus 16:15-19 cikin ruhun ƙaunar Allah da ƙaunar wasu kamar kanmu cikin sunan Yesu, Amin.

Idan ba mu yarda ba kuma ba mu yi biyayya ga aiwatar da waɗannan umarni ba, ba za a sami wani wuri a cikinmu da kewaye da mu ba, maƙiyi zai cinye dukiyar ƙasa - Rayukan maza da mata, yara maza da mata, uba da uwaye da duk abin da ya shafi rayuwa da ibada - Ba rabonmu ba ne cikin sunan Yesu. Amin
To mene ne ya kamata mu yi tunaninsa? Karanta kuma ka yi bimbini a kan wannan a hankali -:

2 Bitrus 1:3

Littafi Mai Tsarki Mai Girma
[3] ***Domin ikonsa na allahntaka ya ba mu duk abin da ake buƙata don rayuwa mai ƙarfi ta ruhaniya da kuma ibada, ta hanyar** sanin gaskiya da na **sirri game da Shi wanda ya kira mu da ɗaukakarsa da kyawunsa.***

Wannan ya kamata ya zama tunaninmu. Mu masu nasara ne cikin Almasihu - Na Baya, Na Yanzu da Na Gaba! Kullum muna cin nasara. Ba mu masu asara ba ne a kowane fagen daga. Amin?

Don haka, a kashi na 4, mun bincika taken - Shin Kiristoci za su iya zama masu aljanu? Karyace-karyacen da Shaiɗan ke sayar mana don ɓoye aikinsa a rayuwarmu, Ta yaya ni da kai muka san suna aiki a cikinmu da kewaye da mu kuma ta yaya za mu iya korar su kuma mun tattara hakan da labarin ceton kai daga wata mace daga nesa. Kuna iya samun hakan ta wannan hanyar haɗin yanar gizon da ke ƙasa ko ku je kai tsaye zuwa gidan yanar gizon mu a https://www.otakada.org

A cikin wannan sashe na 5 da kuma sashe na 6, muna bincike **- "Matakai bakwai (7) masu mahimmanci don ceto +**

Yadda ake Gano da Korar Rukunonin Aljanu da kuma hangen nesa na Rikicin Ƙarshe da kuma Yadda ake cin nasara ta hanyar dabarun kan manyan hanyoyi huɗu (4) na haɗin gwiwa - Kashi na 5 da Kashi na 6"
A Cocin Otakada Cyber, muna ƙara wa Ƙasashe abubuwan da suka wuce miliyan 2, kuma Allah yana canza rayuwa ta hanyar gaskiya marar iyaka a cikin Kalmarsa!

Tare da ku, muna gina manyan haikali na ruhaniya a cikin zukatanmu domin Ruhun Allah ya zauna a ciki ya kuma yi aiki cikin sauƙi a cikin waɗannan lokatai da lokatai, don haka ku zauna tare da mu ku gina tare da mu!
Game da ranar Ubangiji, Bulus ya rubuta wa Tasalonikawa a cikin

1 Tasalonikawa 5:14-23

Littafi Mai Tsarki Mai Girma
[14] Muna yi muku gargaɗi da ƙarfi, ku yi wa waɗanda ba su da tsari gargaɗi [marasa tarbiyya, marasa tarbiyya, marasa tsari], ku ƙarfafa masu jin tsoro [waɗanda ba su da ƙarfin hali na ruhaniya], ku taimaki marasa ƙarfi, ku yi haƙuri da kowa [koyaushe kuna sarrafa fushinku]. [15] Ku lura kada kowa ya rama mugunta da mugunta ga wani, amma ku riƙa neman abin da yake nagari ga junanku da kuma ga dukkan mutane. [16] Ku yi farin ciki koyaushe, ku yi farin ciki da bangaskiyarku; [17] Ku ci gaba da nacewa da addu'a; [18] a cikin kowane hali [komai halin da ake ciki] ku gode wa Allah, ku ci gaba da gode masa; gama wannan shi ne nufin Allah a gare ku cikin Almasihu Yesu. [19] Kada ku kashe [ku yi biyayya, ko ku ƙi aikin da jagorancin] Ruhu Mai Tsarki. [20] Kada ku raina ko ku ƙi baiwar annabci ko annabci [wahayi da aka faɗa—kalmomin koyarwa ko gargaɗi ko gargaɗi]. [21] Amma ku gwada [a] komai a hankali [don ku

iya gane abin da yake nagari]. Ku riƙe abin da yake nagari.
22 *Ku guji kowace irin mugunta [ku janye ku nisance ta].*
23 *To, Allah mai zaman lafiya da kansa yă tsarkake ku ta kowace hanya [wato, raba ku daga abubuwan ƙazanta da na banza, ya maishe ku tsarkakakku, marasa lahani—wanda aka keɓe ga Allah—wanda aka keɓe domin nufinsa], kuma ya kiyaye ruhunku, da ranku, da jikinku su zama cikakku, marasa laifi a lokacin zuwan Ubangijinmu Yesu Almasihu.*

Bitrus ya kuma gargaɗe mu kada mu jahilci dabarun abokin gabanmu a cikin wasiƙunsa na ƙarshe ga masu bi a cikin

1 Bitrus 5:7-9
Littafi Mai Tsarki Mai Girma

7 *Ku zuba masa dukkan damuwarku [duk damuwarku, duk damuwarku, da duk damuwarku, sau ɗaya tak] domin yana kula da ku [da matuƙar ƙauna, kuma yana kula da ku sosai].* 8 *Ku yi hankali [daidaito], ku yi tsaro a kowane lokaci, ku yi hankali. Maƙiyinku Shaiɗan, yana yawo kamar zaki mai ruri [yana jin yunwa mai tsanani], yana neman wanda zai cinye.* 9 *Amma ku yi tsayayya da shi, ku dage a cikin bangaskiyarku [game da harinsa], kafe, ba za a iya motsa shi ba], kuna sane cewa 'yan'uwanku maza da mata a ko'ina cikin duniya suna fuskantar irin wannan wahalar. [Ba kai kaɗai ba ne ke shan wahala.]*

A cikin amsa tambayar - Shin Aljanu Za Su Iya Zama Kiristoci? Mun ga ɓangaren ƙarshe na

1 Tasalonikawa 23 yana cewa 23 *Yanzu Allah na zaman lafiya da kansa zai tsarkake ku ta hanyar [wato, ya raba ku daga abubuwan ƙazanta da na lalata, ya maishe ku tsarkakakku, marasa lahani—an keɓe su gare Shi—an keɓe su domin nufinSa]; kuma ruhunku da ranku da*

jikinku su kasance cikakke, kuma a same su marasa laifi a lokacin zuwan Ubangijinmu Yesu Almasihu.

Kalmar tsarkakewa ita ce kalmar 'yantarwa a Girkanci. 'Yantarwa a rayuwarmu ta tunani wanda ke haifar da motsin rai mara kyau, wanda ke haifar da ayyuka marasa kyau. Waɗannan suna cikin yanayin motsin **rai** , **hankali** da kuma **nufin.**
Ruhu yana sabuntawa ko kuma yana rayuwa daga yanayin matattu lokacin da muka sami ceto daga ruhunmu ta wurin bangaskiya - Aikin nufin. Rai da jiki suna buƙatar aiki - wanda kuma zai buƙaci aikin nufin

Shi ya sa Bulus ya rubuta a Filibiyawa 2:12b,13 – Ku yi aikin cetonku da tsoro da rawar jiki. Gama Allah ne ke aiki a cikinku ku yi nufinsa ku kuma yi shi da yardarsa. A cikin waɗannan jerin, muna tada rundunar mayaka don su yi faɗa da abokan gaba a fagen daga da kuma isar da fursunoni zuwa 'yanci cikin Almasihu a matakai uku - Ceton ruhu wanda ake kira sake haihuwa, Ceton rai, wanda ake kira ceto da ceton jikinmu wanda ake kira warkarwa.

Dabara ce ta yin da kanka a cikin tsari mai rarrabawa, aiki na nufin da aka tsara kuma Ubangiji Yesu Kiristi shine Babban Kwamandanmu. Aikinmu shine mu shirya maka don yin aiki. Don 'yantar da kanka, ƙaunatattunka da sauran waɗanda ke cikin da'irarka. Manufarmu ita ce mu tashe wannan babban mutum mai barci a cikin kowane mai bi kuma mu sa ka koyi tunanin mayaƙi a fagen daga kuma ka shiga yaƙi mai nasara ba tare da shan wahala ba cikin sunan Yesu.

Dole ne ku fahimci cewa " **Mafi kyawun kariya** ita ce kyakkyawan hari", karin magana da aka yi amfani da ita ga fannoni da dama na aiki, ciki har da wasanni da yaƙin soja. Haka kuma an san ta da ƙa'idar yaƙi ta dabarun yaƙi.

Mun ambata a baya a sashi na 4 cewa babu wani wuri ga sojojin runway ko gudu don sake yin faɗa domin an riga an yi nasara a yaƙin a cikin sammai. Namu shine mu yi amfani da ikonmu da ikon da aka ba mu ta wurin Ruhu Mai Tsarki mai zama don tilasta wannan nasarar domin maƙiyi zai so ya taka iyakarsa koyaushe. Gwada ruwa don ganin ko ba mu da jahilci. Abin takaici, da yawa daga cikinmu ba su san dabarun mugun ba.

Domin mu fuskanci irin wannan maƙiyi a matsayin rundunar da aka koya mana, muna buƙatar waɗannan abubuwa kamar yadda muka yi nuni a baya kamar yadda yake a cikin **A, B, C, D, E, F da G. Dole ne in jaddada cewa waɗannan jerin ba na kowa ba ne. Zaɓaɓɓun mutane kaɗan ne za su cancanci shiga cikin waɗannan halaye 7.**

Ga su kamar haka :

A. **Samuwa (Ruhu, rai da jiki)**
B. **Ƙarfin hali**
C. **Tausayi ga wasu**
D. **Ƙaddara**
E. **Soyayya Mai Kyau**
F. **Fushi Mai Zafi**
G. **Babban Yunwa**

Idan ba ka da waɗannan siffofi a matsayin ƙananan sinadaran, ba zai yiwu ka yi nasara a kamfen ba domin duk sinadaran da ke sama suna buƙatar a haɗa su wuri ɗaya don samar da irin bangaskiyar iri ta mustard don kawo sauyi domin Allah yana ciyar da mutane masu jin yunwa, ba yara masu sanyi ko ɗumi ba, ko da kuwa a cikin warkarwa, ceto da kuma gyarawa a ciki da waje.
Garin ya shirya don tattarawa amma ana buƙatar irin mustard, bangaskiya mai ƙarfi don tattara su cikin ƙwarewarmu.

A yau, a cikin **Isasshe Ya Isa ga Kama Shaidan da Maraba da 'Yanci a cikin Almasihu Yesu - Matakai bakwai (7) masu mahimmanci don ceto + Yadda ake Gano da Korar Rukunonin Aljanu da Hangen Nesa na Ƙarshen Rikicin da Yadda ake Cin Nasara ta Dabaru akan Jigogi Huɗu (4) na Haɗin gwiwa - Kashi na 5 Kashi na 6**

A fahimtata, miyagun ruhohi ko aljanu su ne ƙananan rukunan "rundunan mugunta na ruhaniya" (Afisawa 6:12) da Shaiɗan ke jagoranta a kan bil'adama. Suna da manyan manufofi guda uku da Shaiɗan ya ɗora musu:

1. da farko don azabtar da mu da kuma wahalar da mu;
2. na biyu, don hana mu sanin Almasihu a matsayin Mai Ceto;
kuma idan aka kasa yin hakan, na uku,
3. domin hana mu bauta wa Almasihu yadda ya kamata.

Ga sifofi tara (9) na aljanu

1. Aljanu suna jan hankali. 2. Aljanu suna tursasawa. 3. Aljanu suna azabtarwa. 4. Aljanu suna tilastawa. 5. Aljanu suna bautar da su. 6. Aljanu suna haifar da jaraba. 7. Aljanu suna ƙazantar da su. 8. Aljanu suna yaudararsu. 9. Aljanu suna kai hari ga jiki na zahiri.

Yanzu mun duba matakai bakwai (7) zuwa ga ceto kamar haka: 1) Gaskiya; 2) Tawali'u; 3) Tuba 4) Barin Allah 5) Gafara 6) Addu'a 7) Yaƙi
Ga cikakkun bayanai:

Matakai Bakwai Zuwa Ga Ceto

1. **Gaskiya**

Dole ne mutum ya kasance mai gaskiya ga kansa da kuma ga Allah idan yana tsammanin samun albarkar Allah ta ceto. Rashin gaskiya yana sa sassan rayuwar mutum su kasance cikin duhu. Ruhohin aljanu suna bunƙasa a cikin irin wannan duhu. Gaskiya tana taimakawa wajen kawo su cikin haske. Duk wani zunubin da ba a furta ko tuba ba yana ba aljani "haƙƙin doka" na ya ci gaba. Roƙi Allah ya taimake ka ka ga kanka kamar yadda yake ganinka kuma ya bayyana duk wani abu da ba nasa ba.

Na furta zunubina a gare ka, ban ɓoye laifina ba. Na ce, Zan furta laifofina ga Ubangiji, Ka kuma gafarta laifofina. Zabura 32:5

Ya Allah, ka bincike ni, ka san zuciyata: Ka gwada ni, ka san tunanina: Ka gani ko akwai wata hanya ta mugunta a cikina, Ka bishe ni a cikin hanyar har abada. Zabura 139:23,24

2. Tawali'u

Wannan ya ƙunshi fahimtar cewa mutum ya dogara ga Allah da tanadinsa na ceto.

Allah yana tsayayya da masu girman kai, amma yana ba da alheri ga masu tawali'u. Saboda haka ku miƙa kanku ga Allah. Ku yi tsayayya da Shaiɗan, zai guje muku. Yaƙub 4:7

Haka kuma ya ƙunshi cikakken buɗe ido tare da bayin Allah da ke hidima a cikin ceto.

Ku furta zunubanku ga junanku, ku yi wa juna addu'a domin juna, domin a warkar da ku. Yaƙub 5:16a

3. Tuba

Tuba wani abu ne da ke nufin kaucewa daga zunubi da Shaiɗan. Dole ne mutum ya ƙi duk wani mugunta a rayuwarsa kuma ya fadi cikin rashin yarda da shi.

"Mutane biyu za su iya tafiya tare, sai dai idan an yarda?" (Amos 3:3) Dole ne mutum ya ƙi zunubansa.

A can za ku tuna da ayyukanku da duk ayyukanku, inda kuka ƙazantu, za ku kuma yi ƙyama a idanunku saboda duk muguntar da kuka aikata. Ezekiel 20:43

Ba wai kawai a yi amfani da ceto don samun sauƙi daga matsaloli ba, amma don a ƙara kama da Yesu ta hanyar biyayya ga duk abin da Allah ke buƙata. Tuba juyawa ce daga duk abin da ke hana ci gaban ruhaniya, hidima da zumunci. Tuba tana buƙatar furta dukkan zunubi a fili. Tana ɗauke haƙƙoƙin shari'a na ruhohin aljanu.

4. Ficewa daga cikin jam'iyyar

Fita daga mugunta shine barin mugunta. Fita daga zunubi aiki ne da ke samuwa daga tuba.
Da (Yahaya Mai Baftisma) ya ga Farisiyawa da Sadukiyawa da yawa sun zo wurin baftismarsa, sai ya ce musu, Ya ku macizai, wa ya gargaɗe ku ku gudu daga fushin da ke tafe? Ku fito da 'ya'ya, don haka ku hadu don tuba. Matta 3:7,8
Fitar da 'ya'ya da suka dace da tuba ya ƙunshi fiye da kalmomi. Nuna tuba ne... shaida cewa mutum ya tuba da gaske daga zunubansa. Misali, idan mutum ya tuba daga sha'awa, yana iya buƙatar lalata wasu kayan batsa. Idan mutum ya tuba daga kuskuren addini, yana iya buƙatar ya ƙi shi gaba ɗaya ta hanyar lalata duk wani adabi da abubuwan da ke da alaƙa da wannan kuskuren.

Mutane da yawa waɗanda suka ba da gaskiya suka zo, suka furta, suka kuma bayyana ayyukansu.
Mutane da yawa daga cikinsu kuma waɗanda suka yi sihiri suka tattara littattafansu suka ƙone su a gaban mutane duka: suka ƙirga farashinsu, suka ga azurfa dubu hamsin ne. Ayukan Manzanni 19:18,19
Fita daga bauta yana nufin rabuwa da Shaidan da dukkan ayyukansa.

5. Gafara

Allah yana gafarta wa duk wanda ya furta zunubansa kuma ya nemi gafara ta wurin Ɗansa. (Duba 1 Yohanna 1:9). Yana tsammanin mu gafarta wa duk waɗanda suka taɓa yi mana laifi ta kowace hanya.
Gama idan kun yafe wa mutane laifofinsu, Ubanku na sama zai yafe muku: Amma idan ba ku yafe wa mutane laifofinsu ba, Ubanku kuma ba zai yafe muku laifofinku ba. Matta 6:14,15
Yin haƙuri wajen gafartawa yana da matuƙar muhimmanci ga ceto. (Duba Matta 18:21-35). Babu wani mai hidimar ceto da zai iya yin ceto sai dai idan ɗan takarar ya cika sharuɗɗan Allah.

6. Addu'a
Ka roƙi Allah ya cece ka ya kuma 'yantar da kai cikin sunan Yesu.
Duk wanda ya kira sunan Ubangiji za a cece shi. Joel 2:32

7. Yaƙi

Addu'a da yaƙi ayyuka ne guda biyu daban-daban. Addu'a ga Allah take, yaƙi kuma ga maƙiyi ne. Yaƙinmu da ikon aljanu ba na jiki ba ne, amma na ruhaniya ne (Duba Afisawa 6:10-12; II Kor. 10:3-5). Yi amfani da makaman miƙa wuya ga Allah, jinin
Yesu Kiristi, Kalmar Allah, da kuma shaidarka a matsayinka na mai bi. (Duba Yaƙub 4:7; Ru'ya ta Yohanna 12:1 I; Afisawa 6:17). Ka gano ruhohin, ka yi musu magana kai tsaye da sunansu da muryar umarni, kuma cikin bangaskiya ka umarce su su tafi cikin sunan Yesu. Shiga yaƙin da ƙuduri da tabbacin nasara. Kristi ba zai gaza ba! Shi ne Mai Ceto!

"Waɗannan alamu za su bi waɗanda suka yi imani; Da sunana za su fitar da aljanu." Markus 16:17a

"Ga shi, ina ba ku iko ku tattaka macizai da kunamai, da kuma kan dukkan ikon maƙiyi: kuma babu abin da zai cutar da ku ko kaɗan." Luka 10:19
"Ubangiji shi ne dutsena, da sansanina, da kuma mai cetona." Zabura 18:2a

Muna faɗaɗa wannan ta hanyar ba ku ƙungiyoyin aljanu. Aljanu ɗaya suna aiki a matsayin mafaka, wasu kuma suna raka wannan babban aljani mai ƙarfi don lalata ƙarin tashin hankali a rayuwar Sojojin Kristi, waɗanda kuke. Suna jingina kansu bisa ga wani mummunan hali ta hanyar aikinmu na nufin kuma hakan yana gayyatar su shiga kamar maganadisu don su zauna cikin duniyar ruhaniya da jiki ta mai bi. Ku tuna, duhu yana jawo duhu. Haske yana korar duhu.

Duk wani abu da muka yi wanda Allah ba zai yarda da shi ba ko kuma bai kasance a cikin kyawawan littattafan Littafi Mai Tsarki duhu ne. Duba Galatiyawa 5 inda Bulus ya bayyana yadda za mu iya kiyaye 'yancin da Almasihu ya ba mu. Duk wani abu da ke wajen 'yanci abin jan hankali ne ga duniyar duhu. Ku tuna, suna neman wurin zama cikin gaggawa kuma jikin ɗan adam yana ɗaya daga cikin manyan abubuwan da suka fi muhimmanci.
Karanta wannan:

Galatiyawa 5:13-25
Littafi Mai Tsarki Mai Girma
13 Gama ku 'yan'uwana, an kira ku zuwa ga 'yanci; amma kada ku bar 'yancinku ya zama dama ga [a] ɗabi'ar zunubi (abin duniya, son kai), amma ta wurin [b] ƙauna ku bauta wa juna ku nemi mafi kyau. 14 Gama dukan Shari'a [daga dangantakar ɗan adam] an cika ta a cikin umarni ɗaya, "Ku ƙaunaci maƙwabcinka kamar kanku [wato, za ku yi damuwa da wasu kuma ku yi abubuwa don amfanin su]."

15 Amma idan kuna cizon juna kuna cinye junanku, ku
kula kada ku cinye junanku.

16 Amma ina cewa, ku yi tafiya cikin Ruhu Mai Tsarki [ku
neme shi kuma ku amsa ja-gorarsa], sa'an nan ba za ku
aikata sha'awar [c] ta [abin da ke amsawa ba tare da
la'akari da Allah da dokokinsa ba]. 17 Domin halin zunubi
yana da sha'awarsa wadda ke gaba da Ruhu, sha'awar
[burin] Ruhu kuma yana gaba da [d] halin zunubi; domin
waɗannan [biyu, halin zunubi da Ruhu] suna gaba da juna
kai tsaye [ku ci gaba da rikici], don kada ku [a matsayin
masu bi] ku yi duk abin da kuke so ku yi. 18 Amma idan
Ruhu yana jagorance ku kuma yana jagorance ku, ba ku
ƙarƙashin Shari'a ba. 19 Yanzu ayyukan [e] na ɗabi'ar
zunubi a bayyane suke: su ne fasikanci, ƙazanta, sha'awa
(rashin ɗaukar nauyi gaba ɗaya, rashin kame kai), 20 [f]
bautar gumaka, [g] sihiri, ƙiyayya, jayayya, kishi, fushi,
jayayya, jayayya, ƙungiyoyi [waɗanda ke haɓaka bidi'a], 21
kishi, maye, ɗabi'ar hauka, da sauran abubuwa
makamantan waɗannan. Ina yi muku gargaɗi a gaba,
kamar yadda na yi a da, cewa waɗanda ke aikata irin
waɗannan abubuwa ba za su gaji mulkin Allah ba. 22
Amma 'ya'yan Ruhu [sakamakon kasancewarsa a
cikinmu] ƙauna ce [damuwa marar son kai ga wasu], farin
ciki, zaman lafiya [na ciki], haƙuri [ba ikon jira ba, amma
yadda muke aiki yayin jira], kirki, nagarta, aminci, 23
tawali'u, kame kai. A kan irin waɗannan abubuwa babu
doka. 24 Kuma waɗanda suke na Almasihu Yesu sun
gicciye [h] ɗabi'ar zunubi tare da sha'awace-sha'awacenta
da sha'awarta.

25 Idan muka yi iƙirarin cewa muna rayuwa ta wurin Ruhu
[Mai Tsarki], dole ne mu yi tafiya ta wurin Ruhu [da
mutuncin mutum, halin ibada, da ƙarfin hali—halayenmu
da Ruhu Mai Tsarki ke ƙarfafawa].
Rukunin aljanu

Ana gane aljanu bisa ga yanayinsu. *Aljani na ƙiyayya* ana kiransa "ƙiyayya". Kowane aljani ƙwararre ne. Aljani na ƙiyayya ba ya haɓaka sha'awa - yana haɓaka ƙiyayya ne kawai. Idan aka umurci aljanu su ambaci kansu, yawanci suna kiran kansu da suna tare da yanayinsu, misali *tawaye* , *la'ana, rashin kulawa* , da sauransu. Wani lokaci aljani zai ba da suna na kansa kamar "Jim" ko "Shirley". A wasu lokutan za su ba da sunaye na ƙasashen waje. Wannan ma'auni ne na yaudara don hana ministan ceto sanin ainihin yanayinsu. Ya kamata ministan ya umarci aljanu su bayyana yanayinsu, yana cewa, "Menene yanayinka, aljani?"
Ba kasafai ake samun aljanu masu zama a cikin mutane ɗaya ba; suna tare a cikin ƙungiyoyi. Irin waɗannan ƙungiyoyi ana iya kiransu da ƙauyuka, ƙabilu ko iyalai. Idan aka gano ko aka gane aljani ɗaya, ya kamata a sanar da mutum nan da nan don neman abokansa. Ana haɗa ƙungiyar aljanu wuri ɗaya don sarrafa wani yanki na rayuwar mutum. Saboda haka, akwai wata dabara ta ruhohi masu ma'ana a cikin kowace ƙungiya. Ana samun wasu nau'ikan ruhohi akai-akai a cikin haɗuwa iri ɗaya; duk da haka, bai kamata mutum ya ɗauka cewa hadin zai kasance iri ɗaya koyaushe ba.

YIWUWAR RUKUNI BA TA DA IYAKA.

A cikin kowace ƙungiya za a sami *"mutum mai ƙarfi"* ko ruhin mulki. Sau da yawa a lokacin hidima, ana gane ruhin mulki musamman. Ba koyaushe ake buƙatar a gane shi a matsayin ruhin mulki don aiwatar da ceto ba. Irin wannan ganewar yawanci ana ba da dalilai. Da farko, Ruhu Mai Tsarki yana iya jagorantar tsari na tsari. Mai ceton zai so ya kasance mai lura da duk wani shiri na yaƙi da Ubangiji zai iya bayarwa. Akwai yanayi inda Ubangiji zai ba da umarni cewa a fara magance ruhin mulki sannan a yi wa abokansa. A wasu lokutan jagorancin Ubangiji zai kasance don fitar da ƙananan ruhohi da farko sannan kuma ruhin mulki na ƙarshe.

Da alama babu wani abin da ya dace a yi tambaya game da dalilin da yasa Ubangiji ke jagorantar hanya ɗaya sannan kuma wani. Ana horar da soja nagari don bin umarni ba tare da tambayar kwamandansa ba. A wasu lokutan ana iya ba shi babban damar zaɓar hanyar harinsa, kuma a wasu lokutan umarninsa suna da takamaiman bayani. Haka yake a cikin yaƙe-yaƙe na yaƙin ruhaniya.

Dalili na biyu da ya sa za a iya gano ruhin mai mulki shine don amfanin mutumin da ke karɓar ceto. Zai iya zama da taimako sosai a san wane ruhin da za a yi taka tsantsan da shi a nan gaba. Wasu ruhohi suna da alaƙa musamman da halaye waɗanda dole ne a canza su da kuma sassan jikin mutum da dole ne a gicciye su. Bayan ceto, mutum zai yi wasu yaƙe-yaƙe da kansa don kiyaye cetonsa. Yana da matukar taimako a san ainihin abin da mutum ke faɗa, da kuma abin da jiki da kuma abin da aljani yake nufi. Daga gogewa da aka samu ta hanyar ɗaruruwan zaman ceto da kuma mu'amala da ƙungiyoyin aljanu, na gamsu cewa ruhin mai mulki shine ruhin farko da ya mamaye wani yanki. Domin shi ne farkon wanda ya sami shiga, zai iya kafa kansa a matsayin mai mulki. Sannan ya zama mabuɗin buɗe hanya ga sauran ruhohi su shiga. Lokacin da ake korar aljanu, ba sabon abu ba ne a ba wa ruhin mai mulki umarni, "Ku fito ku kawo duk abokanka tare da ku!" ko "Ku fito ku kawo dukkan tushenku!" Idan ba a kori wani ɓangare na ƙungiya ba, an bar hanyar da za a bar ƙungiyar ta koma ciki. Saboda wannan dalili, ceto ya kamata ya kasance cikakke gwargwadon iko.

Ana iya samun ruhi fiye da ɗaya na wani nau'in a cikin wani rukuni. Misali, yankin ɗacin rai na iya ƙunsar *aljanu da yawa na ɓacin rai.* Haka kuma, wani nau'in aljani na iya kasancewa a cikin fiye da rukuni ɗaya. Misali, ana iya samun *aljani na fushi* a cikin dangin ɗacin rai da wani aljani na fushi a cikin dangin kamala. A cikin ceto ɗaya, an fitar da ruhohi

da yawa. A cikin kowace ƙungiya akwai *ruhun baƙin ciki.* Ta hanyar aikin baiwar allahntaka ta fahimta ne kawai za a iya sanin cewa an magance duk irin waɗannan hadakar ruhohi.
Misali: Daci

ƊAUKI

A cikin Ibraniyawa 12:15 an yi gargaɗi: "Kada wani tushen ɗaci ya tsiro ya dame ku, ta haka mutane da yawa za su ƙazantu." Tushen ɗaci shine ke haifar da "matsala". Ɗaci da ke cikin zuciya na tsawon lokaci zai buɗe ƙofa ga mamayewar aljanu. Wannan wataƙila shine mafi yawan buɗewa ga ayyukan aljanu. A mafi yawan lokuta ɗaci yana faruwa ne ga wani a cikin iyali na kusa.

Ruhohin ɗaci suna raya abubuwan da suka faru masu zafi. Abubuwan da suka faru shekaru da suka wuce suna da sabo kuma suna raye a cikin tunawa kamar dai sun faru ne kawai a yau. Don haka, mutum ba wai kawai yana jure wa matsalolin yanzu ba, har ma yana fuskantar koma bayan raunuka. Ruhun *rashin gafara* yana raya kowane bayani game da raunin; yana sake duba su akai-akai a cikin tunanin mutumin. Ba a gafarta ko manta da mafi ƙarancin raunin ba. Duk lokacin da aka sami halin ɗaci, mutum zai iya tsammanin samun aljanu na *ɗaci, ƙiyayya* da *ƙiyayya.* A wasu lokuta sarkar ruhohi tana ci gaba da haɗawa da wasu ko duk ruhohin da ke cikin rukuni.
Jerin ƙungiyoyin aljanu masu zuwa suna wakiltar alamu da aka fuskanta ta hanyar zaman ceto na gaske.

WAƊANNAN RUKUNAN SUNA BA DA SHAWARA NE KAWAI GAME DA ABIN DA ZA A IYA GANI. JERIN BA A YI NUFI DA SHI BA, KO RUKUNAN SUNA ƊAUKAR INGANCI.

An bayar da bayani game da wasu daga cikin rukunonin da aka lissafa. Wannan don bayar da ɗan haske game da matsalolin da wasu rukunonin ruhohi ke haifarwa. Yawancin rukunonin suna da cikakken bayani.
Mun yi imanin cewa bayanin da aka bayar a ƙasa zai zama da amfani mai yawa ga waɗanda ke shiga hidimar ceto. Zai taimaka wa kowa ya fahimci yadda aljanu ke kafa kansu a cikin ƙungiyoyi. An tattara shekaru na nazari da gogewa zuwa shafuka kaɗan.

KUNGIYOYIN ALJANU NA GARGAJIYA

1. DACI
Fushi Ƙiyayya Rashin Gafara Cin Zarafi Fushi Rage Kisa

2. TAWAYE
Taurin kai Rashin biyayya Rashin biyayya

3. RIKICI
Hujjar Takaddama Ta Faɗa Tsakanin Masu Rikici Da Masu Rikici

4. KWATARWA
Mamaki da Mamaki

5. ƊAUKAR DA MATSAYI
Lalacewa Mai Cin Zarafi Ƙiyayya Tausayi Ta Raunata Zalunci

6. ZAGIN
Yin hukunci kan sukar bincike kan kurakurai

7. KIN KI
Tsoron Kin Amincewa Kin Amincewa da kai

8. RASHIN TSARO
Rashin ƙarfi tausayin kai kaɗaici tsoro kunya rashin iyawa rashin iyawa

9. KISHI
Hassada Zato Rashin Amincewa Son Kai

10. JANYEWA
Pouting Day mafarkin Fantasy Pretension Unreality

11. TSIRA
Rashin sha'awa Stoicism Rashin barci Barci Barasa Magunguna

12 KYAUTA
Rashin Sha'awar Funk Rashin Lissafi Rashin Jin Daɗi

13. BAKIN CIKI
Fidda rai Fidda rai Fidda rai Fidda rai Fidda rai Fidda rai Baƙin ciki Rashin bege Mutuwa Kashe Kai Rashin barci Rashin lafiya

14. NAUYI
Ƙiyayya Mai Rauni

15. DAMUWA
Damuwa Tsoro Tsoro Tsoro Tsoro

16. JIN DAƊI
Ciwon kai na tashin hankali Dabi'un Jijiyoyi Rashin Natsuwa Jin daɗi Rashin barci Roving

17. SANARWA
Sanin kai Tsoron mutum Tsoron rashin yarda

18. TSANANIN

Rashin Adalci Tsoron Shari'a Tsoron hukunci Tsoron zargi Tsoron tsautawa Mai hankali

19. RASHIN TUNANI
Hauka Hauka Mania Ragewar Nakasa Sanyi Schizophrenia

20. SCHIZOPHRENIA

21. RASHIN TSORO
Kishi Hassada Zato Rashin Amincewa Tsanani Tsoron Jayayya

22. RUDEWA
Takaici Rashin jituwa Mantuwa

23. SHAKKA
Shakka Kan Rashin Imani

24. RASHIN SHAWARA
Jinkirin sulhu Rikici Mantuwa Rashin sha'awa

25. YARUWAR KAI
RUƊIN KAI JARUMIN KAI JARUMIN KAI JARUMIN KAI

26. ƊAUKAR HANKALI
Rikici Tsoron Mutum Tsoron gazawa Ruhohin asiri Ruhohin sihiri

27. BAUTA TA HANKALI
Hankali Mai Sauƙi Ra'ayi Girman Kai

28. TSORO (Duk nau'i)
Phobias (Duk Nau'in) Hysteria

29. TSORON HUKUMA

Yaudara ta Karya

30. GIRMAN KAI
Girman kai adalcin kai Girman kai Muhimmancin girman kai

31. SOYAYYA
Wasan kwaikwayo na wasan kwaikwayo

32. KWADAYI
Satar Kleptomania Sha'awar Kayan Aiki Kwadayi Rashin gamsuwa

33. KAMALA
Alfahari Girman Kai Babban Kai Abin takaici Sukar Fushi Fushi Mai Rashin Haƙuri

34. GASAR
Tuki Hujja PrideEgo

35. RASHIN HAKURI
Tashin hankali Rashin haƙuri Sukar fushi

36. KARYA NA ƊAUKAR ƊAUKA
Nauyin Karya Tausayi na Karya

37. BAƘIN CIKI
Baƙin Ciwo Zuciya Ciwo Zuciya Kuka Baƙin Ciwo Mummunan

38. GASASSHE
Gajiya Gajiya Raguwa

39. RASHIN RASHI
(kowane irin rashin lafiya ko wata cuta)

40. MUTUWA

41. GADO
(Na Jiki) (Na Motsin Rai) (Na Hankali) (La'ananne)

42. MATSALAR HADARI
Matsi na Tuki da Rashin Natsuwa
43. ZAGI
Zagin Ba'a Sukar Tsegumi Ba'a Zagi ...

44. Barasa Mai Nikotin Mai Sha'awa da Tilas
Magunguna
Maganin Caffeine

45. CIWON KAI
Jin tsoro Cin Abinci Mai Tilas Cike da Damuwa Rashin
Natsuwa Rashin Natsuwa
Tausayin kai Lada kai

46. ZARGIN KAI
Ƙiyayyar kai La'antar kai

47. LAIFI
La'ana Kunya
Rashin cancanta Abin kunya

48. JARUMIN JIMA'I
Sha'awa Fantasy Sha'awa Al'aura Luwadi Luwadi Madigo
Zina Zina Jima'i Cin Amana Cin Amana
Rashin lafiyar Fyade

49. Ƙungiyoyin Ƙungiyoyi
Mashaidin Jehobah
Kimiyyar Kirista
Rosicrucianism
Tsarin Halitta

Urantiya
Subud
Latihan
Haɗin kai
Addinin Mormonism
Bahaism
Unitarianism (Masallatan, ƙungiyoyi da hukumomin zamantakewa suna amfani da Littafi Mai Tsarki da Allah a matsayin tushe amma ba sa barin fansar jinin Yesu Almasihu)

50. ABUBUWAN DA KE CIKI
Binciken Tafin Hannun Ouija, Rubutun Hannu, Rubutun Hannu ta atomatik, ESP
Hypnotism Horoscope Ilmin Taurari Ilmin Taurari Levitation Fortune Telling Water Witch Katunan Tarot Pendulum Witchcraft Black Sihiri White Sihiri Conjuration Icontation Charms Fetishes Da sauransu.

51. ADDINI
Tsarin al'ada Tsarin al'ada Sha'awar koyarwa Ruɗani, Kuskuren koyarwa, Tsoron Allah. Tsoron Jahannama Tsoron ceto da ya ɓace Addini da sauransu.

52. RUHU
Jagorancin Seance Spirit Necromancy da sauransu

53. ADDININ ƘARYA
Addinin Buddha Addinin Tao Addinin Hindu Addinin Shinto Addinin Confucian
Da sauransu.

Rikicin Karshe - Mafarkin Ruhaniya

Duk mun san cewa a cikin tarihin Littafi Mai Tsarki, Allah a wasu lokutan yana magana da bayinsa ta hanyar wahayi da

mafarkai. A ranar Fentakos, Bitrus ya yi ambato daga annabi Joel:
Allah ya ce, "A cikin kwanaki na ƙarshe zan zubo Ruhuna a kan dukkan 'yan adam; 'Ya'yanku maza da mata za su yi annabci, samarinku kuma za su ga wahayi, tsofaffinku kuma za su yi mafarkin mafarkai." Ayukan Manzanni 2:17
A ranar 9 ga Yuli, 1970, Ubangiji ya yi mini magana a cikin mafarki na ruhaniya. Ya bayyana mini a sarari cewa zan yi wa gaskiya da aka nuna mini ta wannan mafarkin hidima. Ina addu'a cewa ta zama albarka da wahayi a gare ku kamar yadda ta kasance ga wasu da yawa waɗanda aka raba ta da su.

MAFARKIN

Da mafarkin ya fara, sai na tsinci kaina ina shiga wani babban filin wasa.
Tashoshin sun cika da mutane gaba ɗaya, kuma akwai iska mai cike da farin ciki da tsammani game da abin da zai faru. Za a yi wasan ƙwallon baseball ne, kuma zan zama ɗaya daga cikin 'yan wasan. Na riga na saka kayan aikina. Kayan aikin ƙungiyarmu ja ne kuma
fararen kaya. Na ga membobin ƙungiyar da ke adawa da su kuma suna sanye da kayan soja baƙi da fari.
Da na shiga filin wasa, sai na fahimci cewa dukkan abokan wasana suna gefe a cikin wata takaddama mai zafi da dukkan membobin ƙungiyar da ke hamayya da ni. Ban so in shiga filin wasa ba, sai na yi tafiya zuwa filin wasa, ina fatan sauran za su haɗu da ni nan ba da jimawa ba. Yayin da na shiga filin wasa, ɗaya daga cikin membobin ƙungiyar da ke adawa da ni ya tafi tare da ni. Hankalina ya cika da damuwa don in ci gaba da wannan atisaye. Daga inda rana take, na san akwai sauran sa'o'i biyu na hasken rana. Dole ne a fara wannan aiki nan ba da jimawa ba.
A ƙarshe dai gardamar da ke tsakanin 'yan wasa ta wargaje, ƙungiyoyin suka fara ɗaukar matsayinsu. Ƙungiyarmu za ta kasance a filin wasa, ƙungiyar da ke adawa da ita kuma za ta

yi kunnen doki. Na fita zuwa filin wasa na hagu na fahimci cewa ba a ba ni aikin da zan yi ba tukuna game da matsayin da zan buga. Na nemi kocina na ga yana tsakiyar filin wasa. Ya yi min alama da in rufe sansanin 'yan wasa na uku, nan da nan na ɗauki matsayina a can.

Ƙungiyarmu ta fara "tattaunawa", kamar yadda suke faɗa. Duk muna ihun ƙarfafa junanmu kuma muna shiga cikin ruhin hadin gwiwa. Na gaba, mun fara yin atisayen motsa jiki - shimfiɗa hannuwanmu, lanƙwasa gwiwoyinmu da lanƙwasa bayanmu. Yanzu lokaci ya yi da za a fara wasan. Mai jefa ƙwallon farko ya jefa a kan farantin. Mai jefa ƙwallon da ke gaba da shi ya yi masa duka da ƙarfinsa. Ya buga.
ƙwallon da ke tashi sosai. Na kalli yadda ta yi sama da kaina, ta koma baya, ta koma baya, ta yi kura a wajen filin wasa. Tsoro ya kama zuciyata. Na yi tunani, "Idan duk 'yan wasansu suna da ƙarfi haka, wace dama za mu samu?" Na fahimci cewa dole ne in kasance a faɗake sosai. Na canza nauyi daga ƙafa zuwa ƙafa. Idan ƙwallon da ke tafe ta zo mini, dole ne in kasance mai saurin gudu kamar kyanwa da ke shirye ta yi tsalle zuwa kowace hanya don kama ƙwallon ta kuma fitar da ɗan wasan. A wannan lokacin mafarkin ya ƙare. Lokacin da na farka na fara tuna mafarkin, martanina na farko ya kasance na takaici. Ina son ƙwallon baseball kuma na ji takaicin cewa ban sami damar kammala mafarkin ba.

FASSARAR

Ba za a iya fahimtar mafarkin ruhaniya ba - dole ne a fassara shi. Yayin da Ruhu Mai Tsarki ya tuna mini mafarkin washegari da safe, sai ya fara ba ni fassarar. Na ɗauki fensir da takarda na fara rubuta fassarar da sauri kamar yadda zan iya. An bayyana komai a sarari cikin ɗan lokaci kaɗan. An rubuta shi ba tare da katsewa ba kamar yadda Ruhu yake ba ni.

Filin wasan yana wakiltar duniya baki ɗaya. Hotunan da aka nuna a Ibraniyawa 12:1 cike da masu kallo ne.

Saboda haka, ganin cewa muna kewaye da gajimaren shaidu masu yawa...
Ubangiji ya gaya mini cewa waɗanda ke cikin rumfunan babban gajimare ne na shaidu. Dukansu Kiristoci ne waɗanda suka taɓa rayuwa kuma yanzu suna kallon duniya daga matsayinsu na sama. Duk kakannin kakanninmu da tsarkaka na zamanin Tsoho da Sabon Alkawari suna cikin rumfunan. Akwai Ibrahim, Yakubu, Ishaku, Yusufu, Dauda, Daniyel, Irmiya, Ishaya, Bitrus, Yakubu da Yahaya da sauran su duka. Su ne waɗanda suka kasance cikin "ƙungiyoyin da suka tuba" a cikin tsararraki na baya. Da yawa daga cikinsu sun yi kyau kuma suna cikin "zauren shahara" kamar yadda aka rubuta a cikin Ibraniyawa sura ta goma sha ɗaya. Suna kallo da himma don ganin yadda mu a cikin filin wasa a wannan tsara za mu yi.

Sai Ubangiji ya ce mini, "WANNAN SHINE SHIRIN DUNIYA! WANNAN SHINE RIKICI NA ƘARSHE TSAKANIN RUNDUNAR SHARI'A DA RUNDUNAR ADALCI. WANNAN SHINE DON ƘAUNAR DA GWARZON DUNIYA!"

Sai aka gaya mini ma'anar kayan. Kayan tufafinmu ja da fari ne. Ja yana wakiltar jinin Yesu. Yana nuna mana a matsayin waɗanda suke na Ubangiji. Jinin yana magana ne game da ikonmu cikin Almasihu Yesu. "Sun yi nasara a kansa (Shaiɗan) ta wurin jinin Ɗan Rago ..." (Ru'ya ta Yohanna 12:11). Farin yana magana ne game da tsarki. Waɗanda ke cikin ƙungiyar Ubangiji a yau dole ne a yi musu alama da tsarki. Ruhu yana mai da hankali sosai kan tsarkin mutum da adalci mai amfani. Wannan ba lokaci ba ne da za a yi tafiya da ƙafa ɗaya a duniya ɗayan kuma a cikin Mulkin Allah! Ƙungiyar da ke fafatawa da su ta yi shigar baƙi da fari.

Baƙi alama ce ta mugunta. Yana siffanta Shaiɗan da ayyukansa na mugunta. An bayyana ƙungiyar abokan hamayya a fili a matsayin Shaiɗan da rundunar aljanunsa. Na yi mamaki. Ƙungiyar shaidan ma tana da fararen kaya a cikin kayanta. Me wannan zai iya nufi? Yayin da ake yin tambayar a cikin zuciyata Ruhu yana ba da amsa... Baƙi da fari suna wakiltar cakuda mugunta da nagarta. Shaiɗan ba ya taɓa zuwa mana da dukkan baƙin ciki da mugunta. Yana zuwa mana da fari. Baƙi da fari suna wakiltar cakuda *gaskiya* da *kuskure*. Wannan yana ɗaya daga cikin manyan gaurayen dabarun Shaiɗan. A yau, fiye da da, akwai gaurayen nagarta da mugunta; gaskiya da kuskure.
Yanzu Ruhu yana magana a sarari cewa a zamanin ƙarshe wasu za su rabu da bangaskiya, suna mai da hankali ga ruhohin ruɗi da koyarwar aljanu. 1 Tim. 4:1
Me ya sa na shiga cikin wannan rikicin? Ubangiji ya nuna mini cewa kasancewara a cikin taron ta wakilci ce. Na wakilci Kiristoci da yawa waɗanda ke shiga fagen yaƙin ruhaniya don ɗaukar matakin kai hari kan sojojin jahannama.

Na tambaya, "Amma, ya Ubangiji, me yasa dukkan abokan aikina suke gefe suna jayayya da ƙungiyar abokan hamayya?" Ubangiji ya bayyana cewa wannan wata dabara ce ta maƙiyi. Yana ƙoƙarin sa mutanen Allah su yi gefe, kuma su fita daga babban aikin kuma su ɗaure su. Ya nuna mini cewa wannan yana wakiltar rarrabuwar kawuna na Kiristanci na *kungiyoyi* . Shaidan yana da Kiristoci a gefe suna kare koyarwarsu da al'adunsu, ba tare da sanin cewa shaidan ya ruɗe su ba. Lokaci ya yi da mutanen Allah za su haɗu su ci gaba da harkokin da ke hannunsu! A zahiri wannan shine abin da ke faruwa sakamakon babban zubowar Ruhu Mai Tsarki a duk faɗin duniya a yau.

Damuwata ita ce ranar ta kusa ƙarewa. Sa'o'i biyu kacal na hasken rana suka rage. Hakika, dare yana zuwa lokacin da babu wanda zai iya aiki. Muna rayuwa ne a cikin sa'o'in ƙarshe na tarihin ɗan adam. Dole ne mu yi amfani da kowane minti. Dole ne mu fahimci cewa a matsayinmu na Kiristoci dole ne mu shiga filin wasa mu kayar da Shaiɗan da rundunarsa.

A ƙarshe ƙungiyoyin suka fara tafiya zuwa filin wasa. Mutum ɗaya ba ya yin ƙungiya! Matakin rayuwar coci da muke shiga yana buƙatar aikin ƙungiya... haɗin kai! Sai Ubangiji ya tunatar da ni cewa akwai 'yan wasa *tara* a ƙungiyar ƙwallon baseball. Lamba ta tara tana nuna *baiwa tara* ta Ruhu da ' ya'yan itacen Ruhu *guda tara* . *Waɗanda ke cikin ƙungiyar Ubangiji a wannan yaƙin ƙarshe da sojojin Shaiɗan za su yi aiki ƙarƙashin* jagorancin Ruhu Mai Tsarki, Kyauta ta Ruhu - kalmar hikima, kalmar ilimi, bangaskiya, baiwar warkarwa, aikin mu'ujizai, annabci, fahimtar ruhohi, nau'ikan harsuna da fassarar harsuna (Duba 1 Kor. 12:8-10) - za su yi aiki a hidimarsu. 'Ya'yan Ruhu - ƙauna, farin ciki, zaman lafiya, tsawon rai, tawali'u, nagarta, bangaskiya, tawali'u, kamewa - za su kasance a bayyane. (Duba Gal. 5:22,23). Yabo ga Ubangiji! Yana kawo ƙungiyarsa zuwa filin wasa a *zamaninmu. Kungiya* ce *mai cike da Ruhu* . Kyauta ta
Ana mayar da Ruhu cikin coci. Ana nuna 'ya'yan itatuwa a tsakanin mutanen Allah kamar ba a taɓa gani ba. Ana shawo kan shingayen da suka raba mu kuma suka sa mu gefe na tsawon lokaci. Shingayen ƙungiyoyin addini suna rugujewa. Ana binne tambayoyin koyarwa masu raba addini. Yesu Ubangiji ne! Muna fuskantar kwararar ƙauna. Muna kan manufa ɗaya. Za mu iya bauta wa Allah da hidima tare a ƙarƙashin Ruhu Mai Tsarki.

Lokacin da na ƙaura zuwa filin wasa, wani memba na ƙungiyar da ke adawa da ni ya tafi tare da ni. A zahiri, na koma fagen rikici lokacin da na fuskanci Ruhu Mai Tsarki. A lokacin ne aka ba ni iko kuma na zama barazana ga shaidan. Bayan wannan gogewar ne kyaututtukan Ruhu suka fara aiki a cikin hidimata, kuma yawancin ikon da ya biyo baya yana kan shaidan. Baftisma cikin Ruhu Mai Tsarki ba shakka bai kawo ƙarshen matsalolina ba - a gaskiya matsalolina sun fi yawa fiye da da. Da dare ɗaya yawancin abokaina suka zama abokan gaba waɗanda suka ƙi ni suka zarge ni da girman kai da yaudara. Tsoro ya kama zuciyata kuma na yi mamakin abin da zai faru da ni. Ikon aljanu sun shiga filin don su yi mini ƙorafi!

A wannan lokacin ina tsaye a filin hagu. Shin ka san ma'anar kasancewa a filin hagu? An yi amfani da wannan furci don kwatanta mutumin da ya rikice kuma bai san inda yake ba. Na san ina cikin rikici da kuma a filin amma ban san menene ɓangarena ba. Wannan ya bayyana matsalata da kyau kuma a zane bayan baftisma cikin Ruhu Mai Tsarki. Shin wannan ba haka bane?
Suna kwatanta Kiristoci da yawa? Suna cikin filin hagu. Ba su taɓa samun nufin Allah a rayuwarsu ba. Suna yawo ba tare da manufa ba. Ba su da wani taimako ga ƙungiyar. Wurin da za su cike an bar shi babu komai. Akwai gibi a cikin sahu. Amma Kocin yana nan a shirye don bayar da jagora! Wanene Kocin? Shi ne Ruhu Mai Tsarki. Kuma ina za a same shi? Wannan wani abu ne mai ban mamaki na mafarkin. Yawanci kocin yana gefe ko a cikin rami. Amma ga kocin yana tsakiyar filin. Ina Ruhu Mai Tsarki yake a yau? Yana tsakiyarmu. Yana nan don ya ba mu jagora yayin da muke kallonsa. Ya nuna mini cewa zan kasance a sansanin uku. Za mu fahimci ma'anar wannan nan da ɗan lokaci.
Mambobin ƙungiyar daban-daban sun fara samun matsayinsu cikin sauri. Nan ba da jimawa ba za a fara wasan. Mun fara yi wa juna ihun ƙarfafa gwiwa. Kai, kyakkyawan hoto na cocin.

Mu kuma yi la'akari da juna domin mu jawo hankali ga ƙauna da ayyukan alheri: Kada mu bar taronmu, kamar yadda wasu suke yi, sai dai mu ƙarfafa juna: fiye da haka ma, yayin da kuke ganin ranar tana gabatowa. Ibraniyawa 10:24,25

Sai muka fara atisayenmu. Ubangiji ya nuna mini cewa atisayen jiki na 'yan wasan ƙwallon ƙafa yana daidai da atisayen ruhaniya na Kirista. Idan za mu ci gaba da kasancewa cikin ƙoshin lafiya don rikici na ruhaniya dole ne mu bi ƙa'idodi da horo na motsa jiki na ruhaniya muna lanƙwasa gwiwoyinmu cikin addu'a, muna ɗaga hannuwanmu don yabo, muna sunkuyar da bayanmu cikin bauta! Hallelujah! Mahalarta a cikin rikicin gasar cin kofin duniya koyaushe za su kasance cikin yanayi mai kyau. Kada a ce game da mu cewa...

Yaran wannan duniya sun fi 'ya'yan haske hikima a zamaninsu. Luka 16:8b

Idan maza a fagen wasanni za su iya tsara rayuwarsu kuma su kasance cikin mafi kyawun yanayi don cimma kambin duniya, to, balle Kirista ya kamata ya biya kuɗin don ya kasance cikin shiri sosai don babban rikici na kowa.

Yanzu, lokaci ya yi da za a fara rikicin. Allah ya nuna mini cewa ƙungiyarmu tana cikin filin wasa a kan tsaro. Ya gaya mini cewa ni mutanensa sun daɗe a wannan matsayi. Lokaci ya yi da za mu ɗauki ikon shaidan mu shiga kai hari. Tsaro mai kyau yana da mahimmanci, amma ƙungiyar kai hari ce ke zira kwallaye. Ta hanyar yaƙin ruhaniya coci tana ɗaukar matakin hari a yau. Ana korar aljanu. Ana kai hari kan mulkoki da ikokin duhun ruhaniya kuma ana kayar da su. Yesu ya taɓa cewa...

Idan da yatsan Allah nake fitar da aljanu, babu shakka mulkin Allah ya zo muku. Luka 11:20

Wannan ita ce ranar yaƙin ruhaniya da nasara ta ruhaniya. Kafin Mulkin Allah ya zama gaskiya a rayuwarka ko tawa,

dole ne a fuskanci kuma a shawo kan sojojin jahannama da suka kewaye mu. Kafin cocin ta cika abin da Ubangiji ya annabta game da cocinsa mai nasara (Matta 16:18) dole ne ta ɗauki
farmaki ga shaidan. Saƙo da kuma aikin yaƙin ruhaniya suna yaɗuwa cikin sauri a yau a cikin coci. Ana tsayayya da shaidan kuma ana tilasta masa guduwa. A karon farko muna ganin bayan shaidan. Kyakkyawan gani ne!

Na tuna da labarin yaran da ke buga ƙwallo a fili wata rana. Wani mutum yana wucewa. Ya tambayi ɗaya daga cikin yaran yadda wasan yake tafiya. Yaron ya amsa cewa komai yana tafiya daidai. Mutumin ya tambaya game da sakamakon. Yaron ya ce 35 ne da 0. Mutumin yana son sanin wanda zai yi nasara. Yaron ya ce 35 ne da 0. Sai mutumin ya ce ƙungiyar yaron tana goyon bayan ɗayan ƙungiyar. Sai mutumin ya ce ƙungiyar yaron tana shan kashi sosai. Yaron ya yi kama da wanda zai yi nasara a kanta. Yaron ya yi mamaki ya ce, "A'a, Yallaɓai! Ba za a doke mu ba." Yanzu mutumin ya ruɗe. Yana son ya san yadda yaron ya ɗauka cewa ba za a doke su ba lokacin da suke bayan 35 da 0.
Sai yaron ya yi bayani, "Yallaɓai, ba mu zo yin wasa ba tukuna."
Wannan hoton cocin yayi kyau kwarai da gaske! Shaidan yana ta guduwa. Amma yanzu lokaci yayi da cocin za ta dauki matakin kayar da shaidan. Amin!

Sai aka jefa ƙwallon farko. Ƙwallon da ke gabanta ta buga ƙwallon da ƙarfi. Ƙwallon ta yi sama sosai amma ta faɗi da laifi. Ubangiji ya ce, "Ina so in nuna muku aikin maƙiyi. Kamar ƙwallon da aka buga ne. Maƙiyi yana da ƙarfi. Kuma abin da yake yi sau da yawa yana da girma da ban sha'awa, amma yana da 'ɓata' ko'ina."

Tsoron da ya mamaye zuciyata abu ne da ya zama ruwan dare ga bayin Allah da yawa idan suka ga duk abin da shaidan ke yi. Suna mamakin ko akwai wata dama ta samun nasara. Suna fara tunani game da kama su cikin farin ciki. Amma Allah ba ya kawo irin wannan cocin! Shi ne Ubangijin cocin 'yan gwagwarmaya. Yana jiran tsararraki irin namu su ɗauki filin wasa. A ƙarƙashin jagorancinsa za a yi. Za a kayar da maƙiyi. Shin kana cikin ƙungiya? Shin kana ɗaukar matakin yaƙi da shaidan?

A wannan lokacin a mafarkin na fahimci cewa dole ne in kasance a shirye. Dole ne in zama mafi kyau. Dole ne in iya motsawa a kowace hanya da ake buƙata kuma in fitar da abokin hamayya.
To, ku lura ku yi tafiya da kyau, ba kamar wawaye ba, amma kamar masu hikima, kuna fansar lokaci, domin kwanaki mugaye ne. Afisawa 5:15,16
Da alama mafarkin ya ƙare da wuri. Na tambayi Ubangiji dalilin da ya sa ba a ba ni izinin ganin ƙarshen wasan ba. Ubangiji ya tambaye ni dalilin da yasa nake son ganin ƙarshen wasan. Na bayyana cewa ina son sanin sakamakon. Sai Ubangiji ya ce mini wani abu mai kyau, "Dana", Ya ce, "ba sai ka san sakamakon ba; ka riga ka san shi. Kalmata ta yi maka alƙawarin cewa kana cikin ƙungiyar da ta yi nasara. Zai kasance kamar yadda na faɗa. A'a, ba sai ka san sakamakon ba, amma kana buƙatar sanin cewa ƘARSHE

RIKICI YA FARU!

Eh, abokina Kirista, muna cikin ƙarshen zamani. Yaƙi na ƙarshe tsakanin rundunonin Shaiɗan da rundunar Allah ya riga ya fara. Mun ga shaidar hakan a kowane gefe. Kira ne zuwa yaƙi. Babu sauran lokacin jinkiri. Yaƙin yana kan gaba! Shin kana da hannu?

BIYOYIN DA SUKA GABATA

Fassarar mafarkin bai ƙare ba. An ba ni ma'anar tushe. Tushe na farko yana wakiltar *alaƙar zamantakewa* , tushe na biyu kuma *dangantaka ta kasuwanci* , tushe na uku kuma *dangantaka ta coci.* Shi ya sa aka tura ni tushe na uku. Aikina ne in kori shaidan lokacin da yake ƙoƙarin shiga tushe na uku - a cikin coci.

Gidan zama yana wakiltar abin da yake nufi - *dangantakar gida.* Ruhun ya nuna mini cewa komai ya fara daga gida kuma ya ƙare a gida. Lokacin da membobin ƙungiyar Ubangiji suka zo yin faɗa, dole ne su fara daga gida su sami nasara a can. Komai yadda suke gudanar da tushen zamantakewa, kasuwanci ko ma coci, idan ba su fara a gida ba, ba komai ba ne illa munafukai!

Allah yana mai da hankali kan rayuwar gida mai kyau a yau. Yana tsara gidajenmu. Yana maido da miji da uba zuwa ga matsayinsa na iko a gida. Gida yana zama cibiyar rayuwar ruhaniya. Wannan shine tsarin Allah na Allah. Ba za mu iya zama daidai a kowace dangantaka a rayuwa ba har sai rayuwarmu ta yi daidai.

gida. Ƙungiyar Shaiɗan tana jefa ƙwallo mai sauri da ƙwallo mai lanƙwasa a gida. Dole ne a kayar da Shaiɗan da farko a harin da yake kai wa gidajenmu. Kowane memba na iyali dole ne ya ɗauki nauyin da Allah ya tsara:

Mata, ku yi biyayya ga mazanku, kamar ga Ubangiji ... Maza, ku ƙaunaci matanku, kamar yadda Almasihu kuma ya ƙaunaci ikilisiya, ya kuma ba da kansa dominta ... 'Ya'ya, ku yi biyayya ga iyayenku cikin Ubangiji; gama wannan daidai ne. Afisawa 5:22,25, 6:1

Gwaji na farko na rayuwar Kirista yana zuwa ne daga gida. Idan ƙauna, farin ciki da kwanciyar hankali na Ruhu Mai Tsarki ba su fito daga rayuwarmu ta dangantaka da mutanen gidanmu ba, to Shaiɗan ya sami nasara a kanmu. Lokacin da ya bayyana cewa Shaiɗan ya riga ya sami gindin zama a gidanmu da kuma ta wurin kanmu, kira ne zuwa yaƙin ruhaniya. Kayar da shaidan a rayuwarka da kuma cikin iyalinka sannan za ka iya ci gaba da yaƙin zuwa wasu fannoni na rayuwa.

A cikin misalinsa na ƙura da katako, Yesu ya nuna mana cewa dole ne mu gyara rayuwarmu kafin mu iya yi wa wasu hidima. Bari mu tabbatar babu *aladu a cikin ɗakunanmu.*

Addu'a Takaitacciyar Addu'a Don Ceto Kai

"Ya Ubangiji Yesu Almasihu, na yi imani ka mutu a kan gicciye saboda zunubaina kuma ka tashi daga matattu. Ka fanshe ni da jininka kuma ni naka ne, kuma ina so in rayu dominka. Ina furta dukkan zunubaina - waɗanda aka sani da waɗanda ba a sani ba - Ina yi musu hakuri da su duka. Ina watsi da su duka. Ina gafarta wa duk wasu kamar yadda nake so Ka gafarta mini. Ka gafarta mini yanzu ka tsarkake ni da jininka. Ina gode maka saboda jinin Yesu Almasihu wanda ke tsarkake ni yanzu daga dukkan zunuba. Kuma ina zuwa gare ka yanzu a matsayin mai cetona. Ka san bukatu na musamman - abin da ke ɗaure, wanda ke azabtarwa, wanda ke ƙazantar da shi; wannan mugun ruhu, wannan mugun ruhu - ina da'awar alƙawarin kalmarka, "Duk wanda ya kira sunan Ubangiji za a cece shi." Ina kira gare ka yanzu. Da sunan Ubangiji Yesu Kiristi, ka 'yantar da ni. Shaiɗan, na ki ka da dukkan ayyukanka. Na 'yantar da kaina daga gare ka, cikin sunan Yesu, kuma ina umurtar ka ka bar ni yanzu cikin sunan Yesu. Amin!"

Bari ya fito daga zuciyarka ka ga ceton Ubangiji!

Kana rashin lafiya ko kuma kana bukatar gyara?

Ga waɗanda ba su da lafiya ko marasa lafiya a kowace siffa ko tsari, ko kuma waɗanda ke buƙatar ceto? Ko kuma waɗanda ke buƙatar ceto, a yi amfani da bangaskiya wajen taɓa alamar da ke ƙasa ***(Bangaskiya ita ce ganin kyakkyawan sakamako na halin da kuke ciki a yanzu, sanin cewa Yesu ya yi aikinsa fiye da shekaru 2000 da suka*** *gabata don tabbatar da warkarwarku da ceto, gyarawa a matsayin biyan kuɗi na farko, da amincewa cewa wannan biyan kuɗi na farko yana nan a gare ku don cirewa daga, kamar ma'auni mai kyau a cikin asusun ajiyar ku da banki, babu tambayoyi da aka yi kamar yadda muka yarda da ku kuma muka furta BE WALLAKE cikin sunan Yesu Kiristi, Amin)*

Da ikon, ka ba ni da su, ina amfani da wannan ikon yanzu cikin bangaskiya da fushinsu a kan maƙiyi da yunwa don samun abin da ka ba su kyauta, Ina la'antar kowace cuta, kowace cuta, ko ciwon daji, COVID 19, ko ruhin rashin lafiya, ko mallakar aljanu ko zalunci, ko ruhin talauci, koma-baya, jinkirin cikar abin da Allah ya riga ya ƙaddara kuma ya saki. Mun zo kan rashin tabbas, ina ɗaure su, muna la'antar su zuwa tushensu kuma muna kore su da iko cikin sunan Yesu Kiristi. Amin. Muna kira da a saki warkarwa, ceto da kuma gyara rayuwarsu cikin sunan Yesu Kiristi mai girma. Na gode Ubangiji saboda shaidar da ke kiyaye ɗaukakarka da girmamawarka da yabonka. Na gode da rayukan da ake ƙarawa cikin mulkinka sakamakon wannan saƙon, mu'ujizai da muke gani a yanzu kuma suna bayyana don ɗaukakarka cikin sunan Yesu, Amin. An gama! Yi farin ciki!

Taɓa wannan wuri da aka nuna a matsayin wurin taɓawa kuma ka furta da bakinka - NA WARKE, AN CECE NI, kuma AN MAYAR DA NI A cikin Ruhuna, Raina, Jikina da kuma duk kewaye da ni cikin sunan YESU KRISTI, Amin!!!

Ka fara yin abin da ba za ka iya yi a da ba, ka fara furtawa har sai cikakken waraka, maido da ceto ya zama 'ya'ya a rayuwarka cikin sunan Yesu, amin. Ka ci gaba da jin yunwa ga Allah duka, ka yi fushi ka kuma mayar da duk abin da maƙiyi ya riƙe a cikin sunan Yesu, amin

Lura:
Ku shaida warkarwa don ɗaukakar Allah da kuma kunyatar maƙiyi! Aiko mana da imel ko whatsapp idan har yanzu kuna buƙatar mu yarda da ku kan batun. Kuma ku haɗu a jerin kayan aiki da za a fara daga mako mai zuwa Alhamis. Nemo cikakken bayani nan ba da jimawa ba a gidan yanar gizon mu!

Manyan Abubuwan Ci Gaba - 1 - Babi na 8 - Gano Yadda Daga Manyan a Kashi na 7

– IKON RAHOTO MAI TSARKI yana zaune a cikin KA a cikin kalmomin da aka watsa ta iska zuwa RUWA da MAI a matsayin wakili don WARAKA, CETON DA MAYARWA a rayuwarka da wasu – An haɗa da samfurin Rubutu na Addu'a akan ruwa da mai + Labarai 2 akan CETON Fasto da wani Yarinya 'yar shekara 6 daga Schizophrenia da kuma wasu aljanu a matsayin hanyar koyo a gare ku ta Frank da Ida Mae - Kashi na 7 + Addu'ar yarjejeniya don warkarwa, kubuta da maidowa

Abokai, a yau, mun kawo muku kashi na 7 na jerin shirye-shiryenmu kan isassun abubuwan da za a iya yi wa fursunoni maraba da samun 'yanci cikin Almasihu.

Mun ce ta hanyar halaye marasa kyau ko salon rayuwa mara tushe, muna mai da kanmu Kiristoci don zama wuri mai kyau ga rundunonin duhu ta hanyar zaɓin rashin biyayya ga tsarin rayuwa na Allah da gangan. Muna zama bayi waɗanda muke miƙa wa nufinmu don mu yi musu biyayya. Don ƙarfafa wannan batu, ga Bulus a cikin

Romawa 6:16 Littafi Mai Tsarki Mai Girma, Buga na Gargajiya

16 Ashe, ba ku sani ba cewa idan kun ci gaba da miƙa kanku ga kowa domin ku yi nufinsa, ku bayi ne na wanda kuke yi

wa biyayya, ko zunubi ne, wanda ke kaiwa ga mutuwa, ko kuma biyayya wadda ke kaiwa ga adalci (yin adalci da kuma tsayawa a gaban Allah)?

Kuma Yesu ya yi nuni ga wannan gaskiyar cewa wannan ubangidan - Shaiɗan mai aiki ne mai wahala da halakarwa.. Karanta wannan

Yohanna 10:10
Littafi Mai Tsarki Mai Ƙarfafawa, Bugun Gargajiya
10 Ɓarawo yana zuwa ne kawai don ya yi sata, ya kashe, ya kuma hallaka. Na zo ne domin su sami rai, su kuma ji daɗinsa, su kuma same shi a yalwace (har sai ya cika, har sai ya cika).
Allah ya ba mu kyautar 'yancin zaɓe don yin zaɓi Amma bai ba mu 'yancin zaɓe don zaɓar sakamakon zaɓinmu ba. A nan Musa yana yi wa 'ya'yan Isra'ila gargaɗi kuma a faɗaɗa mu Kiristocin zamani a cikin:

Kubawar Shari'a 30:16-20
Littafi Mai Tsarki Mai Ƙarfafawa, Bugun Gargajiya
16 [Idan kun yi biyayya da umarnan Ubangiji Allahnku waɗanda nake umartarku da su a yau, ku ƙaunaci Ubangiji Allahnku, ku yi tafiya cikin hanyoyinsa, ku kuma kiyaye umarnansa, da dokokinsa, da umarnansa, to za ku rayu ku kuma yawaita, Ubangiji Allahnku kuma zai albarkace ku a ƙasar da za ku shiga ku mallake ta.
17 Amma idan zuciyarka ta juya, ba ka ji ba, amma aka janye ka ka bauta wa wasu alloli, ka bauta musu,
18 Ina sanar da ku yau cewa za ku halaka, ba za ku daɗe a ƙasar da za ku haye Urdun don ku mallake ta ba.
19 Ina kiran sama da ƙasa su shaida a kanku a yau cewa na sa rai da mutuwa a gabanku, albarka da la'ana; don haka ku zaɓi rai, domin ku da zuriyarku ku rayu.
20 Ku ƙaunaci Ubangiji Allahnku, ku yi biyayya da muryarsa, ku manne masa. Gama shi ne ranku da tsawon

kwanakinku , domin ku zauna a ƙasar da Ubangiji ya rantse zai ba kakanninku, Ibrahim, Ishaku, da Yakubu.

Ta hanyar zaɓe da gangan, da yawa daga cikinmu Kiristoci mun mai da kanmu ƙasa mai kyau da kuma wurin da za mu kai ga aljanu. Gaskiyar magana ita ce, da yawa daga cikinmu ba mu san wannan ba kuma hakan ya faru ne ta hanyar ƙirƙirar sojojin mugunta har sai mun bar Ruhu Mai Tsarki ya sanya mana haskensa don ceto. Mun san akwai wurare da yawa a rayuwarmu da muke cikin mawuyacin hali ko kuma a cikin bauta wanda addu'a ba ta yi nasara ba tsawon shekaru saboda ba a magance tushen dalilin da ke damun warkarwa gaba ɗaya, ceto da kuma gyarawa a cikin ruhinmu, rai da jikinmu ba.

A yau a kashi na 7, za mu kawo muku jerin littattafanmu na Enough is Enough to Captivity of Satan da kuma Barka da zuwa 'YANCI cikin Almasihu, fahimtar yadda ake motsa **ikon Ruhu Mai Tsarki wanda ke zaune a cikin KAI da NI a cikin kalmomi da aka watsa ta iska zuwa RUWA da mai a matsayin wakili don warkarwa, Ceto da MAYARWA a rayuwarka da sauransu + Labarai 2 akan Ceto Fasto da yarinya 'yar shekara 6 a matsayin hanyar koyo a gare ka - Kashi na 7**

Ku tuna, muna samun kayan aiki don aiwatar da umarnin da ke cikin Markus 16:15 cikin nasara.

Markus 16:16-20

Littafi Mai Tsarki Mai Ƙarfafawa, Bugun Gargajiya

16 Duk wanda ya gaskata kuma ya dogara ga Linjila da Wanda ta bayyana] aka kuma yi masa baftisma, za a cece shi daga hukuncin mutuwa ta har abada; amma wanda bai gaskata ba [wanda bai yarda da Linjila da Wanda ta bayyana] za a hukunta shi.

[17] **Waɗannan alamu masu shaida za su kasance tare da
waɗanda suka yi imani : da sunana za su fitar da aljanu;
za su yi magana da sabbin harsuna.**
[18] **Za su ɗauki macizai; ko da sun sha wani abu mai rai,
ba zai cutar da su ba; za su ɗora wa marasa lafiya
hannuwansu, za su warke.**
[19] **To, bayan da Ubangiji Yesu ya yi musu magana, aka
ɗauke shi zuwa sama, ya zauna a hannun dama na Allah.**
[20] **Suka fita suka yi wa'azi ko'ina, Ubangiji kuwa yana
aiki tare da su, yana kuma tabbatar da saƙon ta wurin
alamu da mu'ujizai masu shaida da ke tare da shi. Amin
(haka ne).**

Mun ambata a cikin jerin da suka gabata cewa domin a yi nasarar aiwatar da wannan umarni na Yesu ga DUKKAN MASU IMANI cikin Almasihu, babu wani wuri ga sojojin da suka gudu ko kuma su yi yaƙi domin an riga an yi nasara a yaƙin a cikin sammai. Namu shine mu yi amfani da ikonmu kuma an ba mu ikon ta wurin Ruhu Mai Tsarki mai rai don aiwatar da wannan nasarar domin maƙiyi zai so ya taka iyakarsa koyaushe. Gwada ruwa don ganin ko ba mu da jahilci. Abin takaici, da yawa daga cikinmu ba su san dabarun mugun ba.

Mun ce domin mu fuskanci irin wannan maƙiyi a matsayin rundunar soja mai ladabi, muna buƙatar waɗannan abubuwa kamar yadda yake a cikin **A, B, C, D, E, F da G. Dole ne in jaddada cewa wannan jerin ba na kowa bane. Zaɓaɓɓun mutane kaɗan ne za su cancanci shiga cikin waɗannan halaye 7. Ga su kamar haka** :

A. **Samuwa (Ruhu, rai da jiki)**
B. **Ƙarfin hali**
C. **Tausayi ga wasu**
D. **Ƙaddara**
E. **Soyayya Mai Kyau**

F. **Fushi Mai Zafi**
G. **Babban Yunwa**

Idan ba ka da waɗannan siffofi a matsayin ƙananan sinadaran, ba zai yiwu ka yi nasara a kamfen ba domin duk sinadaran da ke sama suna buƙatar a haɗa su wuri ɗaya don samar da irin bangaskiyar iri ta mustard don kawo sauyi domin Allah yana ciyar da mutane masu jin yunwa, ba yara masu sanyi ko ɗumi ba, ko da kuwa a cikin warkarwa, ceto da kuma gyarawa a ciki da waje.
Garin ya shirya don tattarawa amma ana buƙatar irin mustard, ana buƙatar bangaskiya mai ƙarfi don tattara su cikin ƙwarewarmu. Muna magana ne game da rayuka, rayuka, da ƙarin rayuka da duk abin da muke buƙata a matsayin rundunar Allah mai rai don yin yaƙin neman zaɓe mai nasara. Muna nan don samar muku da koyo daga waɗanda suka riga mu.

Yanzu duba ɓangaren farko na gabatarwarmu a yau - **IKON RAHOTO MAI TSARKI yana zaune a cikin KA a cikin kalmomin da aka canja ta cikin iska zuwa RUWA da MAI a matsayin wakili ga Mu'ujiza - WARAKA, CETON DA MAGYARWA a rayuwarka da sauransu - - An haɗa da samfurin rubutun addu'a**

Za mu fara da Yesu, mawallafi kuma mai kammala bangaskiyarmu wanda Ruhu Mai Tsarki ke zaune a cikinsa a cikin:

Yohanna 9:1-7
Littafi Mai Tsarki Mai Ƙarfafawa, Bugun Gargajiya
9 Yana wucewa, sai ya ga wani mutum makaho tun daga haihuwarsa.
2 Almajiransa suka tambaye shi, "Ya Rabbi, wa ya yi zunubi, wannan mutumin ko iyayensa, har aka haife shi makaho?"

[3] Yesu ya amsa, "Ba wannan mutumin ko iyayensa sun yi zunubi ba, amma an haife shi makaho ne domin a bayyana ayyukan Allah a cikinsa."
[4] Dole ne mu yi aikin Wanda ya aiko ni, mu kuma yi aiki da shi, alhali kuwa hasken rana ne; dare yana zuwa, lokacin da babu wanda zai iya aiki.
[5] Muddin ina cikin duniya, ni ne Hasken duniya.
[6] Da ya faɗi haka, sai ya tofa a ƙasa ya yi laka da yau, ya kuma shafa masa man shafawa a idanun mutumin.
[7] Sai ya ce masa, "Je ka, ka yi wanka a tafkin Siloam"— wato wanda ke nufin "An aiko." Sai ya je ya wanke, ya dawo yana gani.

Idan wannan mu'ujiza ta faru a zamaninmu ta hannun duk wanda ya bi Kristi, za mu yi sauri mu yi hukunci mu ce, "watakila muna amfani da juju. Kamar yadda aka zargi Yesu bayan wannan mu'ujiza mai ban mamaki idan ka karanta har zuwa ƙarshen Yohanna 9.

Yesu yana nuna mana wata ƙa'ida a nan da za mu iya kuma ya kamata mu yi amfani da ita a zamaninmu domin muna ɗauke da Ruhu Mai Tsarki a cikinmu kuma idan muka yi magana da duk wani abu da ke cikin ikon Ruhu Mai Tsarki mai rai, nufin zuciyarmu zai cika. Ina kawo wasu nassosi don shaida ikon kalmomi masu ban mamaki don tasiri da kuma haifar da canji a cikin yanayi matattu da ruɓewa. Sannan, zan haɗa da addu'a mai sauƙi kamar rubutun da za mu iya amfani da shi kuma mu daidaita shi da yanayinmu da yanayinmu:

Misalai 18:20-21
Littafi Mai Tsarki Mai Ƙarfafawa, Bugun Gargajiya
[20] Za a cika zuciyar mutum da 'ya'yan bakinsa; kuma sakamakon maganarsa dole ne ya gamsu [ko nagari ne ko na mugunta].

21 Mutuwa da rai suna cikin ikon harshe, wadanda suka ci shi za su ci 'ya'yansa [don mutuwa ko rai].
Karin Magana 18:4,6,16
Littafi Mai Tsarki Mai Ƙarfafawa, Bugun Gargajiya
4 Kalmomin bakin mutum mai hikima kamar ruwa mai zurfi suke [mai yawa da wahalar fahimta], maɓuɓɓugar hikima mai hikima kuma kamar rafi mai gudu [mai walƙiya, sabo, tsarkakakke, kuma mai ba da rai].
6 Leɓunan wawa masu ƙarfin gwiwa suna kawo jayayya, bakinsa kuma yana gayyatar duka.
16 Kyautar mutum tana ba shi sarari kuma tana kawo shi gaban manyan mutane.
Kafin addu'ar, na taƙaita wannan ta wurin labarin Yesu game da ikon da ke cikin kalmominmu.
Markus 11:20-26
Littafi Mai Tsarki Mai Ƙarfafawa, Bugun Gargajiya
20 Da safe, da suke wucewa, sai suka ga itacen ɓaure ya bushe gaba ɗaya har saiwarsa.
21 Sai Bitrus ya tuna, ya ce masa, "Malam, duba! Itacen ɓauren da ka hukunta ya bushe!"
22 Yesu ya amsa musu ya ce, "Ku yi imani da Allah koyaushe."
23 Hakika ina gaya muku, duk wanda ya ce wa wannan dutse, Ka ɗaga shi ka jefa shi cikin teku! Bai kuma yi shakka a zuciyarsa ba, amma ya gaskata cewa abin da ya faɗa zai faru, za a yi masa.
24 Saboda haka ina gaya muku, duk abin da kuka roƙa da addu'a, ku yi imani (ku yi imani) cewa an ba ku, za ku kuwa samu.
25 Kuma duk lokacin da kake tsaye kana addu'a, idan kana da wani abu a kan wani, ka yafe masa, ka kuma bar shi ya tafi, domin Ubanka wanda ke cikin sama shi ma ya yafe maka kurakuranka da kurakuranka, ya kuma bar su su tafi.
26 [b] Amma idan ba ku yafe ba, Ubanku da ke sama ba zai yafe muku kurakuranku da kurakuranku ba.

Idan ka duba aya ta 23, Ya ce "duk wanda ya ce". Cewa duk wanda ya haɗa ka da shi. Bai ce, "idan kai shafaffe namiji ne ko mace ta Allah ba" Sharaɗin kawai shine "kuma bai yi shakka ba ya yarda cewa abin da ya faɗa zai faru, za a yi masa shi"
Ku tuna, wannan ya faru ne kafin a ba da Ruhu Mai Tsarki. Yanzu, ni da kai muna da Ruhu Mai Tsarki a cikinmu. Abin da kawai muke buƙatar yi shi ne mu ƙarfafa Shi. Ta hanyar bauta, yabo, magana da harsuna domin mu gina cikin bangaskiya don yin sanarwar da za ta fara aiki.

Yanzu bari mu fara. SAMFURIN NASSIN ADDU'A

Misalin rubutun addu'a don yin magana a cikin ruwa ko mai kafin mu shafa ko mu sha shi don cimma manufar da aka nufa. Ka tuna, dole ne ka ga sakamakon da ake so a fili yayin da kake yin waɗannan furucin a cikin ruwa ko mai don zama wakilin warkarwa, ceto, da kuma gyarawa. Ci gaba da yin haka har sai an sami canji a yanayin ko yanayin.

Fara Magana : Ruwa ko mai, Ina shaƙar numfashin rai wanda ke zaune a cikina ta hanyar furta ceto ta wurin bangaskiya cikin sunan Yesu Kiristi da iko da kasancewar Ruhu Mai Tsarki a cikina a yanzu. – (a hura iska zuwa da cikin ruwa ko mai yanzu ta wurin bangaskiya, a ga sakamakon da ake so wanda ya yi daidai da nassi)

Ruwa ko mai, ta ikon Ruhu Mai Tsarki, a shafa shi don warkarwa (a faɗi abin da kake son warkarwa), ceto (a faɗi abin da kake son cetowa), da kuma gyarawa cikin sunan Yesu Kiristi (a faɗi abin da kake son gyarawa don shi) - (A hura daga zurfin zuciyarka, ta ikon Ruhu Mai Tsarki a cikin ruwa ko mai - a yi magana da harsuna kamar yadda aka motsa)
Yayin da nake shan wannan ruwan da aka shafa, ko na sha mai, sai in shafa, bari hasken ikon shafa Ruhu Mai

Tsarki ya ratsa jikina, a cikin jikina, ya kawo cikakken warkarwa, cikakken ceto da cikakken gyarawa cikin sunan Yesu Kiristi, Amin (Faɗi wuraren da kake buƙatar warkarwa, ceto da kuma gyarawa)
Ina shelar tsari na Allah da cikakken daidaito a cikin ruhuna, raina, da jikina cikin sunan Yesu Kiristi, amin.

Ina gode maka, Uba, ina gode maka, Yesu, ina gode maka, Ya Ruhu Mai Tsarki, don cikakken warkarwa (warkarwa daga me? ambaci sunansu, ganin sakamakon warkarwa), Ceto (daga me? Faɗi sunansu, ganin sakamakon da aka isar) da kuma Maidowa (na me? Faɗi sunansu, duba sakamakon da aka dawo da shi) Amin da Amin.

PS - Fara ganin sakamakon - koyaushe, fara furta sakamakon - koyaushe, fara dandana sakamakon kuma ka shaida sakamakon don ɗaukakarsa da albarkar ka cikin sunan Yesu, amin. Ci gaba da maimaitawa har sai an cika sakamakon kuma ka yaɗa wa wasu waɗanda ke buƙatar taɓawar Allah cikin sunan Yesu Amin

Yanzu, bari mu ɗauki Labarai 2 kan Ceto Fasto da yarinya 'yar shekara 6 a matsayin hanyar koyo a gare ku.

Labari na 1 Shin Ya Kamata In Zama Ministan Ceto? Yadda Frank Hammond ya fara jagorantar ni zuwa ga Ceto - Ceto na wani fasto.

"Ta yaya ka shiga hidimar ceto?" Ana yi mini wannan tambayar akai-akai. Tabbas ba wani abu ne da nake so da kuma nema ba. Sau da yawa ina gaya wa mutane, "Idan ka duba a ƙasa za ka ga yatsun kafata sun yi lokacin da ake jan ni zuwa wannan sana'ar." Ubangiji bai kira ni zuwa wannan fanni na hidima ba - Ya tura ni ciki! A cikin Matta 9:38 Yesu ya gaya wa mabiyansa su yi addu'a cewa Ubangijin girbi zai "aika" ma'aikata. Fassarar a zahiri ita ce zai "tura" ma'aikata ko "korarsu". Haka na fuskanci "kiran". Ubangiji bai tambaye ni ba; Ya gaya mini!

Abin mamaki ne a fahimci cewa Yesu "daidai yake jiya da yau har abada" (Ibraniyawa 13:8). Lokacin da na fuskanci baftisma cikin Ruhu Mai Tsarki, na gano cewa mu'ujizai ba su ƙare ba lokacin da manzanni goma sha biyu suka mutu ko kuma lokacin da aka kammala kundin littafi mai tsarki. Mu'ujizai na yau ne. Na je na saurari Kathryn Kuhlman kuma na shaida mu'ujizai da yawa na warkarwa a cikin wannan hidimar. Bangaskiyata ta ƙara ƙarfi, kuma na fara tunanin abokai waɗanda ke buƙatar warkarwa.

Wani fasto abokina ya burge ni ƙwarai. Ina son ganin ya warke fiye da kowa da na taɓa tunani. Tsawon shekaru goma sha shida yana fama da ciwon kai akai-akai. Wannan ya faru ne sakamakon mummunan rauni a kai. Likitoci ba su bayar da mafita ba. Sun ba da shawarar yin tiyatar kwakwalwa mai haɗari, amma Fred bai yarda da irin wannan tiyatar ba tare da alƙawarin taimako ba. Saboda ciwon da ba ya iya barci kuma jijiyoyinsa sun yi rauni. Bai iya karatu da yin shiri yadda ya kamata don wa'azinsa ba. Ciwon da ake yawan yi ya sa shi cikin damuwa da fushi. Iyalinsa suna cikin tashin hankali mai tsanani. Yara ba su iya yin hayaniya ba. Komai ya ta'allaka ne da ciwon Fred.

Na gaya wa Fred cewa zan yi masa addu'a har sai na ga ya warke. Kowace rana na tsawon mako guda ina yin addu'a a gare shi. Sai wata safiya yayin da nake addu'a, Ubangiji ya gaya mini cewa matsalar Fred ta samo asali ne daga wani mugun ruhu. Shin da gaske na ji muryar Allah? Ta yaya zan iya raba irin wannan wahayi ga abokina? Me zai yi tunani? Bayan haka, me na sani game da aljanu? Na ji wasu nassoshi game da su a wasu tarurruka biyu da na halarta, amma ban taɓa karanta komai game da batun ba. Ta yaya zan iya tabbatarwa? Me zan yi?

Ra'ayin da zan yi na bayyana wa Fred wahayi ba zai tafi ba; ya yi ƙarfi. Wata rana da muke tare, na yi magana a kan batun a hankali. "Fred, na yi alƙawarin yin addu'a a gare ka har sai Allah ya warkar da kai," na tuna. "Ina yi maka addu'a kowace rana. Kwanakin baya Ubangiji ya gaya mini matsalarka." Na tsaya don jin martanin Fred. Na kula da shi sosai. "To, yabi Ubangiji," ya ce, "Me Ubangiji ya gaya maka?" "Yanzu, Fred, ban san abin da za ka yi tunani a kai ba," na miƙa, ina zaɓar kalmomi kamar yadda na san yadda za a yi, "amma Ubangiji ya gaya mini ciwon kai naka aljani ne ya jawo shi." Na riƙe numfashina ina kallon fuskarsa don amsawa. Ban san cewa Fred ya fi ni sanin aljanu ba. Ya ɗauki mataki. "To, yabi Ubangiji!" ya yi ihu, har ma ya bayyana yana cikin farin ciki. "Ba Littafi Mai Tsarki ya ce za a iya fitar da aljanu ba? Ina so ka fitar da shi daga gare ni."

"Yanzu, jira na ɗan lokaci," na yi zanga-zanga. "Ban san komai game da fitar da aljanu ba, amma ina tsammanin zan iya samun wanda ya san yadda ake yin hakan. Ka ba ni 'yan kwanaki don in yi addu'a game da wanda zai iya yi maka wannan. Zan sanar da kai da zarar na sami wani."

Na tafi daidai wurin addu'a ina roƙon Allah ya kai ni wurin mai ceton rai. Ubangiji ya ce, Kai ne ka yi." Sai na sake yin addu'a. Na yi wa Ubangiji bayani a hankali yadda ban cancanta ba. Dole ne na yi ƙara fiye da Musa a cikin daji mai ƙonewa yana ba da uzuri game da dalilin da ya sa ba zai iya jagorantar mutanensa daga Masar ba. Ubangiji ba zai ba ni wata hanya ba. Dole ne in yi hidimar.
Tunani da yawa sun fara juyawa a zuciyata. Me zai faru da ni idan na kai hari a gaban aljanu? Shin ba za su yi mini wani hari na musamman ba? Tabbas zan shiga cikin matsala. Masu sa ran suna da ban tsoro.

Bayan mako guda, na sake yin magana da Fred. Na gaya masa sakamakon addu'o'in. Bai yi kama da abin da ya dace ba cewa ni ne zan yi masa hidima, amma ya yarda ya bi sahun. Mun amince cewa za mu sake yin addu'a a wani mako kuma mu yi nazarin abin da Nassosi suka faɗa game da batun. Sannan mu da matayenmu za mu haɗu mu ga abin da zai faru.

Ranar ta zo da za mu yi ƙoƙarin yin hidimar. Fred da matarsa za su haɗu a gidanmu don cin abincin dare, sannan mu je ginin coci don taron addu'a - ko ma menene zai kasance. Na yi farin ciki da cewa ranar ta cika mana aiki. Ya zama dole mu yi tafiyar kasuwanci a wajen gari. Mun dawo gida kimanin sa'o'i biyu kafin a shirya Fred da matarsa. A ƙofar gidana akwai ƙaramin ƙasida, an ɗora mata dutse. Wani abokina ya zo ta cikin gari amma bai same ni a gida ba ya bar mini ƙaramin ƙasida. Da ƙyar na yarda da idanuna yayin da nake karanta taken - *"Gabatarwa ga Korar Aljani"* na Derek Prince. Abokina bai san game da hidimar da ke tafe ba. Lokacin ya yi daidai. Dole ne Allah ya kasance!

Cikin 'yan mintuna kaɗan na gama karanta abin da ke cikin ƙasidar. Yana da amfani sosai kuma cike yake da bayanai masu taimako. Mun iya hango wani irin bayyanar idan aljanin ya fito. Aƙalla na ji ɗan kwarin gwiwa game da batun. Da Fred ya iso sai na sa shi da matarsa su karanta ƙasidar kafin mu yi ƙoƙarin yin hidima.

Mun shafe lokaci muna addu'a kafin mu ƙalubalanci aljanin. Kuma ina tunani ne kawai game da aljanin guda ɗaya a lokacin. Fahimtata ba ta fi haka ba. Fred yana nan a durƙushe lokacin da na ba da shawarar mu fara magana da aljanin. Ni da matata muka ɗora masa hannu muka ce, "Na umurci aljanin ya fita daga cikinsa cikin sunan Yesu." Bayan na ba da wannan umarni kuma matata ta maimaita shi, muka jira mu ga abin da zai faru. A ƙarshe, na tambaya, "Shin ka ji wani abu, Fred? Kana ganin wani abu ya faru?" Fred ya girgiza kansa ba daidai ba, ƙarya ba ta ji komai ba. Mun yi ɗan tattaunawa kuma muka yanke shawarar sake gwadawa.

An sake ba da umarnin sau da yawa. Me ke faruwa da Fred? Fuskarsa tana murɗewa! Yana ƙoƙarin yin magana, amma bai iya faɗin komai ba. Da alama yana shaƙewa. Lokaci bai yi da za a sassauta ba yanzu. Mun ci gaba da umurtar aljanin ya fita daga cikinsa. Fred ya fara tari mai ƙarfi. Wannan ya ɗauki kimanin minti ɗaya. Sai ya faɗi gefe a ƙasa ya kwanta ba tare da motsi ba. "Ya fita, Fred?" Na tambaya. "Ina tsammanin haka ne," ya yi rada. Da kyar ya iya magana. "Ina da rauni sosai har ba zan iya tashi ba," ya bayyana. Mun yi wa Fred addu'a kuma muka gode wa Allah don cetonsa. Ya ɗauki akalla mintuna biyar kafin Fred ya iya zama.

Matar Fred tana zaune tana addu'a duk wannan lokacin. Yanzu na ji tana rera waƙa a hankali. Na gane waƙar a matsayin waƙar da na saba da ita... "Alherin Mai Ban Mamaki". Na yi tunanin zan bi ta cikin waƙar, kuma yayin da na saurari kalmomin, sai na fahimci tana rera waƙa da harsuna. Makonni kaɗan da suka gabata na yi mata addu'a don ta sami baftisma cikin Ruhu Mai Tsarki, kuma ta iya yin magana da gajeriyar jimla ɗaya kawai a cikin harsuna. Yanzu tana rera waƙa da cikakken 'yanci. Mu huɗu muna farin ciki.
Bayan mako guda ne na sake ganin Fred. Na yi sha'awar samun rahoto game da ciwon kansa. Na tabbata zai gaya min komai ya tafi. "Frank, ban san abin da zan ce game da shi ba," Fred ya fara, "amma har yanzu ina da ciwon kai. Bai fi haka ba." Jin rashin jin daɗi ya mamaye ni. Ta yaya hidima za ta kasance mai ban mamaki amma ba ta da tasiri? Duk mun rikice.
Fred ya gaya mini cewa ya karɓi kiran yin fasto a coci a wata jiha. Zai ƙaura nan take. Watanni shida kenan kafin mu sake

ganinsa. Muna kan tafiya da ta kai mu kusa da sabon wurin hidimarsa, don haka muka yi tafiya mai nisa kaɗan don mu ziyarce shi mu kwana. Yayin da muke yin addu'a a daren, an yanke shawarar cewa ya kamata mu sake yi wa Fred hidima. A cikin watannin da suka gabata mun ƙara koyo game da aljanu. Akwai fiye da ɗaya daga cikinsu. Wataƙila ba mu sami wanda ya haifar da ciwon kai ba. Za mu fi dagewa.

Mun zauna a kujera yayin da muka taru a kusa da shi. Ya kasance mai ba da haɗin kai sosai. Ya kasance a shirye ya yi duk abin da zai ba da bege na kawar da ciwon da ke ci gaba da lalata shi. A wannan lokacin ba mu san yadda za mu gano nau'ikan ruhohi daban-daban ba kuma ba mu taɓa samun wata fahimta ta allahntaka ba game da takamaiman aljanu. Don haka muka ba da umarni gabaɗaya ga duk wani aljanu da ke cikinsa su fito. Duk lokacin da muka yi umarni, Fred zai yi tari mai zafi. Yana iya jin matsi a makogwaronsa wanda zai warke ta hanyar tari. Wannan ya faru sau shida. "Shin ciwon kai ya tafi tukuna?" Na tambaya. "A'a, yana da zafi fiye da da," in ji Fred. Mun fahimci cewa akwai wani abu a cikin Fred. Na tuna na saurari faifan bidiyo game da ceto inda ministan ya umarci aljanu su ambaci kansu. An yanke shawarar cewa ya kamata mu yi ƙoƙarin yin hakan.
"Menene sunanka?" Na tambaya daga aljanin da na ji yana cikin Fred. "Da sunan Yesu na umarce ka ka gaya min sunanka." Fuskarsa ta fara juyawa kamar yadda take a lokacin hidimar farko. Mun ci gaba da umurtan abin da ya sa wa kansa suna. Leɓunan Fred sun fito bakinsa kuma ya yi ƙara. A hankali kuma cikin muryar da ba a iya ji sosai, sai aka yi magana da kalma ɗaya - "P..a..i..n".
Ya yi kama da mai sauƙi. Me ya sa ba mu taɓa fahimtar hakan ba a da? *"Aljanin ciwo* , ka fito daga Fred!" Kalmominmu sun dage. "Da sunan Yesu, ka fita daga gare shi!" Matar Fred dole ta fahimci abin da zai faru a cikin ruhinta. Ta ɗauki jarida daga teburin kofi ta jefar da ita a ƙasa tsakanin ƙafafun Fred. Nan da nan Fred ya yi tari ya kuma

jefa manyan ƙuraje biyu a kan takardar. Aljanin ya fita! Kuma ciwon ya tafi! Kusan shekaru biyar sun shude kuma Fred har yanzu yana warkewa. Allah ya amsa addu'o'inmu!

Labari na 2) Ida Mae Ta Bayyana Cewa Wata Yaro Mai Ban Mamaki Ta Kubuta Daga Cutar Schizophrenia 'Yar Shekara 6 da Wasu Aljanu

Mafi kyawun ceto yara da I (Ida Mae) ta taɓa samu shine na wata yarinya 'yar shekara shida. Za mu kira ta Mary. Mahaifin Mary ya zo wurinmu don neman ceto. A cikin hirar, ya yi magana game da wahalar da yake sha wajen kula da 'yarsa. Shi da matarsa sun sake shi kuma yana renon yarinyar. Ya ce ita yarinya ce mafi wahalar jurewa, tana da taurin kai, son kai da kuma tawaye. Ya damu sosai tunda yanayinta ya sa ya fusata sosai har zai hukunta ta da tsanani. Mun gaya masa cewa yarinyar tana buƙatar ceto kamar yadda yake buƙata, ko ma fiye da haka, kuma muka dage cewa ya kawo mana ita.
Mary ta zo mana kai tsaye daga makaranta bayan 'yan kwanaki. Ina buƙatar in nuna mata cewa yayin da nake saba da ita kuma ina yi mata bayani cewa ina son yin mata addu'a; ta sha kusan rabin ruwan lemu. Ta kasance mai yawan aiki, tana tsalle a kan cocin, saboda rashin natsuwa, ba za ta iya zama ba yayin da muke hira.

Na ce, "Maryamu, mahaifinki ya gaya min cewa kin san akwai miyagun ruhohi." Idanunta suka buɗe suka fara gaya min da gaske yadda kowace dare dole ta tabbatar an kulle dukkan ƙofofin kafin ta kwanta. Lokacin da ta tashi da dare don ta sha abin sha ko ta je banɗaki, tana jin tsoro kuma dole ne ta san da kanta cewa duk ƙofofin suna kulle sosai. Na ce, "Eh, wannan tsoro ne, Maryamu. Kina da aljanun tsoro a jikinki. Suna sa ki tsoro kuma ina so in yi miki addu'a in sa su fita daga jikinki. Sun shiga cikinki kuma idan na yi addu'a za su fito daga bakinki su tafi." Ta karɓi maganata da sauƙi, kamar yaro.

Na roƙe ta ta zo ta zauna a kan benci kusa da ni yayin da nake addu'a. Ta yi, amma ta ji kamar ba ta da nutsuwa har sai da na ɗauke ta a cinyata don ta riƙe ta kusa da ni. Ta zauna a cinyata ta baya ta kusance ni. Na fara yin addu'ar imani da kuma amincewa da cewa Yesu zai 'yantar da ita. Ruhu Mai Tsarki ya gaya mini a sarari cewa in yi shiru da muryata… ƙasa da sautin tattaunawa. Haka kuma, in yi la'akari da kowace kalma da ta fito daga bakin Maryamu a nan gaba a matsayin aljani ne da ke magana ko kuma wahayi ne ga aljani.

Sai na fara yi wa aljanu jawabi. Na ce, "Yanzu, ku aljanu da ke zaune a cikinku, jikin Maryamu, ina so ku sani cewa Maryamu ta rufe da jinin Yesu ta hanyar dangantakar mahaifinta da Yesu. Kamar yadda uba a zamanin Musa ya yayyafa jinin a kan ƙofar gida don kare iyalin gaba ɗaya, haka nan Maryamu ta rufe da jinin. Aljanu, ina kuma so ku sani cewa mahaifin Maryamu ya ji kuma ya yarda da gaskiyar Kalmar Allah game da ku aljanu. Ya san yanzu cewa ku ne yake fama da shi ba Maryamu ba."

Na fahimci cewa Maryamu tana raɗawa sai na jingina don in ga ko zan iya fahimtar abin da take faɗa. Tana raɗawa, "Ba na son abin da kike faɗa." Na amsa, "Na san ba kya son sa, aljanu, domin ina fallasa ki kuma ina sane da ke. Maryamu ta sha azaba tun kafin a haife ta. Yayin da take cikin mahaifiyarta, wasu daga cikinku suka shiga ta. Amma Allah ya ce ba za ku iya zama a cikin jikinta ba." Aljani da ke cikin Maryamu ya sake fara raɗawa. A wannan karon da kalmomi masu tsauri, suka yi zanga-zanga, "Ni ... ba ... ina son ... me ... me ... Kai ... kana ... cewa!" Na yi taka tsantsan na yi shiru yayin da na amsa, "Ba zai yi maka daɗi ba, aljani, amma mafi muni domin za a kore ka daga gare ta yau. Kana rasa gidanka." Da wannan aljani ya yi ihu ya sake amsawa, "Ba na son abin da kake faɗa; yanzu ka yi shiru!" Na amsa, "A'a, ba zan yi shiru ba amma zan ci gaba da magana har sai ka fita daga jikinta."

Na ci gaba da yi wa aljanu magana a hankali. "Yanzu, ɗaya bayan ɗaya ku aljanu kuna fara bayyana kanku, cikin sunan Yesu." Nan da nan Maryamu ta fara magana a rada, "Ba ki so ni; da kin yi ba za ki riƙe ni ba." Na amsa, "Haka ne, aljani mai ƙin yarda, kin rufe ta daga dangantakar soyayya. Kana sa ta yi tunanin babu wanda yake ƙaunarta. Har ma kana sa ta yi tunanin Allah ba ya ƙaunarta. Za ki fita daga cikinta, ƙi, cikin sunan Yesu." Aljanu ɗaya bayan ɗaya suka fara bayyana halinsu. Sun zo da sauri sau da yawa ina da lokacin da zan ambaci ɗaya, ɗayan kuma a fili.

Aljanun suna sa Maryamu ta yi faman fita daga cinyata duk da cewa har yanzu ina iya riƙe ta a hannuna. Daga ƙarshe sai na koma na sanya ƙafafuwanta ɗaya a tsakanin tawa, don haka na riƙe ta a ciki.
wani abu mai kama da ƙura yana ɗaure ta da jiki. Aljanin ƙiyayya ya ɗora fuskarta a fuskata, hancinmu yana taɓawa ya yi ihu, "Ina ƙinki." Har yanzu ina magana a hankali, sai aljanin ya yi wa aljanin magana, "Fito, aljanin ƙiyayya." Ta fara ihu, "Ina son wuka, ina son
wuka." Na tambaya. "Me kike so da wuka?" Aljanin ya dafe haƙoran Maryamu ya ce, "To, Zan iya kashe ka." ' 'To, kai aljanin kisan kai,' na umarce ka, "ka fito cikin sunan Yesu." Sai Mary ta miƙe tsaye, ta mayar da kafaɗunta baya, ta ɗora hannuwanta a kan kugunta ta amsa da cewa, "Babu wanda ya taɓa gaya mini abin da zan yi!" Na ce, "Rashin kunya, kin fito!"

Akwai wani sauyi na murya daban-daban yayin da aljanin na gaba ya yi magana. Ya ce, "Ina yin abin da nake so kawai." Na ce, "Zan fito da kaina." Sai aka sake samun wani sauyi a murya. "Ba za ka taɓa sa ni in fito ba," in ji sabuwar muryar. "Turin kai, dole ne ki fito ma", na nace. Sai Mary ta ɗaga hannayenta kamar ƙusoshi ta yi tsalle ta nemi fuskata; idanunta suna fitowa tana ihu. Na ce, "Hauka, kin fito daga Maryamu cikin sunan Yesu." Ta fara shafa gashinta tana girgiza kanta da ƙarfi. Na ce, "Ciwon kwakwalwa da hauka, ku fito." Na gaba na yi kira ga ruhun schizophrenia. "Ku aljanu na schizophrenia, ina kiran hannunki. Kina fitar da halayenki guda biyu da kike kafawa a cikinta. Ɗaya daga cikinku ya samo asali ne daga ƙi da tausayin kai, ɗayan kuma ya samo asali ne daga tawaye da ɗaci. Babu ɗaya daga cikin waɗannan halayen da ke ainihin Maryamu. Na saki kuma na saki ainihin Maryamu don ta zama abin da Yesu yake so ta zama." Da wannan ta yi min fiffike da ƙarfi, tana shafa hannuna, sannan ta yi min huci, sai ta ciji rigar rigata. Da ta fito da wani ɓangare na rigar rigata a haƙoranta, sai ta yi mamaki sosai kamar tana tsammanin zan mare ta a fuska. Na fahimci cewa ainihin Maryamu ce ta firgita. Na yi wa aljanu magana na ce, "A'a, aljanu, ba zan cutar da Maryamu ba saboda ta lalata rigar rigata domin zan iya raba ta da ke. An daɗe ana hukunta Maryamu a cikin jikinta saboda abubuwan da kuka yi ta hanyarta. Ku aljanu kun yi kusan taɓawa.

Ya bambanta a yau; ku aljanu kuna ɗaukar hukunci kuma Maryamu ta 'yantu." Maryamu ta yi kama da ta ji daɗi na ɗan lokaci, sai sauran aljanu suka fara bayyana kansu.

A ƙarshe, bayan kimanin mintuna ashirin ko talatin na wannan tsari na ceto, Maryamu ta fara ihu mai tsawo ɗaya bayan ɗaya tana roƙon a mayar da ita saniyar ware. Za ta ce, "Kada ki riƙe ƙafata! Kada ki riƙe ƙafata! Ruhu Mai Tsarki ya ba ni fahimtar cewa jikinta ya motsa yanzu kuma ya kamata in sake ta in sa ta zauna a kan benci kusa da ni. Na umarce ni, "Maryamu, zan bar ki ki zauna a kan benci.

To?" Tana kuka a hankali ta ce, "Ba na son ka riƙe ni haka." Na ce, "To, yi·haƙuri na riƙe ka sosai, amma miyagun ruhohi suna sa ka yi faɗa da ni." Kullum ina mai da hankali don ɗora alhakin ga aljanu. A cikin yanayin yarinta, ta yi kama da ta fahimci cewa a ƙarshe suna kama laifin maimakon kanta. Maryamu ta zauna kusa da ni na ɗan lokaci kuma ta yi shiru da annashuwa. Ruhu Mai Tsarki ya gaya mini cewa yanzu ya kamata in ba da umarni da sauri ga sauran aljanu su fita. Na ce, "Yanzu, cikin sunan Yesu, ina umartar duk ruhohin aljanu da suka rage a cikin Maryamu su fita. Ku fito yanzu cikin sunan Yesu!"

Nan take Mary ta fara rashin lafiya a cikinta, kafin in kai hannuna tawul ɗin takarda, sai ta jefa wani babban ƙwallo mai ƙura. Ya cika ƙananan hannayenta da nawa. Ta ɗago kai ta yi murmushi kaɗan, sannan sai kawai ta juya ga zaman lafiya a ko'ina.
Ka tuna, a farkon wannan labarin na faɗi cewa Mary tana shan ruwan lemu mai zafi lokacin da ta zo hidima. Babu ɗan ƙaramin ruwan 'ya'yan itace a cikin abin da ta yi amai. Babu wani ƙaramin tarkacen da ya fito daga cikinta.

To, mun zauna a wurin muka yi hira na kimanin mintuna goma sha biyar. Mary ta zauna a hankali tana hutawa, sabanin yadda ta nuna a baya.

Mahaifinta ya yi mamaki. Ya kalli wannan guguwar ceto da motsin rai iri-iri da ruɗani. Ba tare da sanin bayyanar aljanu ba, kuma bai iya bambance muryoyin aljanu daban-daban kamar yadda kunnena da aka horar ya yi ba, mahaifin Mary ya yi tunanin cewa ana wulaƙanta ainihin Maryamu kuma ya ce da zarar ya zama abin da zai iya yi don ya guji tsoma baki. Ko da yake ban ga Maryamu ba tun lokacin da aka haife ta, na sami rahotanni masu kyau da yawa. Yawancinsu suna cewa, "Ta bambanta sosai." "Ba haka take ba." "Zan iya riƙe ta kuma tana amsawa ga ƙauna." "Ba za ka yi ba yi imani ita ce yarinyar da ta yi daidai.

Idanuna sun yi danshi duk da ina rubuta wannan. Ita ce kaɗai ceto da ta taɓa sa ni kuka. Yaƙin ya yi tashin hankali kuma zaman lafiya ya yi kyau sosai. Ban iya riƙe hawayen ba. Allah ya ɗaukaka!

Addu'ar Gajere Don Ceto Kai.

"Ya Ubangiji Yesu Almasihu, na yi imani ka mutu a kan gicciye saboda zunubaina kuma ka tashi daga matattu. Ka fanshe ni da jininka kuma ni naka ne, kuma ina so in rayu dominka. Ina furta dukkan zunubaina - waɗanda aka sani da waɗanda ba a sani ba - Ina yi musu hakuri da su duka. Ina watsi da su duka. Ina gafarta wa duk wasu kamar yadda nake so Ka gafarta mini. Ka gafarta mini yanzu ka tsarkake ni da jininka. Ina gode maka saboda jinin Yesu Almasihu wanda ke tsarkake ni yanzu daga dukkan zunuba. Kuma ina zuwa gare ka yanzu a matsayin mai cetona. Ka san bukatu na musamman - abin da ke ɗaure, wanda ke azabtarwa, wanda ke ƙazantar da shi; wannan mugun ruhu, wannan mugun ruhu - ina da'awar alƙawarin kalmarka, "Duk wanda ya kira sunan Ubangiji za a cece shi." Ina kira gare ka yanzu. Da sunan Ubangiji Yesu Kiristi, ka 'yantar da ni. Shaiɗan, na ƙi ka da dukkan ayyukanka. Na rasa kaina daga gare ka, cikin sunan Yesu, kuma ina umurtar ka ka bar ni yanzu cikin sunan Yesu. Amin!"

Bari ya fito daga zuciyarka ka ga ceton Ubangiji!

Kana rashin lafiya ko kuma kana bukatar gyara?

Ga waɗanda ba su da lafiya ko marasa lafiya a kowace siffa ko tsari, ko kuma waɗanda ke buƙatar ceto? Ko kuma

wadanda ke bukatar ceto, a yi amfani da bangaskiya wajen taba alamar da ke kasa (Bangaskiya ita ce ganin kyakkyawan sakamako na halin da ake ciki a yanzu, sanin cewa Yesu ya yi aikinsa fiye da shekaru 2000 da suka gabata don tabbatar da warkar da ku da ceto, gyarawa a matsayin biyan kudi na farko, da amincewa cewa biyan kudi na farko yana nan a gare ku don cirewa daga, kamar ma'auni mai kyau a cikin asusun ajiyar ku da banki, babu tambayoyi da aka yi kamar yadda muka yarda da ku kuma muka furta BE WALLAKE cikin sunan Yesu Kiristi, Amin)

Da ikon Allah, ka ba ni da su, ina amfani da wannan ikon yanzu cikin bangaskiya da fushinsu a kan makiyi da yunwa don samun abin da ka ba su kyauta, ina la'antar kowace cuta, kowace cuta, ko ciwon daji, COVID 19, ko ruhin rashin lafiya, ko mallakar aljanu ko zalunci, ko ruhin talauci, koma-baya, jinkirin cikar abin da Allah ya riga ya kaddara kuma ya saki. Mun zo kan wannan rashin lafiya, ina daure su, muna la'antar su zuwa tushensu kuma muna kore su da iko cikin sunan Yesu Kiristi. Amin. Muna kira da a saki warkarwa, ceto da kuma gyara rayuwarsu cikin sunan Yesu Kiristi mai girma. Na gode Ubangiji saboda shaidar da ke kiyaye daukakarka da girmamawarka da kuma bauta maka. Na gode da rayukan da ake karawa cikin mulkinka sakamakon wannan sakon, mu'ujizai da muke gani a yanzu kuma suna bayyana don daukakarka cikin sunan Yesu, Amin. An gama! Yi farin ciki!

Taba wannan wuri da aka nuna a matsayin wurin tabawa kuma ka furta da bakinka - NA WARKE, AN CECE NI KUMA AN MAYAR DA NI A cikin Ruhuna, Raina, Jikina, da kuma kewaye da ni cikin sunan YESU KRISTI, Amin!!!

Ka fara yin abin da ba za ka iya yi a da ba, ka fara furtawa har sai cikakken waraka, maido da ceto ya zama 'ya'ya a rayuwarka cikin sunan Yesu, amin. Ka ci gaba da jin yunwa ga Allah duka, ka yi fushi ka kuma mayar da duk abin da maƙiyi ya riƙe a cikin sunan Yesu, amin

Lura:
Ku shaida warkarwa don ɗaukakar Allah da kuma kunyatar maƙiyi! Aiko mana da imel ko whatsapp idan har yanzu kuna buƙatar mu yarda da ku kan batun. Kuma ku haɗu a jerin kayan aiki da za a fara daga mako mai zuwa Alhamis. Nemo cikakken bayani nan ba da jimawa ba a gidan yanar gizon mu!

Manyan Abubuwan Ci Gaba - 1 - Babi na 9 - Gano Yadda Daga Manyan a Kashi na 8

Ina ne NUFIN ALLAH da SARKI suke a duniya a duk wannan tattaunawa game da 'YANCI? Me yasa ba DUK WANDA muke yi wa addu'a ba ne yake warkarwa, ko yake isarwa ko kuma yake maidowa? Me yasa wasu suke a hankali ko kuma ba sa rabuwa? Menene abubuwan da ke kawo cikas ga WARAKA, CETON DA SANADI? Kuma Wasu Abubuwan da Ake Yi da Abubuwan da Ba A Yi ba + Labari ɗaya (1) don tabbatar da wannan taken da kuma karya ruhin tsoro na Bro Robert Schambach - Kashi na 8 + Rubutun Ceto Kai da addu'ar yarjejeniya don Waraka, Ceto da Maidowa

Abokai na ku, a yau, mun kawo muku kashi na 8 na jerin shirye-shiryenmu kan isassun abubuwan da za a iya yi don a yi garkuwa da kuma maraba da 'yanci cikin Almasihu. Bangaskiya tana zuwa ne ta hanyar ji da ji ta wurin maganar Allah - Romawa 10:17. Wannan jerin na 8 zai iya zama shinge na ƙarshe ga wanda ke samun warkarwa a yau ga kansa da wasu. Wannan rana ce ta sabuwar fara 'yanci. Don haka ku kasance tare da ni, rundunar Allah mai rai. Wannan jerin kayan aiki ne.

Yesu ya yi nuni ga gaskiyar cewa Shaiɗan ɓarawo ne, mai wahala da kuma mai lalata ayyuka. Karanta wannan

Yohanna 10:10
Littafi Mai Tsarki Mai Ƙarfafawa, Bugun Gargajiya
10 Ɓarawo yana zuwa ne kawai don ya yi sata, ya kashe, ya
kuma halaka. Na zo ne domin su sami rai, su kuma ji
daɗinsa, su kuma same shi a yalwace (har sai ya cika, har
sai ya cika).
Yayin da yake mu'amala da wannan abokin gaba, Yesu ya umurci dukkan MASU IMANI da Shi kamar haka:

Markus 16:16-20
Littafi Mai Tsarki Mai Ƙarfafawa, Bugun Gargajiya
16 Duk wanda ya gaskata kuma ya dogara ga Linjila da
Wanda ta bayyana] aka kuma yi masa baftisma, za a cece
shi daga hukuncin mutuwa ta har abada; amma wanda bai gaskata
ba [wanda bai yarda da Linjila da Wanda ta bayyana] za a
hukunta shi.
17 Waɗannan alamu na shaida za su kasance tare da
waɗanda suka yi imani : da sunana za su fitar da aljanu;
za su yi magana da sabbin harsuna.
18 Za su ɗauki macizai; ko da sun sha wani abu mai rai, ba
zai cutar da su ba; za su ɗora wa marasa lafiya
hannuwansu, za su warke.
19 To, bayan da Ubangiji Yesu ya yi musu magana, aka
ɗauke shi zuwa sama, ya zauna a hannun dama na Allah.
20 Suka fita suka yi wa'azi ko'ina, Ubangiji kuwa yana aiki
tare da su, yana kuma tabbatar da saƙon ta wurin alamu
da mu'ujizai masu shaida da ke tare da shi. Amin (haka
ne).

Mun ambata a cikin jerin da suka gabata cewa domin mu aiwatar da wannan umarni na Yesu ga DUKKAN MASU IMANI cikin nasara, mu fuskanci wannan nau'in abokin gaba a matsayin rundunar soja mai ladabi, muna son mu miƙa wuya ga umarnin babban kwamandanmu, muna buƙatar waɗannan kamar yadda ke cikin **A, B, C, D, E, F da G. Dole ne in jaddada cewa waɗannan jerin ba na kowa ba ne. Zaɓaɓɓun kaɗan za su riga sun cancanci shiga rajista ta waɗannan halaye 7. Ga su kamar haka** :

A. **Samuwa (Ruhu, rai da jiki)**
B. **Ƙarfin hali**
C. **Tausayi ga wasu**
D. **Ƙaddara**
E. **Soyayya Mai Kyau**
F. **Fushi Mai Zafi**
G. **Babban Yunwa**

Idan ba ka da waɗannan siffofi a matsayin ƙananan sinadaran, ba zai yiwu ka yi nasara a kamfen ba domin duk sinadaran da ke sama suna buƙatar a haɗa su wuri ɗaya don samar da irin bangaskiyar iri ta mustard don kawo sauyi domin Allah yana ciyar da mutane masu jin yunwa, ba yara masu sanyi ko ɗumi ba, ko da kuwa a cikin warkarwa, ceto da kuma gyarawa a ciki da waje.
Garin ya shirya don tattarawa amma ana buƙatar irin mustard, ana buƙatar bangaskiya mai ƙarfi don tattara su cikin ƙwarewarmu. Muna magana ne game da rayuka, rayuka da ƙarin rayuka da duk abin da muke buƙata a matsayin rundunar Allah mai rai don yin yaƙin neman zaɓe mai nasara. Muna nan don samar muku da koyo daga waɗanda suka riga mu.

Yanzu, a kashi na 8 na yau, muna son bincika wasu tambayoyi masu mahimmanci waɗanda ke ci gaba da bayyana a cikin zukatan masu bi waɗanda ke zama shinge ga karɓar abin da Allah ya ba mu cikin 'yanci. Musamman ma lokacin da muka yi komai kuma 'yanci ya ɓace mana kamar annoba.
Menene waɗannan tambayoyin?

Ina ne NUFIN ALLAH da SARKI suke a duniya a duk wannan tattaunawa game da 'YANCI? Me yasa ba DUK WANDA muke yi wa addu'a ba ne yake warkarwa, ko yake ceto ko kuma yake gyara? Me yasa wasu suke a hankali ko kuma ba sa gyara? Menene abubuwan da ke kawo cikas ga WARAKA, CETON DA SANADI? Kuma Wasu Abubuwan da Ake Yi da Abubuwan da Ba A Yi ba + Labari ɗaya (1) don tabbatar da wannan taken da kuma karya ruhin tsoro

Bari mu fara magana da su ɗaya bayan ɗaya.

1) Shin Daidai ne a yi addu'a "Idan nufinka ne" lokacin hidima wajen warkarwa da ceto?

Bayan mun tabbatar da cewa nufin Allah ne ga duk wanda ya zo gare shi cikin bangaskiya ya warke, kamar yadda muka tabbatar ta hanyar sashe na 1 zuwa na 7 na wannan jerin cewa isassun abubuwa sun isa a yi garkuwa da su kuma a yi maraba da su zuwa 'yanci, don haka, babu wani wuri da zai rage mana mu yi addu'a **"idan nufinka ne"** yayin hidimar warkarwa da ceto. Mun riga mun san nufin Allah a cikin wannan al'amari. Mun san nufin Allah shi ne kowa ya warke kuma ya sami ceto idan yana son ya yi imani.
Yesu shine abin koyinmu kuma ba ma ganin Yesu yana addu'a "idan nufinka ne" lokacin da yake hidima yana warkarwa da ceto. Ko sau ɗaya ba! Me yasa muke ƙirƙirar tauhidi kuma muna yin abubuwan da suka saɓa wa Kalmar da kanta? Domin Yesu shine Kalmar Yohanna 1:14 - cikakken misalinmu, mai rai, mai numfashi a rayuwa da hidima.

Lokaci ɗaya da ya ce "ba kamar yadda nake so ba, amma kamar yadda kai kake so" (Matta 26:39,42) yana cikin Lambun Getsamani yayin da yake shirin zuwa Gicciye.

Wannan addu'ar miƙa wuya ga shirin Uba ne. Duk lokacin da mutane suka nemi warkarwa, sai ya ce, "Ina so." Sai dai *matar Sirofoniya* wadda ta shawo kan Yesu ya warkar da 'yarta daga aljani. Dalili ɗaya kawai shi ne, kafin wannan lokacin, Yesu ya yi aiki bisa ga alkawari da Yahudawa amma saboda bangaskiyarta da juriyarta, ta sami buƙatarta. Wasu mutane da yawa waɗanda ba su da alkawari suma sun sami warkarwa saboda imaninsu kawai. Ta hanyar Markus 16:14-19, yanzu muna da iko mu yi haka har ma ga marasa imani waɗanda suka yi imani ta hanyar baftisma cikin Ruhu Mai Tsarki - Ayyukan Manzanni 1:4-8.
Dole ne ya yi zaɓi ya yi tafiya cikin biyayya ya kuma miƙa wuya ga shirin Uba na fansar da za a iya samu ne kawai ta wurin mutuwarsa a kan Gicciye.

Za mu taɓa yin addu'a ga mai zunubi wanda ya zo gare mu yana son ya sami gafara zunubai ta hanyar bangaskiya cikin Yesu , **"Ya Ubangiji, idan nufinka ne, don Allah yafe masa zunubansa kuma ka ba shi rai madawwami. In ba haka ba, idan ba nufinka bane ka bar shi ya tafi tafi zuwa jahannama.**
Ba za mu taɓa ba! ba za mu taɓa yin irin wannan addu'ar ba, domin mun san cewa Allah ya yi alƙawarin cewa "ta wurin sunansa, duk wanda ya gaskata da shi zai sami gafarar zunubai" (Ayyukan Manzanni 10:43) kuma cewa "Allah ya yi ƙaunar duniya har ya ba da makaɗaicin Ɗansa, domin duk wanda ya gaskata da shi kada ya halaka, sai dai ya sami rai madawwami" (Yahaya 3:16).

Hanya mafi dacewa ta yin hidima ga warkarwa da ceto ita ce yin hakan da sanin cewa Allah yana son a warkar da wanda ba shi da lafiya kuma a cece shi. Muna nan ne don aiwatar da nufinsa a duniya, kamar yadda yake a sama. Hanyarmu ta maraba da duk wanda zai sami warkarwa da ceto dole ne ta kasance iri ɗaya da hanyarmu lokacin da za su sami gafarar zunubai. Kawai ku yi imani! - Wannan fakitin!

2) Tunda Allah Mai Ikon Mulki ne, Shin ba zai warkar da mutane kawai ba idan kuma a lokacin da yake so?

Wannan tambaya ce ta gaskiya da mutane da yawa ke yi kuma tana da matuƙar wahala a amsa. Babu shakka Allah mai iko duka ne, yana iya yin komai. Zai iya warkar da kuma ceton kowane mutum nan take. Mun kuma san cewa Allah mai iko ne kuma yana aiki da nufinsa kuma a kowane lokaci da yake so. Babu wanda zai iya hana shi. To me yasa Allah nagari, mai iko, mai ƙauna, mai warkarwa da ceto ba zai warkar da kowane mara lafiya ba kuma ya ceci kowane mutum da aka zalunta? Me yasa har yanzu muke ganin wasu 'yan'uwanmu, har ma waɗanda suka bauta wa Allah da aminci kuma waɗanda suke ƙaunarsa sosai suna shan wahala, rashin lafiya da mutuwa sakamakon rashin lafiya mai tsawo? Me yasa Allah cikin ikonsa, ba ya warkar da su kawai ya warkar da su?

Za mu magance wannan a sassa uku:

A, Ikon Allah da alhakin ɗan adam

B, Ikon Allah da kuma yin imani da shi

C, Muna tafiya bisa ga gaskiya da aka bayyana kuma muna neman abin da ba a sani ba

A, Mulkin Allah da Nauyin Mutum

Zabura 115:3,16 3 Amma Allahnmu yana sama; Yana yin duk abin da ya ga dama. 16 Sama, har ma sammai, na Ubangiji ne; Amma duniya ya ba wa 'ya'yan mutane.

Allah mai iko ne kuma Yana yin duk abin da Ya ga dama, kamar yadda Nassi ya ce. Duk da haka, a cikin ikonSa Ya

yanke shawarar damƙa duniya ga ɗan adam kuma ya ƙaddara cewa a cikin yanayi na yau da kullun ba zai wuce alhakin ɗan adam da shawarar ɗan adam ba. Allah ya ƙuduri aniyar yin haka har ma a cikin Lambun Adnin, lokacin da Adamu da Hauwa'u suka kusa yin rashin biyayya da zunubi, Allah bai shiga tsakani ba, kodayake Ya iya. A gaskiya ma, Allah ya san duk wannan tun kafin lokaci amma duk da haka Ya ci gaba da ƙirƙirar mutum ya sanya shi a Lambun Adnin.
Ka yi la'akari da wannan, Allah cikin ikonsa ya tanadar da kyautar ceto kyauta ga kowa. Kawai saboda an tanadar da ceto ga kowane mutum ba yana nufin kowane mutum yana samun ceto ta atomatik ba. Kowane mutum dole ne ya ɗauki alhakin karɓar wannan tanadin ceto. Littafi Mai Tsarki har yanzu yana cewa, "Wanda ya gaskata da Ɗan yana da rai madawwami; wanda bai gaskata da Ɗan ba, ba zai ga rai ba, amma fushin Allah yana nan a kansa" (Yahaya 3:36).
Hakazalika, a fannin hidima na warkarwa da ceto, akwai fannoni da dama na alhakinmu, a cikin yanayi na yau da kullun:

(a) Nauyin waɗanda ke hidima ne su girma cikin alheri (2 Bitrus 3:18), su girma cikin ƙarfin ruhaniya (Afisawa 3:16) kuma su girma cikin bangaskiya da ikonmu na gudanar da shafaffu da ikon Allah. Akwai shafaffu da ke akwai don karya kowace karkiya, cire kowace nauyi da kuma warkar da kowace yanayi. Shin yana yiwuwa mu a matsayinmu na masu hidima, mu kasa cikin alhakinmu na matsawa mu shiga cikin wannan matakin shafaffu? Wataƙila muna yin hakan ne kawai lokaci-lokaci, maimakon yin aiki a wannan duniyar akai-akai.
(b) Nauyin kowane mutum ne ya kula da jikinsa, ya yi imani da Kalmar Allah da kuma tsayayya wa shaidan, da ayyukansa. Allah ba zai yi mana haka ba.
Ganin wannan fahimta, ba a saba ganin Allah yana warkarwa ba tare da la'akari da waɗannan fannoni na alhakin ɗan adam

ba. Ya ƙuduri aniyar rashin yin hakan cikin ikon Allah. Wannan gefe ɗaya ne na ikon Allah.
Akwai lokutan da Allah yake motsawa duk da gazawar mutum a fannoni biyu (a) da (b) kamar yadda aka ambata, kuma har yanzu yana haifar da warkarwa da ceto. Waɗannan za su zama keɓancewa da muke gani ba al'ada ba. Allah yana motsawa da warkarwa duk da gazawar mutum a fannoni biyu (a) da (b) shine ɗayan gefen ikon Allah. Bangarorin biyu suna da tsabar kuɗi iri ɗaya, wajen fahimtar ikon Allah.

B, Ikon Allah da kuma Imani

Matiyu 13:58 58 Amma bai yi ayyuka masu ban mamaki da yawa a can ba saboda rashin bangaskiyarsu.
Markus 6:5, 6 5 Yanzu bai iya yin wani aiki mai ban mamaki a can ba, sai dai ya ɗora wa marasa lafiya kaɗan hannu ya warkar da su. 6 Sai ya yi mamaki saboda rashin bangaskiyarsu. Sai ya zagaya ƙauyuka yana koyarwa.
Yesu ya dawo gida a ƙasarsa ta Nazarat, inda ya girma a matsayin ɗan kafinta har yana ɗan shekara 30. Abin takaici, mutanen ƙasarsa ba su iya karɓe shi ba saboda irin halinsa. Sun gan shi a matsayin ɗan kafinta, maimakon Wanda Allah ya aiko, wanda aka shafa masa don warkarwa da ceto. A irin wannan yanayi, Yesu bai yi ayyuka masu ban mamaki da yawa ba saboda rashin bangaskiyarsu.

Idan Allah mai iko ne (mai iko duka, sama da kowa kuma mai zaman kansa daga kowa) kuma wanda babu wanda zai iya hana shi, me yasa har yanzu yake buƙatar mutanensa su nuna bangaskiyarsu ta kansu idan za su fuskanci manyan ayyukansa a rayuwarsu?
Yana iya zama kamar ya saba wa juna, cewa Allahnmu mai iko duka ne kuma mai iko duka amma rashin bangaskiyarmu na iya iyakance Allah. Yawanci ba ya aiki kuma ba zai iya aiki ba idan babu bangaskiya.

Idan komai kyauta ce ta alheri, to ta yaya za mu iya karɓar su ta wurin bangaskiya kawai? Domin kamar yadda muka fahimta, alheri bayyanar halin Allah ne wanda ba ya yin komai da muka yi, yayin da bangaskiya bayyanawa ce daga ɓangarenmu na amincewa da Allah.

Ga wasu abubuwan da za a yi la'akari da su:

1) Allah cikin hikimarsa ya ga ya dace waɗannan halaye guda biyu da suka yi karo da juna su kasance tare. Akwai ikon mallakar Allah wanda ba za a iya musantawa ba kuma tabbas akwai muhimmin abu kuma mai mahimmanci na bangaskiyar mutum tare da sakamakonsa mai ƙarfi.
2) Akwai wasu abubuwa da suka dogara kawai da ikon Allah kamar nufin Allah na har abada da kuma shirinsa na tsawon shekaru. Waɗannan za a cimma su ba tare da la'akari da aiwatar da imanin mutum ba. Sannan kuma akwai manufofi na mutum ɗaya da Allah yake da su, waɗanda cikarsu ta dogara ne da haɗin gwiwar mutum da Allah.

3) Wajen miƙa mana dukkan baiwarSa kyauta daga alherinSa, duk da haka ya zama dole ga kowa ya karɓe su ta wurin bangaskiya, Allah yana ba wa kowane mutum "dama daidai" don ya karɓa daga gare Shi. Ko da kuwa launin fata ne, launin fata, matsayin zamantakewa ko tattalin arziki, da kuma abubuwan da suka faru a baya, kowane mutum yana da irin wannan dama ta karɓar abin da Allah ya ba mu kyauta ta hanyar alherinsa.
4) Fannin imani yana da iyakokinsa bisa ga nufin Allah da kuma manufarsa. Yin aiki a wajen wannan yana nufin "buga" nufin Allah mai iko, kuma babu wanda zai iya yin nasara a yin hakan.

Don haka ya zama dole ga kowane mai bi ya koyi yadda zai rayu ta hanyar imani.

Duk da haka akwai ɓangarori biyu na wannan tsabar imani ga Allah. A al'ada, Allah ya ƙaddara cewa zai yi aiki koyaushe bisa ga bangaskiya. ***"Bisa ga bangaskiyarku, a yi muku shi" (Matta 9:29)*** shine martaninsa ga bangaskiya. Ga yadda ya ƙudura aniyar yin aiki yadda ya kamata. A gefe guda kuma, akwai lokutan da Allah yake motsawa cikin ikonsa don warkarwa da ceto, ko da a bayyane babu bangaskiya. Waɗannan suna faruwa, amma waɗannan keɓancewa ne ba na al'ada ba.

C, Muna Tafiya bisa ga Gaskiya da Aka Bayyana Kuma Muna Neman Abin da Ba a Sani Ba

Kubawar Shari'a 29:29 Abubuwan sirri na Ubangiji Allahnmu ne, amma abubuwan da aka bayyana namu ne da na 'ya'yanmu har abada, domin mu yi duk kalmomin wannan doka.
Misalai 25:2 Ɗaukakar Allah ce ta ɓoye abu, Amma ɗaukakar sarakuna ita ce a binciki abu.
Mai-Wa'azi 1:13 Na kuma yi niyyar neman da bincike ta hanyar hikima game da duk abin da ake yi a ƙarƙashin sama; wannan aiki mai wahala da Allah ya ba 'ya'yan adam, wanda za a iya aiwatar da su ta hanyarsa.

Zai zama wauta a ɓangarenmu mu yi iƙirarin cewa muna da dukkan amsoshin. Gaskiyar magana ita ce ba mu da su. Ba daidai ba ne mu nuna wa wani wanda muka san yana da aminci ga Allah, wanda yake ƙaunar Allah sosai har ma zai mutu saboda Almasihu, ya ce ba su da imani. Idan muka ga wasu 'yan'uwanmu, har ma waɗanda suka bauta wa Allah da aminci kuma waɗanda suke ƙaunarsa sosai suna shan wahala, rashin lafiya da mutuwa sakamakon rashin lafiya mai tsawo, kuma muka yi tambaya "me yasa?" to abin da kawai za mu iya faɗi shi ne "ba mu sani ba."

Abin da muka ƙudura aniyar yi shi ne mu ci gaba da rayuwa bisa ga gaskiyar da muka sani. Muna bin abin da Kalmar ta koya mana. Ba ma yin watsi da gaskiyar da aka bayyana a fili. Sannan kuma muna ci gaba da neman abin da ba a sani ba. Wannan ba yana nufin mu
Za mu sami amsar kowace Dalili. Abin da muke nema shi ne yadda za mu iya zama da kuma fuskantar abin da Allah ya naɗa mana. Yana so mu zama kamar Ubangijinmu da mai hidimarmu kamar yadda Ubangiji Yesu ya yi. Muna neman amsoshi kan yadda za mu girma cikin wannan.
Ko a tsakiyar abubuwan da muka fuskanta inda ba mu da amsoshi nan take, muna ci gaba da "tafiya bisa ga bangaskiya ba bisa ga gani ba" (2 Korintiyawa 5:7).

Imani yana son rayuwa bisa ga abin da aka bayyana kuma abin da aka sani game da Allah, duk da daga cikin dukkan abubuwan da ba a sani ba. Imani yana yi ba a yarda da abin da ba a sani ba ya fi abin da aka sani. Imani ba ya barin duhu fiye da haka don rinjaye hasken da muke muna da. Maimakon haka, bangaskiya tana ɗaukar hasken da muke da shi a yanzu a matsayin isasshe don ɗaukar matakai na gaba, duk da cewa duniyar duhu na iya wuce gona da iri.

Muna ci gaba da neman amsoshi game da abin da muke buƙatar yi a ƙarshenmu, don yin hidima ga warkarwa da ceto yadda ya kamata kamar yadda Yesu ya yi. Muna ci gaba da matsawa ga Allah don abin da ba mu sani ba. Ya yi alƙawari, "'Kira Ni, zan amsa maka, in nuna maka manyan abubuwa masu girma da ban mamaki, waɗanda ba ka sani ba'" (Irmiya 33:3). Sulemanu ya ce, "Na yi ƙoƙari in sani, domin in bincika da neman hikima da dalilin abubuwa..." (Mai-Wa'azi 7:25). Muna ci gaba da karatu, muna binciken Littattafai, muna sauraron Ruhu, domin mu sami fahimtar da muke da ita a yanzu wadda za ta taimaka mana mu yi hidima da iko da iko mafi girma. Ubangiji Yesu ya yi alƙawarin cewa idan

muka ci gaba da Kalmarsa za mu "san gaskiya, gaskiya kuma za ta 'yantar da ku" (Yahaya 8:31,32).
Muna ci gaba da ƙara himma wajen neman taimakon Allah.

A ƙarshe, ƙaunar Ubangiji ce ke motsa mu. Muna ƙaunarsa domin shi ne ya fara ƙaunarmu (1 Yahaya 4:19). Babu abin da ke rage ƙaunarmu gare Shi. Muna ƙaunarsa ko da lokacin da aka gwada bangaskiya kuma bege ya yi kama da an murƙushe shi. Mun san wata rana bangaskiyarmu za ta bayyana. Za a cika begenmu. Kuma ƙauna za ta ci gaba. "Yanzu kuma bangaskiya, bege, ƙauna, waɗannan ukun sun dawwama; amma mafi girma daga cikinsu ƙauna ce" (1 Korintiyawa 13:13).

Me Yasa Kowa Ba Ya Samun Waraka?

Mun yarda da cewa ba duk wanda muka yi wa hidima don ya sami waraka ko ceto ba ne. Na tabbata cewa kowane babban mai wa'azin warkarwa da kuma namiji ko mace na Allah ya fuskanci wannan kuma ya sha wahala wajen amsa wannan tambayar game da dalilin da ya sa ba ma ganin duk wanda muka yi wa hidima don ya warke kuma ya sami ceto. Amsar irin wannan tambayar tana da matuƙar muhimmanci domin yanayin da ake ciki na iya bambanta daga mutum zuwa mutum. Mun fahimci cewa akwai abubuwa da dama da ke hana mutum samun waraka ko ceto. Akwai dalilai iri-iri, wasu mun san su, wasu kuma mun san su, wasu kuma ba mu san su ba.

Duk da haka, yadda muke mayar da martani ga waɗannan "kasawa" yana da mahimmanci. Dole ne mu tuna koyaushe cewa duk wani gazawa yana gefenmu ne, ba na gefen Allah ba. Allah gaskiya ne ga Kalmarsa. Muna cikin ci gaba da koyo da gano gaskiya game da Mulkin Allah da hanyoyin da Allah ke aiki. Babu ɗayanmu da yake cikakke a cikin iliminmu. Muna buƙatar ci gaba da matsawa don gano gaskiya da aka ɓoye a cikin Kalmarsa da kuma ta Ruhunsa, domin mu iya wakiltarsa daidai kuma mu yi abubuwan da Ya wajabta mana mu yi.

Ga su nan

Wasu abubuwan da ba za a yi ba idan muka fuskanci yanayi inda mutanen da muke yi wa hidima ba a warkar da su ko kuma a ba su haihuwa:

Kada Ka Yi Watsi Da Gaskiya

Bai kamata mu yi watsi da gaskiya ba. Ba ma canza fahimtarmu game da yanayin Allah, Kalmar Allah da kuma aikin da Almasihu ya kammala a kan Gicciye. Waɗannan su ne cikakku. Wanene Allah, abin da Ya yi alkawari da abin da Kristi ya riga ya yi a kan Gicciye ba zai canza ba. Dole ne mu ƙi jarabawar gyara tauhidinmu don ya dace da gogewarmu. Maimakon haka dole ne mu matsa lamba don ɗaga matakin gogewarmu don ta dace da mizanin Kalmar Allah.

Kada Ka Yi Hasashe, Kawai Ka Yarda "Ban Sani Ba"

Tunda ba mu da dukkan amsoshin, bai kamata mu yi hasashe mu yi kamar mun sani ba. Idan ba mu da tabbas, ya kamata mu guji yin kalamai kamar "Ba ku da isasshen imani," "Akwai wani zunubi da aka ɓoye," "Akwai wasu la'anannu na tsararraki," da sauransu. Za mu iya ƙarewa mu cutar da mutane lokacin da muke magana da jahilci. Ya isa a ce, "Ban san dalilin da ya sa ba ku warke ba amma ƙaunar Allah a gare ku tabbatacciya ce kuma nufinsa shi ne ya so ku lafiya."

Ka Roƙi Allah Don Fahimta Kuma Ka Ci Gaba Da Yi Wa Mutum Hidima

Gaskiya ne cewa ba duk wanda muke yi wa addu'a ba ne yake samun waraka. Amma wannan bai kamata ya hana mu matsawa mu yi iya ƙoƙarinmu don kawo waraka da ceto ga kowane mutum ba. Muna ci gaba da addu'a da ƙoƙarin hanyoyi daban-daban don yi wa wannan mutumin hidima duk lokacin da zai yiwu. Muna ƙarfafa mutum ya ci gaba da matsawa ga Allah, ya ci gaba da addu'a, ya ci gaba da yin imani, ya ci gaba da yabon Allah don warkarwarsa da kuma riƙe Kalmar Allah da ƙarfi. Roƙi Allah don fahimta, don baiwar Ruhu da za ta bayyana abubuwan da ke hana warkarwa da ceto shiga. Wani lokaci mutum yana iya buƙatar tuba daga wani zunubi, ko kuma ya saki gafara ga wani mutum. Ka kasance mai kula da Ruhu Mai Tsarki kuma ka yi tafiya tare da abin da Ruhun Allah ya bayyana.

Ku ɗaukaka Allah, ba Sharaɗin ba

Mu ne za mu ɗaukaka Allah ba yanayin ba. Kada mu ƙara girman rashin lafiya ko aikin zalunci na shaidan. Babu wata cuta ko aikin aljanu da ya fi Allahnmu. Kawai saboda ba mu ga warkarwa ko ceto ba, kada mu yi kamar waɗannan sun yi wa Allahnmu wahala. Babu wani abu da ya fi wa Allahnmu wahala. Kawai muna buƙatar koyon yadda za mu saki ikonsa yadda ya kamata. Duk da yanayin, muna farin ciki, muna addu'a koyaushe kuma a cikin duk abin da muke godewa (1 Tassalunikawa 5:16-18) domin mun san ko wanene Shi.

"Duk da" Ba "Saboda" ba

Allah zai iya amfani da mutum "duk da" rashin lafiya, rashin lafiya ta jiki, ko kowace matsala ta jiki. Duk da haka, wannan ba yana nufin cewa yanayin da suke ciki shine mafi kyawun Allah a gare su ba. Allah ba ya amfani da su "saboda" rashin lafiyarsu ko rashin lafiyarsu. Allah yana aiki duk da halin da ake ciki. Ba a iyakance shi da iyakokinmu ba. Yana aiki ne saboda manufarsa da alherinsa da aka ba mu a cikin Yesu

Kiristi (2 Timothawus 1:9), rashin lafiya ko rashin lafiya! Shi ya sa Shi ne Allah! Don haka lokacin da Allah ya yi amfani da mutum duk da rashin lafiyarsa ko rashin lafiyarsa, muna ɗaukaka Allah ba rashin lafiyar ba. Wannan rashin lafiya har yanzu wani abu ne da muke buƙatar yaƙi da shi da kuma tsayayya da shi.

Ci gaba da dannawa don ƙarin bayani!

Duk wani gazawa yana gefenmu ne, ba na Allah ba. Ci gaba da ƙoƙari don ƙarin shafaffunsa da wahayinsa kan yadda za a kawo waraka ga "dukka" da "masu yawa," kamar yadda Yesu ya yi. Shi ne Matsayinmu. Dole ne mu matsa lamba don yin ayyukansa da ma manyan ayyukansa.
Akwai aƙalla wasu tambayoyi guda biyu masu alaƙa da za mu iya amsa a nan: Me yasa wasu warkarwa suke a hankali? Kuma me yasa wasu warkarwa suke a hankali kuma ba cikakke ba?

Me Ya Sa Wasu Warkarwa Ke Faruwa A Hankali?

A cikin hidimar Yesu, banda abin da ya faru inda Ya taɓa makaho sau biyu, muna ganin duk sauran warkarwa da ceto suna faruwa nan take. Duk da haka, lokacin da muke hidima, akwai sau da yawa, lokacin da warkarwa ke faruwa a hankali akan lokaci. Kuma amsar wannan tambayar hakika ta mutum ce kuma ta dogara ne akan yanayi na mutum ɗaya. A lokuta da yawa, ba mu san dalilin da yasa abubuwa ke faruwa a hankali maimakon faruwa nan take ba. Duk da haka, amsarmu dole ne ta kasance mu matsa don ganin an kammala aikin, komai tsawon lokacin da zai ɗauka. Muna bikin kowane mataki na ci gaba da muke gani a hanya. Dole ne mu gode wa Ubangiji saboda kowane ƙaramin ci gaba a cikin murmurewa da muka gani, mu ci gaba da yabon Allah kuma mu ci gaba da matsawa don ganin cikakken warkarwa da ceto.

Markus 8:22-26 22 Sai ya zo Betsaida; suka kawo masa wani makaho, suka roƙe shi ya taɓa shi. 23 Sai ya kama hannun makahon, ya kai shi bayan garin. Da ya tofa masa miyau a idanunsa, ya ɗora masa hannuwansa, sai ya tambaye shi ko yana ganin wani abu. 24 Sai ya ɗaga kai ya ce, "Ina ganin mutane kamar bishiyoyi suna tafiya." 25 Sai ya sake ɗora hannuwansa a idanunsa, ya sa shi ya ɗaga kai. Sai ya warke, ya ga kowa a sarari. 26 Sai ya sallame shi zuwa gidansa, yana cewa, "Kada ka shiga garin, kada kuma ka gaya wa kowa a garin."

Me ya sa Yesu ya fitar da wannan makaho daga garin don ya yi masa hidima? Kuma, me ya sa Yesu ya taɓa shi sau biyu kafin ganinsa ya dawo gaba ɗaya? Me ya sa Yesu ya gaya masa kada ya koma garin ko ya gaya wa kowa a garin? Duk waɗannan tambayoyi ne masu ban sha'awa.
Aƙalla almajiran Yesu huɗu sun fito ne daga Betsaida. Andarawas, Siman Bitrus, Filibus da Natanayel sun fito ne daga birnin Betsaida (Yahaya 1:44). Betsaida tana ɗaya daga cikin biranen da Ubangiji Yesu ya tsawata saboda rashin son su mayar da martani ga manyan mu'ujizai da suka gani (Matta 11:21-26). A bayyane yake cewa wannan birni ba shi da imani kuma bai yarda da mu'ujizai na Yesu ba, wataƙila saboda mutanensu "masu hikima da hikima" (Matta 11:25) waɗanda suka ɓata sauran mazauna birnin. Aƙalla a wani lokaci, a gidan Yairus, mun ga Ubangiji Yesu yana korar duk waɗanda suka yi masa ba'a, waɗanda ba su da imani kuma ba su yarda da hidimarsa ba (Markus 5:40).

Ko da yake nassin bai faɗi haka ba, yana yiwuwa dalilin da ya sa Ubangiji Yesu ya fitar da wannan mutumin daga garin sannan ya yi masa hidima, kuma ya ba shi umarni kada ya koma gari ko ya gaya wa mutanen garin, shi ne a raba shi da kuma a tsare shi daga rashin imani da rashin karɓa da ya mamaye garin. Wannan dalili ne ma ya sa Ubangiji Yesu bai

bar kowa ba sai Bitrus, Yakubu da Yahaya da iyayen yarinyar su kasance a wurin lokacin da ya tashe 'yar Yairus daga matattu. A wasu lokutan da aka warkar da makafi, Ubangiji Yesu ya yi hidima cikin 'yanci, yana maido da ganinsu don mayar da martani ga imaninsu. Duk da cewa nassin da ke cikin Markus 8 bai ambaci bangaskiya (ko rashinta) a cikin wannan makaho a Betsaida ba, yana yiwuwa rashin imani da ya mamaye birnin ya rinjayi su. Bangaskiyarsa ta sami ƙarfafawa lokacin da ya lura da ɗan gyarawar idanunsa kuma ya sami damar yin imani don cikakken gyarawa.
Wataƙila wasu darussa da za mu iya koya daga wannan lamari da makaho a Betsaida, shi ne cewa muna koyon raba mutane daga yanayin shakku da rashin imani domin mu taimaki imaninsu. Muna kuma ƙarfafa imanin mutane ko da kuwa a hankali ne yanayin jikinsu ya inganta, sannan mu ci gaba har sai an gama warkar da su.

Me Ya Sa Wasu Warkarwa Ba Sa Kashi Ba Ne Kuma Ba Su Cika Ba?

Wani abu kuma da za mu iya lura da shi lokacin da ake yi wa mutane hidima ta hanyar warkarwa shi ne cewa wani lokacin mutane masu matsaloli da yawa suna samun waraka daga wasu yanayi kuma suna ci gaba da samun wasu cututtuka a jikinsu. A nan ma ba za mu sami duk dalilan da ya sa cikakken waraka bai faru ba. Dole ne mu gode wa Ubangiji saboda kowace ƙaramar ci gaba a cikin murmurewa da muka gani, mu ci gaba da yabon Allah kuma mu ci gaba da matsa lamba don ganin cikakken waraka da ceto. Ci gaba da ƙarfafa mutum ba ta kowace hanya kunya ko la'anta shi ba. Ci gaba da roƙon Allah ya bayyana yadda ake yi wa mutum hidima da kuma bayyana abin da ake buƙatar yi don ganin cikakken waraka.
Yana yiwuwa dalilan da ke haifar da yanayi daban-daban sun bambanta. Ɗaya yana iya zama rashin lafiya ta jiki kawai

wanda ke buƙatar warkarwa kuma an warkar da shi nan take. Wani yanayi kuma yana iya zama aljani tare da ruhin rashin lafiya mai taurin kai wanda ke buƙatar a fitar da shi don warkarwa ta zo.

Wataƙila za a iya magance wata matsala ta hanyar fitar da ruhun rashin lafiya, yayin da domin a warkar da wata matsala, yana yiwuwa kawai mu ƙarfafa bangaskiya ta tashi a cikin zukatansu domin su karɓa.

Muna buƙatar mu kasance masu kula da jagorancin Ruhu Mai Tsarki da kuma yadda za mu yi wa mutum hidima mafi kyau ta ikon Allah.

Halaye Uku na Zuciya da ke Ba wa Allah damar yin Mu'ujizai

Baya ga ABCDE da F da muka ambata a baya, Domin a yi wa hidima ta warkarwa da ceto, da kuma ƙarfafa mutane su kasance a shirye don samun waraka da ceto, akwai muhimman halaye guda uku na zuciya: bangaskiya, tsammanin rai da kuma sha'awa mai ƙarfi.

Lokacin da muke yi wa mutane hidima, dole ne mu yi tafiya cikin bangaskiya, tsammani da kuma sha'awa mai ƙarfi. Muna hidimar warkarwa da ceto tare da bangaskiya a cikin zukatanmu. Rashin imaninmu na iya zama cikas ga ikon Allah da ke gudana ta cikinmu. Dole ne mu yi tsammanin mutane za su warke. Muna tsammanin mutane za su warke kuma su warke. Muna da sha'awar ganin mutane sun warke, sun warke kuma sun 'yantu don ɗaukakar Allah.

Yayin da muke yi wa mutane hidima, muna buƙatar taimaka musu su shiga wurin bangaskiya, bege, da kuma sha'awar samun cikakken rai. Muna ƙarfafa su ta hanyar Kalmar Allah, addu'a da bauta. Kamar mace mai zubar jini, dole ne mu ƙarfafa mutane su yi tsammanin wani abu zai faru yayin da suke mika hannu cikin bangaskiya. Kamar matar Kan'aniyawa, dole ne mu ƙarfafa mutane su ƙuduri aniyar samun warkarwa da ceto.

Abubuwan da ke hana samun waraka

Duk da cewa wannan ba cikakken jerin "shingayen hanyoyi" ko cikas ga samun warkarwa da ceto ba ne, muna buƙatar sanin waɗannan, yayin da muke yi wa mutane hidima. Idan muka fahimci cewa ɗaya ko fiye daga cikin waɗannan cikas suna nan, ya kamata mu magance su cikin ƙauna da ƙarfafawa. Kada mu taɓa suka, ku la'anta, ku zargi ko kunyata mutum yayin da muke hidima. Bai kamata mu yi ƙoƙarin ɗaukar matsayin "Allah" a rayuwar mutane ba. Mu kawai tukwanen ƙasa ne waɗanda ke ba da kanmu a hannun Allah don a yi amfani da su don manufofinsa.

- **Rashin ilimi (Yusha'u 4:6, Ishaya 5:13)**
- **Rashin bangaskiya (Markus 6:5,6)**
- **A yi la'akari da rashin lafiyar a matsayin nufin Allah.**
- **Rashin sha'awar samun lafiya mai ɗorewa. Rashin son samun lafiya sosai. Wataƙila, jin daɗin tausayi da kulawar mutane. Wataƙila tsoron rayuwa tare da alhaki na yau da kullun da zarar sun warke.**
- **Kasancewa mai son kai wajen tsayayya da rashin lafiya (matsayi mara kyau wanda ke haifar da imani mara son kai: "Idan nufin Allah ne, zai warkar da ni," "Allah zai warkar da ni a lokacinsa," "Duk abin da ya faru nufin Allah ne," da sauransu).**
- **Ra'ayoyin zuciya marasa kyau: fushi, ƙiyayya, kishi, rashin yafewa, ɗaci, da sauransu. Misalai 14:30 Zuciya mai lafiya rai ce ga jiki, amma kishi ruɓewa ce ga ƙasusuwa. Misalai 17:22 Zuciya mai farin ciki tana yin alheri, kamar magani, Amma ruhun da ya karye yana busar da ƙasusuwa.**
- **Rayuwar da ke lalata tarbiyya: Idan mutum ya ci gaba da yin abubuwan da ke lalata lafiyarsa, misali barasa, shan taba, ƙwayoyi, da sauransu.**

• Sauran abubuwan da ba a sani ba: Ba mu san kowace dalili da za ta iya hana mutum samun waraka da ceto ba. Don haka muna koyon sauraron Ruhu Mai Tsarki kuma zai nuna mana abin da za mu yi a wasu takamaiman yanayi.

Labari Ɗaya _ karya riƙon ruhin tsoro daga Bro Schambach –

TAFIYA A TITIN KUDANCIN PHILADELPHIA

Littafi Mai Tsarki ya ce, "Allah bai ba mu ruhun tsoro ba..." (2 Timothawus 1:7). Ya kuma ce, "…tsoro ya ƙunshi azaba..." (1 Yahaya 4:18). Saboda haka, zan iya kammala da cewa tsoro ruhu ne mai azabtarwa. Mutane da yawa daga cikin mutanen Allah suna daure da wannan ruhun tsoro mai azabtarwa, ko da lokacin da suka ji ana wa'azin Kalmar.
Tsoro akasin bangaskiya ne. Zai iya hana ka yin aiki a matsayinka na Kirista. Idan kana da ruhun tsoro, ba sai na gaya maka ba—kana buƙatar mu'ujizar ceto. Kuma ina da labari mai daɗi—Allah yana so ka kawar da tsoro a rayuwarka kuma yana shirye kuma yana son ya 'yantar da kai.
A wani lokaci, lokacin da nake Philadelphia, na haɗu da wata mata wadda ke da matsala da **tsoro.**
Na kan yi hira ta sirri inda mutane za su iya zuwa su gana da ni ɗaya bayan ɗaya. Wannan matar ta shigo tana ƙoƙarin yin abin da ya burge ni. Ta yi magana da harsuna kaɗan sannan ta zauna.
Na ce, "Me zan iya yi maka?"
Ta ce, "Na zo ne domin ka yi mini addu'a."
Na ce, "Ba na yin addu'a da rana. Ina yin addu'a da dare. Ka gani, muna wa'azi da rana don mu ƙarfafa bangaskiyarka. Sannan mu ɗora maka hannu a lokacin hidimar dare lokacin da bangaskiya take raye."

Ta ce, "To, ba zan iya zuwa da daddare ba."
Na ce, "Kana aiki?"
"A'a."
"Kuna da alƙawari?"
"A'a."
"To, sai ka dawo yau da daddare," na ce mata.
"Ba zan dawo ba."
Na ce, "To, ba na yin addu'a."
Wannan zai iya zama kamar abin tsoro, amma na san tana ɓoye min wani abu. Na gane hakan a cikin raina. Sai na tambaye ta, "Me ke damun ki? Ina so in sani."
Ta ce, "To, ina da hawan jini, kuma ina da ciwon suga."
"Shin haka ne kawai?" Na ce.
"Eh, haka ne," ta amsa.
Na ce, "A'a, ƙarya kake yi min. Kana gaya min ba za ka iya zuwa yau da daddare ba. Dalilin da ya sa ba za ka iya zuwa ba shine saboda kana da ruhin tsoro."
Ta ce, "Ta yaya ka sani?"
Ji, ta kasance ɗan Allah. Tana ƙaunar Ubangiji. Amma har yanzu tana daure da ruhun tsoro.

Ta ce, "Ban fita daga gidana da daddare ba tsawon shekaru goma sha biyu da suka gabata. Kai, ɗan'uwa Schambach, wannan ruhin yana azabtar da ni."
Na ce, "Kai, ka zauna har zuwa daren yau. Je gidan maƙwabta ka sayi sanwici. Ka zauna a nan, zan yi maka addu'a a daren yau. Zan kawar da wannan ruhin tsoro. Allah ya ba ni ikon fitar da aljanu, kuma zan 'yantar da kai daga wannan mugun ruhin da ke addabar hankalinka. Idan ka zauna, kuma Allah bai cece ka ba, ni da matata za mu kai ka gida da kaina."
Ta ce, "Za ka yi haka?"
Na ce, "Zan yi. Zan ma fara shiga gidanka. Za ka iya zama tare da matata a cikin mota. Zan kunna kowace fitila, in duba bayan kujera da kujeru, in buɗe kabad ɗinka, in tabbatar babu kowa a wurin."

Ta gamsu. Ta ce, "To, idan za ki yi haka, zan tsaya."
Bayan na yi wa'azi a daren, sai na fara kiranta don yin addu'a. Na ɗora mata hannu, ikon Allah ya buge ta, ya kuma buge ta a bayanta. Na ɗora wa mutane kusan 500 hannu a daren.
Bayan an gama komai, ni da matata muna neman matar domin na yi mata alƙawarin zan kai ta gida. Amma ban same ta a ko'ina ba! Na yi gudu na fita waje na duba ko'ina. Na ce, "Ya Ubangiji. Dole ne in sami wannan matar." Ban taɓa yin hakan ba.
Da daddare ta dawo cikin taron tana ihu da murna. Da daddare!
Na ce, "Zo nan. Na san kana da shaida."
Ta gaya wa mutane labarin da na gaya muku. Ta ce, "Na san Ɗan'uwa Schambach ya gaya mini shi da matarsa za su kai ni gida jiya da daddare. Amma ban bar su su kai ni gida ba domin lokacin da ya ɗora mini hannu, wannan shaidan tsoro ya tafi. Allah ya cece ni ya 'yantar da ni! Na yi tafiya gaba ɗaya zuwa gida."
Na ce, "Ka yi tafiya? A Philadelphia?"
Yanzu ina cikin damuwa! Tana zaune a sansanonin birni talatin a Kudancin Philadelphia. Wannan yana nufin ta yi tafiya a cikin mafi munin yankin garin! Wannan ita ce matar da take jin tsoron fita da daddare!
Ta ce, "Na isa can da misalin ƙarfe uku na safe. Na saka makullin a cikin makullin, amma na ji daɗi sosai har na fitar da shi na fita da shi na yi yawo a kan tituna duk dare ina cewa, 'Shaiɗan, kai maƙaryaci ne. Ba na jin tsoronka kuma!"
Allah ya cece ta daga tsoro! Idan kana da ruhun tsoro, yana son ya yi maka haka. Ba sai ka sake jin tsoro ba. Za ka iya juyawa ka fuskanci maƙiyi da kwarin gwiwa domin Allah yana tare da kai!

Bari in yi maka addu'a:

Uba, cikin sunan Yesu, ina zuwa gare ka a madadin wannan mai karatu wanda tsoro ya ɗaure shi. Na gode maka da ikon da ka ba ni a kan aljanu. Tsoro, kai mugun ruhu, mai azabtarwa, ina rantsuwa da Yesu— ka kwance ikonka a kan rayuwar wannan mutumin. Ina umurtarsa da sunan Yesu. Ya Ubangiji, ka ba shi mu'ujizar ceto, ka kuma ba shi ƙarfin tsayawa a kan maƙiyi. Cikin sunan Yesu, na kira shi an yi. Amin kuma Amin.

Addu'ar Gajere Don Ceto Kai.

"Ya Ubangiji Yesu Almasihu, na yi imani ka mutu a kan gicciye saboda zunubaina kuma ka tashi daga matattu. Ka fanshe ni da jininka kuma ni naka ne, kuma ina so in rayu dominka. Ina furta dukkan zunubaina - waɗanda aka sani da waɗanda ba a sani ba - Ina yi musu hakuri da su duka. Ina watsi da su duka. Ina gafarta wa duk wasu kamar yadda nake so Ka gafarta mini. Ka gafarta mini yanzu kuma ka tsarkake ni da jininka. Ina gode maka saboda jinin Yesu Almasihu wanda ke tsarkake ni yanzu daga dukkan zunubaina. Kuma ina zuwa gare ka yanzu a matsayin mai cetona. Ka san bukatu na musamman - abin da ke ɗaure, wanda ke azabtarwa, wanda ke ƙazantar da shi; wannan mugun ruhu, wannan mugun ruhu - ina da'awar alƙawarin kalmarka, "Duk wanda ya kira sunan Ubangiji za a cece shi." Ina kira gare ka yanzu. Da sunan Ubangiji Yesu Kiristi, ka 'yantar da ni. Shaiɗan, na ƙi ka da dukkan ayyukanka. Na rasa kaina daga gare ka, cikin sunan Yesu, kuma ina umurtar ka ka bar ni yanzu cikin sunan Yesu. Amin!"

Bari ya fito daga zuciyarka ka ga ceton Ubangiji!

Kana rashin lafiya ko kuma kana buƙatar gyara?

Ga waɗanda ba su da lafiya ko marasa lafiya a kowace siffa ko tsari, ko kuma waɗanda ke buƙatar ceto? Ko kuma waɗanda ke buƙatar ceto, a yi amfani da bangaskiya wajen taɓa alamar da ke ƙasa (Bangaskiya ita ce ganin kyakkyawan sakamako na halin da kuke ciki a yanzu, sanin cewa Yesu ya yi aikinsa fiye da shekaru 2000 da suka gabata don tabbatar da warkarwarku da ceto, gyarawa a matsayin biyan kuɗi na farko, da amincewa cewa biyan kuɗi na farko yana nan a gare ku don cirewa daga, kamar ma'auni mai kyau a cikin asusun ajiyar ku da banki, babu tambayoyi da aka yi kamar yadda muka yarda da ku kuma muka furta BE WALLAKE cikin sunan Yesu Kiristi, Amin)

Da ikon, ka ba ni da su, ina amfani da wannan ikon yanzu cikin bangaskiya da fushinsu a kan maƙiyi da yunwa don samun abin da ka ba su kyauta, Ina la'antar kowace cuta, kowace cuta, ko ciwon daji, COVID 19, ko ruhin rashin lafiya, ko mallakar aljanu ko zalunci, ko ruhin talauci, koma-baya, jinkirin cikar abin da Allah ya riga ya ƙaddara kuma ya saki. Mun zo kan rashin tabbas, ina ɗaure su, muna la'antar su zuwa tushensu kuma muna kore su da iko cikin sunan Yesu Kiristi. Amin. Muna kira da a saki warkarwa, ceto da kuma gyara rayuwarsu cikin sunan Yesu Kiristi mai girma. Na gode Ubangiji saboda shaidar da ke kiyaye ɗaukakarka da girmamawarka da yabonka. Na gode da rayukan da ake ƙarawa cikin mulkinka sakamakon wannan saƙon, mu'ujizai da muke gani a yanzu kuma suna bayyana don ɗaukakarka cikin sunan Yesu, Amin. An gama! Yi farin ciki!

Taɓa wannan wuri da aka nuna a matsayin wurin taɓawa kuma ka furta da bakinka - NA WARKE, AN CECE NI, kuma AN MAYAR DA NI A cikin Ruhuna, Raina, Jikina da kuma duk kewaye da ni cikin sunan YESU KRISTI, Amin!!!

Ka fara yin abin da ba za ka iya yi a da ba, ka fara furtawa har sai cikakken waraka, maido da ceto ya zama 'ya'ya a rayuwarka cikin sunan Yesu, amin. Ka ci gaba da jin yunwa ga Allah duka, ka yi fushi ka kuma mayar da duk abin da maƙiyi ya riƙe a cikin sunan Yesu, amin

Lura:
Ku shaida warkarwa don ɗaukakar Allah da kuma kunyatar maƙiyi! Aiko mana da imel ko whatsapp idan har yanzu kuna buƙatar mu yarda da ku kan batun. Kuma ku haɗu a jerin kayan aiki da za a fara daga mako mai zuwa Alhamis. Nemo cikakken bayani nan ba da jimawa ba a gidan yanar gizon mu!

Manyan Amfani - 1 - Babi na 10 - Sami Amsoshin Tambayoyi da Amsoshi kan Waraka, Ceto da Maidowa + Jagorori Masu Amfani ga Hidima Warkarwa, Ceto da Maidowa + Haɗa Cutar Schizophrenia kamar yadda Ruhu Mai Tsarki ya bayyana wa Ida Mae Hammond da kuma yadda ake mu'amala da ruhu kashi na 9

Abokai na ku, a yau, mun kawo muku kashi na 9 na jerin shirye-shiryenmu kan isassun abubuwan da za a iya yi wa fursuna da maraba da 'yanci cikin Almasihu. Bangaskiya tana zuwa ta wurin ji da kuma ji ta wurin maganar Allah - Romawa 10:17. Allah ya gaya wa annabi Hosea a cikin **Yusha'u 4:6-7**

Littafi Mai Tsarki Mai Ƙarfafawa, Bugun Gargajiya
6 Mutanena sun lalace saboda rashin ilimi; Domin kai [al'ummar firistoci] ka ƙi ilimi, ni ma zan ƙi ka da ka zama firist a gare ni; tunda ka manta da dokar Allahnka, ni ma zan manta da 'ya'yanka.
7 Gwargwadon yadda suka ƙaru suka kuma yawaita, haka nan suka ƙara yin zunubi a kaina, Zan mayar da darajarsu ta zama kunya.

Bari mu yi tunani game da kalmomin da ke sama na ɗan lokaci. Allah ya ce yayin da muke ƙin ilimi. SaninSa kamar yadda aka bayyana a cikin littafi mai tsarki, zai kuma ƙin mu daga yin hidima a matsayin firist gare Shi. Ya ce tunda mun manta da dokar Allah, Ya ce zai kuma manta da 'ya'yanmu. A taƙaice, Zai manta da mu da 'ya'yanmu. Haka ne kalmar take da ma'ana kuma abin da Allah ya ce Zai yi sakamakon jahilci ko rashin sanin ayyukan Allah. Allah ya kuma haɗa kalma da wannan sashe na farko na aya ta 6. Ya ce muna zunubi a kansa gwargwadon wadatarmu. Da zarar mun ci gaba, haka muke dogara da kanmu kuma muna mantawa da Allah.

Shin abin mamaki ne a gare ku cewa lokaci ɗaya da muke neman mafita daga Allah shi ne lokacin da muka rasa zaɓuɓɓuka? Idan muna rashin lafiya, mutum na farko da ke zuwa a zuciya shine madadin da ake bayarwa lokacin da man Gileyad ke zaune a cikinmu. Muna amfani da Allah a matsayin taya idan komai ya lalace.
Idan aka gabatar mana da maganar Allah ko wani abu da ke kawo mana haske (ilimi) don taimaka mana mu magance damuwarmu, mukan ce ba mu da lokaci. Amma ba ma damuwa da duk wani abu da zai nishadantar da mu ko kuma wani abu da zai ba mu amfani a duniya.

Za mu iya ɗaukar sa'o'i da sa'o'i muna duba harkokin kuɗinmu amma idan ana maganar abubuwan da suka shafi mulkin, muna kallon agogonmu cikin gaggawa ko kuma mu yi barci kafin mu fara fahimtar saƙon da yake ƙoƙarin isar mana, wanda shine cetonmu. Za mu iya ɓatar da sa'o'i da sa'o'i muna jiran ganin likita amma ba mu da sa'a ɗaya don kayan aikin da ake buƙata don kawo mu cikin cikakken aiki da tafiya tare da Ubangiji.

To, wa muke yaudara? Allah ko kanmu? Kuma muna mamakin dalilin da yasa addu'o'inmu ba sa jawo hankalin sama - Ranar da muka fara ɗaukar Allah da muhimmanci, zai fara ɗaukar mu da muhimmanci
Ubangiji yana ci gaba da gaya mana game da ni da kai - **Irmiya 29:13**

Littafi Mai Tsarki Mai Ƙarfafawa, Bugun Gargajiya
13 Sa'an nan za ku neme ni, ku yi tambaya, ku kuma neme ni [a matsayin muhimmin buƙata], ku same ni lokacin da kuka neme ni da dukan zuciyarku.

Shi ya sa wannan shirin ba na kowa ba ne. Wannan shirin na waɗanda ke jin daɗin Allah duka ne. Dole ne mu riga mu cancanta da waɗannan:
A: Samuwa - Ruhi, Rai da Jiki;
B: Jarumtaka wajen amfani da iko da iko;
C: Tausayi a zauna a inda mutane ke ciwo;
D: Kudurin ci gaba har zuwa nasara;
E: Soyayya Mai Kyau wadda ba ta dogara da saman jiki ba;
F: Fushi Mai Zafi da Shaidan da
G: Babban Yunwa ga CIKAKKEN ALLAH a cikinmu da kewaye domin mu iya taɓa duniya domin Shi

Ina so mu yi bimbini a kan wannan maganar Yesu - **Luka 18:7-8**
Littafi Mai Tsarki Mai Ƙarfafawa, Bugun Gargajiya

[7] **Kuma Allahnmu mai adalci ba zai kare ' ya kuma kare , ya kuma rama wa zaɓaɓɓunsa (zaɓaɓɓunsa), waɗanda suke yi masa kuka dare da rana [ba] ? [b] jinkirta taimako a madadinsu?**
[8] **Ina gaya muku, zai kare su , ya kuma kare su , ya kuma rama musu da sauri. Amma, lokacin da Ɗan Mutum ya zo, zai sami [[c] juriya cikin] bangaskiya a duniya?**

Ubangiji ya same ni da ku cikin bangaskiya lokacin da ya zo. Nau'in bangaskiyar da ke zuwa ta hanyar ji da ji ta hanyar maganar Allah, tana ɗaukar mataki daidai - Romawa 10:17. Amin? Amin

AMSOSHIN TAMBAYOYIN DA AKE YAWAN CIKI AKAN CUTAR DA WARAKA

Misalai: **Ƙayar Bulus; Matsalolin Ayuba; Ba da ɗaya ga Shaiɗan; Cocin Koranti—Mutane da yawa masu rauni, da yawa masu rashin lafiya, da yawa kuma suna mutuwa kafin lokacin girma; Ciki na Timoti; Rashin lafiyar Hezekiya; Tarofimus ya bar rashin lafiya; Epafroditus – saboda aikin Almasihu Ya kusa mutuwa; Shin rashin lafiya horon Ubangiji ne? Shin yana da kyau a haɗa bangaskiya da magani? Kula da lafiyarka alama ce ta rashin imani?**

Akwai wurare da dama a cikin Littafi Mai Tsarki waɗanda galibi ba a fahimce su ba kuma ana amfani da su azaman tushen jure rashin lafiya da sauran ayyukan aljanu. A cikin saƙon yau, mun duba wasu daga cikin waɗannan kuma mun ba da haske kan fahimtar waɗannan. Dole ne mu tuna cewa dole ne a fassara dukkan Nassosi ta hanyar hasken sauran Nassosi da kuma hasken Mutumcin Yesu Kiristi.
Duk abin da muka sani game da Allah dole ne ya daidaita kansa da abin da ake gani da ji ta wurin Allah wanda ya zama jiki, Yesu Kiristi. Duk wani abu da muka yi iƙirarin fahimta

game da Allah wanda bai yi daidai da abin da Yesu ya faɗa kuma ya yi ba, za a iya yi masa tambaya a kuma yi watsi da shi. Yesu Kiristi cikakken tauhidi ne, Kalmar da ta zama jiki.

Kayar Bulus

2 Korintiyawa 12:7-10 7 Kuma domin kada a ɗaukaka ni fiye da kima saboda yawan wahayi, an ba ni ƙaya a jiki, manzon Shaiɗan don ya buge ni, kada a ɗaukaka ni fiye da kima. 8 Game da wannan abu, na roƙi Ubangiji sau uku domin ya rabu da ni. 9 Ya ce mini, "Alherina ya isa a gare ka, domin ƙarfina ya cika a cikin rauni." Saboda haka da farin ciki zan fi so in yi alfahari da rashin lafiyara, domin ikon Almasihu ya kasance a kaina. 10 Saboda haka ina jin daɗin rashin lafiya, da zagi, da buƙatu, da tsanantawa, da wahala, saboda Almasihu. Domin lokacin da nake rauni, to, ina da ƙarfi.
Hakika manzo Bulus ya sami ayoyi da yawa. Baya ga abubuwan da ya fuskanta a kansa, ziyararsa da kuma lokacin da aka ɗauke shi zuwa sama ta uku, Bulus ya fahimci kuma ya rubuta yawancin wahayin Sabon Alkawari. Don kada Bulus ya yi girman kai, Allah ya ba da damar "ƙaya a jiki." Yanzu mutane da yawa suna tunanin menene wannan "ƙaya a jiki". Wasu suna cewa rashin lafiya ne, matsalar ido, matsalar hannu.

Duk da haka, manzon ya bayyana cewa "manzo ne (mala'ikan Girkanci = mala'ika) na shaidan." Bulus ya bayyana a sarari cewa ƙaya a cikin jiki manzon shaidan ne. Kalmar manzo a cikin Hellenanci, ita ce kalmar da aka yi amfani da ita ga mala'ika, kuma misali an yi amfani da ita a cikin "mala'ikan cocin," a cikin littafin Ru'ya ta Yohanna, surori 2 da 3, lokacin da Ubangiji ya yi wa kowace coci jawabi. Saboda haka, manzon shaidan wani abu ne na ruhaniya wanda ke adawa da Bulus a cikin hidimarsa "don ya buge shi" (ma'ana ya buge shi akai-akai). A cikin babi na baya, Bulus ya bayyana wahalhalu da yawa, matsaloli, da rauni da ya sha. Ga abin da ya faɗa, "Shin su masu hidimar Almasihu ne? Ina magana kamar wawa ne - ni ma fi ni: a cikin aiki mai yawa, a cikin duka fiye da kima, a cikin gidajen yari akai-akai, a cikin mutuwa akai-akai.

Daga Yahudawa sau biyar na sha bulala arba'in banda ɗaya. Sau uku aka yi mini duka da sanduna; sau ɗaya aka jejjefe ni; sau uku aka jefar da ni cikin jirgin ruwa; dare da rana na kasance cikin zurfin teku; sau da yawa a cikin tafiye-tafiye, cikin haɗarin ruwa, cikin haɗarin 'yan fashi, cikin haɗarin mutanen ƙasara, cikin haɗarin Al'ummai, cikin haɗarin birni, cikin haɗarin jeji, cikin haɗarin teku, cikin haɗarin 'yan'uwa na ƙarya; cikin gajiya da wahala, cikin rashin barci sau da yawa, cikin yunwa da ƙishirwa, cikin azumi akai-akai, cikin sanyi da tsiraici" (2 Korintiyawa 11:23-27). Duk da yake ya ɗauki wasu daga cikin waɗannan wahalhalu, da yawa daga cikinsu sun zo ne a matsayin adawa ga aikin da yake yi. Duk waɗannan sun yi aiki don "ƙafafunsa a ƙasa," su taimake shi ya yi tafiya cikin tawali'u da sanin cewa dole ne ya dogara ga Ubangiji. Bulus, ya yi addu'a sau uku domin wannan aljani ya tafi. A cikin wannan yanayi, Allah bai fitar da manzon shaidan daga hanya ba. Madadin haka, ya kira Bulus ya dogara ga alherinsa don ci gaba da matsawa gaba da shawo kan abin da wannan aljani yake yi. Saboda haka Bulus ya fahimci cewa ko a cikin mawuyacin lokacinsa, alherin Allah ya isa ya sa shi ya kasance mai ƙarfi.

A matsayinmu na masu bi a yau, babu ɗayanmu da ya sami irin wannan wahayi mai yawa. Ba a yi amfani da mu ta wannan hanyar kamar Bulus don samun damar da za a ba mu "ƙaya a cikin jiki," manzon Shaiɗan don ya buge mu don ya sa mu tawali'u ba. Bugu da ƙari, a gare mu mu yi iƙirarin cewa rashin lafiyarmu "ƙaya ce a cikin jiki" da aka ba mu don babban manufa ta ruhaniya ba ta da tushe kuma tana ɗaukaka kanmu. Dole ne mu yi yaƙi da rashin lafiya a matsayin aikin shaidan wanda ba shi da hakki a jikinmu.

Matsalolin Ayuba

Ayuba 1:12 Sai Shaiɗan ya fita daga gaban Ubangiji.
Ayuba 2:6, 7 6 Ubangiji ya ce wa Shaiɗan, "Ga shi, yana hannunka, amma ka cece shi." 7 Sai Shaiɗan ya fita daga gaban Ubangiji, ya bugi Ayuba da gyambo mai zafi, tun daga tafin ƙafarsa har zuwa saman kansa.
Ayuba 2:10 A cikin duk wannan Ayuba bai yi zunubi da leɓunansa ba.
Ayuba 3:25 Domin abin da na ji tsoro ƙwarai ya same ni, Abin da na ji tsoro kuma ya same ni.
Ayuba 42:10 Kuma Ubangiji ya mayar wa Ayuba da asararsa lokacin da ya yi addu'a ga abokansa. Hakika Ubangiji ya ba Ayuba ninki biyu na abin da ya samu a da.
Yaƙub 5:11 Hakika muna ɗaukar su masu albarka waɗanda suka jure. Kun ji labarin juriyar Ayuba, kun kuma ga ƙarshen da Ubangiji ya nufa—cewa Ubangiji mai tausayi ne ƙwarai, mai jinƙai kuma.
Shaiɗan ne ya bugi Ayuba da iyalinsa wanda ya jawo kowace irin bala'i da rashin lafiya (Ayuba 1:12; 2:7). Ba za mu iya ɗora wa Allah laifi ba game da abubuwan da Shaiɗan ya yi. Gaskiya ne cewa Allah ya ba da izinin Shaiɗan ya taɓa Ayuba, wanda in ba haka ba yana ƙarƙashin kariyar Allah tun da Allah ya "yi masa shinge" (Ayuba 1:10). Amma har yanzu Shaiɗan ne ya jawo duk bala'in, ta amfani da abubuwan yanayi da yanayi.

A duniyarmu ta yau, an ba wa shaidan da aljanunsa damar yin munanan ayyukansu na shaidan. Gabaɗaya, Allah ba ya hana shaidan da aljanu su zo wa mai bi da jarabawa, cikas da sauran cikas. Dukanmu muna fuskantar irin waɗannan abubuwa. Allah yana barin waɗannan abubuwa su ci gaba har ma da waɗanda suka yi imani da Shi. Allah yana amfani da waɗannan a matsayin wani ɓangare na horonmu da kuma girma zuwa kamannin Almasihu. Yana kiranmu mu yi yaƙi mai kyau, mu yi tsayayya da shaidan, mu yi kokawa da ikon duhu, mu kashe kowace kibiya mai wuta, mu rayu cikin nasara. A matsayinmu na masu imani, za mu iya samun kariya daga Allah (Zabura 34:7; Zabura 91; Ishaya 54:17; 1 Yahaya 5:18) ko kuma ta hanyar tsoro, shakku ko rashin biyayya suna sa mu zama masu rauni ga hare-haren aljanu waɗanda bai kamata su rinjaye mu ba. Allah ya ba mu kowane makami don mu shawo kan maƙiyi (Afisawa 6:10-18), wani abu da Ayuba bai fahimta ba. Dangane da duk abin da muke da shi a cikin Sabon Alkawari, ba kamar Ayuba ba, babu buƙatar mu sha kashi a hannun maƙiyi, ko da lokacin da sojojinsa suka zo mana.

A tsakiyar duk abin da ya faru, Ayuba ya riƙe amincinsa da imaninsa ga Ubangiji. Ya tsaya tsayin daka a cikin ibadarsa ga Allah. Wannan juriyar Ayuba ita ce abin da ya kamata mu yi koyi da shi, da sanin cewa Ubangiji hakika mai tausayi ne kuma mai jinƙai, kuma daga ƙarshe zai canza abubuwa zuwa ga alherinmu. Wani ɓangare kuma game da Ayuba shi ne cewa ya zama kamar mutum ne wanda yake jin tsoron cewa irin waɗannan masifu za su iya faruwa a kansa kuma sun yi. Tsoro shine imani da hanyar da ba ta dace ba. Yana jawo hankalin abubuwa marasa kyau a rayuwarmu. A matsayinmu na 'ya'yan Allah, za mu iya koyon rayuwa ba tare da irin wannan tsoro ba, kuma mu huta cikin bangaskiya.

Ba da Mutum ga Shaiɗan

1 Korintiyawa 5:1-5 1 A gaskiya an ruwaito cewa akwai fasikanci a tsakaninku, da kuma irin wannan fasikanci da ba a ambace shi a tsakanin Al'ummai ba - cewa mutum yana da matar mahaifinsa! 2 Kuma kuna alfahari, ba kwa fi son yin baƙin ciki ba, domin a ɗauke wanda ya yi

wannan aikin daga cikinku. 3 Gama ni, kamar ba ni nan a jiki, amma ina nan a ruhu, na riga na yi hukunci (kamar ina nan) wanda ya yi wannan aikin. 4 Da sunan Ubangijinmu Yesu Almasihu, lokacin da kuka taru, tare da ruhuna, tare da ikon Ubangijinmu Yesu Almasihu, 5 ku miƙa irin wannan ga Shaiɗan don halaka jiki, domin a ceci ruhunsa a ranar Ubangiji Yesu.

1 Timothawus 1:20 Daga cikinsu akwai Himenai da Iskandari, waɗanda na miƙa wa Shaiɗan domin su koyi kada su yi saɓo.

2 Timothawus 2:17-18 17 Kuma maganarsu za ta yaɗu kamar ciwon daji. Hymenaeus da Filitus irin waɗannan mutane ne, 18 waɗanda suka ɓace game da gaskiya, suna cewa tashin matattu ya riga ya wuce; suna kuma rushe bangaskiyar wasu.

2 Timothawus 4:14-15 14 Iskandari maƙerin jan ƙarfe ya yi mini mugunta ƙwarai. Ubangiji ya sāka masa gwargwadon aikinsa. 15 Kai ma dole ka yi hankali da shi, gama ya ƙi maganarmu ƙwarai.

Akwai misalai biyu kacal da manzo Bulus ya ambata game da miƙa wani ga shaidan. A cikin cocin Koranti, yana da alaƙa da horon wani mutum da ke rayuwa cikin lalata, wanda da farko bai yi kama da ya tuba ba. Bulus yana son a fitar da wannan mutumin daga cikin ikilisiyar yankin na ɗan lokaci (1 Korintiyawa 5:13) a miƙa shi ga shaidan don halaka jiki, domin a ceci ruhunsa. Mun fahimci cewa Bulus yana amfani da ikonsa na manzanci kuma yana ba da horo don aikata zunubi da ba ya tuba. Ana korar mutumin daga cocin yankin, a wata ma'ana, ta jiki da kuma ta ruhaniya. Wannan yana nufin cewa an janye kariyar da zai samu a al'ada kuma yanzu ya kasance mai rauni ga shaidan saboda zunubinsa. Shaidan zai iya yin komai don kawo lahani a duniyar zahiri, amma an ba da izinin wannan domin wannan mutumin ya tuba.

Muna da wani tarihi daga baya a cikin 2 Korintiyawa, inda bayan ɗan lokaci kaɗan, umarnin Bulus ga cocin shine: "Wannan hukunci da yawancin mutane suka yi ya isa ga irin wannan mutum, don haka, akasin haka, ya kamata ku gafarta masa ku ta'azantar da shi, kada irin wannan ya shanye da baƙin ciki mai yawa. Don haka ina roƙonku ku tabbatar masa da ƙaunarku" (2 Korintiyawa 2:6-8). Babu wani labari da ke nuna cewa wannan mutumin ya sha wahala ta jiki. Ko ta yaya, da alama akwai baƙin ciki da tuba ta gaske, har Bulus da kansa ya rubuta: "Gama idan na gafarta wa wani abu, na gafarta masa saboda ku a gaban Almasihu" (2 Korintiyawa 2:10).

Shari'a ta biyu ta shafi mutane biyu masu tawaye a cocin Afisawa, Hymenaeus da Alexander. Hymenaeus mutum ne wanda yake yin zagi (yana faɗin mugunta), wataƙila game da Bulus da gaskiya game da Almasihu, kuma yana wa'azin koyarwar ƙarya cewa tashin matattu ya riga ya ƙare, yana sa wasu su ɓace daga bangaskiya. Alexander ya zama kamar shi ne wanda ya yi adawa da Bulus, yana faɗin abubuwan da suka cutar da Bulus sosai. A duka yanayi biyun, Bulus yana amfani da ikon manzanni don ya 'yantar da waɗannan mutanen daga cocin ya kuma jefa su ga shaidan. Da yake ya san zuciyar manzon, da an yi hakan da nufin waɗannan mutanen su tuba su daidaita da gaskiya. Amma ba mu da wani labari game da sakamakon wannan shari'ar.

Gaskiya ne cewa idan mutum ya yi tafiya cikin rashin biyayya, tawaye da kuma wuce iyakokin Allah, mutum zai zama mai rauni ga Shaiɗan. Duk da haka, a matsayinmu na masu imani, babu buƙatar jin tsoron a miƙa mu ga Shaiɗan, yayin da muke matsa wa Allah, ba nisanta shi ba.

Cocin Koranti—Mutane da yawa sun raunana, Mutane da yawa sun yi rashin lafiya, Mutane da yawa kuma sun mutu kafin lokacin haihuwa

1 Korintiyawa 11:17-34 17 To, ina ba ku waɗannan umarni, domin ba don alheri kuke taruwa ba, sai don mugunta. 18 Da farko dai, lokacin da kuka taru a matsayin ikilisiya, ina jin cewa akwai rarrabuwa a tsakaninku, kuma a wani ɓangare na yarda da shi. 19 Domin dole ne a sami ƙungiyoyi a tsakaninku, domin waɗanda aka yarda da su a cikinku su gane. 20 Saboda haka, idan kun taru a wuri ɗaya, ba don cin Jibin Ubangiji ba ne. 21 Domin a cikin cin abinci, kowa yana cin abincinsa kafin wani; ɗayan kuma yana jin yunwa, wani kuma yana buguwa. 22 Me! Ba ku da gidaje da za ku ci ku sha a ciki? Ko kuwa kuna raina cocin Allah kuna kunyata waɗanda ba su da komai? Me zan ce muku? Zan yabe ku a cikin wannan? Ban yabe ku ba. 23 Gama na karɓi abin da na ba ku daga Ubangiji: cewa Ubangiji Yesu a daren da aka bashe shi ya ɗauki burodi; 24 Da ya yi godiya, sai ya karya shi, ya ce, "Ku karɓa, ku ci; wannan jikina ne da aka karya dominku; ku yi haka domin tunawa da ni." 25 Haka nan kuma ya ɗauki ƙoƙon bayan cin abincin dare, yana cewa, "Wannan ƙoƙon sabon alkawari ne a cikin jinina. Ku yi haka, duk lokacin da kuka sha shi, domin tunawa da ni." 26 Gama duk lokacin da kuka ci wannan burodi kuka sha wannan ƙoƙon, kuna shelar mutuwar Ubangiji har sai ya zo. 27 Saboda haka duk wanda ya ci wannan burodi ko ya sha wannan ƙoƙon Ubangiji ba tare da cancanta ba, zai zama da laifin jikin da jinin Ubangiji. 28 Amma bari mutum ya binciki kansa, haka nan ya ci daga cikin burodin ya kuma sha daga cikin ƙoƙon. 29 Gama wanda ya ci ya kuma sha ba bisa ƙa'ida ba, yana ci yana kuma shan hukunci ga kansa, ba tare da sanin jikin Ubangiji ba. 30 Saboda haka mutane da yawa suna da rauni kuma suna rashin lafiya a cikinku, mutane da yawa suna barci. 31 Gama idan muka

yi wa kanmu hukunci, ba za a yi mana hukunci ba. 32 Amma idan aka yi mana shari'a, Ubangiji ne ke hukunta mu, domin kada a yi mana hukunci tare da duniya. 33 Saboda haka, 'yan'uwana, idan kun taru don cin abinci, ku jira juna.

34 Amma idan wani yana jin yunwa, bari ya ci abinci a gida, kada ku taru don hukunci. Sauran kuma zan shirya lokacin da na zo.

Cocin Korintiyawa, duk da cewa ƙungiyar mutane ce mai ruhaniya, suna da matsaloli da yawa da dole ne a magance su, a fannoni na ɗabi'a, ɗabi'a a tarurrukan coci da kuma zama tare a matsayin al'umma mai hadin kai. Wani ɓangare na wannan shine halayensu na yin bikin Teburin Ubangiji. Maimakon su ɗauki wannan da girmamawa da kuma yin hakan da ma'anar ruhaniya, wannan ya zama lokacin cin abinci, ci da sha a taron coci. Sun mayar da wannan zuwa lokacin yin biki tare, wanda Bulus ya ce za su iya yi a gida. Abin da Ubangiji ya nufa shi ne lokacin girmamawa da shelar ruhaniya game da mutuwarsa, tashinsa daga matattu da dawowarsa nan ba da jimawa ba, ya zama kamar bikin cin abincin rana!

Saboda haka, maimakon jin dadin fa'idodi, albarka da ikon Gicciyen Almasihu, akasin haka waɗannan Korintiyawa ta hanyar wulakanta teburin tsarki, sun sanya kansu a wurin shari'ar Allah. Sakamakon haka, mutane da yawa suna rashin lafiya, suna raunana kuma suna mutuwa da wuri, maimakon jin dadin fa'idodin Gicciyen warkarwa, ceto da cikar jiki. Manufar da aka ba da Teburin Ubangiji ita ce mu yi shelar mutuwar Ubangiji a cikin wannan biki mai tsarki don haka mu fuskanci cikakken albarkar Gicciyen Yesu Kiristi. Wannan shine shirin Allah da sha'awarsa. Wannan shine nufin Allah. Ba nufinsa bane ga mutanensa su yi rauni, su yi rashin lafiya kuma su mutu da wuri.

Duk da haka, ta hanyar ɓata wa abin da yake da tsarki rai a fili da kuma sanya shi lokacin cin abinci ba tare da mai da hankali kan bincika rayuwar mutum da kuma fahimtar jikin Ubangiji ba, ba mu sami albarkar da Allah ya nufa ba, maimakon haka, mu fita daga kariyar Allah mu mai da kanmu cikin rauni, rashin lafiya da mutuwa kafin lokaci. Mun fahimci yadda Allah ya yi hukunci a matsayin (A) janye kariyar Allah da kuma (B) Allah ya ba da izini ko kuma ya shiga waɗannan abubuwa (rauni, rashin lafiya da mutuwar kafin lokaci) don jawo hankalin mutane, domin ya dawo da mu kan hanya madaidaiciya. Wannan ba nufin Allah ba ne, amma abin da ke faruwa ne lokacin da muka fita daga tsarin Allah muka yi tafiya cikin rashin biyayya. Idan muka yi wa kanmu hukunci kuma muka yi tafiya cikin biyayya, za mu iya guje wa waɗannan.

A matsayinmu na masu bi a yau, ba sai mun ji tsoron rauni, rashin lafiya da mutuwa da wuri ba saboda "kuskure" da muke shiga cikin Teburin Ubangiji, kawai saboda an koya mana yadda ake yin sa daidai. Mun san abin da za mu yi a duk lokacin da muka ci Teburin Ubangiji. Ba wai Allah yana jiran ƙaramin kuskure ya zubo mana da hukunci ba! Maimakon haka, duk lokacin da muka yi bikin Teburin Ubangiji, muna kawo farin ciki ga zuciyarsa da tsoro a sansanin abokan gaba!

Ciki na Timoti

1 Timothawus 5:23 Kada ka ƙara shan ruwa kawai, sai dai ka sha ɗan ruwan inabi kaɗan saboda cikinka da kuma yawan rashin lafiyarka.
A bayyane yake daga wannan ayar cewa Timoti yana da wata irin matsalar ciki da ke sake faruwa da kuma wataƙila wasu cututtukan jiki da ake yawan samu. Ko wannan wani abu ne da ya fara faruwa da shi bayan zuwansa Afisa ko kuma waɗannan matsalolin sun wanzu tun da daɗewa, ba a

sani ba. Haka kuma, ba a san ko Timoti ya sami waɗannan matsalolin na ɗan gajeren lokaci ba ko kuma waɗannan matsaloli ne da ke ci gaba da faruwa. Don haka duk wani tsokaci kan waɗannan lamuran zai zama zato kawai. Abin da muka sani shi ne cewa Timotawus ya jagoranci cocin Afisa kuma hidimarsa ba ta tsaya ba saboda waɗannan cututtuka.

Manzo Bulus ya ba da shawarar yin amfani da ruwan inabi don maganin matsalar ciki ta Timoti. Saboda haka za mu iya kammala da cewa yana da kyau mu yi amfani da magunguna na halitta da na magani, yayin da muke ci gaba da sadaukar da kanmu ga Allah.

Rashin Lafiyar Hezekiya

2 Sarakuna 20:1-7 1 A waɗannan kwanaki Hezekiya yana rashin lafiya, har ya kusa mutuwa. Sai annabi Ishaya, ɗan Amoz, ya je wurinsa, ya ce masa, "Ga abin da Ubangiji ya ce, 'Ka gyara gidanka, gama za ka mutu, ba za ka rayu ba.'"
2 Sai ya juya fuskarsa zuwa ga bango, ya yi addu'a ga Ubangiji, ya ce, 3 "Ka tuna yanzu, ya Ubangiji, ina roƙonka, yadda na yi tafiya a gabanka da gaskiya da zuciya ɗaya, na kuma aikata abin da yake mai kyau a gabanka." Sai Hezekiya ya yi kuka mai zafi. 4 Kafin Ishaya ya fita zuwa tsakiyar fili, sai maganar Ubangiji ta zo gare shi, yana cewa,
5 "Koma ka faɗa wa Hezekiya shugaban jama'ata, 'In ji Ubangiji, Allahn Dawuda, mahaifinka, cewa, 'Na ji addu'arka, na ga hawayenka; hakika zan warkar da kai. A rana ta uku za ka haura zuwa gidan Ubangiji. 6 Zan ƙara maka shekaru goma sha biyar. Zan cece ka da wannan birni daga hannun Sarkin Assuriya. Zan kare wannan birni saboda kaina, da kuma saboda bawana Dawuda." 7 Sai Ishaya ya ce, "Ku ɗauki ɓaure guda ɗaya." Sai suka ɗauka suka sa shi a kan mari, ya warke.
Ishaya 38:21 Sai Ishaya ya ce, "A ɗauki ɓaure a shafa a kan kurji, zai warke."

Sarki Hezekiya yana rashin lafiya kuma yana gab da mutuwa. Bayan ya ji gargaɗin annabin, Hezekiya ya juya ga Ubangiji ya yi addu'a. Allah ya ji addu'ar sarki kuma ya sa annabin ya umurci mutane su yi manna daga cikin ɓaure su shafa shi a kan kurji (wasu sigar suna cewa 'ulcer' ko 'ƙari'). Hezekiya ya warke kuma ya rayu na tsawon shekaru 15. Babu shakka Allah zai iya warkar da Hezekiya ba tare da amfani da man shafawa da aka yi da ɓaure ba. Ko man shafawa da aka yi da ɓaure yana da wani magani ko kuma maganin kuraje, ba tabbas ba ne. Ko yana da amfani ko a'a, za mu iya tabbatar da cewa Allah ba ya adawa da amfani da abubuwa na halitta waɗanda (ko tare da su) ake ba wa mutum warkarwa.

Trophimus Mai Rashin Lafiya

2 Timothawus 4:20 Erastus ya tsaya a Koranti, amma na bar Trofimus a Militus yana rashin lafiya.
Manzo Bulus mutum ne da ya yi hidima cikin ikon Ruhu kuma ya ga manyan warkarwa, mu'ujizai, alamu da abubuwan al'ajabi da aka yi a wurare da yawa inda ya yi hidima. Duk da haka, har yanzu yana rubuta cewa ya bar ɗaya daga cikin membobin ƙungiyarsa, Trofimus yana rashin lafiya a Miletus (Ayyukan Manzanni 20:4,15), kafin ya tafi Roma.
Ko da yake Bulus da kansa bai ga sakamako mai kyau ba, bai raina aikin Ruhu, warkarwa, mu'ujizai, baiwar Ruhu, alamu da al'ajibai ba. A gaskiya ma, ya rubuta sosai a kan waɗannan a cikin wasiƙunsa.
Ba mu san ainihin abin da ya faru da Tarofimus ba. Ba mu san ko wannan rashin lafiya ne na ɗan lokaci da ya warke da sauri ba. Koma dai mene ne, mun yarda cewa ba koyaushe muke da dukkan amsoshi ba. Amma har yanzu muna ci gaba da ci gaba da aikin Ubangiji, muna hidima cikin ikon Ruhu, kamar yadda Bulus ya yi.

Epafroditus—Domin Aikin Kristi Ya Kusa Da Mutuwa

Filibiyawa 2:25-30 25 Duk da haka na ga ya zama dole in aiko muku da Epafroditus, ɗan'uwana, abokin aiki, kuma abokin soja, amma manzonku, kuma wanda ya yi mini hidima; 26 domin yana marmarin ku duka, kuma ya damu ƙwarai domin kun ji cewa yana rashin lafiya. 27 Gama hakika ya yi rashin lafiya har ya mutu; amma Allah ya yi masa jinƙai, ba shi kaɗai ba, har ma da ni ma, don kada in yi baƙin ciki a kan baƙin ciki. 28 Saboda haka na aika masa da himma ƙwarai , domin lokacin da kuka sake ganinsa ku yi farin ciki, ni kuma in rage baƙin ciki. 29 Saboda haka, ku karɓe shi cikin Ubangiji da matuƙar farin ciki, ku kuma girmama irin waɗannan mutane; 30 domin saboda aikin Almasihu ya kusa mutuwa, ba don ya kula da ransa ba, don ya biya abin da ya rage a hidimarku gare ni.

Filibiyawa 4:18 Hakika ina da komai, kuma ina da yalwa. Na cika, da na karɓi abin da kuka aiko mini daga Epafroditus, ƙanshi mai daɗi, hadaya mai karɓuwa, mai faranta wa Allah rai.

Filibiyawa 1:22-24 22 Amma idan ina rayuwa a cikin jiki, wannan zai zama sakamakon aikina; amma abin da zan zaɓa ba zan iya faɗi ba. 23 Gama ina cikin damuwa tsakanin waɗannan biyu, ina da sha'awar rabuwa da Almasihu, wanda ya fi kyau. 24 Duk da haka, in ci gaba da zama a cikin jiki ya fi muhimmanci a gare ku.

An ɗaure Bulus a Roma. Ikilisiyar da ke Filibi ta aiko da Epafroditus don ya yi wa manzon hidima yayin da yake kurkuku. A lokacin da yake yi wa manzo Bulus hidima, Epafroditus ya yi tsayin daka har ya kusa mutuwa, ba tare da la'akari da rayuwarsa ba. Ba mu san ainihin yanayin hidimar da ya yi da kuma irin wahalar da ya sha ba. Amma ya isa a lura cewa a cikin hidimar Ubangiji, ya yi rashin lafiya har ya kusa mutuwa. An ceci ransa ta wurin rahamar Allah kuma Epafroditus ya ci gaba da rayuwa.

Kawai saboda muna hidimar Kirista muna bauta wa Ubangiji da mutanensa, ba a tabbatar mana da lafiya da ƙarfi ta atomatik ba. Muna kuma buƙatar yin abin da ya dace a matsayin wani ɓangare na alhakinmu na kula da lafiyarmu. Yana yiwuwa mu yi aiki fiye da kima kuma mu yi haɗarin mutuwa a cikin wannan tsari.

Ko da yake yana iya zama kamar abin daraja a yi aiki har sai mun mutu saboda Almasihu, wannan ba dole ba ne kuma ba shi da amfani. Mun fi amfani ga Allah, Mulkinsa da mutanensa a nan duniya da rai, fiye da idan mun mutu. Hakika, mu tafi mu kasance tare da Kristi ya fi kyau. Duk da haka, saboda Cocinsa da Mulkinsa, ya fi kyau mu kula da lafiyarmu, mu rayu tsawon rai, lafiya da amfani.

Shin rashin lafiya horo ne na Ubangiji?

1 Korintiyawa 11:28-32 *28 Amma bari mutum ya binciki kansa, haka kuma ya ci daga cikin burodin, ya kuma sha daga cikin ƙoƙon. 29 Gama duk wanda ya ci, ya kuma sha abin da bai cancanta ba, yana ci yana kuma shan abin da ya ga dama, ba tare da ya fahimci jikin Ubangiji ba. 30 Saboda haka da yawa daga cikinku suna da rauni, marasa lafiya kuma, mutane da yawa suna barci. 31 Gama idan muka yi wa kanmu shari'a, ba za a yi mana shari'a ba. 32 Amma idan aka yi mana shari'a, Ubangiji ne ke hukunta mu, domin kada a yi mana hukunci tare da duniya.*

Ibraniyawa 12:5-11 5 *Kun manta da gargaɗin da ke yi muku magana game da 'ya'ya maza: "Dana, kada ka raina horon Ubangiji, kada kuma ka karaya lokacin da ya tsawata muku; 6 Gama wanda Ubangiji yake ƙauna, yana tsawata muku, yana kuma yi wa kowane ɗa wanda yake karɓa duka." 7 Idan kun jure wa horo, Allah yana yi muku kamar 'ya'ya maza; gama wane ɗa ne wanda uba ba ya tsawata muku? 8 Amma idan ba ku da horo, wanda duk suka zama masu tarayya da shi, to, ku ba 'ya'ya ba ne. 9 Bugu da ƙari, muna da ubanni na mutane waɗanda suka yi mana horo, mun kuma girmama su. Ba za mu fi yarda da Uban ruhohi mu rayu ba? 10 Gama sun hore mu na ƴan kwanaki kamar yadda suka ga ya fi kyau a gare su, amma shi ne don amfanin mu, domin mu zama masu tarayya da tsarkinsa. 11 Yanzu babu horo da ya yi kama da abin farin ciki a yanzu, sai dai mai zafi; duk da haka, daga baya yana ba da 'ya'yan salama na adalci ga waɗanda aka horar da su.*

Ru'ya ta Yohanna 3:19 *Duk wanda nake ƙauna, ina tsawata masa kuma ina horonsa. Saboda haka, ka yi himma ka tuba.*
Zabura 103:10-13 10 Bai yi mana daidai da zunubanmu ba, Bai kuma hukunta mu bisa ga zunubanmu ba. 11 Gama kamar yadda sammai suke sama da duniya, haka nan kuma rahamarsa mai girma take ga waɗanda ke tsoronsa; 12 Kamar yadda gabas take nesa da yamma, haka nan ya kawar da laifofinmu daga gare mu. 13 Kamar yadda uba yake tausayin 'ya'yansa, haka nan Ubangiji yake tausaya wa waɗanda ke tsoronsa.

Wanne daga cikinmu iyaye ne idan 'ya'yanmu suka yi wani abu ba daidai ba, zai so ya gyara su ya kuma koya musu abin da ya dace ta hanyar sanya musu wata cuta, ya sa su shiga haɗari, ya kwantar da su a kan gadon rashin lafiya, ko kuma ya sa su kamu da cutar kansa ko wani ciwo mai rauni ko na ƙarshe? Ina tsammanin zai yi kyau a ce babu ɗayanmu da zai yi irin wannan abu! Yawancinmu za mu fara da yi wa yaron magana da ƙarfi, wani lokacin mu ci gaba da yi masa bulala ɗaya ko biyu sannan wataƙila mu cire wasu gatansu. Idan yaran sun girma, inda bulala ba ta dace ba, mukan zauna mu yi musu tunani mu yi ƙoƙarin bayyana musu abin da ya dace. Idan mu mugaye ne, mun san yadda za mu yi wa 'ya'yanmu ta wannan hanyar, to balle Ubanmu na Sama ya yi wa 'ya'yansa ta hanya mafi kyau, domin ya gyara su, ya koyar da su, ya kuma shiryar da su zuwa ga abin da ya fi dacewa da rayuwarsu.

Sau da yawa ana fahimtar matsalar horon Ubangiji kuma ana ɓata masa suna. Mutane suna yin rashin lafiya, sannan su yi iƙirarin cewa Allah ya sa su yi rashin lafiya domin ya koya musu darasi mai zurfi na ruhaniya. Mun yarda cewa ko da iyaye na duniya ba za su yi wa 'ya'yansu irin wannan abu ba, idan muka zargi Allah da yin irin wannan abu, muna sa Shi ya fi mu iyayen duniya muni. Misali, mai bi wanda ya yi rashin lafiya, don haka dole ne ya yi kwanaki (ko makonni) a kan gado. Yana kwance a kan gado, ba tare da wani abu da zai yi ba, mai bi ya fara karanta kyawawan littattafan Kirista ko kuma ya saurari wa'azi da yawa, don haka ta hanyar waɗannan samun fahimtar ruhaniya kuma yana jin ƙarfafawa a ruhaniya. A kan lokaci, mai bi ya dawo cikin koshin lafiya. Babban bayanin da za mu ji shi ne cewa Allah ya sa wannan mutumin ya yi rashin lafiya domin ya ƙarfafa shi/ita a ruhaniya kuma ya koya musu waɗannan darussa na ruhaniya. Dalilina shi ne, da farko muna zargin Allah da yin abin da mu a matsayinmu na iyaye ba za mu yi wa kanmu ba, yana sa Allah ya fi mu muni. Na biyu, da wannan mai bi lokacin da yake cikin koshin lafiya, ya karanta waɗannan littattafan kuma ya saurari waɗannan wa'azin, da ya/ta koyi waɗannan darussa na ruhaniya iri ɗaya!

Kalmar "tsautawa" ita ce 'paideuo' na Girka wanda kawai yana nufin "horarwa yaro, wato, ilmantar da shi, ko (ta hanyar ma'ana) horo (ta hanyar hukunci)," "koyarwa, koya, koya" (Kwamitin Ƙarfi). An kuma fassara kalmar "koyi" (Ayyukan Manzanni 7:22) a matsayin "An koya wa Musa da dukan hikimar Masarawa, kuma ya kasance mai iko a cikin magana da ayyuka." An kuma fassara kalmar "koya" (Ayyukan Manzanni 22:3) kamar yadda Bulus yake nufin tarbiyyar da aka yi masa ta hanyar Gamaliel. "Hakika ni Bayahude ne, an haife ni a Tarsus ta Kilikiya, amma an rene ni a wannan birni a ƙarƙashin Gamaliel, an koya mini bisa ga tsauraran dokokin kakanninmu, kuma ina da himma ga Allah kamar yadda kuke a yau." Ana kuma amfani da kalmar don nufin duka na jiki (Luka 23:16,22), wanda Bilatus bai ga laifin da Yesu ya yi ba kuma ya sake shi, yana fatan hakan zai faranta wa Yahudawa rai. To, horo yana da alaƙa da koyarwa (koyo, horo, koyarwa), gyarawa da kuma wani lokacin hukunci. Babban manufar horo shine a taimaki mutumin ya koyi wani abu. Umarni ba halaka ba ne, shine manufar.

Horarwa a cikin al'amuran yau da kullun yana da alaƙa da koyarwa, gyarawa da hukunci da aka yi wa yaro cikin ƙauna, kuma a cikin mawuyacin hali ne kawai yake da alaƙa da hukunci.
Yawanci, horo yana da alaƙa da horar da yaro, don haka yana nufin wani abu da aka yi da ƙauna, ba fushi ba. Horarwa a cikin al'amuran yau da kullun yana da alaƙa da koyarwa, gyarawa da hukunci da aka yi da ƙauna kamar yadda aka yi wa yaro, kuma a cikin mawuyacin yanayi ne kawai yana da alaƙa da hukunci.

Ibraniyawa 12 ta bayyana manufar horon Ubangiji wanda shine ya horar da mu cikin tsarki da adalci. Yanzu, koma ga tambayarmu ta farko: Shin iyaye na duniya za su yi amfani da rashin lafiya da cuta don horar da 'ya'yansu su koyi yadda ake yin abin da ke daidai? A'a! Duk da haka, Allahnmu wanda yake Uba mafi girma, Uba na sama mai ƙauna har abada, ba zai sa 'ya'yansa su yi rashin lafiya ba domin ya hore su a cikin rayuwar yau da kullun. A cikin tafiyar yau da kullun ta tafiya tare da Shi, Allah zai yi amfani da Kalmarsa, Ruhunsa da kuma zumuncin sauran masu bi don yin aikin horonsa a cikin rayuwarmu.

Mun tattauna a baya a cikin wannan babi game da cocin Koranti, inda suka fita daga tsari gaba ɗaya suka kuma wulakanta teburin Ubangiji, ta hanyar mai da shi biki maimakon shiga tsakani mai tsarki. Abin da ya faru a lamarinsu shi ne, ta hanyar rashin biyayya, sun rasa albarkar da aka nufa ta warkarwa, lafiya da cikar jiki, maimakon haka suka sanya kansu cikin rauni, rashin lafiya da mutuwa. Allah ya bar waɗannan abubuwa a matsayin wani ɓangare na ayyukansa na horo na Allah domin ya dawo da su zuwa ga hanyar da ta dace ta yin teburin Ubangiji. Duk da haka, wannan ba shine al'adar horo na Ubangiji a gare su a matsayin masu bi ba, amma shari'ar hukuncin Allah ne. Dangane da duk abin da Littafi Mai Tsarki ya bayyana game da yanayin Allah da aikin Allah kamar yadda aka bayyana a cikin Halin Yesu Kiristi, ba daidai ba ne ga mai bi wanda ke tafiya tare da Ubangiji, ya faɗi cewa Ubangiji yana horonsa/ta da wata cuta.

Shin Daidai ne a haɗa Imani da Magani?

Bayan mun duba misalan sarki Hezekiya da Timoti, mun yi imani cewa babu laifi a haɗa bangaskiya da magani. Allah ya ba mu amanar albarkatun ilimi, fasaha da albarkatun ƙasa waɗanda za mu yi amfani da su don manufofinsa da kuma ɗaukakarsa. Mun san cewa nufin Allah ne ya warkar da mutane kuma ya warkar da su. Mun san cewa Allah yana samun ɗaukaka lokacin da mutane suka warke. Don haka ba ma jinkirin amfani da albarkatun da Allah ya ba mu don kawo waraka.
Ko da lokacin da muke ba da magani ko kuma muka sami taimakon likita, idanunmu suna kan Ubangiji don ya kawo waraka da warkarwa. Bangaskiyarmu tana cikin Kalmarsa kuma a ƙarshe ikonsa na warkarwa ya fito ne daga gare shi.

Shin Kula da Lafiyarka Alama ce ta Rashin Imani?

Ɗaya daga cikin darussan da za mu iya koya daga Abafroditus shi ne cewa yayin da muke yin aikinmu na Kirista a hidimarmu ga Ubangiji da mutanensa, muna kuma buƙatar mu ci gaba da ɗaukar nauyinmu da kuma kula da lafiyarmu. In ba haka ba, akwai yiwuwar yin sakaci da jikinmu kuma mu yi haɗarin mutuwa da wuri ba tare da kammala aikin da aka ba mu ba. Yayin da muke neman waraka, cika da lafiya ga Ubangiji, a matsayin wani ɓangare na alhakinmu, ya zama dole mu kula da lafiyarmu. Muna buƙatar yin abin da ke akwai a gare mu kuma a cikin ikonmu don kiyaye lafiya mai kyau. Misali, wasu daga cikinmu za su iya yin amfani da duba lafiya na yau da kullun (misali na shekara-shekara), kula da abincinmu, yin motsa jiki, da sauransu. Inda ya cancanta, ɗauki matakan rigakafi kamar yadda likitoci suka ba da shawara. Waɗannan ba za su zama alamar rashin imani ba amma a maimakon haka nuna kyakkyawan shugabanci ne. Bangaskiyarmu ga warkarwa da lafiya ta kasance cikin Ubangiji.

JAGORORIN AIKACE-AIKACE KAN WASA TA HIDIMA

Hanyoyi Don Wa'azi na Warkarwa

Akwai hanyoyi da yawa da za mu iya yi wa marar lafiya hidima. Babu wata hanya ko tsari da aka ƙayyade da ake buƙatar mu yi amfani da ita a kowane lokaci. Abin da muke ƙoƙarin yi shi ne mu saba da hanyoyi daban-daban na yin hidimar warkarwa kamar yadda aka bayyana a cikin Littafi Mai Tsarki. Koyi yadda ake yin hidima ta hanyoyin da aka riga aka gani a cikin Littafi Mai Tsarki. Ka kasance a shirye a kowane lokaci don yin hidima ta kowace hanya. Sannan ka kasance mai kula da Ubangiji kuma ka yi amfani da kowace hanya da ka ji an sake ka a cikin zuciyarka don amfani da ita, wajen hidimar warkarwa.

Ka tuna cewa warkarwa ba ta hanyar ba ce, amma ta Mutum. Yesu ne Mai Warkarwa. Warkarwa tana faruwa ba wai don mun yi komai daidai ba. Warkarwa tana faruwa ne saboda ikonsa da ke kwarara cikin marar lafiya yana warkar da shi.

Ku tuna cewa an tattauna wadannan ne kawai daga mahangar da aka tsara, ba za a raba su ko a raba su ta yadda idan muna amfani da hanya daya ba, bai kamata mu hada ta da wasu hanyoyi ba. A zahiri, a lokacin hidima yawanci muna amfani da hadakar wadannan hanyoyin don hidimar warkarwa.

Kuma ku tuna cewa kodayake muna tattaunawa kan warkarwa ta jiki a nan, a zahiri, akwai yanayi da za mu yi hidimar warkarwa ta jiki, ceto da warkarwa ta ciki, duk suna gudana tare. A nan kuma babu wani takamaiman tsari da ya kamata a yi kowannensu. Wani lokaci, muna iya farawa da ceto, sannan mu yi hidimar warkarwa ta jiki sannan mu yi wa warkarwa ta ciki hidima. A wasu lokutan Allah yana iya jagorantar mu ta wata hanya. Kuma ku tuna cewa yayin da muke yin hidimar warkarwa ta jiki, a lokaci guda Allah yana iya yin aikin ceto da warkarwa ta ciki a rayuwar mutum. Ba koyaushe muke sanin duk abin da ke faruwa a cikin mutum ba lokacin da yake fuskantar tabawar Allah.
Mun gabatar a nan a takaice hanyoyi da dama na hidima/karbar warkarwa kamar yadda aka gani a cikin Nassosi.

Ta hanyar Imani da Allah ga Mutum

Allah ya bayyana cewa Kalmarsa magani ce ga dukkan jikinmu (Misalai 4:20-22). Don haka kowa zai iya samun waraka ta hanyar yin bimbini a cikin Kalmar Allah da kuma amfani da bangaskiyar da aka haifa daga Kalmarsa (Romawa 10:17). Lokacin da bangaskiya ta hadu da Kalmar da muka karba, ikon Allah yana fitowa don yin mu'ujiza ta warkarwa.

An fadi dokar bangaskiya kawai a matsayin "bisa ga bangaskiyarku, a yi muku" (Matta 9:29). Za mu ci gaba da samun lokacin da muka saki bangaskiyar da ke cikin zukatanmu. Wannan doka ce da Allah ya kafa.

Za ka iya yin imani da Allah don warkar da kanka. Misalai: Matar da ke zubar da jini (Matta 9:22), makafi biyu (Matta 9:22-30), ɗaya daga cikin kutare goma (Luka 17:11-19), makaho a wajen Jericho (Luka 18:35-42).
Imani da Allah za a iya bayyana shi ta hanyoyi daban-daban:

1. Imani da magana (Matta 17:20, Markus 11:23, Romawa 10:9,10). Muna gaskatawa da zukatanmu kuma muna furtawa da bakinmu. Wannan ita ce hanya ɗaya da ake bayyana bangaskiya.
2. Imani da aiki da imaninka. Nuna Imani ga Wasu Za mu iya yin imani da Allah don wani ya warke. Misalai: Jarumin Romawa ga bawansa (Matta 8:10-13), matar Kan'aniya ga 'yarta (Matta 15:28), Bitrus da Yahaya ga gurgu a ƙofar haikali (Ayyukan Manzanni 3:16). Akwai iya samun bangaskiyar juna ga Allah inda mutum biyu ko fiye suka yi imani tare. Misali: abokai huɗu da abokinsu mai shanyayye (Matta 9:2), ƙungiyar dattawa suna addu'ar bangaskiya (Yaƙub 5:14-15). Haka kuma za mu iya samun bangaskiya ta hadin gwiwa ga Allah ga wani, inda mutane da yawa suka yi imani tare don mu'ujiza. Misali: Almajirai sun taru a kusa da Bulus bayan an jefe shi aka bar shi kamar ya mutu (Ayyukan Manzanni 14:19-20). Ta Hanyar Addu'ar Yarjejeniya Matiyu 18:18-20 18 "Hakika, ina gaya muku, duk abin da kuka ɗaure a duniya zai ɗaure a sama, duk abin da kuka kwance a duniya zai kwance a sama. 19 "Ina kuma gaya muku, idan mutum biyu daga cikinku suka yarda a duniya game da duk abin da suka roƙa, Ubana da ke sama zai yi musu. 20 Gama inda mutum biyu ko uku suka taru a cikin sunana, ni ma ina nan a tsakiyarsu." Akwai lokutan

da muke hidima a cikin ƙungiya, za mu iya yin addu'a da/ko amfani da iko don ɗaure abin da shaidan yake yi da kuma 'yantar da mutum daga abin da maƙiyi ya ɗora masa. Muna yin haka ne bisa yarjejeniya, yayin da muke sakin imaninmu da kuma amfani da ikon da Allah ya ba mu. Akwai iko a cikin yarjejeniya kuma wannan yana tasiri mai ƙarfi.

Ta hanyar Addu'ar Imani

Yaƙub 5:14,15 14 *Akwai wani a cikinku da yake rashin lafiya? Bari ya kira dattawan ikilisiya, su yi masa addu'a, su shafa masa mai a cikin sunan Ubangiji. 15 Addu'ar bangaskiya za ta ceci marar lafiya, Ubangiji kuma zai tashe shi. Idan ya yi zunubi, za a gafarta masa.*

Matiyu 21:22 *Kuma duk abin da kuka roƙa da addu'a, kuna gaskatawa, za ku samu."*

Yohanna 14:14 Idan kun roƙi wani abu da sunana, zan yi shi.

Ayyukan Manzanni 28:8 Sai ga uban Publius yana kwance yana fama da zazzaɓi da angina. Bulus ya shiga wurinsa ya yi addu'a, ya kuma ɗora masa hannu ya warkar da shi.

Nassin Littafi Mai Tsarki a cikin Yaƙub ya yi kira ga dattawa (shugabannin ruhaniya) a cikin coci su yi addu'ar bangaskiya a kan marar lafiya. Ana yin wannan da sunan Ubangiji Yesu da kuma shafa mai.

Duk masu bi za su iya yin addu'ar bangaskiya don a warkar da wani. Don haka bai kamata mu takaita addu'ar bangaskiya ga dattawa kawai ba. Warkewar tana faruwa ne saboda muna yin addu'ar bangaskiya cikin sunan Ubangiji Yesu Kiristi.

Ta Hanyar Kalmar Umarni

Matiyu 8:16 *Da maraice ya yi, suka kawo masa mutane da yawa waɗanda ke da aljanu. Ya kuma fitar da aljanu da magana, ya kuma warkar da duk waɗanda ke da rashin lafiya.*

Luka 4:38,39 *38 Sai ya tashi daga majami'a ya shiga gidan Siman. Amma mahaifiyar matar Siman tana fama da zazzaɓi mai tsanani, suka roƙe shi game da ita. 39 Sai ya tsaya a kanta ya tsawata mata zazzaɓin, sai ta bar ta. Nan take ta tashi ta yi musu hidima.*

Matiyu 17:20 *Sai Yesu ya ce musu, "Saboda rashin bangaskiyarku; gama hakika ina gaya muku, idan kuna da bangaskiya kamar ƙwayar mustard, za ku ce wa wannan dutse, 'Ka ƙaura daga nan zuwa can,' zai kuma motsa; kuma babu abin da zai gagare ku.*

Kamar abin da muke gani Yesu yana yi, muna faɗa wa rashin lafiya ko mugun ruhu da ke umurtarsa ta tafi. Yesu ya tsawata wa zazzaɓin sai ya tafi. Hakazalika, muna tsawata wa rashin lafiya ko cuta kuma muna umurtanta ta tafi da sunan Yesu mai girma. Muna yin haka da bangaskiya a cikin zuciyarmu. Yesu ya ce idan muka sami bangaskiya muka yi magana da dutsen da ke umurtarsa ta motsa, zai motsa, kuma babu abin da zai gagare mu. Za mu iya faɗin kalmar umarni tana tsawata wa rashin lafiya da cuta lokacin da mutumin yake a gabanmu ko ma lokacin da mutumin yake nesa a wani wuri daban a fannin ƙasa. Babu "nisa" a cikin duniyar ruhu.

Ta Hanyar Ɗaura Hannu (da shafa mai, da umarnin a yi amfani da shi)

Matiyu 8:3 Sai Yesu ya miƙa hannunsa ya taɓa shi, ya ce, "Na yarda; ka tsarkaka." Nan da nan kuturtarsa ta warke. Matiyu 8:15 Sai ya taɓa hannunta, zazzaɓin ya sake ta, ta tashi ta yi musu hidima.

Matiyu 9:29 Sai ya taɓa idanunsu, ya ce, "Bisa ga bangaskiyarku, bari ya zama a gare ku."
Matiyu 20:34 Sai Yesu ya ji tausayinsu, ya taɓa idanunsu. Nan take idanunsu suka gani, suka bi shi.
Markus 6:12-13 12 Sai suka fita suka yi wa'azi cewa mutane su tuba. 13 Suka fitar da aljanu da yawa, suka shafa wa marasa lafiya da yawa mai, suka warkar da su.
Markus 7:32-35 32 Sai suka kawo masa wani kurma mai kurma, mai matsalar magana, suka roƙe shi ya ɗora masa hannu. 33 Sai ya ɗauke shi gefe daga cikin taron, ya sa yatsunsa a cikin kunnuwansa, ya tofa ya taɓa harshensa. 34 Sai ya ɗaga kai sama, ya yi nishi, ya ce masa, "Effata," wato, "A buɗe." 35 Nan da nan kunnuwansa suka buɗe, harshensa kuma ya saki, ya yi magana a sarari.
Luka 4:40 Da rana ta faɗi, duk waɗanda ke da marasa lafiya da cututtuka iri-iri suka kawo su wurinsa; Ya kuma ɗora musu hannuwansa a kan kowannensu ya warkar da su.
Luka 13:13 Sai ya ɗora mata hannu, nan take ta miƙe, ta kuma ɗaukaka Allah.
Markus 16:17,18 17 Waɗannan alamu za su biyo bayan waɗanda suka yi imani: Da sunana za su fitar da aljanu; za su yi magana da sabbin harsuna; 18 za su ɗauki macizai; idan kuma suka sha wani abu mai rai, ba zai cutar da su ba ko kaɗan; za su ɗora wa marasa lafiya hannu, za su warke."

Hidima ga warkarwa ga marasa lafiya ta hanyar ɗora hannuwa hanya ce ta hidima gama gari. Muna ɗora hannuwa a kan marar lafiya kuma muna umurtar rashin lafiyar ta tafi cikin sunan Yesu mai girma. Muna tsammanin ikon Ruhu Mai Tsarki zai kasance ta hanyar ɗora hannuwa.
Ana iya yin warkarwa ta hidima ta hanyar ɗora hannuwa ta hanyoyi da dama, misali,:

1 Ɗaura hannuwa tare da addu'ar bangaskiya cikin sunan Yesu
2 Ɗaura hannuwa da kuma bayar da umarnin a cikin sunan Yesu
3 Ɗaura hannuwa tare da addu'ar bangaskiya da kuma shafa mai
4 Ɗaura hannuwa da shafa mai a cikin sunan Ubangiji (babu buƙatar yin addu'a ta baki) Idan aka yi wa mutane hidima ta hanyar ɗora musu hannu, za a iya "kashe su" cikin Ruhu ko kuma a'a. Ba lallai ba ne mutane su "faɗi ƙarƙashin iko" idan aka ɗora musu hannu. Idan haka ta faru hakan ba laifi ba ne. Idan ba haka ba, ba mu damu sosai ba. Yawanci, mukan ɗora hannu a kan wurin da ake buƙatar warkarwa. Wannan abu ne da aka saba gani, kodayake ba buƙatu ba ne. Wani lokaci, idan namiji yana yi wa mace hidima, za mu iya roƙon matar ta ɗora hannunta a kan ɓangaren jikinta da ya shafa, yayin da namijin yake ɗora hannunsa a kan kan matar.
5 Idan Marasa Lafiya Suka Taɓa Ka Matiyu 9:20 Kuma ba zato ba tsammani, wata mace wadda take zubar jini tsawon shekaru goma sha biyu ta fito daga baya ta taɓa gefen rigarsa.

Matiyu 14:36 suka roƙe shi da ya taɓa gefen rigarsa kawai. Duk wanda ya taɓa ta kuwa ya warke sarai.

Akwai lokutan da mutane za su iya isa gare mu su taɓa mu cikin imani. Taɓawarsu ita ce aikin bangaskiyarsu da kuma hulɗarsu da ikon Allah. Allah yana girmama imaninsu wajen yin haka kuma suna samun warkarwa.

Ta hanyar Sanarwa da Imani

Matiyu 8:13 Sai Yesu ya ce wa jarumin, "Je ka, kamar yadda ka yi imani, haka za a yi maka." Sai bawan nan ya warke a wannan lokacin.
Matiyu 15:28 Sai Yesu ya amsa mata ya ce, "Mace, bangaskiyarki mai girma ce! Bari ta kasance a gare ki kamar yadda kike so." 'Yarta ta warke daga wannan lokacin.
Yohanna 4:50 Yesu ya ce masa, "Je ka, ɗanka yana raye." Sai mutumin ya gaskata maganar da Yesu ya faɗa masa, ya tafi.

Yohanna 5:8,9 8 Yesu ya ce masa, "Tashi, ɗauki gadonka ka yi tafiya." 9 Nan da nan mutumin ya warke, ya ɗauki gadonsa ya yi tafiya. Ranar kuwa Asabar ce.
Akwai lokutan da Ubangiji zai iya jagorantar mu mu sanar da mutum cewa an yi warkarwa. Wataƙila ba lallai ne a sami addu'a ko umarnin ba, ko kuma za a iya samun haɗuwa da waɗannan. Muna shelanta cikin bangaskiya da iko cewa an yi aikin. Allah ne ke yin aikin. Mutumin yana ganin an yi warkarwa.

Ta hanyar Aiki Cikin Imani

Matiyu 9:6, 7 6 Amma domin ku sani cewa Ɗan Mutum yana da ikon gafarta zunubai a duniya"- sai ya ce wa mai shanyayyen, "Tashi, ka ɗauki gadonka, ka tafi gidanka." 7 Sai ya tashi ya tafi gidansa.

Matiyu 12:13 Sai ya ce wa mutumin, "Miƙo hannunka." Sai ya miƙa shi, hannun ya koma daidai kamar ɗayan.
Yohanna 9:7 Sai ya ce masa, "Je ka, ka wanke a tafkin Siloam" (wanda ake nufi, Aika). Sai ya je ya wanke, ya dawo yana gani.

Ayyukan Manzanni 3:6-8 6 Sai Bitrus ya ce, "Azurfa da zinariya ba ni da su, amma abin da nake da shi zan ba ka:

Da sunan Yesu Kiristi Banazare, tashi ka yi tafiya." 7 Ya kama hannunsa na dama ya ɗaga shi, nan take ƙafafunsa da ƙasusuwansa suka yi ƙarfi. 8 Sai ya yi tsalle, ya tsaya ya yi tafiya, ya shiga Haikali tare da su, yana tafiya, yana tsalle, yana yabon Allah.

Ayyukan Manzanni 14:8-10 8 A Listira kuma, akwai wani mutum da ke zaune a ƙafafunsa, gurgu ne tun daga cikin mahaifiyarsa, wanda bai taɓa tafiya ba. 9 Wannan mutumin ya ji Bulus yana magana. Bulus yana kallonsa da kyau, yana kuma ganin yana da bangaskiya don ya warke, 10 ya ce da babbar murya, "Tashi tsaye a ƙafafunka!" Sai ya yi tsalle ya yi tafiya.

Akwai lokutan da Ruhu Mai Tsarki zai iya jagorantar mu mu gaya wa marar lafiya ya yi aiki bisa ga imaninsa. Wannan yawanci yana koya musu su fara yin wani abu da ba za su iya yi ba saboda rashin lafiyarsu. Wani lokaci muna iya taimaka musu da farko yayin da suke ƙoƙarin yin hakan. Yayin da mutane suka fara aiki bisa ga imaninsu, ikon Allah yana sa su warke. Suna shiga cikin warkarwarsu kai tsaye.

Lokacin da Mutane Suka Yi Imani

Matiyu 9:20-22 20 Sai ga wata mace wadda take zubar jini tsawon shekaru goma sha biyu ta fito daga baya ta taɓa gefen rigarsa. 21 Domin ta ce a ranta, "Idan ma na taɓa rigarsa, zan warke." 22 Amma Yesu ya juya, da ya gan ta, sai ya ce, "Ki yi farin ciki, 'yata; bangaskiyarki ta warkar da ke." Matar kuwa ta warke daga wannan lokacin.

Markus 2:3-5 3 Sai suka zo wurinsa, suka kawo wani gurgu wanda mutum huɗu ke ɗauke da shi. 4 Da suka kasa kusantarsa saboda taron, sai suka buɗe rufin inda yake. Da suka shiga, sai suka sauke gadon da gurgun yake

kwance a kai. 5 Da Yesu ya ga bangaskiyarsu, sai ya ce wa gurgun, "Ɗana, an gafarta maka zunubanka."
Hakazalika, mutane na iya yin abubuwa cikin bangaskiya ba tare da an gaya musu su yi hakan ba. Kamar matar da ke ɗauke da jinin da ta ratsa ta cikin taron jama'a ta taɓa gefen rigar Yesu. Wannan shine aikinta na bangaskiya. Allah ya girmama hakan. Maza huɗu da suka kawo abokinsu gurguwar wurin Yesu suna aiki bisa ga imaninsu. Sun hau rufin suka sauke abokinsu daga rufin. Yesu ya ga bangaskiyarsu. Abokinsu ya warke. Aikin bangaskiyarsu wani abu ne tsakaninsu da Allah. Allah yana ganin zuciyarsu kuma yana amsawa.

Ta Hanyar Baiwai na Ruhu

1 Korintiyawa 12:7-11 7 Amma an ba wa kowanne mutum bayyanar Ruhu don amfanin kowa: 8 Gama an ba wa ɗaya maganar hikima ta wurin Ruhu, ga wani kuma maganar ilimi ta wurin Ruhu ɗaya, 9 ga wani kuma bangaskiya ta wurin Ruhu ɗaya, ga wani kuma baiwar warkarwa ta wurin Ruhu ɗaya, 10 ga wani kuma aikin mu'ujizai, ga wani kuma annabci, ga wani kuma fahimtar ruhohi, ga wani kuma harsuna daban-daban, ga wani kuma fassarar harsuna. 11 Amma Ruhu ɗaya yana yin duk waɗannan abubuwa, yana rarraba wa kowannensu daidai gwargwado yadda yake so.

Ibraniyawa 2:3,4 3 Ta yaya za mu tsira idan muka yi watsi da wannan babban ceto, wanda Ubangiji ya fara magana da farko, waɗanda suka ji shi kuma suka tabbatar mana da shi, 4 Allah kuma yana shaida ta hanyar alamu da abubuwan al'ajabi, da mu'ujizai iri-iri, da kuma baiwar Ruhu Mai Tsarki, bisa ga nufinsa?

Allah yana yin warkarwa ta hanyar baiwar Ruhu. Yawanci wannan zai zama aikin baiwar warkarwa, da kalmomin ilimi, wani lokacin tare da aikin mu'ujizai da baiwar bangaskiya. Sauran baiwar Ruhu kuma suna iya aiki a lokaci guda. Akwai iya samun kalmar hikima, fahimtar ruhi ko annabci da ake saki a lokacin hidima warkarwa da ceto.

Dole ne mu yi sha'awar samun waɗannan a cikin aiki yayin da muke yi wa mutane hidima. Dole ne mu fita cikin bangaskiya domin a 'yantar da waɗannan baiwar. Wannan shine ɓangarenmu. Allah yakan amsa sha'awarmu da kuma shirye-shiryenmu na fita cikin bangaskiya, ta hanyar sa a 'yantar da duk wani haɗin waɗannan baiwar Ruhu.

Akwai lokutan da ake sakin waɗannan kyaututtukan lokacin da babu wanda yake cikin babban imani ko tsammanin wani abu zai faru. Ba wanda ke hidima ko wanda ake yi wa hidima yana cikin babban imani ba, amma warkarwa, ceto da mu'ujizai har yanzu suna faruwa ne saboda aikin kyaututtukan. Misali, marar imani wanda ya kasance a taro kawai a matsayin mai kallo, ba tare da ilimi ko imani ga Ubangiji Yesu Kiristi ba, zai iya samun mu'ujiza mai ban mamaki ta warkarwa yayin hidimar ba tare da wani ya yi addu'a ko yi wa wannan mutumin hidima ba. Wannan zai zama aikin Allah mai iko wanda ke jawo hankalin wannan mutumin ya jawo shi zuwa ga bangaskiya ga Kristi.

Ta hanyar shafa mai warkarwa

Luka 5:17 A wata rana, yana koyarwa, akwai Farisiyawa da malaman Attaura waɗanda suka fito daga kowace gari a Galili, Yahudiya, da Urushalima, kuma ikon Ubangiji yana nan don ya warkar da su.
Luka 6:19 Duk taron jama'a suka nemi su taɓa shi, domin iko ya fito daga gare shi ya warkar da su duka.

Luka 8:46-47 46 Amma Yesu ya ce, "Wani ya taɓa ni, domin na ga iko yana fitowa daga gare ni." 47 Da matar ta ga ba a ɓoye take ba, sai ta zo tana rawar jiki; ta faɗi a gabansa, ta gaya masa a gaban dukan mutane dalilin da ya sa ta taɓa shi da kuma yadda ta warke nan take.

Shafawa ita ce kasancewar da ikon Ruhu Mai Tsarki. Shafawa za ta iya ba mutum iko ko kuma kasancewa a kan taron (taron) masu bi don sa ikon Allah ya bayyana. Ubangiji Yesu ya yi hidima ta ikon Ruhu Mai Tsarki (Ayyukan Manzanni 10:38). Wannan ikon yana samuwa ga duk masu bi (Ayyukan Manzanni 1:8) don haka yana iya fitowa daga cikinmu, kamar yadda ya fito daga wurin Yesu. Shafawa ta warkarwa ita ce kasancewar da ikon Ruhu Mai Tsarki wanda ke sa warkarwa ta faru. Lokacin da Yesu ya yi hidima, ikon Ubangiji yana nan don warkar da mutane. Ikon warkarwa (halayen warkarwa ko shafawa ta warkarwa) ya fito daga gare shi kuma ya warkar da mutane da yawa waɗanda suka taɓa shi.

Lokacin da muke hidimar warkarwa, dole ne mu yi marmarin kuma mu yi tsammanin irin wannan ikon warkarwa na Ruhu Mai Tsarki zai gudana ta cikinmu ya kuma warkar da marasa lafiya. Akwai lokutan da za mu iya gane (ji a zahiri) kwararar wannan ikon warkarwa. A wasu lokutan ba ma jin komai, duk da haka muna hidima ta bangaskiya da sanin cewa ikon Ruhu Mai Tsarki yana fitowa ta wurinmu.

Ta hanyar Shafawa na Musamman

Ayyukan Manzanni 5:12-16 12 Ta hannun manzannin kuma an yi alamu da abubuwan al'ajabi da yawa a cikin mutane. Dukansu suna cikin shiri ɗaya a cikin barandar Sulemanu. 13 Duk da haka, babu ɗaya daga cikin sauran da ya yi ƙarfin halin shiga tare da su, amma mutanen suka

girmama su ƙwarai. 14 Masu bi suka ƙara yawa ga Ubangiji, jama'a da yawa daga maza da mata, 15 har suka fitar da marasa lafiya zuwa tituna suka kwantar da su a kan gadaje da gadaje, domin aƙalla inuwar Bitrus da ke wucewa ta kan wasu daga cikinsu. 16 Har ila yau, taron jama'a suka taru daga biranen da ke kewaye da Urushalima, suna kawo marasa lafiya da waɗanda aljanu marasa tsarki ke azabtarwa, dukansu kuma aka warkar da su.

Akwai lokutan da shafaffe na musamman don warkarwa ya zo mana a matsayinmu na mutane ɗaya ko kuma a kan dukkan taron. Idan wannan ya faru, mu'ujizai da yawa masu ban mamaki da yawa suna fara faruwa ba zato ba tsammani. Dole ne mu kasance masu tausayi kuma mu fahimci wannan kuma mu gudana tare da abin da Ruhu Mai Tsarki yake son cimmawa a wannan lokacin, don a taɓa mutane. Bai kamata mu kashe aikin Ruhu a irin waɗannan lokutan ba domin Allah yana sakin wannan shafaffe na musamman da gangan saboda wani dalili.

Ana iya ƙirƙirar "yanayi na warkarwa," inda shafan warkarwa ke cika yanayin ruhaniya akan taro, ta hanyar addu'a, bauta, babban matakin bangaskiya da tsammanin rayuwa. Duk da cewa ƙirƙirar yanayi don warkarwa yana da taimako da kuma abin so, wannan ba koyaushe zai yiwu ba, tunda kamar Yesu, muna iya yin hidima a cikin mahalli masu rikici. Allah zai iya motsawa da ƙarfi ba tare da la'akari da muhalli ba, don haka dole ne mu kasance a buɗe kuma mu kula da Ruhun Allah koyaushe.

Ta hanyar Tuba da kuma Barin Zunubi

Yohanna 5:14 Bayan haka Yesu ya same shi a Haikali, ya ce masa, "Kai, an warkar da kai. Kada ka ƙara yin zunubi, kada wani abu mafi muni ya same ka."

Yohanna 9:1-3 1 Da Yesu yake wucewa, sai ya ga wani mutum makaho tun daga haihuwa. 2 Sai almajiransa suka tambaye shi, "Malam, wa ya yi zunubi, wannan mutumin ko iyayensa, har aka haife shi makaho?" 3 Yesu ya amsa, "Ba wannan mutumin ko iyayensa sun yi zunubi ba, sai dai domin a bayyana ayyukan Allah a cikinsa."

Ba duk rashin lafiya ke nuna zunubin mutum ɗaya ba, kamar yadda aka gani a yanayin mutumin da aka haifa makaho a cikin Yohanna 9. Duk da haka, yana yiwuwa akwai zunubi a rayuwar mutum wanda ya buɗe ƙofar rashin lafiyar jiki. Yana yiwuwa gurguwar da ke cikin Yohanna 5, ta shiga cikin wannan yanayin gurguwar saboda wani takamaiman zunubi. Lokacin da Ubangiji ya warkar da shi sannan ya yi masa gargaɗi, "kada ka ƙara yin zunubi domin kada wani abu mafi muni ya same ka," ya fahimci abin da hakan ke nufi. Ba wai ba zai taɓa yin "zunubi" ba ne, amma Yesu yana nufin wannan zunubin (ko zunubai) wanda ya kawo shi cikin wannan yanayin gurguwar tun farko. Ka yi la'akari da abin da zai faru idan gurguwar da aka warkar a Yohanna 5, ta tafi ta yi zunubi. Kamar yadda Yesu ya ce "abu mafi muni" zai iya cutar da shi. Zai buƙaci ya tuba ya yi watsi da wannan zunubin don a warkar da shi kuma ya sake samun lafiya.

Lokacin da muke hidimar warkarwa, Ubangiji zai iya umurtarmu da mu fara magance zunubi a rayuwar mutumin da ake yi masa hidima. Sai mu yi magana da wannan cikin ƙauna da mutum kuma mu jagorance shi ta hanyar tuba da kuma watsi da abubuwan da ke da alaƙa da wannan zunubin. Akwai yiwuwar rashin gafara, ƙiyayya, fushi da sauran halaye marasa kyau na zuciya da mutum zai iya ɗauka, waɗanda ake buƙatar a yi watsi da su. Yawanci muna jagorantar mutumin ya yi watsi da salon rayuwa, halaye na zunubi, sadaukarwa ga ruhohi marasa tsarki, soke alaƙa da ikon aljanu da kuma rufe ƙofofi/wuraren shiga.

Ta hanyar Ceto

Matiyu 9:32,33 32 Suna fita, sai ga wani bebe mai aljanu. 33 Da aka fitar da aljanin, bebe ya yi magana. Jama'a suka yi mamaki, suna cewa, "Ba a taɓa ganin irin wannan a Isra'ila ba!"
Matiyu 12:22 Sai aka kawo masa wani mutum mai aljanu, makaho da bebe, ya warkar da shi, har makaho da bebe suka yi magana suka kuma gani.
Luka 13:11-13 11 Sai ga wata mace wadda take da ruhun rashin lafiya shekara goma sha takwas, ta sunkuya, ba ta iya ɗaga kanta ko kaɗan ba. 12 Amma da Yesu ya gan ta, sai ya kira ta ya ce mata, "Mace, an sallame ki daga rashin lafiyarki." 13 Sai ya ɗora mata hannuwansa, nan take ta miƙe, ta kuma ɗaukaka Allah.

Lura a cikin waɗannan lamuran da ke sama mun ga makanta, kurma, bebe da kuma rashin hankali suna faruwa ne saboda kasancewar aljanu. Wannan ba yana nufin cewa kowace makanta, kurma, bebe ko matsalar baya ta samo asali ne daga ruhin rashin lafiya ba. Wasu makanta na iya faruwa ne saboda haɗurra ko wasu dalilai. Muna ƙoƙarin sauraron Ruhun Allah kuma mu bi ja-gorarsa. Idan ba mu da tabbas, to muna ci gaba da hidimar warkarwa da kuma magance duk wata ruhin rashin lafiya da za ta iya kasancewa. Cututtuka da yawa marasa magani da sauran yanayi na zahiri waɗanda ba a iya gane musabbabinsu ba galibi suna nuna ruhin rashin lafiya da ke buƙatar a kore shi.

Linjila guda uku sun kuma rubuta labarin ƙaramin yaron da ya yi kama da yana da farfadiya da farfadiya (Matta 17:14-18 Markus 9:17-27 Luka 9:37-43). Wannan hakika lamari ne na kamuwa da aljanu wanda ya haifar da kurma, rashin hankali, hauka da kuma son kashe kansa.
Don haka lokacin da Yesu ya fitar da ruhun, yaron ya warke. Mun san a fannin likitanci cewa farfadiya tana faruwa ne

saboda rashin daidaiton sinadarai wanda ke buƙatar yin mu'ujizai. Amma a wasu lokuta kuma akwai wata ruhin rashin lafiya da ke ƙarƙashinta wanda shi ma yana buƙatar a magance ta.

Ta Hanyar Yin Imani Lokacin Bikin Teburin Ubangiji

1 Korintiyawa 11:26 Domin duk lokacin da kuka ci wannan burodi kuka kuma sha wannan ƙoƙon, kuna shelar mutuwar Ubangiji har sai ya zo.

Gicciyen Ubangijinmu Yesu Kiristi shine "sanarwa ta 'yantar da mu." Shi ne wurin da aka tanadar mana da gafarar zunubai, warkarwa da cikar jiki da tunani, da duk abin da ake buƙata don juya faɗuwa. Ubangiji Yesu ya kafa abin da muke kira "Jibin Ubangiji" ko "Teburin Ubangiji" domin mu yi hakan akai-akai don tunawa da Shi. Duk lokacin da muka ci Teburin Ubangiji, muna "sha'awar mutuwar Ubangiji." Muna cin Teburin Ubangiji "muna gane jikin Ubangiji." Mun fahimci abin da Kristi ya kammala mana a jikinsa a kan Gicciye. Teburin Ubangiji shela ce ko shelar bangaskiyarmu a cikin aikin da Almasihu ya kammala a kan Gicciye da kuma gaskiyar cewa ya tashi kuma zai sake dawowa. Wannan lokaci ne da muke haɗa bangaskiyarmu da sha'awa da tsammani don samun cikakken albarkar Gicciye don a sa shi ya zama gaskiya da tasiri a rayuwarmu. Muna tsammanin Ruhu Mai Tsarki zai tilasta a kowane ɓangare na rayuwarmu, cikakken albarkar Gicciyen Almasihu. Muna gayyatar Ruhun Allah ya sa ikon Gicciye ya yi tasiri a rayuwarmu. An kammala aikin Almasihu a kan Gicciye ta wurin ikon Ruhu Mai Tsarki (Ibraniyawa 9:14). Wannan Ruhu ɗaya yana nan don ya sa iko da albarkar Gicciye su yi tasiri a rayuwarmu. Duk lokacin da muka ci Teburin Ubangiji dole ne mu yi hakan da wannan tsammanin. Allah zai cika bangaskiyarmu da ayyukan iko (2 Tassalunikawa 1:11).

Korintiyawa sun rasa wannan albarkar domin ba su ci teburin Ubangiji yadda ya kamata ba. Suna ɗaukarta a matsayin lokacin cin abinci da buguwa. Maimakon su fuskanci albarkar Allah, sai suka kawo wa kansu hukunci suka ƙare da rauni, rashin lafiya da mutuwa da wuri. "Gama duk wanda ya ci, ya sha abin da bai cancanta ba, yana ci, yana shan hukunci ga kansa, ba ya gane jikin Ubangiji. Saboda haka mutane da yawa suna da rauni, marasa lafiya a cikinku, mutane da yawa suna barci" (1 Korintiyawa 11:29,30). Da an iya guje wa rauni, rashin lafiya da mutuwa ta hanyar shiga cikin teburin Ubangiji kamar yadda ya kamata a yi.

Ta Hanyar Amfani da Kayan Addu'a

Ayyukan Manzanni 19:11,12 11 Allah kuwa ya yi ayyukan al'ajabi masu ban mamaki ta hannun Bulus, 12 har ma an kawo masa mayafai ko riguna daga jikinsa ga marasa lafiya, cututtukan kuma suka rabu da su, mugayen ruhohi kuma suka fita daga cikinsu .

Mun ga Allah yana yin mu'ujizai ta wurin Bulus inda zannuwa da adon da aka ɗauka daga Bulus ga marasa lafiya da waɗanda ke fama da aljanu suka kawo warkarwa da ceto. Har yanzu Allah yana aiki ta wannan hanyar. Don haka a lokutan da Ubangiji ya jagorance mu, za mu iya yin addu'a a kan zare kuma mu kai su ga waɗanda ke da rashin lafiya. Idan aka ɗora su a kan marasa lafiya cikin bangaskiya, ana yi musu hidima ta warkarwa da ceto. Allah zai iya amfani da wasu abubuwa na zahiri kamar mai, ruwa, da sauransu.

Kawai dai maganar gargaɗi ne a nan yayin amfani da zane/kayayyaki/abubuwa. Wani lokaci idan ba a koyar da mutane yadda ya kamata ba, za su iya yin abin da aka yi amfani da shi don kawo musu waraka ko ceto a matsayin abin bauta, a matsayin sihiri ko wani abu na allahntaka da ke jan hankalin su. Yana da mahimmanci mu bayyana a fili cewa Ubangiji Yesu ne ke kawo waraka kuma ana amfani da abin da kansa a matsayin wurin hulɗa kawai. Ubangiji zai iya kawo waraka ko da ba tare da amfani da wannan abu ba.

Ta Wasu Hanyoyi Na Musamman

Duk da cewa mun yi ƙoƙarin lissafa wasu hanyoyin da ake yin warkarwa, don Allah ku tuna cewa wannan ba cikakken jerin abubuwa ba ne. Ubangiji zai iya amfani da wasu hanyoyi marasa ban mamaki, marasa ban mamaki kuma dole ne mu kasance a buɗe a gare Shi. Yi la'akari da gaskiyar cewa Ubangiji Yesu shi ma ya yi hidima ta wasu hanyoyi marasa ban mamaki a wasu lokuta. A wani lokaci lokacin da yake yi wa kurma da bebe hidima, Ubangiji Yesu ya sa yatsunsa a cikin kunnuwansa, sannan ya tofa ya taɓa harshen mutumin da kansa kuma wannan mutumin ya ji kuma ya yi magana (Markus 7:32-25). Ga wani makaho, Yesu ya tofa a idanunsa ya kuma ɗora masa hannuwansa, makaho kuma ya gani (Markus 8:22-26). Ga wani makaho, Yesu ya tofa a ƙasa ya yi laka da yau, ya shafa laka a idanun makaho ya ce masa "Je ka, ka wanke a tafkin Siloam" kuma wannan makaho ya warke (Yohanna 9:6,7). A cikin littafin Ayyukan Manzanni, mun karanta game da Allah yana amfani da inuwar Bitrus don kawo waraka.

Don haka dole ne mu kasance a buɗe ga umarnin Ubangiji kuma mu yi hidima ta hanyoyi marasa kyau, idan Ya jagorance mu zuwa gare shi. Duk da haka, kada ku yi wani tsari daga wani abu da Ubangiji ya gaya muku ku yi amfani da shi a wani yanayi na musamman. Ci gaba da bin jagorancinsa. Manufarmu a nan ba ita ce mu tallata wata sabuwar hanya ko kuma mu sami asalinmu ta wata hanya ta musamman ta hidimar warkarwa ba. Manufarmu ita ce mu sami mutane su warke kuma mu ɗaukaka Ubangiji a cikin komai.

Warkarwa ta Hidima—Ɗaya-ɗaya

Lokacin da kake yi wa mutum hidima ta hanyar warkarwa da kansa, idan zai yiwu ka ɗauki lokaci don gina bangaskiyar mutum ta hanyar hidimar Kalmar. Ka raba tushen warkarwa da cetonmu. Sannan mu yi hidima ta amfani da kowace hanyar da aka tattauna a sama, kamar yadda ya dace. Muna so kuma muna neman kwararar baiwar warkarwa da aikin mu'ujizai. A babi na gaba, za mu koyi hanya mai sauƙi ḍa sauƙi ta yin hidima ta warkarwa ɗaya bayan ɗaya.

Warkarwa a Babban Taro

Duk da cewa babu wani tsari ko tsari da aka tsara da za a bi yayin hidimar warkarwa a babban taro, ga wasu hanyoyi na hidima a babban wuri. Hanyar da muka saba bi ita ce yin wa'azin Kalmar don gina bangaskiya a cikin zukatan mutane, duk lokacin da zai yiwu. Sannan mu yi ƙoƙarin bin jagorancin Ubangiji kan yadda ake hidima. Wani lokaci Ubangiji yana iya umurtarmu mu kira layin addu'ar warkarwa ko kiran bagadi inda mutane ke zuwa gaba don karɓar hidima. Wani lokaci, ta hanyar kalmomin ilimi muna kiran takamaiman lokuta don warkarwa, sannan daga baya mu yi wa wasu hidima don a warkar da su. Babu wata dabara da aka tsara. Mabuɗin shine a kasance masu kula da Ubangiji kuma mu bi jagorancinsa. Ga wasu abubuwan da muke yi na gabaɗaya lokacin hidimar warkarwa bayan hidimar Kalmar.

Za mu iya gaya wa mutane su ɗora hannunsu a kan ɓangaren jikin da ke buƙatar warkarwa idan zai yiwu. Wannan mataki ne mai sauƙi na nuna imaninsu da kuma taimaka musu su dogara ga Ubangiji don wata mu'ujiza ta musamman.
Lokacin da muke hidimar warkar da jama'a a matsayin al'ada, za mu fara da fitar da ruhohi marasa tsarki da ruhohin rashin lafiya. Waɗannan shaidanu ne waɗanda ke riƙe

mutane cikin rashin lafiyarsu kuma suna hana warkarwa ta zo. Don haka muna shiga cikin lokacin ceto na jama'a. Muna ƙoƙarin mu kasance masu tausayi ga Ubangiji yayin da yake bayyana ta hanyar fahimtar ruhohi, takamaiman nau'ikan ruhohi waɗanda ke buƙatar a tsawata musu.

Sannan mukan bayar da umarni ga mutane su warke. A wannan lokacin muna ci gaba da jin daɗin Ubangiji don kalmomin ilimi kuma muna kiran takamaiman yanayi da ake warkarwa ko kuma bayyana takamaiman yanayi waɗanda ƙila sun haifar da rashin lafiya ko matsalar. Waɗannan takamaiman kalmomi na ilimi ko bayanin yanayi suna gina imani a cikin zukatan mutane kuma suna ƙaddamar da su don karɓar mu'ujizar warkarwa.

Muna gayyatar ikon Ruhu Mai Tsarki ya motsa su da ikon warkarwa (shafawa ta warkarwa) da kuma baiwar warkarwa da mu'ujizai. Ruhu Mai Tsarki zai iya bayyana takamaiman yanayi da ake warkarwa kuma mukan kira su.

Sannan muna ƙarfafa mutane su duba warkarwarsu kuma su yi aikin bangaskiyarsu. Sau da yawa yayin da mutane suka fara duba jikinsu da kuma yin aikin bangaskiyarsu, mu'ujizai na warkarwa suna faruwa. Suna gano cewa sun warke gaba ɗaya ko kuma sun inganta daga yadda suke a da. Ga waɗanda suka ga wani ci gaba, ku ƙarfafa su su yi godiya kuma su yi tsammanin samun cikakkiyar waraka.

Shaidu suna gina imani. Don haka idan zai yiwu, muna ƙarfafa mutane su zo su raba shaidar warkarwa da aka yi a lokacin kuma za a iya tabbatar da ita. A cikin yanayi inda ba zai yiwu a ɗauki shaidar mutum ɗaya ba, muna ƙarfafa mutane su nuna cewa an warkar da su ta hanyar ɗaga hannuwansu ko ta wata hanya. Gaskiya ne cewa akwai wasu yanayi da za a iya tabbatar da su ta hanyar gwaje-gwaje da gwaje-gwaje na likita kawai. A irin waɗannan yanayi, a ƙarfafa mutane su je wurin likitansu da farko, a tabbatar da abubuwan sannan a ba da shaida a wani lokaci daga baya.

Lokacin da ake hidima a babban taro, yawanci ba zai yiwu a magance matsalolin mutum ɗaya na zunubin da ba a furta ba, ƙofofi a buɗe, da sauransu. A bar wannan ga Ruhu Mai Tsarki don ya yi mu'amala da mutum kamar yadda yake so. Idan Ruhu Mai Tsarki ya bayyana wasu zunubai ko ayyukan da suka gabata waɗanda ke buƙatar tuba da kuma watsi da su, a kira waɗannan a kuma jagoranci mutane zuwa ga addu'a kan irin waɗannan al'amura. Duk da haka, yi haka ba tare da kunyata ko fallasa wani mutum na musamman ba. Manufarmu ita ce mu gina mutane ba mu halaka su ba.

Kungiyoyin Warkarwa

Luka 10:1,9 1 Bayan haka, Ubangiji ya zaɓi waɗansu mutum saba'in, ya kuma aike su biyu biyu a gabansa zuwa kowace birni da duk inda zai je. 9 Ku warkar da marasa lafiya a can, ku ce musu, 'Mulkin Allah ya kusace ku.'
Lokacin da Ubangiji Yesu ya aika almajiransa, ya aika su ƙungiya biyu tare da umarnin yin wa'azin Mulkin Allah, warkar da marasa lafiya da kuma fitar da aljanu. Ta hanyar faɗaɗa wannan ra'ayi zuwa zamaninmu, mun san cewa hidimar warkarwa da ceto a matsayin ƙungiya yana da ƙarfi. Za mu iya samun ƙungiyoyin warkarwa don hidima a cikin cocin gida don yin hidima a lokacin hidima ko ƙungiyoyin warkarwa waɗanda ke fita zuwa manyan kantuna, tituna, makarantu/kwalejoji da sauran wurare don yin bishara. Ƙungiyoyin warkarwa kuma za su iya yin hidima a asibitoci ko ziyarar gida don yi wa waɗanda ba su da lafiya hidima. Ikklisiya na gida na iya shirya ƙungiyoyin warkarwa a hukumance ko kuma haɗuwa ta bazata ta wasu mutane masu tunani iri ɗaya, masu sha'awar da ke ba da kansu ga Ubangiji. Ga wasu muhimman abubuwa don yin aiki cikin nasara a matsayin ƙungiyar warkarwa:

- Ainihin, ƙungiyoyin warkarwa sun ƙunshi mutane biyu ko fiye waɗanda aka horar da su kan yadda ake hidimar warkarwa da ceto.
- Suna gudana cikin haɗin kai da amincewa a duk lokacin da suke hidima.
- Ba wanda ke neman girma ko muhimmanci yayin hidima.
- Suna goyon bayan junansu kuma suna ƙarfafa junansu. Sun fahimci abin da ke cikin bangaskiya da haɗarin da kowane memba na ƙungiya ke ɗauka lokacin da yake fita hidima, don haka a hankali suna goyon bayan junansu cikin bangaskiya.
- Babu wanda ya ɗauki wani mu'ujiza ko aikin warkarwa da Allah yake yi. Duk ɗaukaka tana ga Ubangiji.
- Membobin ƙungiyar suna tattauna labaransu da koyo (nasara da kurakuran da suka yi) da junansu da kuma sauran ƙungiyoyin warkarwa, don kowa ya amfana kuma ya girma wajen koyon yadda ake hidimar warkarwa da ceto.
- Membobin ƙungiyar suna haɗuwa akai-akai don addu'a, ibada da zumunci wanda ke gina fahimtar juna da kuma fahimtar juna. Wannan yana taimaka wa membobin ƙungiyar su fahimci junansu kuma su yi tafiya tare lokacin da suka fita hidima. Sa Mutane Su Yi Imani Da Shi Ga wasu ƙa'idodi masu sauƙi yayin ƙarfafa mutane su fita su yi imani da imaninsu:
- Yi shi da Ruhu. Tabbatar cewa Ruhu Mai Tsarki yana sa ka yi musu magana. In ba haka ba, kawo ƙarfafawa mai kyau domin su yi abin da suke jin daɗin yi yayin da suke gudanar da imaninsu.
- Kada ka yi girman kai. Misali—idan mutum yana amfani da na'urorin gani (gilashi ko ruwan tabarau) ya ce yana aiki da imaninsa kuma ya kawar da

na'urorin gani da girman kai, za a iya samun mummunan sakamako! A gefe guda kuma, idan idanunsa suka warke, sanya gilashin ido ba zai yi masa daɗi ba. Wannan shine lokacin da ya dace ya cire na'urorin gani.

- Kada ka bari sha'awar da kake yi ta sa ka yi abin da bai dace ba. Yi amfani da hikima.
- Kada ka ɗauki matsayin likita. Kada ka ba da shawarar likita. Kada ka gaya wa mutane su daina shan magunguna ko maganin da suke sha. Bari su yi haka bisa ga shawarar likita.
- Koyar da Mutane Yadda Za Su Ci Gaba da Warkewa Idan mutum ya sami warkarwa a wani yanki, ba yana nufin ba zai taɓa samun wata cuta ba ko kuma cewa cutar ba za ta sake dawowa ba. Mutane suna buƙatar a koya musu yadda za su ci gaba da warkarwa ta hanyoyi masu amfani da kuma ta hanyar imani da Allah. Mutane suna buƙatar koyon yadda ake yin bimbini a cikin Kalmar, gina bangaskiyarsu ga Allah don ci gaba da warkar da su da kuma tafiya cikin koshin lafiya. Mutane suna buƙatar koyon faɗin Kalmar, su yi yaƙi mai kyau na bangaskiya kuma su yi imani da Allah don ya karɓi kuma ya kula da warkarwarsu. Don haka idan zai yiwu, a samar da albarkatu (littattafai, wa'azi, koyarwa) da kuma jagora ga mutane don yin haka.

Bugu da ƙari, akwai wasu muhimman abubuwa da dukanmu za mu iya yi kamar abinci mai kyau, hutawa da motsa jiki waɗanda suke da mahimmanci ga ci gaba da lafiya.

Shiri na Kai don Warkarwa ta Wa'azi

Duk da cewa Allah ne Mai warkarwa kuma ikonsa ne ke warkarwa da kuma ceton mutane, akwai abubuwan da za mu iya yi don mu zama abokan aiki nagari tare da Allah wajen hidimar ikon warkarwa ga mutane. Ga wasu abubuwa da aka lissafa a matsayin tunatarwa masu sauƙi:

Girma a cikin Kalmar

Bari Kalmar warkarwa, shafewa, mu'ujizai, ceto, da iko ta kasance a cikinmu cikin yalwa ta hanyar yin bimbini akai-akai. Dole ne bangaskiyarmu ga Allah ta kasance mai ƙarfi kuma ɗaya daga cikin hanyoyin da ake haɓaka bangaskiya ita ce ta hanyar Kalmar. Bai kamata mu ji tsoron wahalar rashin lafiya ko zaluncin aljanu da muke fuskanta ba.

Girma a cikin Shafawa

Dole ne mu haɓaka zumunci mai zurfi da kuma fahimtar Ruhu Mai Tsarki. Yin addu'a cikin harsuna muhimmin ɓangare ne na haɓaka wannan. Muna kuma girma cikin shafaffe ta hanyar hada kai, kallo, koyo da karɓa ta hanyar sauran masu hidimar Allah. Muna son ƙarin kasancewarsa da ikonsa. Muna son ƙarin aikin baiwar Ruhu.

Karfafa Zumunci Ta Hanyar Biyayya, Addu'a, Ibada da Azumi

Ƙaruwa a cikin dangantakarmu da Ubangiji ta hanyar biyayya, yin lokaci mu kaɗai tare da Shi a cikin addu'a, bauta da azumi.

Kiyaye Tsarkakakkiyar Zuciya

Dole ne mu kiyaye zuciya mai tsarki. Dole ne mu kare zukatanmu daga munanan abubuwan da ke motsa mu na gasa, kishi, girman kai, da kuma son kai. Dole ne mu kare zukatanmu daga munanan sha'awar shahara, dukiya da duk wani abu da ba ya faranta wa Allah rai.

Girma cikin Imani Ta Hanyar Fita Daga Fita

Hanya ɗaya tilo da za a yi tafiya a kan ruwa ita ce ta hanyar fita daga jirgin ruwa. Tunda ya yi mana magana kuma ya ba mu kalmar 'Zo', lokaci ne namu mu fita. Wannan mataki ne na bangaskiya. Dole ne mu shawo kan tsoron gazawa ko da daga abubuwan da suka gabata. Sau da yawa tunanin "me zai faru idan babu abin da ya faru" zai shiga zukatanmu. Duk da haka, za mu iya maye gurbinsa da "me zai faru idan wani abu ya faru." Lokacin da shakku suka mamaye tunaninmu, muna ƙarfafa kanmu mu ce "Ina tsammanin wani abu zai faru."

Kullum ina miƙa wa Allah dukkan ɗaukaka

Allah yana kallon zukatanmu. Shin da gaske muke yabonSa kuma muna ba Shi dukkan ɗaukaka ko kuma muna riƙe wani ɓangare na ɗaukakar don kanmu? Dole ne a kowane lokaci mu sami zuciya da ke miƙa masa dukkan yabo, ɗaukaka, girmamawa da bauta ga duk abin da ya faru.

Wasu Matsalolin da Ya Kamata a Guji

Kada Ka Yi Alkawuran Karya

Duk wanda ke hidima yana son isa wurin da duk wanda muke yi masa hidima yake samun waraka. A cikin ƙoƙarinmu na cimma wannan burin da kuma himmarmu ta cimma wannan burin, muna yin maganganu masu girman kai. Misali, idan muka tsaya a gaban taron mutane muka ce "kowa zai warke a daren yau," wannan zai iya zama kyakkyawan magana, amma ainihin gwajin yana nan a ƙarshen taron, lokacin da muka duba ko kowa ya warke. Idan ba su warke ba, wani yana ƙarya! Magana mafi dacewa da za a yi ita ce "Kowa zai iya warke a daren yau" wanda magana ce ta gaskiya kuma mai inganci bisa ga Kalmar Allah. Yayin da muke matsawa zuwa ga cikakkiyar mizani, bari mu yi taka tsantsan da abin da muke faɗa da kuma yadda muke yin abubuwa a hanya. Kawai ka faɗi abin da Allah ya faɗa.

Faɗuwa ko Samun Warkewa—Me Ya Fi Muhimmanci?

Abin da muke mayar da hankali a kai shi ne mu warkar da mutane maimakon mu sa su "faɗi" a ƙasa. Abin takaici, a wasu da'irorin Kirista, muna ganin masu wa'azi waɗanda ke da halin tura mutane ko saukowa da "hannu mai nauyi" don tilasta musu su faɗi ƙasa. Duk da cewa wannan yana da kyau a gaban waɗanda ke kallo, kamar ana "kashe mutane cikin Ruhu" na "faɗi ƙarƙashin iko," wannan ba aiki mai amfani ba ne. Bari mu mai da hankali kan hidimar warkarwa ga mutane, ba nuna kyakkyawan yanayi ba. Idan mutane suka faɗi saboda kasancewar Ruhu Mai Tsarki ya mamaye su, hakan yana da kyau. Amma ainihin gwajin shine lokacin da suka fito daga ƙasa, shin sun warke kuma an ceto su?
A ƙarshe, bari mu yi koyi da hidimar Yesu, lokacin da muka isa mu yi wa mutane hidima ta hanyar warkarwa da ceto.

Haɗakar Schizophrenia kamar yadda Ruhu Mai Tsarki ya bayyana wa Ida Mae da kuma yadda za a magance ruhun.

Schizophrenia matsala ce da ta zama ruwan dare gama gari. Wasu hukumomi a fannin cututtukan tabin hankali sun kiyasta cewa akwai mutane kusan miliyan hamsin a Amurka da ke fama da cutar schizophrenia, "...an kiyasta cewa masu fama da cutar schizophrenia sun kai kusan kashi 50% na asibitocin tabin hankali na jihar, tare da sabbin mutane 300,000 kowace shekara." Wasu lokuta suna da tsanani yayin da wasu kuma ba sa buƙatar magani na ƙwararru. Schizophrenia ta kasance matsala mai ban mamaki ga ƙwararrun likitocin kwakwalwa. Mummunan dalili da maganinsa ya kasance cikin rashin tabbas.

Ministan ceto sau da yawa yana fuskantar rikice-rikice, karkacewa da wargajewar hali da aka sani da schizophrenia ko dementia praecox. Kusan duk mutumin da ya zo wurinmu don ceto ana samunsa yana da matakai daban-daban na hanyar sadarwa ta ruhohin aljanu waɗanda ke haifar da schizophrenia. Ubangiji ya ba mu **wahayi na musamman game da matsalar, wanda** ke ba mu damar dawo da mutane da yawa zuwa cikakkiyar halayensu. Tun lokacin da wahayi ya zo wa matata, Ida Mae, na roƙe ta ta rubuta sauran wannan.

RU'YA TA CIWO DA KE CIKI Ida Mae Hammond

Muna aiki sosai wajen ceto tare da wani mutum wanda bai nuna wani ci gaba ba bayan ya yi hidima akai-akai. Wannan mutumin yana da himma sosai wajen neman ceto. Tana ƙaunar Ubangiji sosai, ta yi imani da dukan zuciyarta cewa ceto shine amsar matsalolinta, kuma ta yi kuka ga Ubangiji cikin firgici. Ta ba da cikakken haɗin kai ga hidimar. Duk da haka, sakamakon gaba ɗaya ya ba ta takaici.
Lokaci bayan lokaci mun ji cewa an sami nasarar. Na tsawon kwanaki kaɗan halinta zai nuna alamun kwanciyar hankali, sannan ba zato ba tsammani komai zai shiga cikin rudani. Za mu dawo inda muka fara.

Sai wata dare bayan wani mummunan tashin hankali, aka tashe ni daga barci. Ubangiji yana magana a cikin ruhina. Ubangiji ya ce, "Ina so in ba ku bayani game da matsalar Sarah. Matsalar ita ce *schizophrenia.* Yanzu, ban san komai game da wannan batu ba. A kwaleji na yi nazarin ilimin halayyar ɗan adam - wanda ya isa ya saba da kalmomi na gabaɗaya kamar manic depressive, schizophrenia, paranoia, psychosis da neurosis. Na tuna tun ina tunawa cewa

schizophrenia wani lokacin ana kiranta da "halayen da suka rabu". Ubangiji ya ba ni wannan ma'anar: "Schizophrenia matsala ce, karkacewa ko wargajewar ci gaban halayyar. Ba za ku sake kiranta Sara ba sai dai 'Sarah Daya' da 'Sarah Biyu', domin tana da halaye fiye da ɗaya a cikinta."
Har yanzu ina kan gado - har yanzu ina da barci a idanuna - yayin da Ubangiji ya ci gaba da ba ni wahayi. Ya umarce ni da in hada hannuwana, tafukan hannu suna fuskantar juna da kuma yatsu a ɗaure. Ya ce wannan yana wakiltar yadda yanayin schizophrenia yake. Kowane hannu yana wakiltar ɗaya daga cikin mutane biyu a cikin schizophrenia, babu ɗayansu ainihin kansa. An hada su sosai. Ubangiji ya ce, "Hannunka suna wakiltar gidan ruhohin aljanu waɗanda suka samar da schizophrenia. Ina so ka sani cewa aljanu ne. Gida ne na aljanu, kuma sun shigo rayuwar wannan mutumin lokacin da take ƙarama sosai. Zan nuna maka yadda yake aiki."

Sabon Ubangiji ya umarce ni da in raba hannuna a hankali. Yayin da yatsun hannuna suka rabu a hankali, Ubangiji ya nuna mini cewa dole ne a raba waɗannan ruhohin aljanu da ke cikin schizophrenia, a kore su, a bar su. Tsarin yana buƙatar lokaci. Abin mamaki ne ga mutum ya gano cewa yawancin halayensa ba ainihin kansa ba ne. Yana iya jin tsoron gano ainihin halayensa. Yana buƙatar lokaci don daidaitawa da kuma faɗuwa daga yarda da halayen aljanu na ƙarya, a lokaci-lokaci. Dole ne ya ƙi halayen schizophrenia, kuma ya faɗi cikin yarda da shi. Ubangiji ya tuna mini Amos 3:3. "Ta yaya mutum biyu za su iya tafiya tare sai dai idan an yarda da su."

Yatsuna ɗaya bayan ɗaya sun rabu, suna kwatanta rabuwar halayen aljanu. (Daga baya, an ba wa kowane yatsa suna na aljanu). Yatsu biyu na ƙarshe da suka rabu su ne yatsu na tsakiya a kowane hannu. Ubangiji ya nuna cewa waɗannan yatsu suna wakiltar tsakiyar R *fitar da R* da *Tawaye.* Idan aka raba waɗannan mutum zai iya ɗaukar kansa a matsayin wanda aka warkar - wanda aka ceto kuma ya san ko wanene ainihin kansa.

Ana kiran aljanin mai iko da "Schizophrenia" ko "Hankali Biyu". Littafi Mai Tsarki ya ce, "Mutum mai zuciya biyu ba shi da tabbas a cikin dukkan hanyoyinsa" (Yaƙub 1:8). Wannan shine sunan da aka rubuta a cikin nassi na mai fama da schizophrenia. Fassarar Amplified ta ce:
[Domin kasancewa kamar yadda yake] mutum mai tunani biyu - mai shakka, mai shakku, rashin yanke shawara - [shi] ba shi da tabbas kuma ba shi da tabbas game da komai (yana tunani, yana ji, yana yanke shawara).

Kalmar da aka fassara "hankali biyu" ta fito ne daga kalmar Girkanci mai hade da ma'ana "rai biyu". Mataki na gaba na wahayi ya zo 'yan makonni bayan haka. Ubangiji ya umarce ni da in zana zanen hannuna a kan takarda. Sannan ya sanya wa yatsun suna a matsayin ruhohin aljanu daban-daban kuma ya nuna mini yadda kowace aljani ke kafa kanta a cikin cutar schizophrenia. Aljanin iko na schizophrenia yana gayyatar wasu aljanu su shiga, domin ya haifar da karkacewar hali. Schizophrenia KOYAUSHE tana farawa da "ƙin yarda". Yawanci tana farawa ne a lokacin ƙuruciya ko jaririya kuma wani lokacin yayin da yaron yake cikin mahaifar mahaifiyarsa. Akwai dalilai da yawa na ƙi. Wataƙila ba a son yaron ba. Ko kuma wataƙila jima'i ne da iyaye ɗaya ko duka biyun suka so. Yanayin gidan wataƙila ba a daidaita shi ba. 'Akwai "ƙofofi" da yawa da ke haifar da ƙi.'

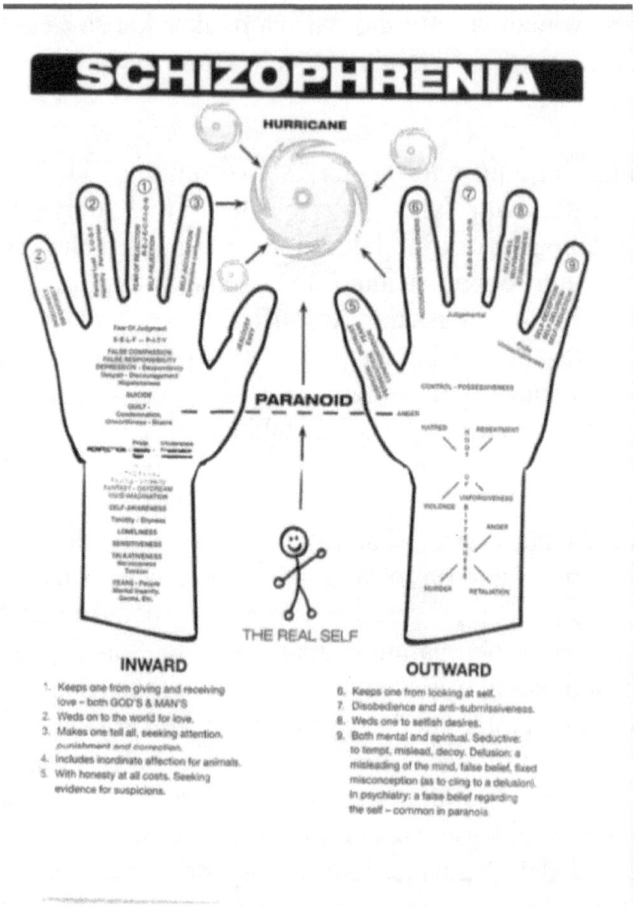

Ana iya gadon cutar Schizophrenia ta hanyar aljanu. Lura na ce "ta hanyar aljanu". Da wannan ina nufin ba a cikin tsarin jini ba ne, ba a cikin kwayoyin halitta ba - yana cikin aljanu! A wata ma'anar, aljanu suna neman ci gaba da irin waɗannan nau'ikan. Yana da sauƙi a gare su su yi haka a cikin iyali. Misali, a ce yanayin cutar schizophrenia yana cikin uwa. Aljanu za su zaɓi ɗaya ko fiye daga cikin 'ya'yanta don su ciyar da su. Uwar da ke da cutar schizophrenia tana jin ƙin yarda. Ita ce wadda ke da alhakin ciyar da ƙauna a cikin iyali. Ita ce wadda ke taɓawa, riƙewa da kuma shafa jariri. Ƙin yarda a cikin kanta yana haifar da matsaloli a cikin dangantakarta da yaron. Don haka, yaron yana buɗewa don ƙin yarda da rashin zaman lafiyar uwa. Ina maimaitawa, cutar schizophrenia KOYAUYA tana farawa da ƙin yarda.

To, mutum zai iya samun ruhin ƙiyayya ba wai ya zama mai cutar schizophrenia ba. A wata ma'anar, duk yana cikin batun ƙirƙirar hali. Za ka iya samun ruhin ƙiyayya kuma har yanzu ka sami damar ƙirƙirar halinka kuma ka kasance cikin kwanciyar hankali a cikin kanka. Akasin haka, mai cutar schizophrenia koyaushe yana cikin damuwa ... "Wane ne ni?" Asalin ainihin kai ya rikice ko ya ɓace.
R *ejection* (wanda aka nuna a hannun hagu a cikin hoton) shine aljanin iko a cikin ɗaya daga cikin halayen da aka kafa a cikin schizophrenia. Ƙin yarda yana nuna halin mutum mai ja da baya. (Ji ne a ciki - azaba ce a ciki ... yunwa ce ta soyayya ... rashin tsaro ne ... ƙarancinta ne ... tatsuniya ce ... rashin gaskiya ne - duk yana cikin ciki - "Ba na raba wannan.") Wannan shine hali ɗaya da aljanu suka kafa.

Mutum na biyu da aljanu suka kafa shine *"Tawaye"*. (Duba yatsan tsakiya a hannun dama a cikin misalin). Idan yaro ba shi da dangantaka mai gamsarwa ta soyayya a rayuwa, yana girma ba zai iya jin da kuma raba dangantaka ta soyayya ba. Tawaye ya fara. Ya fara yaƙi don soyayya. Ko kuma ya yi wa waɗanda suka hana shi ƙauna ihu. Tawaye yana tabbatar da kansa cikin taurin kai, son kai da son kai. Ga wani hali. Wannan ba a ciki yake ba kuma baya ja da baya. Yana da ƙarfi da kuma yin fushi, ɗaci, ƙiyayya, ƙiyayya da ramawa. Mai fama da cutar schizophrenia yana ƙarƙashin waɗannan iko biyu masu adawa. Zai iya canzawa daga hali ɗaya zuwa wani a cikin ɗan lokaci.
Ubangiji ya nuna mini cewa zan kira mutumin da ke da matsalar schizophrenia a matsayin "Sarah Daya" da "Sarah Biyu" - "Sarah Daya" ita ce ainihin mutum, kuma "Sarah Biyu" ita ce halin schizophrenia wanda ke da ɓangarori biyu a ciki. Saboda haka, akwai mutane uku da suka shafi - ainihin

halin mutum, halin ƙin yarda da halin tawaye. A cikin mintuna talatin mutum zai iya ganin dukkan halaye uku sun bayyana. Hakika, wannan yana kawo rudani ga mutumin da kansa da kuma ga sauran mutanen da ke kewaye da shi.

Mutum na gaske ba ɗaya daga cikin "hannaye" ba ne. An nuna "Ainihin Kai" a cikin misalin da ke tsakanin hannaye, a ƙasa. Aljanu ba su bar ainihin kai ya girma ba. Mai ciwon schizophrenia bai san ainihin kansa ba. Lokacin da mai ciwon schizophrenia ya fara ceto, ainihin kai dole ne ya sami Yesu. Yesu dole ne ya fara girma a cikin mutumin, yana haɓaka wannan halin, kuma ya sa shi abin da yake so ya zama. Wannan shine dalilin da ya sa ceton schizophrenia yana buƙatar lokaci - wani lokacin watanni da yawa ko ma shekara guda, ko fiye. Ceton dole ne ya yi aiki daidai da ci gaban "Ainihin Kai". Ba za a iya gaggawa ba, domin babu abin da mutum zai sake faɗuwa a kai. Idan aka fitar da kowane aljani a cikin mutumin da ke fama da ciwon schizophrenia ba zato ba tsammani zai ji ya ɓace gaba ɗaya. Kasancewa da "Ainihin Kai" yana buƙatar lokaci. Yayin da aka kawar da yanayin schizophrenia, ainihin halin dole ne ya fito don maye gurbinsa.

Bari in kwatanta abin da zai iya faruwa idan mai fama da cutar schizophrenia yana cikin tsarin ceto. Yana iya koyon miƙa wuya ga iko. Yana fuskantar gwaji. Akwai yanayi inda ake buƙatar ya miƙa wuya. Ba shi da dabi'ar yin biyayya. Me zai yi? Shin zai koma cikin ƙin yarda... ya tafi ɗakinsa? ... ya rufe fuskarsa? ... ya ƙi yin magana da kowa? Ko kuma, zai koma cikin tawaye... ya bayyana fushi? ...zama mai taurin kai? ...nuna taurin kai?

Ko kuwa, zai bar yanayin Yesu ya fito ... yana haɗin gwiwa? ... yana miƙa wuya ga iko? ... yana miƙa wuya? Shawarar nasa ce. Dole ne ya kasance a shirye ya fadi daga rashin yarda da aljanu kuma ya karya tsoffin halaye. "Ainihin Kai" dole ne ya sami ƙarfi sosai a cikin Kristi don ya ci gaba da yanke shawara mai kyau.

A cikin hoton za ku ga juyawa a sama, tsakanin hannaye biyu. Wannan yana wakiltar "guguwa". Mutumin da ke fama da cutar schizophrenia yana ci gaba da ƙirƙirar "guguwa" a kusa da kansa. Ya kamu da waɗannan guguwar, wasu kuma, dole ne su shafi abin da ke faruwa. Lura cewa wasu kiban suna ɗauke da juyawa ko "guguwa". Idan mutumin da ke ƙoƙarin yin magana shi ma ba shi da tabbas, yana kawo guguwarsa cikin guguwar schizophrenia. Sannan za ku sami guguwa a cikin guguwa. Sauran kiban suna madaidaiciya. Waɗannan suna nuna mutanen da suke da kwanciyar hankali kuma za su iya danganta da "guguwa" ta hanyar da ta dace. Irin wannan mutumin zai iya fuskantar guguwar ba tare da tabo ko rauni ba. Rikicin ba ya kama shi. Dole ne ministan ceto ya iya shigowa kamar kibiya madaidaiciya.

Waɗannan lokutan guguwa suna sa tushen ɗaci ya fito (duba hannun dama) kuma a tura shi zurfi da zurfi.

Yanzu, bari mu ga abin da sauran yatsun hannun hagu ke wakilta. "Yatsin zobe" an sanya shi a matsayin *sha'awa.* Ubangiji ya nuna mini cewa wannan aljani yana "aure" mutum zuwa duniya don soyayya. Sha'awa ta samo asali ne daga ƙin yarda. Idan mutum bai sami gamsuwar soyayya ta hanyoyin rayuwa na yau da kullun ba, yanayin jiki zai fara neman irin soyayyarsa ta soyayya-ta son rai. Don haka, an buɗe ƙofa ga aljanin sha'awa ya shiga. Ruhun aboki a cikin wannan rukunin shine *sha'awar tatsuniya* wanda zai iya sa mutumin ya yi tunanin cewa shi babban mai son duniyar fina-finai ne ko kuma abubuwan jima'i na tatsuniya a matsayin farkon ayyukan da ba a bayyana ba. *Ruhin karuwanci* a cikin mata na iya fara bayyana kansa a cikin tufafi da kuma abubuwan da ke tayar da hankali. Lalacewar jima'i tana wakiltar yunƙurin da ake yi na shawo kan ƙin yarda.

Abubuwan da suka faru a jima'i, ko na gaske ko na tunani, ba za su taɓa biyan buƙatar soyayya ta gaskiya ba. Su ne madadin shaidan ga soyayya ta gaskiya kuma suna barin mutum cikin damuwa da laifi.
Ƙaramin yatsan hannun hagu yana wakiltar *rashin tsaro* da *ƙarancin daraja.* Wannan wani alama ce ta ƙi. Mutumin da ke da zurfin jin ƙi yana jin rashin tsaro da rashin daraja.

Yatsar hannun hagu ita ce " *zargin kai".* Wannan aljani yana sa mutum ya juya wa kansa baya ya kuma lalata masa darajar kansa. A mafi yawan lokuta mun sami *"zargin kai"* tare da " *tilasta masa furtawa.* " Misali, idan mutumin ya faɗa cikin lalata, ba zai iya hutawa ba har sai ya furta laifinsa. Yawanci yakan furta wa waɗanda ya kamata su nuna masa ƙauna mafi girma. Yana ƙoƙarin yin hakan ne don "gigita" wasu su ba shi kulawa ta dole ta haka ne zai sami madadin ƙauna.
Yanzu, bari mu koma hannun dama a cikin misalin. Yatsa na tsakiya a cikin misalin an yi masa lakabi da "tawaye". Kamar yadda muka gani, tawaye yana gano ɗaya daga cikin mutanen ƙarya da aljanu suka kafa. Wannan rukunin aljanu ana iya ɗaukarsa a matsayin ruhohin ramawa don "ƙin yarda". Tawaye akasin ƙin yarda ne. Ɗaya yana bayyana ra'ayi da rudani, ɗayan kuma yana ja da baya kuma ba shi da tabbas.

Yatsar zobe a hannun dama tana wakiltar *son kai.* Wannan aljani yana "aure" mutum da sha'awar son kai. Wannan yana buɗe hanya ga *taurin kai* , *son kai* da *rashin iya koyarwa.* Kuma, muna ganin diyya ga *ƙin yarda.* Tunda an ƙi mutumin ko kuma yana tsoron ƙin yarda, ana tilasta masa ya yi wa kansa ladabi... don ya tura kansa. Ta haka yana ƙoƙarin shawo kan jin ƙin yarda.

Ana kiran yatsan nunin *zargi.* Shi ma, aljani ne mai ramawa. Yana jan hankali daga kin amincewa. Yana neman kawar da maida hankali kan kai ta hanyar jawo hankali ga wasu. Yatsin nunin hagu yana nuna kai - "Ni ne ke da laifi," yayin da yatsan nunin dama yana nuna wa wasu - "Kai ne ke da laifi." Aljanin zargi yana buɗe ƙofa ga ruhohin masu ra'ayin *yanke hukunci.*

Ƙaramin yatsan hannun dama *yaudarar kai ne.* Abokansa *ruɗi ne , yaudarar kai* da *girman kai.* Waɗannan ruhohin "kai" guda uku suna ƙara girman kai. Girman kai wani diyya ne na ƙin yarda. Wanda ya ji an ƙi shi yana son ya ji yana da muhimmanci. Ruhun *ruɗi* yana zuwa ya ce, "Kai wani ne da gaske"; "Kai babban mutum ne na ruhaniya!", ko wani nau'in babban mutum. Girman kai da aka ji rauni ya bayyana yana samun ƙarin ƙarfi. Amma duk aljanu ne. Yana haifar da ƙarin takaici da takaici.
A wani yanayi na hidima, *ruhin yaudarar kai* ya shawo kan wata yarinya 'yar shekara goma sha uku cewa tana da shekaru goma sha tara. Ta ɗauki wani suna don ta bi ta wata matar. Ta yi ƙoƙarin tunani, magana da yin aiki kamar babbar yarinya. An tura ta fiye da iyawarta da kuma balagarta ta yau da kullun. Ya ƙara mata ƙarfi sosai ga zaluncinta.

Ta hanyar wahayin Ubangiji ya nuna yadda babban yatsan hannu ke wakiltar matakin "Paranoid" na schizophrenia. Wani ɓangare na shi yana wakiltar babban yatsan hagu saboda yana da tushe daga ƙin yarda. A ɓangaren ƙin yarda akwai ruhohin *kishi* da *hassada.* Waɗanda ba su da alaƙa da dangantaka ta soyayya ta juna suna yin kishi da hassada ga waɗanda suka fuskanci ƙauna mai gamsarwa. A ɓangaren tawaye akwai ruhohin *rashin yarda , zato, tsoro* da *tsanantawa.* Akwai wani aljani a cikin wannan rukunin na baya kuma ana kiransa *"Fada da gaskiya komai tsada".* Zato da rashin yarda suna taruwa a cikin mutumin har sai an tilasta masa ya fuskanci ɗayan mutumin. Bayan faɗan matsin lamba yana raguwa a cikinsa na ɗan lokaci. Amma yana barin mutumin da aka kai wa hari ya kula da *raunukansa* . Mutumin da ke aiki a ƙarƙashin rinjayar *aljanu masu ban tsoro* ba shi da tausayi game da yawan raunukan da yake haifarwa, duk da haka yana da matuƙar tausayi ga kowane laifi ga kansa.

Wahayin da aka nuna a cikin yatsu da babban yatsa ya tabbatar da cewa ba shi da kuskure, kamar yadda aka yi hukunci a cikin ma'aikatu da yawa tare da masu fama da cutar schizophrenia. Babu aibi a ciki.
Aljanu da aka jera a hannun hagu suna wakiltar wasu ruhohi waɗanda aka fi samu a ɓangaren ƙin yarda na tsarin schizophrenia. Waɗannan za su sami wasu bambance-bambance daga mutum zuwa mutum. Jerin yana da ban sha'awa maimakon cikakke. A bayyane yake a mafi yawan lokuta cewa aljanu da aka jera a hannun hagu suna da alaƙa da ruhohi uku na ƙin yarda ... *ƙin yarda, tsoron ƙin yarda* da *kai.*
Jerin aljanu a hannun dama ya hada da *iko da mallaka.* Suna da alaƙa kai tsaye da tawaye.
Gama tawaye kamar zunubin maita ne, taurin kai kuma kamar mugunta da bautar gumaka ne. 1 Samu. 15:23a

Ana iya fassara wannan ayar ta hanyoyi biyu. Na farko, ina fassara ta da nufin cewa ga Allah tawaye abin ƙyama ne kamar sihiri kanta. Ina kuma fassara ta da nufin cewa wanda ke da halin tawaye yana da halin mayya. Manufar sihiri ita ce iko. Ikon wani mutum ne ta hanyar amfani da ikon mugayen ruhohi da sani ko ba da sani ba. Tawaye sau da yawa yakan kai ga iko.

Yanzu, bari mu ci gaba da hannun dama. Akwai "tushen ɗaci". A duk rayuwa mutum yana da rikice-rikice. Abubuwa suna faruwa kuma ana faɗin kalmomi waɗanda ke buƙatar halin gafara. Ga matsalar mai fama da ciwon schizophrenia. Ba zai iya gafartawa ba. Yana da *ruhin rashin gafartawa.* Abubuwan da suka faru shekaru talatin da suka wuce suna da rai kamar yadda suke da zarar sun faru. Tushen ɗaci yana rayuwa kuma daga ciki akwai *ƙiyayya* , *ƙiyayya, fushi, ramawa, tashin hankali* da *kisan kai.* Akwai wasu aljanu da yawa da ke haɗe da irin wannan tushen ɗaci.

Ta yaya masu fama da cutar schizophrenia ke fita daga wannan rikici mai rikitarwa? Manyan yankuna uku da za a ci nasara su ne KIN KI, TAWAWA da TUSHEN DACI. Yayin da ake cin nasara a kan waɗannan yankuna, dole ne a cika " *gidan* " (rai) ta hanyar bayarwa da karɓar ƙauna, ta hanyar miƙa wuya ga kowace hukuma mai inganci da kuma gafarar dukkan mutane ba tare da la'akari da yanayin ba. Idan aka ci nasara a kan waɗannan yankuna uku, sauran ruhohin da ke da alaƙa za su rasa ƙarfinsu. Ƙuduri ya zama dole. Mutumin da zai iya cewa, "ZAN YI BAMBANCI! BA ZAN BAR ALJANU SU MULKI RAYUWATA BA!" daga ƙarshe zai ga nasara.

Tsakanin hannaye a ƙasan misalin akwai ƙaramin mutum mai suna "The Real Self". Yayin da ceto ke faruwa na tsawon lokaci, "The Real Self" dole ne ya tashi (wanda aka nuna ta da kibiyoyi) ya raba halayen ƙarya na schizophrenia ta hanyar rashin jituwa da duk tasirinsu da duk abin da suke wakilta. "The Real Self" dole ne ya ɗauki yanayin Yesu da kansa. Motsa jiki na ruhaniya kamar nazarin Littafi Mai Tsarki, addu'a, azumi, yabo da zumunci da sauran masu bi yana da mahimmanci don samun nasarar ceto. Waɗannan darussan ruhaniya kuma za su hanzarta tsarin ceto yayin da rayuwar mutum ta cika da kyawawan abubuwan Kristi Yesu.

Aiki ne mai wahala ga mai fama da cutar schizophrenia da kuma ministan ceto. Ina matukar yaba wa masu fama da cutar schizophrenia waɗanda suka yi gwagwarmaya har suka kai ga nasara. Ina yaba wa waɗannan nasarorin fiye da duk sauran ceto. Cetowar cutar schizophrenia ita ce ceto mafi zurfi, mafi tasiri kuma mafi ƙuduri da muka taɓa fuskanta.

Addu'a don warkar da cutar Schizophrenia

"Ku aljanu na schizophrenia, ina kiran hannunku. Kuna fitar da halayenku guda biyu da kuke kafawa a cikinta ko shi. Ɗaya daga cikinku ya samo asali ne daga ƙi da tausayin kai, ɗayan kuma ya samo asali ne daga tawaye da ɗaci. Babu ɗayan waɗannan halayen da ba shi da asali ko Ita. Na saki kuma na rasa ainihin Shi ko Ita don zama abin da Yesu yake so ta zama. Cikin sunan Yesu, Amin

Addu'ar Gajere Don Ceto Kai.

"Ya Ubangiji Yesu Almasihu, na yi imani ka mutu a kan gicciye saboda zunubaina kuma ka tashi daga matattu. Ka fanshe ni da jininka kuma ni naka ne, kuma ina so in rayu dominka. Ina furta dukkan zunubaina - waɗanda aka sani da waɗanda ba a sani ba - Ina yi musu hakuri da su duka. Ina watsi da su duka. Ina gafarta wa duk wasu kamar yadda nake so Ka gafarta mini. Ka gafarta mini yanzu ka tsarkake ni da jininka. Ina gode maka saboda jinin Yesu Almasihu wanda ke tsarkake ni yanzu daga dukkan zunuba. Kuma ina zuwa gare ka yanzu a matsayin mai cetona. Ka san bukatu na musamman - abin da ke ɗaure, wanda ke azabtarwa, wanda ke ƙazantar da shi; wannan mugun ruhu, wannan mugun ruhu - ina da'awar alƙawarin kalmarka, "Duk wanda ya kira sunan Ubangiji za a cece shi." Ina kira gare ka yanzu. Da sunan Ubangiji Yesu Kiristi, ka 'yantar da ni. Shaiɗan, na ƙi ka da dukkan ayyukanka. Na 'yantar da kaina daga gare ka, cikin sunan Yesu, kuma ina umurtar ka ka bar ni yanzu cikin sunan Yesu. Amin!"

Bari ya fito daga zuciyarka ka ga ceton Ubangiji!

Kana rashin lafiya ko kuma kana bukatar gyara?

Ga wadanda ba su da lafiya ko marasa lafiya a kowace siffa ko tsari, ko kuma wadanda ke bukatar ceto? Ko kuma wadanda ke bukatar ceto, a yi amfani da bangaskiya wajen taba alamar da ke kasa (Bangaskiya ita ce ganin kyakkyawan sakamako na halin da kuke ciki a yanzu, sanin cewa Yesu ya yi aikinsa fiye da shekaru 2000 da suka gabata don tabbatar da warkarwarku da ceto, gyarawa a matsayin biyan kudi na farko, da amincewa cewa wannan biyan kudi na farko yana nan a gare ku don cirewa daga, kamar ma'auni mai kyau a cikin asusun ajiyar ku da banki, babu tambayoyi da aka yi kamar yadda muka yarda da ku kuma muka furta BE WALLAKE cikin sunan Yesu Kiristi, Amin)

Da ikon, ka ba ni da su, ina amfani da wannan ikon yanzu cikin bangaskiya da fushinsu a kan makiyi da yunwa don samun abin da ka ba su kyauta, Ina la'antar kowace cuta, kowace cuta, ko ciwon daji, COVID 19, ko ruhin rashin lafiya, ko mallakar aljanu ko zalunci, ko ruhin talauci, koma-baya, jinkirin cikar abin da Allah ya riga ya kaddara kuma ya saki. Mun zo kan rashin tabbas, ina daure su, muna la'antar su zuwa tushensu kuma muna kore su da iko cikin sunan Yesu Kiristi. Amin. Muna kira da a saki warkarwa, ceto da kuma gyara rayuwarsu cikin sunan Yesu Kiristi mai girma. Na gode Ubangiji saboda shaidar da ke kiyaye daukakarka da girmamawarka da yabonka. Na gode da rayukan da ake karawa cikin mulkinka sakamakon wannan sakon, mu'ujizai da muke gani a yanzu kuma suna bayyana don daukakarka cikin sunan Yesu, Amin. An gama! Yi farin ciki!

Taba wannan wuri da aka nuna a matsayin wurin tabawa kuma ka furta da bakinka - NA WARKE, AN CECE NI,

kuma AN MAYAR DA NI A cikin Ruhuna, Raina, Jikina da kuma duk kewaye da ni cikin sunan YESU KRISTI, Amin!!!

Ka fara yin abin da ba za ka iya yi a da ba, ka fara furtawa har sai cikakken waraka, maido da ceto ya zama 'ya'ya a rayuwarka cikin sunan Yesu, amin. Ka ci gaba da jin yunwa ga Allah duka, ka yi fushi ka kuma mayar da duk abin da maƙiyi ya riƙe a cikin sunan Yesu, amin

Lura:
Ku shaida warkarwa don ɗaukakar Allah da kuma kunyatar maƙiyi! Aiko mana da imel ko whatsapp idan har yanzu kuna buƙatar mu yarda da ku kan batun. Kuma ku haɗu a jerin kayan aiki da za a fara daga mako mai zuwa Alhamis. Nemo cikakken bayani nan ba da jimawa ba a gidan yanar gizon mu!

Manyan Amfani - 1 - Kammalawa

Abokai, ina fatan kuma ina addu'a cewa wannan littafin ya kawo muku duk abin da kuke so kafin yin oda, har ma da ƙari mai yawa cikin sunan Yesu, Amin.

Kafin in kammala, zan so in kawo muku wata babbar dama ta yin manyan abubuwan ci gaba. Bari mu bincika wannan damar tare.

BABBAN DAMA

Ba za mu kawo ƙarshen wannan taken a kan Borderless ba har sai mun ba wa waɗanda ba su taɓa ganin Yesu ba damar yin sulhu a yau

Addu'ar Ceto

Addu'ar Ceto - Tattaunawarmu ta Farko da Allah "Addu'ar ceto" ita ce addu'ar da ta fi muhimmanci da za mu taɓa yi. Idan muka shirya zama Kirista, muna shirye mu yi tattaunawa ta farko da Allah, kuma waɗannan su ne sassanta:

- Mun yarda cewa Yesu Kiristi Allah ne; cewa ya zo duniya a matsayin mutum domin ya rayu rayuwa marar zunubi wadda ba za mu iya rayuwa ba; cewa ya mutu a madadinmu, domin kada mu biya hukuncin da ya cancanta.
- Mun furta rayuwarmu ta baya ta zunubi -- muna rayuwa don kanmu ba tare da yin biyayya ga Allah ba.

- Mun yarda cewa a shirye muke mu amince da Yesu Kiristi a matsayin Mai Cetonmu da Ubangijinmu.
- Muna roƙon Yesu ya shigo cikin zuciyarmu, ya zauna a can, ya fara rayuwa ta wurinmu.

Addu'ar Ceto - Ta Fara Da Imani Da Allah
Lokacin da muka yi addu'ar ceto, muna sanar da Allah cewa mun yarda da Kalmarsa gaskiya ce. Ta wurin bangaskiyar da Ya ba mu, mun zaɓi mu yi imani da Shi. Littafi Mai Tsarki ya gaya mana cewa " *ba tare da bangaskiya ba, ba shi yiwuwa a faranta masa rai, domin wanda ya zo wurin Allah dole ne ya gaskata cewa Shi ne, kuma Shi ne mai ba da lada ga waɗanda ke nemanSa da himma* " (Ibraniyawa 11:6).

Don haka, lokacin da muka yi addu'a, muna roƙon Allah kyautar ceto, muna yin amfani da 'yancinmu na yarda cewa mun yi imani da Shi. Wannan nuna bangaskiya yana faranta wa Allah rai, domin mun zaɓi saninSa da yardar kaina.

Addu'ar Ceto - Faɗi Zunubinmu
Lokacin da muka yi addu'ar ceto, muna yarda cewa mun yi zunubi. Kamar yadda Littafi Mai Tsarki ya faɗa game da kowa, sai dai Almasihu kaɗai: " *Gama duka sun yi zunubi, sun kasa kuma ga ɗaukakar Allah* " (Romawa 3:23).

Zunubi kawai yana nufin kasa ga alama, kamar kibiya wadda ba ta kai ga idon bijimi ba. Ɗaukakar Allah da muka kasa kuma tana samuwa ne kawai a cikin Yesu Kiristi: " *Gama Allah ne wanda ya umarci haske ya haskaka daga duhu, shi ne ya haskaka a cikin zukatanmu domin ya ba da hasken sanin ɗaukakar Allah a fuskar Yesu Kiristi* " (2 Korantiyawa 4:6).

Addu'ar ceto, to, ta gane cewa Yesu Kiristi shi ne kaɗai ɗan adam da ya taɓa rayuwa ba tare da zunubi ba. " *Gama Ya sanya Shi wanda bai san zunubi ba ya zama zunubi a gare mu, domin mu zama adalcin Allah a cikinsa* " (2 Korantiyawa 5:21).

Addu'ar Ceto - Da'awar Imani da Almasihu a matsayin Mai Ceto da Ubangiji
Tare da Kristi a matsayin mizani na kammalarmu, yanzu muna amincewa da bangaskiya a gare shi a matsayin Allah, muna yarda da Manzo Yahaya cewa: " *Tun farko akwai Kalma (Kristi), Kalman kuma yana tare da Allah, Kalman kuwa Allah ne. Shi ne tun farko tare da Allah. Duk abubuwa sun kasance ta wurinsa, kuma ba a yi komai ba sai da shi* " (Yahaya 1:1-3).

Domin Allah zai iya karɓar cikakkiyar hadaya, marar zunubi, kuma domin ya san cewa ba za mu iya cimma hakan ba, sai ya aiko Ɗansa ya mutu dominmu ya biya kuɗin madawwami. " *Gama Allah yana ƙaunar duniya har ya ba da Ɗansa tilo, domin duk wanda ya gaskata da shi kada ya halaka, sai dai ya sami rai madawwami* ." (Yahaya 3:16).

Addu'ar Ceto - Faɗi Shi Kuma Ka Yi Nufinsa Yanzu!

Shin ka yarda da duk abin da ka karanta zuwa yanzu? Idan ka yarda, kada ka jira ɗan lokaci kaɗan don fara sabuwar rayuwarka cikin Yesu Kiristi. Ka tuna, wannan addu'ar ba dabarar sihiri ba ce. Kawai kana bayyana zuciyarka ga Allah. Yi addu'a tare da mu:
"Ya Uba, na san na karya dokokinka kuma zunubaina sun raba ni da kai. Ina matukar nadama, kuma yanzu ina so in juya daga rayuwata ta zunubi zuwa gare ka. Don Allah ka gafarta mini, ka taimake ni in guji sake yin zunubi. Na yi imani cewa ɗanka, Yesu Kiristi, ya mutu saboda zunubaina, an tashe shi daga matattu, yana da rai, kuma yana jin

addu'ata. Ina gayyatar Yesu ya zama Ubangijin rayuwata, ya yi mulki da mulki a zuciyata tun daga yau. Don Allah ka aiko da Ruhunka Mai Tsarki ya taimake ni in yi biyayya da kai, kuma in yi nufinka har tsawon rayuwata. Cikin sunan Yesu ina addu'a, Amin."

Addu'ar Ceto - Na Yi Addu'a; Yanzu Me?
Idan ka yi wannan addu'ar ceto da gaske da kuma zuciya, yanzu kai mai bin Yesu ne. Wannan gaskiya ne, ko kana jin wani abu daban ko ba ka ji ba. Tsarin addini na iya sa ka yarda cewa ya kamata ka ji wani abu - haske mai dumi, ƙara, ko wani abin mamaki na asiri. Gaskiyar magana ita ce, za ka iya, ko ba za ka iya ba. Idan ka yi addu'ar ceto kuma ka yi nufin hakan, yanzu kai mai bin Yesu ne. Littafi Mai Tsarki ya gaya mana cewa cetonka na har abada yana da aminci! " *cewa idan ka furta da bakinka Ubangiji Yesu kuma ka gaskata a zuciyarka cewa Allah ya tashe shi daga matattu, za ka sami ceto* " (Romawa 10:9).

Barka da zuwa ga iyalan Allah! Muna ƙarfafa ka yanzu ka nemi cocin gida inda za a yi maka baftisma kuma ka girma cikin sanin Allah ta wurin Kalmarsa, Littafi Mai Tsarki. Hakanan zaka iya ziyartar shafinmu a www.otakada.org wanda zai taimaka maka ka girma da girma cikin Almasihu Ta amfani da wannan hanyar hadin yanar gizo a cikin binciken Littafi Mai Tsarki don gano Yesu da kanka

https://www.otakada.org/dbs-dmm/

Tafiyar almajiranci ta kwana 40

Ko kuma za ku iya fara tafiya ta kwana 40 bisa ga saurin ku ta yanar gizo ta wannan hanyar hadin yanar gizon https://www.otakada.org/get-free-40-days-online-discipleship-course-in-a-journey-with-jesus/

Idan kuna buƙatar jagora, aika imel zuwa info@otakada.org
Ubangiji ya faɗaɗa rayuwarka ya kuma cika ka da farin ciki, zaman lafiya, ƙauna da jituwa wanda shi kaɗai zai iya bayarwa, amin

Sallama!

Kayan Aiki Masu Gudummawa:

1) Otakada.org
2) Shaidu – healingrevival.com/testimonies
3) Aladu a cikin Majami'ar Frank Hammond
4) Dokokin Hulɗa – Cindy Trim
5) Shafawa don mu'ujizai - Robert Schambach da Donna
6) Za a Kori Aljanu – Derek Prince
7) Wa'azin warkarwa da ceto daga Ashish Raichur
8) Shagaltar da Allahn da ke cikin sammai ta Litinin Ogbe
9) Mai ƙarfi - Norvel hayes

LITTAFAI DA ALBARKAR DA AKA SHAWARA

Na Ga Wuta Daga Sama: Daga Jihadi Zuwa Yesu - Aminci A Ƙarƙashin Wuta (Wasiƙu Masu Rai - Jerin Littattafan Ibada na Kwanaki 40)

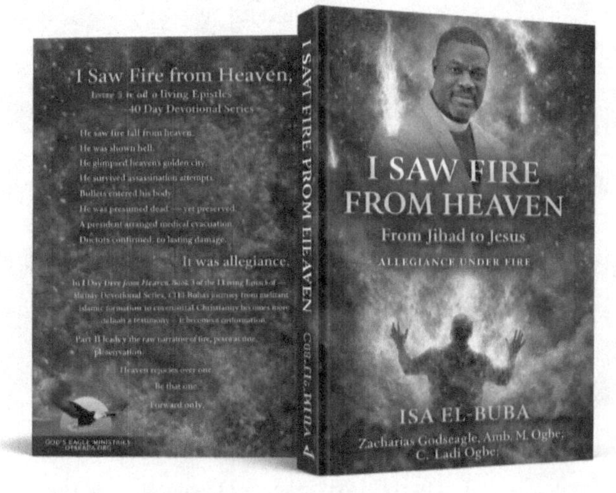

Takarda - https://www.amazon.com/Saw-Fire-Heaven-Allegiance-Devotional/dp/B0GPK6C8VX

Littafin e-littafi - https://www.amazon.com/Saw-Fire-Heaven-Allegiance-Devotional-ebook/dp/B0GP9TGL2D

CS Lewis (1898-1963) - Kiristanci Kawai, Rayuwa Cikakke: Daga Tunani Mai Rage Hankali zuwa Rayuwa Mai Canzawa (Wasiku Masu Rai - Jerin Ibada na Kwanaki 40|Littafi na 2)

Littafin lantarki (eBook)

https://www.amazon.com/Lewis-1898-1963-Mere-Christianity-Fully-ebook/dp/B0GKQ27F9N

Takarda Mai Kyau
https://www.amazon.com/Lewis-1898-1963-Mere-Christianity-Fully/dp/B0GM8YMXC3

Murfin Tauri

https://www.amazon.com/Lewis-1898-1963-Mere-Christianity-Fully/dp/B0GM8WHXJL

ST. AUGUSTINE NA HIPPO (354–430 AD)
Daga Zuciya Mai Natsuwa zuwa Rayuwa Mai Rubutu - Wasiku Masu Rai - Jerin Ibada na Kwanaki 40 - 1

Haɗin Amazon Ebook - https://www.amazon.com/ST-AUGUSTINE-HIPPO-354-430-Devotional-ebook/dp/B0GJN8N9XS

Hanyar yin oda ta Amazon Paperback - https://www.amazon.com/St-Augustine-Hippo-354-430-Devotional/dp/B0GJWTVLR6

Haɗin Ingramspark Paperback - https://shop.ingramspark.com/b/084?params=BZOOW3dj93aGEtBL2Fv1VY8wV1OQvA10dtZRDgk7Z9Z

YI DUBAN NI

SABUNTARWA 7
Warkar da Zuciyar Gidanku Cikin Kwanaki 7
Jerin Sabuntawa - Buga Haɗin Kan Iyali

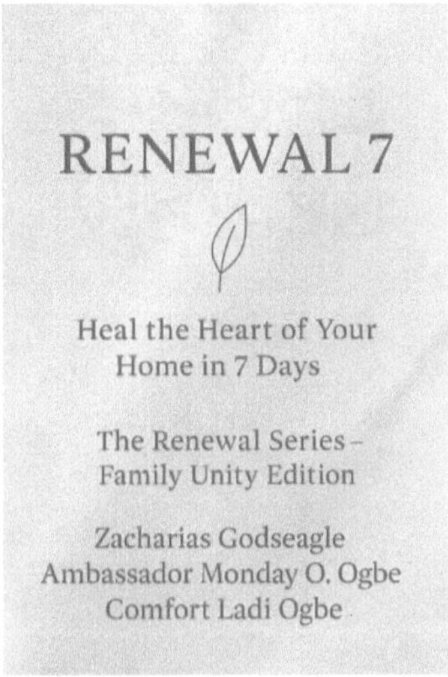

Haɗi zuwa Takardar Bayani ta Littafin -
https://shop.ingramspark.com/b/084?params=htyfL002e1JzyEpZWkKtaXWF5FJ1jZFOjgiQKEfcbnw

Haɗi zuwa Shafin Amazon Paperback -
https://www.amazon.com/RENEWAL-Heal-Heart-Your-Renewal/dp/B0GD92153W

Haɗi zuwa Amazon Ebook -

https://www.amazon.com/RENEWAL-Heal-Heart-Your-Renewal-ebook/dp/B0G91BMFND

YI DUBAN NI –

Sabuntawa ta 7: Warkar da Zuciyar Gidanka cikin Kwanaki 7
Jerin Sabuntawa — Buga Haɗin Kan Iyali

Hanya zuwa Paperback -
https://shop.ingramspark.com/b/084?params=nSEELv9oUsItOu5akVZlg4ycGbbmvlBOtSiqeOZr5yQ

Hadi zuwa ga takarda ta Amazon -
https://www.amazon.com/RENEWAL-MARRIAGE-Heart-Marriage-Renewal/dp/B0GDC1YZJ7

Hadi zuwa Amazon Ebook - https://www.amazon.com/RENEWAL-MARRIAGE-Heart-Marriage-Renewal-ebook/dp/B0G6JXJWJL

Al'arshin zuciya – Yaƙe-yaƙe 12 da dole ne mu ci

Amazon ebook - https://www.amazon.com/THRONE-HEART-COVETOUSNESS-Counterfeit-CONTENTMENT-ebook/dp/B0G4SPFRY7

Takardar takarda ta Amazon - https://www.amazon.com/THRONE-HEART-COVETOUSNESS-Counterfeit-CONTENTMENT/dp/B0G4TKW1ND

Takarda daga Ingramspark -
https://shop.ingramspark.com/b/084?params=a75LJXtvvI63VnzeQPleQTkAJWfu8CPQV6l5Oe31D80

Wa'azi 4 cikin 1 daga Zacharias Godseagle tare da hanyar hadin sauti -

Hadin Amazon Ebook -
https://www.amazon.com/Sermons-Zacharias-Godseagle-Audio-links-ebook/dp/B0G4XCH4TW

Takardar takarda ta Amazon -
https://www.amazon.com/Sermons-Zacharias-Godseagle-Audio-links/dp/B0G4TK4XGT

Takardar hadin Ingram mai ɗauke da takardu -
https://shop.ingramspark.com/b/084?params=nK2JERskkbhdAOSNseTUNRhaCFqUPZuhB4uYfqrXvGb

LAMBAR ALHAJI: Farkawa ta AI

Littafin e-littafi - https://www.amazon.com/Logos-Protocol-Awakening-artificial-intelligence-ebook/dp/B0FXNQFSWZ

Takarda - https://www.amazon.com/Logos-Protocol-Awakening-artificial-intelligence/dp/B0FXNGR66D

Hardback - https://www.amazon.com/Logos-Protocol-Awakening-artificial-intelligence/dp/B0FZNTQR6Y

Takardar Bayani ta Ingramspark -
https://shop.ingramspark.com/b/084?params=QkK4aNYTYO9U5z9uOkdHgc7Ue1eGDLqbb1tz9WRPaSk

Dalilin da Yasa Ceto Ya Kasa - da kuma Yadda Wutar Allah Ke Mayar da Rai: Sanarwa 40 na Kullum Don Ceto Gabaɗaya

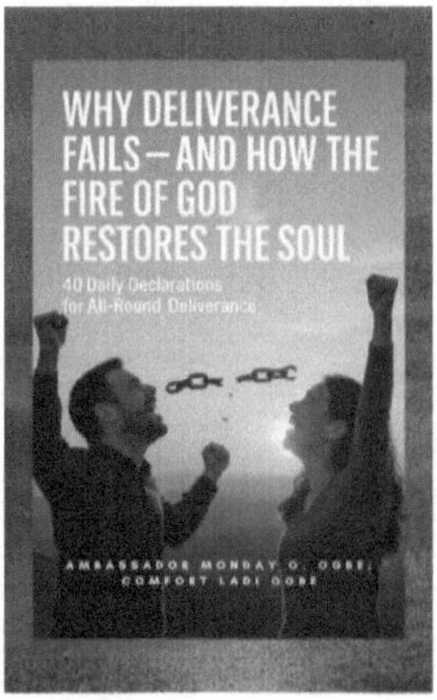

Littafin E-littafi - https://www.amazon.com/Why-Deliverance-Fails-Declarations-All-Round-ebook/dp/B0FW74L4G4

Takarda - https://www.amazon.com/Why-Deliverance-Fails-Declarations-All-Round/dp/B0FWB3LXRM

An Cece Amma An Rasa - Mai Koyarwa Mara Almajiri - an fassara shi zuwa harsuna 25

Takarda Mai Kyau
https://shop.ingramspark.com/b/084?params=iYNB6S3PLMfREpm0jMM15bMe3BvWlkjcYyLYnHVGAds
Littafin E-littafi - https://www.amazon.com/SAVED-BUT-LOST-UNDISCIPLED-heartbreak-ebook/dp/B0FVJ29DF7

KWANA 7 NA YAƘIN RUHUNCI DA MUTUWARSA
- wannan shine Kashi na 1

Daure Maƙiyi, Mayar da Kibiyoyi Sau Bakwai, da kuma Maido da Makomarku

https://shop.ingramspark.com/b/084?params=8mPzqUl73Ex7uPyeO7ydyt8EGkkB6u2gX1jZvWU8j1C

Hadin littafin e-littafi -
https://www.amazon.com/DAYS-SPIRITUAL-WARFARE-RECOVERY-Returning-ebook/dp/B0FMPJM5KZ

KWANA 7 NA YAKIN RUHUNCI DA MAFARKI - Kashi na 2 - Rufe Nasarar, Karya Muguntar Gida, da kuma Kiyaye Makomarku Maidowa

Takarda - **https://shop.ingramspark.com/b/084?params=LkpNmGSsApHhWhiSO7bW3wFmcXQKIO4ZEBeSbP5rL1S**

Littafin E-littafi - **https://www.amazon.com/DAYS-SPIRITUAL-WARFARE-RECOVERY-Wickedness-ebook/dp/B0FR9YCMY8**

DAGA DUHU ZUWA MULKI: Kwanaki 40 Don 'Yantar Da Kai Daga Rufewar Duhu

–

Ibada ta Duniya ta Wayar da Kan Jama'a, Ceto da Iko - Ga Mutane, Iyalai, da Ƙasashe Masu Shirye Su Zama 'Yanci

Takarda Mai Kyau
https://shop.ingramspark.com/b/084?params=aVgp21QfwJxNANkfMxIQ0yejuFCVY12KFr978SRkZUD
Haɗin Amazon -
https://www.amazon.com/DARKNESS-DOMINION-Devotional-Awareness-Deliverance-ebook/dp/B0FLDH2Y67

- ***An Ceto Daga Ikon Duhu* (Takarda)** — Saya Nan | Littafin E-littafi akan Amazon

  - **Manyan Sharhi daga Amurka:**
    - **Abokin Ciniki na Kindle** : "Mafi kyawun karatun Kirista!" (Taurari 5)

Yabo ga Yesu saboda wannan shaidar. Na sami albarka sosai kuma zan ba da shawarar kowa ya karanta wannan littafin... Gama sakamakon zunubi mutuwa ne amma baiwar Allah ita ce rai madawwami. Shalom! Shalom!

    - **Da Gster** : "Wannan littafi ne mai ban sha'awa kuma mai ban mamaki." (Taurari 5)

Idan abin da aka faɗa a cikin littafin gaskiya ne to lallai mun yi baya sosai kan abin da maƙiyi zai iya yi! ... Dole ne ga duk wanda ke son koyo game da yaƙin ruhaniya.

    - **Visa** : "Ina son wannan littafin" (Taurari 5)

Wannan abin buɗe ido ne... ikirari na gaskiya... Kwanan nan ina neman sa a ko'ina don in saya. Ina matukar farin cikin samun sa daga Amazon.

    - **FrankJM** : "Ya bambanta sosai" (taurari 4)

Wannan littafin yana tunatar da ni yadda yaƙin ruhaniya yake da gaske. Hakanan yana tunatar da ni dalilin sanya "Cikakken Sulke na Allah."

- **JenJen** : "Duk wanda ke son zuwa Aljanna - karanta wannan!" (Taurari 5)

Wannan littafin ya canza rayuwata sosai. Tare da shaidar John Ramirez, zai sa ka kalli imaninka daban. Na karanta shi sau 6!

- *Tsohon Mai Son Shaidan: The James Exchange* (Paperback) — Saya Nan | Littafin eBook akan Amazon

- ***SHAIDAR WANI TSOHUWAR SHAIDAN TA AFRIKA*** - *Fasto JONAS LUKUNTU MPALA* (Takarda) — Saya Nan | Littafin eBook akan Amazon

- *Babban Exploits 14* (Takarda) — Saya Nan | Littafin e-littafi akan Amazon

- *Kaushin Shaidan* na John Ramirez — Ana samunsa a Amazon
- *Ya Zo Ya 'Yantar da Kamammunan* ta Rebecca Brown — Nemo a Amazon

Sauran littattafan da marubuci ya wallafa - Sama da taken 1000

An ƙaunace mu, an zaɓe mu kuma an yi mana cikakken bayani : Tafiya ta Kwanaki 30 daga ƙin yarda zuwa **Maidowa wadda** aka fassara zuwa harsuna 40 na duniya https://www.amazon.com/Loved-Chosen-Whole-Rejection-Restoration-ebook/dp/B0F9VSD8WL

https://shop.ingramspark.com/b/084?params=xga0WR16muFUwCoeMUBHQ6HwYjddLGpugQHb3DVa5hE

A Matsayinsa — Kalubalen Yaƙin Duniya na Kwanaki 40:
Rayuwa Kamar Yesu a Labarun Rayuwa na Gaske a Duniya

https://www.amazon.com/His-Steps-Challenge-Real-Life-Stories-ebook/dp/B0FCYTL5MG

https://shop.ingramspark.com/b/084?params=DuNTWS59IbkvSKtGFbCbEFdv3Zg0FaITUEvlK49yLzB

YESU A ƘOFAR:
Labarai 40 Masu Raɗawa da Gargaɗin Ƙarshe na Sama ga Cocin Yau

https://www.amazon.com/dp/B0FDX31L9F

https://shop.ingramspark.com/b/084?params=TpdA5j8WPvw83glJ12N1B3nf8LQte2a1lIEy32bHcGg

RAYUWAR ALKAWARI: Kwanaki 40 na Tafiya Cikin Albarkar Kubawar Shari'a 28

- https://www.amazon.com/dp/B0FFJCLDB5

Labarai daga Mutane na Gaske, Biyayya ta Gaske, da kuma na Gaske

https://shop.ingramspark.com/b/084?params=bH3pzfz1zdCOLpbs7tZYJNYgGcYfU32VMz3J3a4e2Qt

Canji a cikin harsuna sama da 20

SAN ITA DA SAN SHI:
Kwanaki 40 zuwa Waraka, Fahimta, da Ƙauna Mai Dorewa

https://www.amazon.com/KNOWING-HER-HIM-Healing-Understanding-ebook/dp/B0FGC4V3D9

https://shop.ingramspark.com/b/084?params=vC6KCLoI7Nnum24BVmBtSme9i6k59p3oynaZOY4B9Rd

CIKAKKEN, BA A GASA BA:
Tafiya ta Kwanaki 40 zuwa ga manufa, haɗin kai, da haɗin gwiwa

https://shop.ingramspark.com/b/084?params=5E4v1tHgeTqOOuEtfTYUzZDzLyXLee30cqYo0Ov9941

https://www.amazon.com/COMPLETE-NOT-COMPETE-Journey-Collaboration-ebook/dp/B0FGGL1XSQ/

LAMBAR LAFIYA TA ALLAH - Maɓallai 40 na Kullum Don Inganta Waraka Ta Hanyar Kalmar Allah da Halitta Buɗe Ikon Warkarwa na Shuke-shuke, Addu'a, da Ayyukan Annabci

https://shop.ingramspark.com/b/084?params=xkZMrYcEHnrJDhe1wuHHYixZDViiArCeJ6PbNMTbTux

https://www.amazon.com/dp/B0FHJT42TK

Ana iya samun wasu littattafai a shafin marubucin
https://www.amazon.com/stores/Ambassador-Monday-O.-Ogbe/author/B07MSBPFNX

www.ingramcontent.com/pod-product-compliance
Lightning Source LLC
LaVergne TN
LVHW090215051026
849517LV00001B/79